தமிழகத்தில் சமூக சீர்திருத்தும் இருநூற்றாண்டு

அருணன்

பாரதி புத்தகாலயம்

Tamizhagathil Samooka Seerthirutham Iru Nootrandu Varalaru (In Tamil)

Arunan
Our First Published : April, 2023

Published by
BHARATHI PUTHAKALAYAM

7, Elango Salai, Teynampet, Chennai - 600 018
Email: bharathiputhakalayam@gmail.com | www.thamizhbooks.com

தமிழகத்தில் சமூக சீர்திருத்தம் இருநூற்றாண்டு வரலாறு

அருணன்

நன்றி: வைகை வெளியீடு(பிப்.1999), வசந்தம் வெளியீட்டகம் (5வது பதிப்பு: 2013)

எமது முதல் பதிப்பு: ஏப்ரல், 2023

வெளியீடு

பாரதி புத்தகாலயம்

7, இளங்கோ சாலை, தேனாம்பேட்டை, சென்னை - 600 018.
தொலைபேசி : 044 24330024, 24330024 | விற்பனை: 24332924.

விற்பனை நிலையங்கள்

அருப்புக்கோட்டை: *கதவுஎண் 49 A/4 மெயின் ரோடு, தெற்கு தெரு - 9750207345*
ஈரோடு: *39: 39 ஸ்டேட் பாங்க் சாலை - 9245448353*
கரூர்: *நாரத கானசபா அருகில் (TNGEA OFFICE)- 9442706676*
காரைக்குடி : *12, 2 வது தெரு, கம்பன் மணிமண்டபம் பின்புறம் - 9443406150*
கும்பகோணம்: *352, ரயில் நிலையம் எதிரில் - 9443995061*
கோவை: *77, மசக்காளிபாளையம் ரோடு, பீளமேடு - 8903707294*
சிதம்பரம்: *22A / 18B தேரடி கடைத் தெரு, கீழவீதி அருகில் - 9994399347*
செங்கல்பட்டு: *1 D ஜி.எஸ்.டி சாலை - 044 27426964*
சேலம்: *15, வித்யாலயா சாலை சாலை - 0427 2335952*
தஞ்சாவூர்: *காந்திஜி வணிக வளாகம் காந்திஜி சாலை - 9655542400*
திண்டுக்கல்: *பேருந்து நிலையம் - 9942331105, 9976053719*
திருச்சி: *வெண்மணி இல்லம், கரூர் புறவழிச்சாலை - 9994289492*
திருநெல்வேலி: *25A, ராஜேந்திரநகர் - 9442149981*
திருப்பூர்: *447, அவினாசி சாலை - 9486105018*
திருவண்ணாமலை: *முத்தம்மாள் நகர்*
திருவல்லிக்கேணி: *48, தேரடி தெரு - 9444428358*
திருவாரூர்: *35, நேதாஜி சாலை - 9442540543*
நாகர்கோவில்: *699 கே.பி.ரோடு R.V.புரம் - 9443450111*
நெய்வேலி: *பேருந்து நிலையம் அருகில், - 9443659147*
பழனி: *பேருந்து நிலையம் அருகில் - 7010760693*
பாண்டிச்சேரி : *கிழக்கு கடற்கரைச்சாலை, இலாசுப்பேட்டை - 9486102777*
பெரம்பூர்: *52, கூக்ஸ் ரோடு - 9444373716*
மதுரை: *37A, பெரியார் பேருந்து நிலையம் - 045 22324674 & சர்வோதயா மெயின்ரோடு*
வடபழனி: *பேருந்து நிலையம் எதிரில் அடையார் ஆனந்தபவன் மாடியில் - 9444476967*
விருதுநகர்: *131, கச்சேரி சாலை - 0456 2245300*
வேலூர்: *பேஸ் III, சத்துவாச்சாரி - 9442553893*

நினைத்த நூல்கள்... நினைத்த நேரத்தில்... BharathiTV | www.bookday.in

thamizhbooks.com 8778073949

மகளிர் உரிமைக்கான மகாசாசனம்

எழுதியவர் தந்தை பெரியார்

வெளியீட்டுவிழாவில் முதல்வர் கலைஞர் உரை

125 ஆண்டுகளுக்கு முன்பு - இரு நூற்றாண்டு என்று தலைப்பிடப்பட்ட இந்த நூலில் குறிப்பிடப்பட்டுள்ள முதல் நூற்றாண்டில் - அதாவது 19ஆம் நூற்றாண்டிலேயே - 1874ஆம் ஆண்டில் மதுரை கோவிலுக்குள் கிளி மண்டபம் வரையில் நாடார் சமுதாயத்தைச் சேர்ந்த மூக்க நாடார் என்ற ஒரு பெருமகன் நுழைந்து விட்டார் என்பதற்காக கோவில் பணியாளர்கள் அதே இடத்தில் அவரை வெட்டிக்கொலை செய்து விட்டார்கள். நாடார் பெருமக்கள் அந்தக் கிரிமினல் குற்றத்திற்காக நீதிமன்றத்திலே வழக்கு தொடர்ந்தார்கள். நீதிபதி அளித்த தீர்ப்பு இந்தச் சமுதாயத்தினர் கோவிலுக்குள் நுழைந்ததே தவறு, ஆகவே இதில் தண்டனை எதுவும் கிடையாது என்பதாகும். இது இந்த இரு நூற்றாண்டு நூலிலே இடம் பெற்ற ஒரு நூற்றாண்டு.

அந்த நூற்றாண்டைத் தாண்டித்தான் தம்பி பீட்டர் எடுத்துக்காட்டியதைப்போல பெருந்தலைவர் காமராஜர் அவர்களை தமிழகத்தின் முதலமைச்சராக, தனிப்பெரும் தலைவராகப் பெற்ற நூற்றாண்டாக இந்த நூற்றாண்டு மாறியிருக்கின்றது.

எத்தகைய வேகமான மாற்றம் தமிழ்நாட்டிலே ஏற்பட்டிருக் கின்றது - சமுதாய சீர்திருத்த இயக்கங்களினால், அந்த இயக்கங்களைத் தலைமையேற்று நடத்திச் சென்ற தலைவர்களால், அந்த இயக்கங்களுக்குத் தலைமையேற்ற தலைவர்களுக்குத் தொண்டர்களாக இருந்தவர்களால், உழைத்தவர்களால் என்பதற்கு வரலாற்றுச் சான்றாகத்தான் அருணன் அவர்கள் இந்த நூலை நமக்கு வழங்கியிருக்கிறார்.

அவர் பேசும்போது, இந்த நூலைப் படித்துவிட்டு பாராட்டும்போது அது மயிலிறகால் தடவிக்கொடுப்பதுபோல இருக்கும், ஏதாவது குறை இருந்து கண்டித்தால் அதுவும் தன்னைப் பொறுத்தவரையில் மயிலிறகால் அடிப்பதுபோலத்தான் இருக்கும் என்று குறிப்பிட்டார்.

அவருடைய உவமையையே நான் பயன்படுத்த விரும்புகிறேன். நான் அதற்காக ராயல்டி எதுவும் அவருக்குத் தரத் தயாராக இல்லை (சிரிப்பு). இந்த நூலில் நான் சார்ந்துள்ள திராவிட இயக்கத்தைப் பற்றியும், நான் ஏற்றுக்கொண்ட தலைவர்களைப் பற்றியும், திராவிட இயக்கத்திலே அதை உருவாக்குவதற்காகப் பாடுபட்ட முன்னோடிகளைப் பற்றியும், அவர்களுடைய கொள்கைகளைப் பற்றியும் சில இடங்களில் என் கருத்துக்களுக்கு மாறாக சில கருத்துக்கள் வெளியிடப்பட்டிருந்தாலும்கூட அவைகளையெல்லாம் திரு.அருணன் அவர்கள் மயிலிறகால் அடித்ததைப்போலத்தான் நான் எடுத்துக்கொள்கிறேன் (கைதட்டல்) என்பதை முதலில் நான் அவருக்குத் தெரிவித்துக் கொள்கிறேன்.

ஏனென்றால் எழுத்தாளர்களுக்கு சுதந்திரம் உண்டு. அதிலும் கொள்கைவழி நிற்கின்ற எழுத்தாளர்கள் சுதந்திரமாக சிந்திக்கக்கூடியவர்கள். சுதந்திரமாக கருத்துக்களை வெளியிடக் கூடியவர்கள், வெளியிட வேண்டும். அந்தக் கருத்துக்களில் மாறுபாடு இருக்கலாம். இதைக்கூட அவர் தனது முன்னுரை யிலே குறிப்பிட்டிருக்கிறார். "தோழர் பி.இராமமூர்த்தி அவர்களால் எழுதப்பட்ட திராவிட இயக்கம் பற்றிய ஒரு நூலை, திராவிடர் கழகத்தின் பொதுச் செயலாளர் வீரமணி அவர்கள் மறுத்து ஒரு நூல் எழுதினார். அதற்கு மறுப்பெழுதுகின்ற பணியை நான் ஏற்றுக்கொண்டேன்" என்று அருணன் குறிப்பிட்டிருக்கிறார். எனவே கருத்துச் சுதந்திரம் ஒவ்வொரு கொள்கையை ஏற்றுக் கொண்டிருப்பவர்களுக்கும் இருக்க வேண்டும். அது சுதந்திரமாக விடப்பட்டால்தான், கருத்துப் பரிமாற்றம் ஏற்பட்டால்தான் இரண்டையும் படித்து உணரக்கூடிய மக்கள் உண்மையைத் தெரிந்து கொள்ள வழிவகை ஏற்படும்.

அதிலும் இந்த வரலாற்று நூலை மிகுந்த எச்சரிக்கையோடு அருணன் எழுதியிருக்கிறார். எந்த உண்மையையும் தொலைத்து விடக்கூடாது, மறைத்துவிடக்கூடாது, எந்த இட்டுக்கட்டிய செய்தியையும் நுழைத்துவிடக்கூடாது என்பதிலே மிகுந்த எச்சரிக்கையாக அவருடைய பேனா இந்த நூலிலே நர்த்தனமாடியிருக்கின்றது என்றேதான் சொல்ல வேண்டும்.

நினைவாற்றல், பல வரலாறுகளைப் படித்து அதிலிருந்து எந்த அளவிற்கு இந்த வரலாற்றிலே இணைக்கலாம் என்கின்ற அந்தத் திறன், இத்தனையும் இந்த நூலின் ஒவ்வொரு பக்கத்திலும் காணப்படுகின்ற விஷயங்களாக இருக்கின்றன. எவ்வளவு பெரிய

சமுதாய மாற்றத்தை இந்த இரண்டு நூற்றாண்டுகளிலே நாம் பெற்றிருக்கிறோம்?

மைதிலி சிவராமன் அவர்கள் இங்கே குறிப்பிட்டதைப்போல, திரு.சங்கரய்யா அவர்களும், திரு.நல்லக்கண்ணு அவர்களும் இங்கே எடுத்துக்காட்டியதைப்போல இது எதிர்காலத்திலே நாம் சேர்ந்து செயல் மூலமாக எழுத வேண்டிய புதிய வரலாற்றிற்கு இந்த இரு நூற்றாண்டு வரலாறு ஓர் அடிப்படையாக அமைகிறது என்று சொன்னால் அதை யாரும் மறுக்க இயலாது.

இந்த வரலாற்று நூலை நான் முழுமையாகப் படித்தேன். சில பேர் - நூல் வெளியிடுகிறவர்களேகூட - வெளியிடப்படும் நூலைப் படிக்காமல் அங்கொன்றும் இங்கொன்றுமாக சில பக்கங்களைப் புரட்டிவிட்டு, அவைகளைப் பற்றிய செய்திகளைச் சொல்லிவிட்டு, முழுவதையும் படித்தவர்களைப்போலக் காட்டிக் கொள்வதுண்டு.

நான் இவர்கள் என்னைத் தேதி கேட்டபோதே, தள்ளித் தள்ளி தாமதித்து தேதி கொடுத்ததற்குக் காரணமே படித்துவிட்டுப் பேச வேண்டும் என்பதற்காகத்தான். எனக்கு பாவனை செய்வது பிடிக்காது. பாவனையினால் நாடு எவ்வளவு கெட்டுவிட்டது என்பது உங்களுக்கெல்லாம் தெரியும் (பலத்த கைதட்டல்).

இதிலே கடந்த நூற்றாண்டிலேயே, 19ஆம் நூற்றாண்டிலேயே சமுதாய சீர்திருத்தவாதிகளாக கிறிஸ்துவப் பெருமக்கள் இருந்தார்கள் என்பதை அழகுபட இங்கே அருணன் அவர்கள் எடுத்துக் காட்டுகிறார்.

அதிலும் முக்கியமாக வேதநாயகம் அவர்களுடைய படைப்புகளைப் பற்றியெல்லாம் அடுக்கடுக்காகச் சொல்கிறார். அவர் அளித்த நீதி நூல், பெண் கல்வி, பெண்மதிமாலை, பெண் மானம், சர்வசமய சமரச கீர்த்தனைகள், பிரதாப முதலியார் சரித்திரம் என்ற இந்த நூல்களைப் பற்றியெல்லாம் குறிப்பிடுகிறார்.

அவர் "சர்வ சமய சமரச கீர்த்தனைகள்" என்ற தலைப்பிலே பாடியுள்ள ஒரு பாட்டையும் இதிலே சுட்டிக்காட்டியிருக்கிறார். வேதநாயகம் அந்தக் காலத்திலேயே பாடியிருக்கிறார்:

"கையிலே பிடிப்பது ஜபமாலை
கக்கத்தில் வைப்பதுவோ கன்னக்கோலை
மெய்யாகத் தினம் படிப்பது தர்ம நூலை
மேலும் மேலும் துன்மார்க்க வேலை

ஆனதலையில் வளர்ப்பது ஜடை முடியே
அனுதினமும் கெடுப்பது ஆயிரம் குடியே
தானம் பிறர் அறியக் கொடுப்பதோர் நொடியே
தனியே வந்தவனுக்குத்தான் அடிதடியே”

அப்போதே ஒரு ஆடிட்டர் இருந்திருக்கிறார் போலும்! (பலத்த சிரிப்பு). தனியே வந்தவனுக்கு அடிதடியே என்று அப்போதே எழுதியிருக்கிறார். அருணன் இந்த நூலை மிக அழகாகத் தொகுத்திருக்கிறார் என்பதற்காக ஓர் எடுத்துக்காட்டு: 19 ஆம் நூற்றாண்டைப் பற்றி எழுதி முடிக்கும்போது அதைத் தொகுத்து ஒரு பக்கம் எழுதுகிறார். அதிலே இறுதியாகச் சொல்வதுதான் மிகவும் முக்கியம்.

“நிகரமாய்ப் பார்த்தால் 19ஆம் நூற்றாண்டு சமூக சீர்திருத்தம் என்பது ஒரு துவக்கமே. உடன்கட்டை ஏறல் நின்றது. கல்வி பரவலாகத் தொடங்கியது. பெண் கல்வி ஆரம்பமானது. பால்ய விவாகம் கூடாது என்கிற சிந்தனை பிறந்தது. விதவா மணத்திற்கு அச்சாரம் போடப்பட்டது. வர்ணாஸ்ரமம் எனப்பட்ட பிராமணியத்தின் மீது நேர்முக மற்றும் மறைமுகக் கண்டனம் எழுந்தது. உரிமைகளுக்காக அடித்தட்டு சாதியினர் களம் காண்பது என்பதும் ஆரம்பமானது. ஆனால் அடிப்படையான அல்லது பெரிய அளவுக்கான மாறுதல்களை இந்த சமூக சீர்திருத்த இயக்கங்கள் கொண்டுவந்துவிடவில்லை. தீண்டாமை தொடர்ந்தது. வர்ணாஸ்ரமத்தின் சகல “கல்யாண” குணங்களும் நீடித்தன. சமூக ரீதியில் பிராமணரல்லாதார்களின் நிலைமை மோசமாகவே இருந்தது. பஞ்சமர் எனப்பட்டவர்களின் நிலையோ சொல்லத்தரமன்று. அதில் எவ்வித மாறுதலும் இல்லை. பால்ய விவாகமும் விதவைத்தனமும் தொடரவே செய்தன. பெண் கல்வி பெருகவில்லை. மாதர் விடுதலை என்பது தொலைதூரக் கனவாகவே இருந்தது.”

இதெல்லாம் 19ஆம் நூற்றாண்டின் நிறைவில் - அது முடிந்த காலக்கட்டத்தில் உள்ள நிலை என்று இவ்வளவு அழகாக அதைப் படம் பிடித்துக் காட்டுகிறார்.

இங்கே பாரதியாரைப் பற்றிக்கூடச் சொன்னார்கள். பால்ய விவாகத்தை பாரதியார் எந்த அளவிற்கு வெறுத்து ஒதுக்கினார், கண்டித்தார் என்று சொன்னார்கள். உண்மை என்னவென்றால், பாரதியாருக்கு திருமணம் ஆகும்போது அவருக்கு வயது 12,

செல்லம்மாள் பாரதிக்கு வயது 7. அனுபவ ரீதியாக பாரதியார் பால்ய விவாகத்தை எப்படி கண்டிக்காமல் இருந்திருக்க முடியும் என்பதை நீங்கள் பார்க்க வேண்டும். சாடி இருக்கிறார். மூட-மூட-மூட என்று மூன்று முறை இந்தச் சொற்களைப் போட்டு பால்ய விவாகத்தை ஆதரிப்பவர்களை அன்றைக்கு தேசியக் கவி சுப்பிரமணிய பாரதியார் சாடியிருக்கிறார்.

இப்படி 19ஆம் நூற்றாண்டு முடிந்து 20ஆம் நூற்றாண்டின் துவக்கத்திற்கு வரும்பொழுதுதான் எப்படி தமிழகம், என்னென்ன காரியங்களை எதிர்கொண்டது, தந்தை பெரியார் போன்றவர்கள் எந்தக் கருத்துக்களை நாட்டிலே பரப்பத் தொடங்கினார்கள் என்பதற்கு 1929ஆம் ஆண்டு செங்கற்பட்டில் நடைபெற்ற சுயமரியாதை மாநாட்டுத் தீர்மானங்களை உங்களுக்குப் படித்துக் காட்டினால், அது ஒன்றே போதும் (தீர்மானங்களை வாசித்தார்).

இவ்வளவு தீர்மானங்களையும் படித்துவிட்டு இன்னொரு தீர்மானத்தைக் காணவில்லையே என்று தேடித் தேடிப் பார்த்தேன். எப்படி விட்டுவிட்டார் என்று தேடினேன்.

அந்த மாநாட்டிலேதான் பெண்களுக்கு சொத்திலே சம உரிமை தரப்பட வேண்டும் என்ற தீர்மானமும் நிறைவேற்றப்பட்டது. அதைத்தான் 1989ஆம் ஆண்டு தமிழகச் சட்டமன்றத்திலே நினைவுபடுத்தி "29ஆம் ஆண்டு தந்தை பெரியரால் செங்கற்பட்டு சுயமரியாதை மாநாட்டிலே கொண்டுவரப்பட்ட பெண்களுக்கு சொத்திலே சம உரிமை தரப்பட வேண்டும் என்ற தீர்மானத்தை 60 ஆண்டுகளுக்குப் பிறகு இங்கே சட்டம் ஆக்குகிறேன்" என்று மகிழ்ச்சியோடு அறிவித்தேன். அந்தத் தீர்மானத்தை எப்படி இந்த நூலிலே விட்டுவிட்டார் என்று பார்த்தேன். நான் ஒழுங்காக இதைப் படித்திருப்பதற்கு இது ஒரு சான்று. அவர் அதை விட்டு விட்டார். ஆனால் 216வது பக்கத்திலே வேறொரு விஷயத்தைப் பற்றி எழுதும்போது அங்கே சொல்லியிருக்கிறார்.

"செங்கற்பட்டு மாநாட்டிலேயே பெண்களுக்கு 'சமமாகச் சொத்துரிமைகளும் வாரிசுப் பாத்தியதைகளும்' கொடுக்கப்பட வேண்டுமென்று தீர்மானம் போட்ட பெரியார் தொடர்ந்து இதனை வலியுறுத்திப் பேசியும் எழுதியும் வந்தார்" என்று எழுதியிருக்கிறார்.

நிறைவேற்றப்பட்ட தீர்மானம் நூலிலே இடம் பெறவில்லை. ஆனால் பெரியாருடைய பேச்சிலும் எழுத்திலும் செங்கற்பட்டு

மாநாட்டிலே பெண்களுக்கு சொத்திலே சம உரிமை என்று நிறைவேற்றப்பட்ட தீர்மானத்தை வலியுறுத்தி வந்தார் என்று சொல்கிறார். ஒருவேளை அந்தத் தீர்மானம் தவறுதலாக இடம் பெறாமல் போயிருக்கக் கூடும். அடுத்த பதிப்பில் பலவற்றை சேர்த்துக்கொள்ள வேண்டும் என்று இங்கே விடுக்கப்பட்ட வேண்டுகோளை ஏற்றுக்கொண்ட ஆசிரியர் அருணன் அவர்கள் இதையும் இணைத்துக்கொள்வார் என்று எதிர்பார்க்கிறேன்.

இதையெல்லாம் சொல்வது குற்றஞ்சாட்டுவதற்காக அல்ல. முழுமையாக படித்திருக்கிறேன்,படித்து விட்டு வந்துதான் இங்கே பேசுகிறேன் என்பதற்காக இதைச் சொல்கிறேன்.

அடுத்து, 217ஆம் பக்கத்தில் ஒரு குறிப்பு இருக்கிறது. பெரியாருடைய பேச்சு. அம்மையார் அவர்கள் இங்கே குறிப்பிட்டார்களே, மாதர்களைப் பற்றி பெரியாருடைய கருத்து சற்று கடுமையாக இருக்கும் என்று-அந்தக் கடுமையான கருத்துக்களைப் பற்றி இந்த நூலாசிரியர் குறிப்பிடுகிறார். பெரியார் சொல்லுகிறார்:

"உண்மையான சுதந்திரம் பெண்களுக்கு ஏற்பட வேண்டுமானால் வாழ்வில் - அதாவது ஒரு பெண்ணும் ஆணும் வாழ்க்கைத் துணைகளாய் வாழும் வாழ்க்கையில் - இருவருக்கும் ஒரே மாதிரியான ஒழுக்கமும் கட்டுப்பாடும் இருக்கும்படி வாழ்க்கையையும் இது சம்பந்தமான அரசியல் சட்டங்களையும் திருத்திக்கொண்டாலொழிய உண்மையான சுதந்திரம் ஏற்படவே முடியாது. மக்கள் மனதிலும் இயற்கையிலேயே பெண்கள் பலவீனர்களாகவும் ஆண்களுடைய சம்ரஷ்ணையிலும் இருக்கும்படியாக படைக்கப்பட்டிருக்கின்றார்கள் என்கிற உணர்ச்சி அடியோடு மாறியுமாக வேண்டும். அந்த உணர்ச்சி-ஆண்களுக்கு மாத்திரமில்லாமல் இன்றைய நிலையில் பெண்களுக்கே பெரிதும் முதலில் மாறவேண்டியது இருக்கின்றது. ஏனெனில், அவர்களை அழுத்தி அடிமைப்படுத்திய கொடுமையான பலமானது பெண்கள் தாங்கள் மெல்லியலார்கள் என்றும், ஏதாவது ஓர் ஆணின் காப்பில் இருக்க வேண்டியவர்கள் என்றும் தங்களையே கருதிக் கொள்ளும்படி செய்துவிட்டது. ஆதலால், அது முதலில் மாற வேண்டியது அவசியம்."

-என்ற இந்தக் கருத்தை எடுத்தாண்டிருக்கிற ஆசிரியர் அருணன் அவர்கள் இதைப்பற்றிச் சொல்கிறார்: "மாதர் விடுதலைபற்றிய

பெரியாரின் இந்தக் கருத்துக்கள் அன்றைக்கு மிகப் புதுமையானவை என்றால் இன்றைக்கும்கூட இவை ஒரு மகா சாசனமாக இருப்பது - இன்றைக்கும் ஒரு மகத்தான இலட்சியமாக இருப்பது- எண்ணி எண்ணி வியக்கத்தக்கது ஆகும்."

பெரியார் மகளிருக்காக எழுதிய மகா சாசனம் இது என்று அவர் குறிப்பிடுவதை நான் அப்படியே வழிமொழிகிறேன். அந்த அளவிற்கு தந்தை பெரியார் அவர்கள் மகளிர் மேம்பாட்டிற்காக, முன்னேற்றத்திற்காக, அவர்களுடைய விழிப்புணர்விற்காக குரல் கொடுத்தவர். இன்றைக்கும் அவரைப் பின்பற்றி நாம் குரல் கொடுத்துக்கொண்டிருக்கிறோம் என்றால் இந்தப் பெருமையெல்லாம் பெரியார் அவர்களையே சேரும்.

பெரியார் அவர்கள் வட ஆர்க்காடு திருப்பத்தூரில் 1933 இல் பேசிய பேச்சு முக்கியமான பேச்சாகும். சுயமரியாதை மாநாட்டிலே பெரியார் பேசியது அது:

"பொருளாதாரத் துறையிலும், அரசியல் துறையிலும் வேலை செய்யாமல் சமூக முற்போக்கு எப்படி ஏற்படும்? ஒரு சமூகத்திற்குப் பொருளாதாரமும், அரசியலும் அவசியமானது அல்லவா? இந்த இரண்டையும் விட்டுவிட்டுச் செய்யும் முற்போக்குக்காக நமது சுயமரியாதை இயக்கம் தேவையே இல்லை. அதாவது பொருளாதாரத் துறையையும் அரசியல் துறையையும் விட்டுவிட்டு செய்கிற முற்போக்கிற்காக நமது சுயமரியாதை இயக்கம் தேவையில்லை. சும்மா அலங்காரமாக, வேடிக்கையாக புராண முட்டாள்தனத்தையும் பார்ப்பனச் சூழ்ச்சியையும் மாத்திரம் பேசிக் காலம் கழிப்பது மாத்திரமே சுயமரியாதை இயக்கம் என்றால், அது அழிந்துபோவதே மேலான காரியம் என்று சொல்லுவேன்" என்று பெரியார் அன்றைக்கே சொல்லியிருக்கிறார்.

இந்தக் கருத்துக்களையெல்லாம் ஆட்சிப்பொறுப்பேற்று பொருளாதாரத் துறையிலே, அரசியல் துறையிலே மாற்றங்களைச் செய்கின்ற அந்தக் கடமையை நிறைவேற்றும் இடத்திலே அமரும்போதுதான் செய்ய முடிகின்றது. அதற்காக சமுதாய சீர்திருத்தக் கொள்கைளைப் பரப்புகின்ற இயக்கங்கள் இருக்கக்கூடாது, அவைகள் தேவை இல்லை என்று சொல்கின்ற அளவிற்கு நான் அறிவில்லாதவன் அல்ல. சமுதாய இயக்கங்கள் சொல்கின்ற அந்தக் கடமைகளை - அந்தக் கொள்கைகளை நிறைவேற்றுகின்ற அரசியல் பொறுப்பு , பொருளாதாரத் துறையிலே

நாம் கொள்கின்ற ஈடுபாடு - இவைகள் எல்லாம் மிக முக்கியம் என்பதைத்தான் பெரியார் அன்றைக்கு அழுத்தந்திருத்தமாக வலியுறுத்தியிருக்கிறார்கள்.

தந்தை பெரியார் - நான் அன்றைக்கும் இன்றைக்கும் அண்ணன் என்று அழைக்கின்ற ஜீவானந்தம் - சிந்தனைச் சிற்பி சிங்காரவேலர் இவர்கள் எல்லாம் ஒன்றாக இருந்த காலம் ஒன்று உண்டு. ஒரு கொள்கை அடிப்படையிலே, ஒரு குடை நிழலிலே இருந்த காலம் உண்டு. ஆனால் உலகத்தில் எந்த ஒன்றும் பெரிது பெரிதாக வளர வளர, விரிந்திட விரிந்திட, பெருகிட பெருகிட அதிலே கிளைகள் தோன்றுவது இயற்கையாகி விட்டது. அது இயற்கையாகவே அமைந்த ஒன்றாகும். ஓர் ஆற்றிலே தண்ணீர் அதிகமாகப் பெருகினால் அதிலே கிளை தானாகவே உருவாவதைப் போல, மலையிலிருந்து பெருகுகின்ற அருவி குறைவாக வருகின்ற நேரத்தில் ஒரு நதியாகச் சென்று மேலும் பெருகிப் பெருகி பிறகு பல நதிகளாகப் பிரிவதைப்போல ஓர் இயக்கம் பெருகப் பெருக சில நேரங்களிலே பல கிளைகளாகப் பிரிய நேரிடுகின்றது.

இந்தப் புத்தகத்தை எழுதியுள்ள அருணனுடைய கம்யூனிஸ்ட் இயக்கமானாலும்கூட ஒரு காலத்திலே இந்தியா முழுவதும் ஒரே இயக்கமாக இருந்தது என்பதும், பிறகு பல கிளைகளாக அது மாறியதும், அதன் பயனாக ஒரு நல்லக்கண்ணுவையும் ஒரு சங்கரய்யாவையும் நாம் இந்த மேடையிலே கண்டாலும்கூட - அப்படிப்பட்ட ஒரு பிரிவு ஏற்பட்டதும் இயற்கை. அதைப்போல, திராவிட இயக்கத்திலும், சுயமரியாதை இயக்கத்திலும் அந்தப் பிரிவு ஏற்பட்டது.

சுயமரியாதை சமதர்ம இயக்கமாக இயங்க வேண்டும் என்று அண்ணன் ஜீவா அவர்கள் தந்தை பெரியாரிடத்திலே சிங்காரவேலரோடு இணைந்து நின்று வாதாடி, போராடி, அதிலே அவர் வெற்றி காண முடியாத காரணத்தால் தஞ்சை மாவட்டத்தில் திருத்துறைப்பூண்டியிலே ஒரு மாநாட்டைக் கூட்டி சுயமரியாதை சமதர்ம இயக்கத்தை அன்றைக்கு உருவாக்கி, அதற்குப்பிறகு சுயமரியாதை சமதர்ம இயக்கமும் அரசியல் ரீதியாக காங்கிரசோடு சென்று இணைய நேரிட்டது. சுயமரியாதை இயக்கமும் அரசியல் ரீதியாக நீதிக்கட்சியோடு சென்று இணைய நேரிட்டது. இதைத்தான் நம்முடைய ஆசிரியர் குறிப்பிடுகிறார்.

“சுயமரியாதை சமதர்மக் கட்சி தனித்து, திறம்பட இயங்கி யிருந்தால் தமிழகத்தின் வரலாறு எப்படியிருந்திருக்கும்? இதுவொரு

ஊகமான கேள்விதான். ஆனால் திராவிட இயக்கத்திற்கு வேலை இல்லாமல் போயிருக்கக் கூடும் என்பதே அதற்குப் பதிலாக இருக்கும்" என்று ஆசிரியர் குறிப்பிட்டிருக்கிறார். நல்லவேளை அன்றைக்கு அவர்கள் பிரிந்த காணத்தால் திராவிட இயக்கத்திற்கு இப்போது வேலை ஏற்பட்டிருக்கிறது என்பதை அருணன் வேறு கருத்திலே சொல்லியிருந்தாலும் நான் இதுவும் இலாபம்தான் என்கிற முறையிலே அதை ஏற்றுக்கொள்கிறேன். ஆனால் இது இயல்பு. இதை என்னிடம் தம்பி பீட்டர் அல்போன்ஸ் அந்தப் புத்தகத்திலிருந்து குறித்துக் காட்டினார். நான் உடனே அவரிடம் நான் வைத்திருந்த புத்தகத்தை எடுத்துக்காட்டி முன்பே இதைக் குறித்து வைத்திருக்கிறேன் (பலத்த கைதட்டல்) பாருங்கள் என்று அவரிடம் சுட்டிக் காட்டினேன்.

பீட்டர் அல்போன்ஸ் அதைக் குறிப்பிட்டுக் காட்டியதற்கு என்ன காரணமென்று கருதுகிறீர்கள்? அவர் தமிழ் மாநிலக் காங்கிரசாகப் பிரிந்தவர் அல்லவா. (பலத்த சிரிப்பு) எதுவும் ஒன்று பெருகப் பெருக இப்படிப்பட்ட கிளைகள் தோன்றுவது இயற்கை. ஆனால் அப்படித் தோன்றுகின்ற இந்தக் கிளைகள் எல்லாம் தங்களுடைய அடிப்படைக் கொள்கைகளை மறந்துவிடாமல் இருக்க வேண்டும். திராவிட இயக்கம் பிரிந்துவிட்டதென்றாலும், பெரியாரின் அடிப்படைக் கொள்கையை, சமதர்மக் கொள்கையை, சுயமரியாதைக் கொள்கையை எங்களைப் பொறுத்தவரையில் என்றைக்கும் நாங்கள் மாற்றிக்கொண்டதுமில்லை, மாற்றிக் கொள்ளப்போவதுமில்லை. ஆனால் சில இயக்கங்கள் - திராவிட என்ற சொல்லை மாத்திரம் வைத்துக் கொண்டு, அந்த அடிப்படை கொள்கைகளை மாற்றிக் கொண்டிருப்பதை நீங்கள் காணுகிறீர்கள். கம்யூனிஸ்ட் இயக்கத்தைப் பொறுத்தவரையிலே அது பத்திரிகைகளிலே இப்போது இடது கம்யூனிஸ்ட் என்றும் வலது கம்யூனிஸ்ட் என்றும் எழுதுகின்ற வழக்கமிருந்தாலும் கூட, இந்தியக் கம்யூனிஸ்ட் கட்சி, இந்தியக் கம்யூனிஸ்ட் கட்சி (மார்க்சிஸ்ட்) என்ற பெயரோடு பிரிந்திருக்கின்ற இந்த இரண்டு இயக்கங்களும் அவர்களுடைய அடிப்படைக் கொள்கைகளிலிருந்து தொழிலாளர்களுக்காக, பாட்டாளிகளுக்காக, அடித்தட்டு மக்களுக்காகப் பாடுபடுகின்ற அந்தக் கொள்கையிலிருந்து மாற்றம் பெற்றவர்கள் அல்லர் (கைதட்டல்).

அதனால்தான் நல்லக்கண்ணு இங்கே பேசும்போது பாரதிதாசனைப் பற்றி சொன்னார்கள். அது அடிப்படைக் கொள்கை.

பாரதிதாசன் திராவிட இயக்கக் கவிஞன் என்றாலும்கூட, "சிற்றூரும் வரப்பெடுத்த வயலும், ஆறு தேக்கிய நல்வாய்க்காலும் நெற்சேர உழுதுழுது பயன் விளைக்கும் நிறையுழைப்புத் தோள்களெல்லாம் எவரின் தோள்கள்?" என்று தொழிலாளர்களுக்காகப் பரிந்து பேசியவன். அதனால்தான் பாரதிதாசனுடைய நினைவு நல்லக்கண்ணுவிற்கு வருகிறது.

கம்யூனிச இயக்கம் என்றால் அது ஏதோ திராவிட இயக்கத்திற்கு முரண்பாடான ஒன்றல்ல. அதைப்போல திராவிட இயக்கம் என்றால் அது கம்யூனிஸ்ட் இயக்கத்திற்கு முரணான ஒன்றல்ல. இன்னும் எல்லாவற்றையும் கூட்டிக் கழித்துப் பார்த்தால் இங்கே நின்றுகொண்டிருக்கின்ற கருணாநிதி ஒரு கம்யூனிஸ்ட் என்பதை (கைதட்டல்) நான் உங்களுக்குத் தெரிவித்துக் கொள்கிறேன். திராவிட இயக்கம் என்று ஒன்று தோன்றாமல் இருந்திருந்தால், பெரியார் பிறக்காமல் இருந்திருந்தால், அண்ணா பிறக்காமல் இருந்திருந்தால் நான் நல்லக்கண்ணுவிற்குப் பக்கத்திலே, சங்கரய்யாவிற்குப் பக்கத்திலேதான் ஒரு கம்யூனிஸ்ட் கட்சித் தலைவனாக உட்கார்ந்திருப்பேன் (கைதட்டல்). அந்த உள்ளத்தோடுதான் இளமைக்காலந்தொட்டு நான் வளர்ந்தவன். அப்படி வளர்க்கப்பட்டவன். அதே எண்ணத்தோடு இருந்த காரணத்தினால்தான் இன்றைக்கும் பல சட்டங்களை-திட்டங்களை - சாதனைகளை அந்த அடிப்படையிலே நான் எண்ணிப் பார்த்து முடிந்த வரையிலே செய்துகொண்டிருக்கிறேன்.

சங்கரய்யா இங்கே உச்சகட்டத்திலே நிலச்சீர்திருத்தம் பற்றி சில வார்த்தைகளைப் பேசும்போது இந்த அரங்கமே அதிர்கின்ற அளவிற்கு கையொலி செய்தீர்கள். அந்தக் கையொலிக்கு முற்றிலும் பொருத்தமானவனாக என்னை ஆக்கிக்கொள்வதற்கு நான் முழுமையாகப் பாடுபட முடியாவிட்டாலுங்கூட இயன்ற வரையிலே பாடுபட்டுக்கொண்டிருக்கின்ற ஒரு கம்யூனிஸ்ட் தான் இந்தக் கருணாநிதி என்பதை உங்களுக்குத் தெரிவித்துக்கொண்டு எல்லோருக்கும் நன்றி கூறி விடைபெறுகிறேன்.

(முரசொலி 12-04-1999)

ஐந்தாம் பதிப்பிற்கான முகவுரை

இந்த நூலின் நான்காம் பதிப்பு வெளிவந்து ஒன்பது ஆண்டுகள் ஆகிவிட்டன. புதியதொரு பதிப்பைக் கொண்டுவரலாம் என்று இதை மீண்டும் படித்துப் பார்த்தபொழுது பெரிய அளவில் மாற்றம் எதுவும் வேண்டியிருக்கவில்லை. "இருநூற்றாண்டு வரலாறு" என்பதால் அதற்குப் பிந்திய ஆண்டுகளின் கணக்கைச் சேர்க்க வேண்டிய அவசியம் இல்லாமல் போனது. எனினும் கூடுதல் தெளிவு கருதி ஆங்காங்கே சில மாறுதல்கள் செய்யப்பட்டுள்ளன. கண்ணில்பட்ட ஒரு சில அச்சுப்பிழைகள் சரிசெய்யப்பட்டுள்ளன.

இதன் வெளியீட்டுவிழா சென்னையில் 1999ஆம் ஆண்டு ஏப்ரல் 10 அன்று மிகச் சிறப்பாக நடைபெற்றது. நூலை வெளியிட்டவர் அன்றைய முதல்வரும் தி.மு.க. தலைவருமான டாக்டர் கலைஞர். முதல் பிரதியைப் பெற்றுக்கொண்டவர் இந்திய கம்யூனிஸ்ட் கட்சியின் தமிழ் மாநிலச் செயலாளர் ஆர்.நல்லகண்ணு. விழாவில் பங்கேற்று வாழ்த்துரை வழங்கியவர்கள் மார்க்சிஸ்ட் கம்யூனிஸ்ட் கட்சியின் தமிழ் மாநிலச் செயலாளர் என்.சங்கரய்யா, அக்கட்சியின் கே.வரதராஜன், ஜி.ராமகிருஷ்ணன், டி.லட்சுமணன், தமிழ் மாநிலக் காங்கிரஸின் பீட்டர் அல்போன்ஸ், ஜனநாயக மாதர் சங்கத்தின் மைதிலி சிவராமன் போன்ற அருமையான தலைவர்கள்.

நூலை வெளியிட்டு கலைஞர் ஆற்றிய உரை மிகுந்த அர்த்தபாவமுடையது. வெளியீட்டு விழாவை வெறும் சம்பிரதாயமாக எடுத்துக்கொள்ளாமல், மாநில முதல்வர் என்ற முறையில் தனக்குள்ள அவ்வளவு வேலைகளுக்கு மத்தியிலும் நூலை ஆழ்ந்து படித்து ஒரு விரிவான ஆய்வுரையைத் தந்தார் அந்தத் தலைவர்.

அடுத்த பதிப்பில் சேர்க்கப்பட வேண்டிய பலவற்றை சேர்த்துக் கொள்ள வேண்டும் என்றார். ஏற்கெனவே முதல் பதிப்புக்கான தனது ஆய்வுரையில் பேரா.சந்திரபாபுவும் அப்படிச் சிலவற்றைக் குறிப்பிட்டிருந்தார். அப்படியாகவே நூலின் மூன்றாம் பதிப்பில் "பண்டிதர் அயோத்திதாசர்", "பாவேந்தர் பாரதிதாசன்", "அம்பேத்கரின் தாக்கம்", "மாதர் இயக்கம்" ஆகிய நான்கு பகுதிகள் சேர்க்கப்பட்டன. விவசாயிகள் இயக்கம் குறித்து அந்த அத்தியாயத்தில் புதிய செய்திகள் தரப்பட்டன.

கலைஞரின் அந்த ஆய்வுரைக்கு மிகுந்த அரசியல் முக்கியத்துவம் அன்றும், அதற்குப் பிறகும் இருந்தது. வாஜ்பாய் தலைமையிலான பா.ஜ.க. கூட்டணி அரசுக்கு, தான் அளித்துவந்த ஆதரவை அ.தி.மு.க. விலக்கிக்கொள்ளவிருந்த வேளை அது. அ.தி.மு.க. விலகினால் அந்த இடத்தை தி.மு.க. நிரப்புமா எனும் கேள்வி அரசியல் வட்டாரத்தில் பரபரப்பாக எழுப்பப்பட்ட காலம் அது. அதனால்தான் "தமிழகத்தில் சமூக சீர்திருத்தம் நூல் வெளியீட்டு விழாவில் பேச்சு: கொள்கையில் தி.மு.க. என்றும் மாறாது - கருணாநிதி உறுதி" எனும் தலைப்பில் "தினகரன்" ஏடு (11-4-99) முதல்பக்க எட்டுக்காலத் தலைப்புச் செய்தியாக அவரது உரையை வெளியிட்டது.

அதற்குப் பிறகு நடந்த அதிரடி மாற்றங்கள் - பாஜக அணிக்கு தி.மு.க. போனது உள்ளிட்ட மாற்றங்கள்- அரசியல் நோக்கர்கள் அனைவருக்கும் தெரியும். அவற்றின் காரணமாக எழுந்த காரசாரமான விவாதங்களின் ஊடே அடியேனின் நூலும், அதன் வெளியீட்டு விழாவில் கலைஞர் பேசிய பேச்சும் அடிபட்டன. அப்படி அந்த உரை ஒரு வரலாற்று ஆவணமாகிப் போனது. அதன் காரணமாகவே கலைஞரின் அந்தப் பேச்சு இங்கே சேர்க்கப்பட்டுள்ளது.

இறந்த காலமானது முழுமையாக ஒருபோதும் இறந்து போவதில்லை. அது தனது சாரத்தை நிகழ்காலத்தில் எப்படியோ தக்கவைத்துக்கொள்கிறது. அதனாலேயே கடந்த காலத்தைச் சரியாகப் புரிந்துகொள்ளாமல் நிகழ்காலத்தை உருப்படியாக உள்வாங்க முடியாது. முந்திய காலத்தின் படிப்பினைகள் எதிர்காலத்திற்கான பாதையையும் செப்பனிட்டுத் தருகிறது. இப்படி முக்காலமும் ஒன்றைத் தொட்டு ஒன்று நிற்கின்றன.

இந்த உண்மையைப் புரிந்துகொள்கிறவர்கள் வரலாற்று ஆய்வுகளை அசட்டை செய்ய மாட்டார்கள். சமூக சீர்திருத்தத் துறையில் தமிழகம் எத்தனையோ சாதனைகளைச் செய்திருந் தாலும் இன்னும் சாதிக்க வேண்டியவை பல இருக்கின்றன. இப்போதும் சாதிய சக்திகளும், ஆணாதிக்க சக்திகளும், மதவெறி சக்திகளும் கச்சைகட்டி நிற்கின்றன. அவற்றை முறியடிக்க மார்க்சியவாதிகளும், பெரியாரியவாதிகளும், அம்பேத்கரியவாதிகளும் ஒன்றுபட்டு நிற்க வேண்டியது காலத்தின் கட்டாயம். இவர்களுக்கு இடையே அடிப்படைச் சித்தாந்த வேறுபாடுகள் இருப்பது உண்மை. ஆனால், அவற்றையெல்லாம்

தாண்டி பொதுக் களத்தில் சேர்ந்து நிற்க எத்தனையோ காரணிகள் இருக்கின்றன என்பதும் உண்மை. அந்த உண்மையை உணர இந்த நூல் உதவுமேயானால் அதுவே இதன் வெற்றியின் அடையாளம்.

இந்த நூலுக்கு நல்ல மதிப்புரைகள் எழுதிய பத்திரிகையாளர்கள் பலரையும் இவ்வேளையில் நினைத்துக்கொள்கிறேன். அண்மையில்கூட "முரசொலி"யில் இதற்கு சிறப்பானதொரு மதிப்பீட்டைத் தந்திருந்தார் அருமை நண்பர் சுப.வீரபாண்டியன். அவருக்கு என் நன்றி உரித்தாகுகிறது.

இந்தப் புதிய பதிப்பை மறு உருவாக்கம் செய்து கொடுத்த சிபி உரிமையாளர் ஆதனூர் சோழனுக்கும், அழகுற அச்சடித்துக் கொடுத்த பிரியதர்ஷினி பிரிண்ட்டோகிராப்ஸ் ரவிக்கும் நெஞ்சார்ந்த நன்றி.

மதுரை

மே, *2013*

அருணன்

முதலாம் பதிப்பிற்கான முகவுரை

எழுதி முடித்த பிறகு "நாமா இதை எழுதினோம்?" எனும் ஆச்சரியத்தை எழுதியவனுக்கே தரும் படைப்புகள் மிகச் சிலவாகவே இருக்கும். பல நூல்களை நான் எழுதியுள்ளபோதிலும் எனக்கு இத்தகைய உணர்வைத் தந்த நூல்கள் "இந்திய கம்யூனிச இயக்க வரலாறு" மற்றும் "தமிழ் இலக்கிய (வழி) வரலாறு" ஆகியவையே. இப்போது மீண்டும் அந்த உணர்வுக்கு ஆட்பட்டிருக்கிறேன்.

சமூக சீர்திருத்தம் குறித்து இளமை தொட்டே சிந்தித்திருக்கிறேன். திராவிட இயக்கம் பற்றி நான் எழுதிய ஒரு சிறு பிரசுரம் மார்க்சிஸ்ட் தலைவர் பி.ராமமூர்த்தி அவர்களை ஒரு பெரும் நூலை எழுதத் தூண்டியது. அதை விமர்சித்து தி.க. தலைவர் கி.வீரமணி அவர்கள் ஒரு நூல் எழுதினார். அதற்குப் பதில் அளிக்கும் வாய்ப்பும் எனக்கு கிட்டியது. இந்த வாதப் பிரதி வாதங்களுக்கு ஊடே மனம் உண்மையின் முழு வடிவையும் தரிசிக்கத் துடித்தது.

திராவிட இயக்கம் பற்றிய ஆய்வில் எங்கோ ஒரு முக்கிய ஊனம் இருப்பதாகப் பட்டுக்கொண்டேயிருந்தது. 20ம் நூற்றாண்டின் ஆரம்பத்தில் துவங்கிய இந்த இயக்கத்தை அதற்கு முந்தைய நூற்றாண்டுத் தமிழர் வாழ்வை உள்வாங்கிக்கொள்ளாமல் முழுமையாகப் புரிந்துகொள்ள முடியாது என்று தோன்றியது. 19ம் நூற்றாண்டின் சமூக சீர்திருத்தம் குறித்து படிக்க ஆரம்பித்தேன். இதற்கான நூல்களைத் தேடிப்பிடித்து அவற்றிலிருந்து குறிப்புகளை எடுக்கத் தொடங்கினேன்.

அது ஒன்றும் அவ்வளவு இலேசான காரியமாக இருக்கவில்லை. உதவிய நூல்களின் பட்டியல் இந்த நூலின் இறுதியில் கொடுக்கப்பட்டுள்ளது. அதைப் பார்த்தாலே தெரியும் இவற்றைச் சேகரிப்பதிலும், படிப்பதிலும் எவ்வளவு காலம் செலவாகியிருக்கும் என்று. அதுமட்டுமல்ல, ஒவ்வொரு சமூக சீர்திருத்தவாதியையும் புரிந்துகொள்ளவும், ஒரு மதிப்பீட்டிற்கு வரவும்கூட நெஞ்சுக்குள் சிறிதுகாலம் அசைபோட வேண்டியிருந்தது. உதாரணமாக, வள்ளலார் பற்றி சிந்திக்க சிந்திக்க புதுப்புது பரிமாணங்கள் கிட்டின. அதுவொரு விசித்திரமான அனுபவமாக இருந்தது. எனினும், ஒரு கட்டத்தில் தைரியமாக சமூக சீர்திருத்தம் எனும்

மாகடலுக்குள் குதித்துவிட்டேன். குதித்து நான் கொண்டுவந்துள்ள இந்தப் படைப்பு முத்தா அல்லது வெறும் சிப்பியா என்பதை வாசகர்கள்தாம் தீர்மானிக்க வேண்டும்.

மேலும் ஒரு விஷயம். திராவிட இயக்கத்தைப் புரிந்து கொள்ளத்தான் இதைத் துவக்கினேன். ஆனால், அப்படியாக மட்டுமே முடிந்திடவில்லை. தமிழகத்தின் இரு நூற்றாண்டுகால வரலாறாகவும் இது அமைந்துபோனது. வரலாறு என்பது என்ன? ஆட்சியாளர்களின் கால வரிசைப் பட்டியலா? இல்லை! அதையும் விட அகண்டமானது. சமூக மாற்றங்களின் தொகுப்பே சாராம்சத்தில் வரலாறு. மதவெறியர்கள் வரலாற்றை தங்கள் இஷ்டத்திற்கு வளைக்க முயலும். இந்த வேளையில் இந்த நூல் கூடுதல் முக்கியத்துவம் பெறுகிறது. இன்னொரு வகையில் பார்த்தால் 21ம் நூற்றாண்டுக்கான காணிக்கை என்றும் கூறலாம்.

இதனை முதலில் "மார்க்சிஸ்ட்" மாத ஏட்டில் தொடராக வெளியிடுமாறு எனக்கு ஆலோசனை கூறிய கி.வரதராசன் உற்சாகத்தோடு வெளியிட்ட அதன் ஆசிரியர் பி.ஆர்.பரமேஸ்வரன், இதனை நூல் வடிவில் வெளிக்கொணர்வதில் ஆரம்பம் முதலே முனைப்பு காட்டிய எஸ்.ஏ.பெருமாள் ஆகிய அருமைத் தோழர்களை மிகுந்த நன்றியறிதலோடு நினைத்துக்கொள்கிறேன்.

தனது வேலைப் பளுவுக்கு மத்தியில் ஆழ்ந்த புலமையுடன் கூடிய ஆய்வுரை எழுதித் தந்த பேரா. டாக்டர் சந்திரபாபு அவர்களுக்கு எனது நெஞ்சார்ந்த நன்றி.

சென்னை அரசு ஆவணக் காப்பகம், மறைமலையடிகள் நூல் நிலையம், பெரியார் நினைவு நூலகம், மதுரை - காமராசர் பல்கலைக்கழக தொலைநிலைக் கல்வி இயக்கக நூல்நிலையம் ஆகியவை இல்லையென்றால் இந்த நூலே இல்லை. இவற்றின் பொறுப்பாளர்களுக்கும், அவ்வாறே தங்களது சொந்த நூல்களைத் தந்துதவிய பேராசிரியர்கள் டாக்டர் சந்திரபாபு, டாக்டர் பரமார்த்தலிங்கம், கணேசன் ஆகியோருக்கும் எனது மனமார்ந்த நன்றி உரித்தாகிறது.

இதனைச் சீரிய முறையில் நூலாகக்கொண்டு வந்துள்ள வைகை வெளியீட்டகத்தாருக்கும், அதன் அனைத்து ஊழியர்களுக்கும் - குறிப்பாக கணினி அச்சுக் கோர்ப்பாளர் தோழர் பாண்டிக்கும், அழகாக முகப்பு அட்டை தயாரித்துத் தந்துள்ள ஓவியர் ஸ்ரீரசாவுக்கும் நன்றி! நன்றி!

மதுரை **அருணன்**

7.1.1999

உள்ளே...

1

சமூக சீர்திருத்தம் – ஒரு வரையறை

சமூக சீர்திருத்தம் என்பது தனது அடித்தளமாக பொருளியல் துறையில் ஏற்படும் வளர்ச்சியைக் கொண்டிருக்கிறது. உதாரணமாக, நிலப்பிரபுத்துவமுறை மேனியழியாமல் நீடித்திருந்தால், ஆலை உற்பத்தி முறை என்கிற முதலாளித்துவக் கட்டம் வந்திருக்காவிட்டால் தற்போதுள்ள அளவிற்காகினும் தீண்டாமை என்கிற கொடுமை ஒழிந்திருக்காது, மாதருக்கு சில உரிமைகள் கிட்டியிருக்காது. ஆனாலும், இவையெல்லாம் தானியங்கி முறையில் நடந்துவிடுகிற விஷயங்கள் அல்ல. பொருளாதார அஸ்திவாரத்தில் ஒரு முக்கிய மாற்றம் நிகழும்போது மேற்கட்டுமானமான அரசு, சட்டம், மதம், கல்வி, கலை - இலக்கியம், குடும்பம், பழக்கவழக்கங்கள், சடங்குகள் ஆகியவற்றில் அதே நேரத்திலோ அல்லது அதே வேகத்திலோ அதன் பிரதிபலிப்பு வெளிப்பட்டு விடுவதில்லை. அங்கே தனி மனிதர்களின் - இயக்கங்களின் மகத்தான பணி தேவைப்படுகிறது. அவர்கள் தளபதிகளாக மக்கள் சக்தியை வழிநடத்திச் செல்கிறார்கள். அதன் மூலமாய் சமுதாய மாற்றத்தின் அடையாளங்களாகத் தங்களை நிலைநிறுத்திக் கொள்கிறார்கள்.

சமூக சீர்திருத்தமானது மனிதன் சமூகமாக - இதரர்களுடன் பரிவர்த்தனை செய்துகொள்கிறவனாக - இயங்கத் துவங்கிய நாளிலிருந்தே துவங்கியிருக்கிறது. அதேபோன்று, சமுதாயத்தின் சகல அம்சங்களும் சீர்திருத்தம் பெற்றிருக்கின்றன. உண்மையில் சமூக சீர்திருத்தத்தின் வரலாறு என்பது மனித குலத்தின் வரலாறே. அப்படி அகலக்கால் வைக்க இப்பொழுது முடியாது. தமிழ்ச் சமுதாயத்தின் இரு நூற்றாண்டுகளே (19 மற்றும் 20ம் நூற்றாண்டுகள்) இங்கே கணக்கில் கொள்ளப்பட்டுள்ளன. “தமிழகம்” எனும்போது அன்றைய சென்னை மாகாணத்தின் தமிழ் பேசும்பகுதி - இன்றைய தமிழ்நாடு.

அவ்வாறே, பிறப்பில் உயர்வு, தாழ்வு கற்பிக்கிற அந்தக் கொடுமையில் இந்தக் காலகட்டத்தில் என்ன மாற்றங்கள் நிகழ்ந்துள்ளன என்பது மட்டுமே இங்கே ஆராயப்படுகிறது.

பிறப்பில் உயர்வு, தாழ்வு என்பதில் இரு கூறுகள் உள்ளன. ஒன்று, சாதியின் பெயரால் நடத்தப்படுவது, மற்றொன்று, பால் அடிப்படையில் நடத்தப்படுவது. வேறு வார்த்தைகளில் கூறினால், சாதிய ஒடுக்குமுறைக்கும், பெண்ணடிமைத்தனத்திற்கும் எதிரான செயல்பாடுகளே இங்கே சமூக சீர்திருத்தம் என்று கொள்ளப்பட்டுள்ளன.

உலகின் எந்தவொரு மொழி வழியிலான சமூகத்திற்குள்ளும் பெண்ணடிமைத்தனத்திற்கு எதிரான இயக்கம் நடந்தேயிருக்க வேண்டும், நடந்துகொண்டுமிருக்க வேண்டும். அந்த அளவிற்கு ஆணாதிக்க சமுதாயம் என்பது உலகமயமாக்கப்பட்டிருந்தது. அத்தோடு, நிற அடிப்படையிலான ஒடுக்குமுறைகள் - குறிப்பாக ஆப்பிரிக்காவின் கறுப்பு நிற, ஆசியாவின் பழுப்பு நிற மக்களுக்கு எதிரான ஒடுக்குமுறைகள் - அமெரிக்காவிலும், ஐரோப்பாவிலும் நடந்திருக்கின்றன. அதன் மிச்சசொச்சங்கள் இன்றைக்கும் அங்கே நிலவுகின்றன. இந்தியாவில் சாதி என்று பிறப்பைச் சுற்றி ஒடுக்குமுறை நிகழ்ந்தது. இந்த நாட்டின் எந்தவொரு பிராந்தியத்தில் தோன்றிய சமூக சீர்திருத்த இயக்கமும் பெண்ணடிமைத்தனத்திற்கு எதிரானதாக இருந்தது அல்லது சாதியத்திற்கு எதிரானதாக இருந்தது.

வங்கத்தில் ராஜாராம் மோகன்ராயால் (1772-1833) தோற்றுவிக்கப்பட்ட பிரம்ம சமாஜமும் சரி, மராட்டியத்தில் ஜோதிபாபூலே (1827-1890) நடத்திய இயக்கமும் சரி, கேரளத்தில் நாராயணகுரு (1854-1928) உருவாக்கிய எழுச்சியும் சரி இந்த இரண்டு அம்சங்களையோ அல்லது ஏதாவதொன்றையோ பிரதானப்படுத்தியிருந்தன.

இவ்வாறே தமிழகத்திலும் சமூக சீர்திருத்தமானது முக்கியமான இந்த இரு விஷயங்களையே சுற்றிச் சுற்றி வந்திருப்பதைக் காண முடியும். வரலாறு அந்தக் கடமையைச் சுமத்தியிருந்தது. தமிழகம் ஈன்றெடுத்த சில மகத்தான மனிதர்கள் - இயக்கங்கள் அதனைத் தங்கள் தோள்மீது தாங்கிக் கொண்டனர்.

2

பத்தொன்பதாம் நூற்றாண்டில் தமிழகம்

19ம் நூற்றாண்டு துவங்கும்போது தென்னகத்தில் தமிழ் பேசும் பகுதிகள் அனைத்தும் ஆங்கிலேயரின் கட்டுப்பாட்டிற்குள் வந்துவிட்டன. 1799ல் மைசூரின் திப்புசுல்தானை வென்று தமிழகத்தின் மேற்குப் பகுதியைக் கைப்பற்றிக் கொண்டனர். அதே ஆண்டில் தஞ்சாவூரை ஆண்டு வந்த மராத்தியர்கள் மீது ஓர் ஒப்பந்தத்தைத் திணித்து காவேரி படுகையைத் தங்கள் வசம் எடுத்துக்கொண்டனர். 1801ல் கர்நாடக நவாப்போடு ஓர் ஒப்பந்தம் போட்டு தமிழகத்தின் இதர பகுதிகளையும் சேர்த்துக் கொண்டனர்.

இந்த விழுங்கல் வேலை எளிதானதாக இருக்கவில்லை. சாம, பேத, தான, தண்டம் என சகல கலைகளையும் பயன்படுத்தியே தங்கள் சாம்ராஜ்யத்தை இங்கே நிறுவினர். அந்தத் துவக்கக் கட்டத்திலேயே எதிர்ப்பு அலையும் எழுந்தது. வீரபாண்டிய கட்டபொம்மன், ஊமைத்துரை, மருது சகோதரர்கள் போன்றோர் எதிர்ப்பு தெரிவித்தனர். 1801ல் அவர்களை அடக்கிய கையோடு 1806ல் வேலூர் கோட்டையில் இந்தியச் சிப்பாய்களின் எழுச்சியினை எதிர்நோக்கியது பிரிட்டிஷ் ஏகாதிபத்தியம்.

கூலிப்படையாக இருந்தாலும் இந்தியச் சிப்பாய்களின் மத - சாதி உணர்வுகளைச் சீண்டினால் எத்தகைய விபரீதம் ஏற்படும் என்பதை முதன்முதலாக இங்கே உணர்ந்தனர் ஆங்கிலேயர். நெற்றியில் எவ்வித மத - சாதிக் குறியீடும் இடக்கூடாது, மீசை ஒரு குறிப்பிட்ட மாதிரியில்தான் வளர்க்க வேண்டும், நகைகளை அணியக்கூடாது, ஒரு புதுவித தலைப்பாகை அணிய வேண்டும் என்று உத்தரவிட்டனர் பிரிட்டிஷ் தளபதிகள். எழுச்சிக்கு இது உடனடிக் காரணமாயிற்று. உள்ளார்ந்த அரசியல் காரணங்கள் உண்டு என்றாலும் இந்த சமூக உணர்வு சம்பந்தப்பட்ட விஷயத்தை எளிதில் ஒதுக்கிவிட முடியாது. இந்தியச் சிப்பாய்களுக்கும், பிரிட்டிஷ் படைகளுக்கும் நடந்த நேரடி யுத்தத்தில் இந்தியர்கள் தோல்வியடைந்தனர்; பலர் படுகொலை செய்யப்பட்டனர். தமிழகத்தில் சிப்பாய்கள் மத்தியில் எழுந்த இந்த முதல் எழுச்சி கொடூரமான ரத்தப்பலியோடு முடிந்து போனது.

இதற்குப் பிறகு ஒரு நூற்றாண்டு காலம் - 19ம் நூற்றாண்டு முழுக்க - இங்கே குறிப்பிடத்தக்கதொரு ஏகாதிபத்திய எதிர்ப்பு எழுச்சி ஏற்பட்டதாகத் தெரியவில்லை. 1857ல் ஏற்பட்ட "சிப்பாய்க் கலகம்" என்று ஆங்கிலேயரால் நாமகரணம் செய்யப்பட்ட - அந்த எழுச்சியில்கூட தமிழகத்தின் பங்களிப்பு பெரியளவுக்கு இருந்ததாகத் தெரியவில்லை. மாட்டுக் கொழுப்பு - பன்றிக் கொழுப்பு தடவிய தோட்டாக்களை பல்லில் வைத்து இழுக்கச் சொல்லுகிறார்கள் என்கிற உடனடி காரணத்தால் எழுந்த அந்த எழுச்சியைப் போன்ற ஒன்றை வேலூரில் ஏற்கெனவே நடத்திப் பார்த்துவிட்டதாலோ என்னவோ இங்கே அது பெரிய தாக்கத்தை ஏற்படுத்தவில்லை.

இதையும்விட ஒரு முக்கிய காரணம் இருந்தது. தமிழகத்தில் நிலவிய கட்டுப்பெட்டித்தனமான வர்ணாஸ்ரம - சாதியச் சூழல் இந்த மக்களை ஒன்றுபடச் செய்யவில்லை. எவரும் எவரையும் நம்பவில்லை... நம்ப முடியவில்லை. வரலாறு அப்படி இருந்தது. கண்முன்னால் காணும் நடப்பும் அப்படி இருந்தது. இந்தச் சூழலுக்கு அப்பாற்பட்டு வந்த ஆங்கிலேயர்களைக் கட்டப் பஞ்சாயத்துக்காரர்களாக ஏற்கிற மனோபாவம் பிறந்தது. இதையே அரசியல் - பொருளியல் வார்த்தைகளில் கூறினால் தமிழ்ச் சமுதாயம் இதுவரை காணாத "முதலாளித்துவ ஜனநாயகம்" (ஏகாதிபத்திய ஆட்சியில் இருக்கக்கூடிய சகல கட்டுப்பாடுகளுடனும்) மற்றும் ரயில் போன்ற நவீன சாதனங்களைத் தந்த "முதலாளித்துவப் பொருளாதாரம்" (அது சில உள்ளூர் தொழில்களைக் கடுமையாகப் பாதித்தாலும்) என்பவை அவர்களது கோபாவேசத்தை தணித்தன.

தமிழ் பேசும் பகுதியையும் தங்கள் கட்டுப்பாட்டிற்குள் கொண்டு வந்த ஆங்கிலேயர்கள் இங்கும் நிலவரி வசூல், நீதியமைப்பு முறை, போக்குவரத்து, தகவல் தொடர்பு போன்றவற்றில் தீவிர கவனம் செலுத்தினர். இவ்வளவு பெரிய பகுதியைத் தொடர்ந்து கட்டியாள வேண்டும் என்கிற சுயநலத்திலிருந்து எழுந்த பொதுநலமது.

பாளையக்காரர்கள் - ஜமீன்தாரர்கள் போன்ற இடைத்தரகர்கள் இல்லாமல் விவசாயிகளிடமிருந்து நேரடியாக நிலவரி வசூலிக்கிற ரயத்துவாரி முறையை ஆங்கிலேய ஆட்சி 1814 வாக்கில் இங்கே அறிமுகப்படுத்தியது. 1857 வாக்கில் தமிழகத்தின் பெரும்பாலான பகுதி இந்த முறையின்கீழ் வந்துவிட்டது. வரிகேட்டு விவசாயிகளைக் கசக்கிப் பிழியும் பாளையக்காரர்கள்

- ஜமீன்தார்கள், கீழ் விவசாயிகள் பட்டபாட்டினை நினைவில் கொண்டால் இந்த முறை சற்று மேம்பட்டதாக இருந்தது என்பதையும், இது அரசோடு விவசாயிகளை நேரடியாகப் பிணைத்தது என்பதையும் உணரலாம்.

அரசு நிர்வாகத்திலிருந்து நீதிமன்ற நிர்வாகத்தைப் பிரித்து வைப்பது என்பது நவீன ஜனநாயகத்தின் ஒரு முக்கியமான கூறாகும். 1801ல் சென்னையில் "சுப்ரீம் கோர்ட்" எனப்பட்ட நீதிமன்றம் அமைக்கப்பட்டது. தமிழகத்தின் வரலாற்றிலேயே தமிழ் பேசும்பகுதி முழுமைக்குமான முதல் நீதிமன்றம் இதுதான் எனலாம். அடுத்து, ஜில்லாவாரியாக நீதிமன்றங்கள் அமைக்கப்பட்டன. பின்னர் கிராம முன்சீப் பதவிகளை உருவாக்கியதன் மூலம் 1860களில் நவீன நீதிமன்ற முறை மேலிருந்து கீழே வரை விஸ்தரிக்கப்பட்டுவிட்டது. இதன் பொருள் நீதித்துறையில் ஆங்கில ஏகாதிபத்தியம் ஓரவஞ்சனையாக நடந்துகொள்ளவில்லை என்பதுமல்ல, கிராம - சாதிய பஞ்சாயத்துகள் தங்கள் செல்வாக்கை இழந்துவிட்டன என்பதுமல்ல. தான்தோன்றித்தனமான அல்லது சாதியரீதியிலான நீதிபரிபாலனத்திலிருந்து சட்டத்தின்முன் அனைவரும் சமம் என்கிற நவீன நீதிமுறையை நோக்கிச் செல்ல அச்சாரம் போடப்பட்டது என்பதுதான் முக்கியம்.

போக்குவரத்து - தகவல் தொடர்பைப் பொறுத்தவரை ரயில் பாதை அமைப்பு, பாலங்கள் கட்டுதல், தபால் வசதி போன்றவற்றில் ஆங்கிலேயர்கள் இக்காலத்தில் முனைப்புடன் இறங்கினர். 1830 - 37ல் டிராம்வேயும் ரயிலும் வந்துவிட்டன. 1815ம் ஆண்டில்கூட இங்கே 72 வகையான தங்க நாணயங்களும், 60 வகையான வெள்ளி நாணயங்களும், 25 வகையான தாமிர நாணயங்களும் இருந்தன. 1818ல் அனைவருக்கும் பொதுவான ரூபாய் நாணயம் அறிமுகப்படுத்தப்பட்டது. வர்த்தக வளர்ச்சிக்காகச் செய்யப்பட்ட இந்தச் செயல் மக்களை இணைக்கும் மிகப் பலமான பொருளியல் பாலமாகவும் அமைந்தது.

ஆட்சியாளர்களின் இந்த நடவடிக்கைகள் எல்லாம் தமிழ் பேசும் மக்களுக்கு தாங்கள் எல்லாம் ஒரே இனத்தவர் என்கிற உணர்வை ஏற்படுத்துவதற்கான பௌதீகச் சூழலை உருவாக்கிக் கொடுத்தது. சோழநாடு, பாண்டியநாடு, சேரநாடு என்றும், அந்தப் பாளையம் இந்தப் பாளையம் என்றும், அந்த ஜமீன் இந்த ஜமீன் என்றும் தங்களை அடையாளப்படுத்தி வந்தவர்கள் சென்னை மாகாணம் என்றும், தமிழ்நாடு என்றும், இந்தியா என்றும்

பேசத் துவங்கினர். இது சாதாரணமான விஷயமல்ல. ஓராயிரம் உள்நாட்டுப் போர்களிலிருந்து மனிதர்களை இது விடுவித்தது. அரசியல் வாழ்விலும், சமூகப் பிரச்சனைகளிலும் கவனத்தைச் செலுத்தக்கூடிய மனிதர்களின் வட்டத்தை விரிவுபடுத்தியது. மேற்குலகக் கல்விமுறை இங்கு வந்ததும் இதற்கு உதவியாய் அமைந்தது.

இந்தப் பின்புலத்தில் 19ம் நூற்றாண்டின் அந்த துவக்க காலத்தில் தமிழ் மக்களின் சமுதாய வாழ்வு எப்படி இருந்தது என்று பார்த்தால்...

3

மனுநீதியே வாழ்க்கை நியதி

புராதன பொதுவுடைமைச் சமுதாயமானது தனது உள் பலவீனத்தால் சிதைந்தபோது உலகில் அடிமைச் சமுதாய அமைப்பு எழுந்தது. இந்தியாவிலும் எழுந்தது. இங்கே வர்ணாஸ்ரமம் என்கிற வடிவத்தில் அது எழுந்தது. மனிதர்களை பிராமணர், ஷத்திரியர், வைசியர், சூத்திரர் என்று பிறப்பின் அடிப்படையில் நால்வருணங்களாகப் பிரிக்கிற அந்த அமைப்பில் சூத்திரர்களின் நிலை கிட்டத்தட்ட அடிமை நிலையாகவே இருந்தது என்றால், இந்த நால்வருணத்திற்கு அப்பாற்பட்ட "சண்டாளர்கள்" எனப்பட்டவர்களின் நிலையோ அடிமை நிலையேதான்.

கிட்டத்தட்ட ஈராயிரம் ஆண்டுகளுக்கு முன்பு உருவானது என்று கூறப்படுகிற "மனுஸ்மிருதி" என்கிற மனு நீதி இப்படிக் கூறுகிறது -

1. "சூத்திரர்களுக்கு கடவுள் விதித்துள்ள ஒரே வேலை பிராமணர், ஷத்திரியர், வைசியர் ஆகிய மூன்று பிரிவினருக்கும் பணிவோடு ஊழியம் செய்வதே?" (I91)

2. "ஒரு சண்டாளனை, வீட்டு விலக்காகியுள்ள ஒரு பெண்ணை, சாதிப்பிரஷ்டம் செய்யப்பட்ட ஒருவனை (சமீபத்தில்), பிரசவமாகியுள்ள ஒரு பெண்ணை, ஒரு பிரேதத்தை, பிரேதத்தைத் தொட்ட ஒருவனை யதேச்சையாகத் தொட நேர்ந்துவிட்டால் குளிப்பதன் மூலம் மீண்டும் ஒருவன் தனது பரிசுத்தத்தைப் பெறுவான்." (ஏ 85)

சூத்திரர்கள் கிட்டத்தட்ட அடிமை நிலையில் என்றால் சண்டாளர்கள் பிரேதத்துடன் இணையாக வைக்கப்பட்டிருந்ததைக் காணலாம். உண்மையில் தமிழகத்தில் அடிமை முறை என்பது 19ம் நூற்றாண்டு வரை தொடர்ந்தது. "19ம் நூற்றாண்டின் ஆரம்ப ஆண்டுகள் வரை விவசாய அடிமை முறையை ஆதரிப்பதாகவே பிரிட்டிஷ் அரசின் அணுகுமுறை இருந்தது. உதாரணமாக, வருவாய் வாரியத்திற்கு தஞ்சாவூர் கலெக்டர் எழுதிய ஒரு கடிதத்தில் ஓடிப்போன அடிமைகள் மீண்டும் அவர்களது எஜமானர்களிடம் ஒப்படைக்கப்பட வேண்டுமென்றும், மற்றொரு

எஜமானரால் சட்டபூர்வமற்ற முறையில் வைத்துக் கொள்ளப்பட்ட ஓர் அடிமையை அவரின் ஒரிஜினல் எஜமானர் மீட்டுக்கொள்ள அனுமதிக்க வேண்டுமென்றும் குறிப்பிட்டிருந்தார். தங்களின் எஜமானர்களுக்காக அடிமைகள் அவசியம் வேலை பார்த்தேயாக வேண்டுமென கட்டாயப்படுத்தும் அதிகாரம் காவல்துறை அதிகாரிகளுக்கு வழங்கப்பட வேண்டுமென்றுகூட அவர் பரிந்துரை செய்தார். ஓடிப்போன அடிமைகளைப் பிடித்துக் கொடுப்பதில் இந்தக் காலத்தில் கலெக்டர்கள் ஒருவருக்கொருவர் ஒத்துழைத்துக் கொண்டனர். உதாரணமாக, திருச்சி கலெக்டர் தனது மாவட்டத்திலிருந்து ஓடிப்போன 15 பள்ளர்களைத் திருப்பி அனுப்புமாறு சேலம் கலெக்டரைக் கேட்டுக்கொண்டு கடிதம் எழுதினார். தஞ்சாவூரிலிருந்த பிரிட்டிஷ் பிரதிநிதிக்கும் இதுபோன்ற கடிதம் எழுதினார். 1830ல் திருச்சி கலெக்டர் என். எஸ்.கேமரோன் தனது மாவட்டத்தைச் சார்ந்த ஒரு பிராமண நிலப்பிரபுவிடமிருந்து ஓடிப்போன 10 பள்ளர்களைத் திருப்பி அனுப்புமாறு சேலம் கலெக்டருக்கு கடிதம் எழுதினார்" என்று கூறுகிறார் வரலாற்றுப் பேராசிரியர் சி.பரமார்த்தலிங்கம்.

அடிமை நிலையில் இருத்தப்பட்டிருந்த சண்டாளர்கள் எனப்பட்ட தாழ்த்தப்பட்ட மக்களுக்கு 1843ம் ஆண்டின் அடிமை ஒழிப்புச் சட்டம் ஏ மற்றும் 1861ம் ஆண்டின் இண்டியன் பீனல்கோடு சட்டம் XLV ஆகியவற்றின் மூலம் சட்டபூர்வ விடுதலை கிடைத்தது என்றாலும் நடைமுறையில் அவர்களுக்கு விடுதலை கிட்டவில்லை. சமூக, ரீதியில் அவர்கள் தொடர்ந்து அடிமைகளாகவே நடத்தப்பட்டனர். 1871ம் ஆண்டின் மக்கள் தொகை கணக்கெடுப்பு அறிக்கை கூறியது - "பரம்பரை அடிமை முறை எனும் நுகத்தடியிலிருந்து, அதனால் எழுந்த சட்டபூர்வ தொல்லைகளிலிருந்து ஒரு சமூகம் என்ற முறையில் அவர்களை (அடிமைகளை) பிரிட்டிஷ் நிர்வாகம் விடுதலை செய்திருந்தாலும் சமூக அடுக்கில் அவர்கள் இன்னும் படுபாதாளத்திலேயே இருந்தனர். பொதுப் பிரயாணிகள் படகுகளில் ஒரு பறையர் தனது முகத்தைக் காண்பித்துவிட முடியாது. அரசுப் பள்ளிகள் மற்றும் பொதுமக்கள் நிதி உதவியோடு நடக்கிற பள்ளிகளிலும் இதே நிலைதான்."

மனுதர்மமானது செல்லரித்த ஏடுகளிலே இருந்த மந்திரமல்ல; இந்த நாட்டிலே நடைமுறையிலே இருந்த சட்ட விதி. அதனை இந்த அறிக்கை தெளிவாக நிரூபிக்கிறது.

18ம் நூற்றாண்டின் இறுதியில் அபே துபோ (Abbe Dubos) என்கிற பிரெஞ்சுக்காரர் இந்தியாவிற்கு வந்தார். இங்கே - குறிப்பாக தென்னிந்தியாவில் - சுமார் 30 ஆண்டுகள் தங்கியிருந்து இந்த மக்களின் பழக்கவழக்கங்களை ஆராய்ந்தார். இதன் விளைவாக "இந்திய மக்கள்" என்கிற நூலினை பிரெஞ்சு மொழியில் 1806ல் எழுதி முடித்தார். இது ஆங்கிலத்தில் மொழி பெயர்க்கப்பட்டு 1820ல் வெளிவந்தது. அன்றைய "தமிழ் கூறும் நல்லுலகம்" எப்படி இருந்தது என்பதை மேலும் நன்கு அறிந்துகொள்ள இந்த நூலிலிருந்து சில பகுதிகள் இங்கே தரப்படுகின்றன -

1. "நான்கு பிரதான பிரிவுகளில் சூத்திரர்களே அதாவது விவசாயிகளே எண்ணிக்கையில் அதிகமாக இருந்தனர். பறையர்களையும் சேர்த்துப் பார்த்தால் இந்திய மக்கள் தொகையில் இவர்கள் குறைந்தபட்சம் ஆறில் ஐந்து பங்கு இருப்பர்".
2. "நிறைய உபசாதிகளைக்கொண்ட பகுதியாக தமிழ் பேசும் பகுதி எனக்குப் பட்டது. அவ்வளவு உபசாதிகளை தக்காணத்தில்கூட நான் பார்க்கவில்லை. மைசூரிலும் மலபார் கடற்கரைப் பகுதியிலும்கூட இல்லை".
3. "முதல் சட்ட நிபுணர்களால் நான்கு பிரிவுகளாகப் பிரிக்கப்பட்ட இந்துக்களில் உயர்ந்த இடத்தை வகித்தவர்கள் பிராமணர்களே. அடுத்து ராஜாக்கள். யார் உயர்ந்தவர்கள் என்பதில் விவசாயிகளான சூத்திரர்களுக்கும், வியாபாரிகளாகிய வைஸ்யர்களுக்கும் இடையே போட்டி இருந்தது".
4. "இந்து சாதிகளில் பெரும்பாலானவை இடங்கைப் பிரிவிலோ அல்லது வலங்கைப் பிரிவிலோ அடக்கம். இடங்கைப் பிரிவில் அனைத்து வைஸ்யர்களும் பாஞ்சாலர் எனப்பட்ட ஐந்து கைவினைஞர் சாதிகளும் மற்றும் சூத்திரர்களில் மிகவும் கீழ்நிலைப்பட்டவர்களும் இருந்தனர். இதில் சக்கிலியர் எனப்பட்ட சாதிகளிலேயே மிகக் கீழாகக் கருதப்பட்ட சாதியும் இருந்தது. வலங்கைப் பிரிவில் சூத்திரர்களில் உயர்ந்த பிரிவினர் இருந்தனர். பறையர்கள் இவர்களின் வலுவான முன்னணிப் படையாக விளங்கினர். அவர்களுக்கு 'வலங்கை மாந்தர்' எனும் பட்டப் பெயர் இருந்ததிலிருந்தே இதனைப் புரிந்து கொள்ளலாம். இந்த இரு பிரிவுகளுக்கிடையே கடும் பகைமை இருந்து வந்தது.

இரு பிரிவுகளுக்கிடையே ஏற்படும் மோதல் பெரும் அச்சத்தையும், கடுமையான துன்பத்தையும் உருவாக்கி வந்தது. பிராமணர்கள், ஷத்திரியர்கள் மற்றும் சூத்திரர்களில் பல பிரிவுகள் நடுநிலையாளர்களாகக் கருதப்பட்டனர். இரண்டு கைப்பிரிவினர்களுக்கும் விதிக்கப்பட்டிருந்த அனைத்து உரிமைகளையும், அந்தஸ்துகளையும் இவர்கள் அனுபவித்தனர். அதேநேரத்தில் இவர்கள் இந்த இரண்டு கைப்பிரிவுகள் எதிலும் சேராதிருந்தனர். இரண்டு கைப்பிரிவுகளுக்குமிடையே கடும் மோதல் எழுந்தபோது மத்தியஸ்தம் செய்து வைக்க இந்த நடுநிலை சாதியினர் அழைக்கப்பட்டனர்".

5. "நான் கண்ணாரக் கண்ட ஒரு காட்சியை விவரிக்கிறேன். பறையர்களுக்கும், சக்கிலியர்களுக்குமிடையே ஏற்பட்ட மோதலினால் அந்த மாவட்டம் முழுவதிலுமே பெரும் பதட்டமும், பயங்கரமும் நிலவியது. மராட்டிய இராணுவம் படையெடுத்து வருவதுபோல பயந்துகொண்டு மக்கள் தத்தம் கிராமங்களைவிட்டு வெளியேறினர்... மோதலுக்கு காரணம் என்னவென்றால், திருவிழா ஒன்றில் சக்கிலியர் ஒருவர் தனது தலைப்பாகையில் சிவப்புபூ வைத்திருந்தார் என்பதே. அந்த நிறப்பூவை வைத்துக்கொள்ள அவர்களுக்கு உரிமை இல்லை என்பதுதான் பறையர்களின் வாதம்".

பிரெஞ்சுக்காலனியாக இருந்த புதுச்சேரியில் 18ம் நூற்றாண்டில் துபாஷியாக (மொழிபெயர்ப்பாளராக) பணியாற்றிய ஆனந்தரங்க பிள்ளை எழுதி வைத்துச் சென்றுள்ள நாட்குறிப்புகளிலும் இந்த இடங்கை - வலங்கை மோதல் பற்றிச் சொல்லப்பட்டுள்ளது.

மொத்தத் தமிழ் மக்களும் சாதிவாரியாகப் பிரிக்கப்பட்டிருந்தது மட்டுமல்ல, முதல் இரண்டு வருணத்தவரே சகல அந்தஸ்துகளையும், அதிகாரங்களையும் உடையவர்களாக இருந்தனர் என்பது மட்டுமல்ல, வைசியர்கள் - சூத்திரர்கள் - சண்டாளர்கள் ஆகியோர் இடங்கை, வலங்கை என இரு பெரும் பிரிவுகளாகப் பிளவுபட்டு மோதிக்கொண்டிருந்தனர். அப்படி இருக்கும்படி செய்யப்பட்டிருந்தனர். அதில் குளிர்காயும் மத்தியஸ்தர்களாக முதல் இரண்டு வருணத்தவர் இருந்தனர்.

பிரமிட் வடிவிலான இந்த வர்ணாஸ்ரம அமைப்பைக் குலைக்க முனைவோர்க்கு கடும் தண்டனை தருகிறது மனுநீதி.

1. "ஒரு புரோகிதரின் மனைவியுடன் கள்ள உறவு கொண்ட அடிமைக்குத் தண்டனை மரணம்?" (VIII 359).

2. "உறவினர் பாதுகாப்பில் இருக்கும் இரு பிறப்பாளர் வகுப்பைச் சேர்ந்த ஒரு பெண்ணுடன் தாழ்ந்த வர்ணத்தான் கள்ள உறவு கொண்டிருந்தால் அவனுக்குத் தண்டனை அவன் மர்ம உறுப்பை அறுக்க வேண்டியது; (உறவினர்) பாதுகாப்பில் இல்லாத ஒரு பெண்ணுடன் அவன் உறவு கொண்டிருந்தால் அதற்குத் தண்டனை அவன் உறுப்புகளையெல்லாம் வெட்டுவதோடு அவன் சொத்தையும் பறிமுதல் செய்ய வேண்டும்." *(ஏஐஐஐ 374)*

வர்ணங்களின் பரம்பரைத் தூய்மையைப் பாதுகாப்பதற்காக வகுக்கப்பட்ட இந்த தண்டனைகள் கற்பனைக் கதையல்ல அல்லது ஒரு வெறியனின் வெறும் விருப்பங்களுமல்ல. அவையே வாழ்க்கைச் சட்டங்கள். சிற்சில மாறுதல்களுடன் மனுநீதியே 19ம் நூற்றாண்டின் தொடக்கத்திலும் வாழ்க்கை நியதியாக இங்கே இருந்திருக்கிறது. இதற்கும் ஆதாரம் தருகிறார் அபே துபோ -

1. "ஒரு பறையர் தனது சொந்த சாதியை மறைத்து பிராமணர்களோடோ அல்லது சூத்திரர்களோடோ பழகினால், அவர்களோடு சேர்ந்து உணவு உண்டால், அவர்களது உணவைத் தொட்டால் அவரது உயிர் பறிபோகக்கூடிய ஆபத்து உண்டு. விஷயம் தெரியவந்தால் அந்த இடத்திலேயே கொலை செய்யப்படுவார். ஆனால், இப்படிக் கொலை செய்வது என்பது நிதானமான விசாரணைக்குப் பிறகு தரப்படுகிற தண்டனை என்றில்லாமல் பொதுவாக உயர்சாதி உணர்விலிருந்து அந்த நேரத்தில் வெளிப்பட்ட வெறியினால் செய்யப்படுகிற செயலாக இருக்கும். யூதர்களின் வரலாற்றிலும் இத்தகைய சில உதாரணங்கள் உண்டு. சில சாதிகளில் சில விஷயங்களுக்கு இப்படிப்பட்ட மரண தண்டனை உண்டு என்றாலும் அது அபூர்வமாகத்தான் பின்பற்றப்படும். மாறாக, அவமானப்படுத்தப்படும் தண்டனைகளே அதிகம் தரப்படும். உதாரணமாக, பெண்களின் தலைகளை மொட்டையடித்தல் போன்றவை. சில நேரங்களில் குற்றவாளிகளின் தலைகளில் மண் வாளி வைக்கப்பட்டு பல மணிநேரம் சாதித் தலைவரின் முன்னால் நிறுத்தப்படுவர். சில நேரங்களில் கழுதை மீது உட்கார வைக்கப்பட்டு அதன் வாலோடு குற்றவாளியின் முகம் கட்டப்படும். சில நேரங்களில் முகத்தில் சாணியைப் பூசி விடுவார்கள். பூணூல் அணிய உரிமை உள்ள சாதியினர் என்றால் அவரின் பூணூலை அறுத்து விடுவார்கள். சில

நேரங்களில் சாதிப் பிரஷ்டம் செய்வார்கள் அல்லது அவமானப்படுத்துதலைக் குறிக்கும் முத்திரை பதிப்பார்கள்".

2. "அனைத்து வகை தண்டனைகளிலும் ஓர் இந்துவுக்கு மிக மோசமான தண்டனையாக இருப்பது சாதிப் பிரஷ்டமே... இந்தப் பரிதாபத்திற்குரிய பிறவி தனது சக ஜீவராசிகளுடன் எவ்விதத் தொடர்பும் கொள்ளமுடியாது. இந்த உலகத்தைப் பொறுத்தவரை அவன் செத்தவனே. அவன் மனித சமுதாயத்திலேயே இல்லை. தனது சாதியை இழப்பதன் மூலம் ஓர் இந்து தனது நண்பர்களை, சொந்தங்களை, பல நேரங்களில் மனைவியையும், குழந்தையையும் கூட இழக்கின்றான். இவனின் துயரத்தில் பங்கு கொள்வதைவிட இவனை இழக்கவே அவர்கள் தயாராவார்கள். இவனோடு யாரும் உண்ணமாட்டார்கள். இவனுக்கு ஒரு சொட்டுத் தண்ணீர்கூடத் தரமாட்டார்கள். இவனின் பெண்களுக்கு திருமணம் நடக்காது. மகன்களுக்கு மணமகள்கள் கிடைக்க மாட்டார்கள். இவன் எங்கே போனாலும் சாதி கெட்டவன் என்று தூற்றப்படுவான். எந்த இடத்தில் செத்தானோ அங்கேயே இவனது பிணம் அழுகி நாற வேண்டியதுதான்".

3. "தனது சொந்த சாதியை இழந்தவன் அதனினும் கீழ்ப்பட்ட சாதியாக மாறினால் அவனது துன்பம் குறைவாக இருக்கும். ஆனால், அதற்கு வழி இல்லை. சாதி கெட்ட பிராமணனுக்கு சூத்திரன்கூடப் பெண் தரமாட்டான். தனது சொந்த சாதியில் மீண்டும் சேர்ப்பிக்கப்படாவிட்டால் மிக இழிந்த சாதியாகிய பறையர்களுடன் அல்லது அவர்களுக்கு சமமானவர்களுடன் அவன் கலக்கவேண்டியதுதான்."

தான் போட்ட வேலி தனக்கே விலங்காகப் போய் அதிலிருந்து மீள முடியாமல் தமிழ்ச் சமுதாயம் தத்தளித்துக்கொண்டிருந்தது. பல நூறு ஆண்டுகளாக இதே நிலை. அவனுக்கு மொழி, இனம் என்பதைவிட சாதியே சமூக அடையாளமாக இருந்தது. மந்தையாக வாழும் குணமுள்ளவன்தான் மனிதன். இங்கே அந்த மந்தை என்பது சாதி வட்டத்தை தாண்டவில்லை. சாதி எனும் கூண்டே தனது பாதுகாப்பு வளையம் என அவன் நினைத்திருந்தான். உண்மையில் அது முழுச் சமுதாயத்தையும் கிணற்றுத் தவளையாக ஆக்கியிருந்தது. அதிலும் கீழ்சாதிக்காரர்களை சுயமரியாதையற்றவர்களாக ஆக்கியிருந்தது.

4

மனுநீதி – மாதர்களுக்கு அநீதி!

வருண அடிப்படையில் மனிதர்களைப் பிளவுபடுத்தியது மட்டுமல்ல, அதற்குள்ளே பால் அடிப்படையிலும் ஓரவஞ்சனை காட்டியது மனுநீதி. அதன் நோக்கம் இரட்டைத் தன்மை வாய்ந்தது. சூத்திரர்கள் - சண்டாளர்கள் எனப்பட்ட உழைப்பாளி மக்களைச் சுரண்டுவது ஒரு நோக்கம் என்றால், அனைத்து வருணங்களிலுமுள்ள மாதர்களை ஒடுக்கி சமூக - பொருளாதாரச் சுரண்டலை நடத்துவது இன்னொரு நோக்கமாகும். வேறு வார்த்தைகளில் கூறினால் உயர்சாதி ஆதிக்கமும், ஆணாதிக்கமும் இணைந்த ஒரு சுரண்டல் அமைப்பே வர்ணாஸ்ரமம். அதன் சட்டத் தொகுதியான மனுநீதி மாதர்கள் பற்றி கீழ்வருமாறு கூறுகிறது:

1. *“அனைத்து (நான்கு) சமூகப் பிரிவுகளைச் சார்ந்த மாதர்களின் கடமைகள் பற்றி இனி நான் கூறப்போவதைக் கேளுங்கள்” (V 146)*
2. *“ஓர் இளம்பெண் அல்லது ஒரு வேலைக்காரி அல்லது ஒரு முதிய பெண்மணி எவராயினும், தானே சுயேச்சையாக எதையும் செய்யக்கூடாது” (V 147).*
3. *“குழந்தைப் பருவத்தில் தந்தையின் கட்டுப்பாட்டிலும், இளமையில் கணவனின் கட்டுப்பாட்டிலும், கணவனின் மரணத்திற்குப் பிறகு முதிர்ந்த வயதில் மகனின் கட்டுப்பாட்டிலும் அவள் இருக்கட்டும். எந்தச் சூழ்நிலையிலும் ஒரு பெண் சுயேச்சையான நிலைபாட்டை எடுத்துவிடக் கூடாது” (V 148).*
4. *“கணவன் மூடனாக, அயோக்கியனாக, ஆண்மையற்றவனாக இருந்தாலும் கற்புடைய மனைவி அவனை ஒரு தெய்வமாகக் கருதி சேவை செய்ய வேண்டும்” (V 154).*
5. *“தனது பிரபுவின் (கணவனின்) மரணத்திற்குப் பிறகு புனிதமான மலர்கள், கூழ், கனிகள் ஆகியவற்றை மட்டும் உண்டு தனது உணர்ச்சிகளை அடக்கியாள வேண்டும். இன்னொரு ஆண் மகனின் பெயரைக் கனவிலும் நினைக்கக்கூடாது” (V 157).*

6. "இறந்த மனைவியை இந்தப்படியாகத் தகனம் செய்திட்ட கணவன் இரண்டாவது மனைவி ஒருத்தியை திருமணம் செய்து கொள்வார் அல்லது யாகங்கள் நடத்துவதில் தனது மீதி நாளைக் கழிப்பார்" *(V 168).*
7. "முன்பு கூறப்பட்ட விதிகளுக்கு ஏற்ப தினசரி செய்யப்பட வேண்டிய ஐந்து சடங்குகளை ஒரு கிரகஸ்தர் கைவிட்டுவிடக் கூடாது. தனது வாழ்வின் இரண்டாம் பகுதியிலும் அவர் திருமணமானவராகவே இல்லத்தில் வசிக்க வேண்டும்?" *(V 169)*
8. "வேதங்களுக்கும், பெண்களுக்கும் எந்தச் சம்பந்தமும் இல்லை" *(V 18).*
9. "பூணூல் அணிவது தவிர்த்த ஏனைய சடங்குகளையே உரிய வயதில், உரிய முறையில் பெண்களுக்குச் செய்ய வேண்டும். அந்தச் சடங்குகளின் போதும் வேதமந்திரங்களை உச்சரிக்கக் கூடாது" *(II 66)*

முதல் மூன்று வருணத்தவர் சூத்திரர்கள்-சண்டாளர்களை மட்டுமல்ல, தங்கள் வருணத்து மாதர்களையும் அடிமைகள் போலவே நடத்தினார்கள். அவர்களுக்கு பூணூல் அணிவிக்கிற உபநயனச் சடங்குகள் இல்லை, கல்வி இல்லை, சுயேச்சையான வாழ்வு இல்லை, கணவனின் மரணத்திற்குப் பிறகு மறுமண உரிமை இல்லை, கணவனே அவளுக்கு சகலமும், அதே நேரத்தில் அந்தக் கணவன் மறுமணம் செய்துகொள்ளலாம்... செய்து கொள்ள வேண்டும் - இதுதான் மனுநீதி. சாதி விஷயத்தைப் போலவே இதுவும் வெறும் ஏட்டுச் சுரக்காய் அல்ல, வாழ்க்கை நடப்பாக 19ம் நூற்றாண்டின் துவக்கத்திலும் இருந்து வந்தது. அபே துபோ நூலில் இதற்கும் ஆதாரங்கள் உள்ளன.

1. "எந்த சாதிகளில் திருமண உறவுகளுக்கு கறாரான விதிமுறைகள் உண்டோ, மனைவிமார்கள் (பிற ஆடவர்களிடமிருந்து) மிகவும் ஒதுங்கி வாழ்கிறார்களோ, அவர்களின் தவறுகளுக்கு கடும் தண்டனை தரப்படுகிறதோ, தங்களின் பழக்கவழக்கங்களையும் அந்தஸ்துகளையும் கண்டிப்பாகக் கடைப்பிடித்து வருகின்றார்களோ - அந்தச் சாதிகளே மிகவும் உயர்ந்த சாதிகளாகக் கருதப்பட்டன".
2. "சூத்திரர்களில் விதவைகளுக்கு மறுமணம் அனுமதிக்கிற சாதிகள் சூத்திரர்களிலும் கேவலமாகக் கருதப்பட்டனர். கடும் வெறுப்புக்கு ஆளாயினர். பறையர்களைத் தவிர

வேறு எவரும் விதவை மறுமணங்களை வெளிப்படையாகக் கொண்டாடுவ தாகவோ, அதற்குச் சாதியச் சம்மதம் வழங்கப்பட்டதாகவோ என்னால் கூற முடியவில்லை".

3. "பெண்கள் என்றாலே இளக்காரமாக நினைத்ததால் அவர்களின் கல்வி முழுமையாகப் புறக்கணிக்கப்பட்டது... தேவதாசிகள் மற்றும் பொது மகளிர்கள் போன்ற அடக்கமில்லாத பெண்களுக்கு மட்டுமே கல்வி, சங்கீதம், நடனம் போன்றவை கற்றுக் கொடுக்கப்பட்டன. அடக்கமான குடும்பப் பெண் யாரேனும் கொஞ்சநஞ்சம் படிக்கத் தெரிந்திருந்தால் கல்வியே கெட்டுப் போய்விட்டதாகக் கருதப்பட்டது. அவமானத்திற்குப் பயந்து அந்தப் பெண்ணே அதை மறைத்து விடுவாள்."

கறாரான திருமண உறவுகளையும், பெண்களுக்கு கடுமையான கட்டுத்திட்டங்களையும் கொண்ட சாதிகளே உயர்ந்த சாதிகளாக மதிக்கப்பட்டன என்று அபே துபோ கூறியுள்ள கருத்து ஆழ்ந்து சிந்திக்கத்தக்கது. இப்பொழுதும்கூட "அறுத்துக் கட்டுகிற சாதி" என்று கேவலத்தொனியோடு குறிப்பிடுவதைக் கேட்கிறோம். உயர்ந்த சாதியினர் தங்களது பெண்களுக்கு இவ்வளவு கட்டுப்பாடுகளை விதித்தது என்பது பொதுவான ஆணாதிக்க நோக்கத்தோடு, தங்களது சாதியின் பரம்பரை ரத்தத் தூய்மையைப் பாதுகாக்கிற நோக்கமும் கொண்டது என்பது தெளிவாகிறது. இதன் காரணமாகவே தாழ்த்தப்பட்ட மக்கள் மத்தியில் பொதுவான ஆணாதிக்க மனோபாவம் நிலவினாலும் திருமண விஷயங்களில் இவ்வளவு கறார்த்தன்மை கடைப்பிடிக்கப்படவில்லை.

ஏற்கெனவே ஒடுக்கப்பட்டு அடிமட்டத்தில் கிடக்கும் சாதி என்பதால் அவர்கள் பரம்பரைத் தூய்மை பற்றிக் கவலைப் படவில்லை. அது அவர்களது பெண்களுக்கு ஓரளவுக்கு உபகாரம் செய்திருக்கிறது - குறிப்பாக திருமண விஷயத்தில். ஆனால், கல்வியைப் பொறுத்தவரை ஆண்களது நிலையே மோசமென்றால் இவர்கள் நிலை படுமோசம் என்பதை மனதில் கொள்ள வேண்டும்.

உயர்சாதிப் பெண்களைப் பொறுத்தவரையில் தாங்கள் உயர்சாதியினர் என்கிற வெற்றுப் பெருமையைத் தவிர வேறு ஏதுமில்லை. சொல்லப் போனால், அந்தப் பெருமைக்காக அவர்கள் தங்கள் சுயத்தையே அழித்துக்கொள்ள வேண்டியிருந்தது. ஏன், அவர்கள் தங்களையே அழித்துக்கொள்ள வேண்டியிருந்தது. தமிழகப் பெண்களுக்கு இழைக்கப்பட்ட கொடுமைகள் அனந்தம்

என்றால் அதன் உச்சம் "சதி" என்கிற உடன்கட்டை ஏறலில் இருந்தது. இதுபற்றியும் அபே துபோ தனது நூலில் குறிப்பிட்டுள்ளார். "கணவர்களின் பிரேதங்களுடன் உயிரோடு எரிந்து போகிற பழக்கத்தை பிராமணப் பெண்கள் கைவிட்டுவிட்டார்கள். இதர சாதிகளுக்கும், உடல் வலியைத் தாங்கக்கூடிய பலருக்குமாக இந்தப் பழக்கம் ஆகிவிட்டது. கிட்டத்தட்ட இந்தப் பழக்கம் ராஜாக்கள் என்கிற பகுதியினருக்கே என்று ஆகியுள்ளது" என்று அவர் கூறியதிலிருந்து உயர் சாதியினர் அனைவரிடமும் இந்தக் கொடுமை இருந்து வந்தது தெளிவாகிறது. 19ம் நூற்றாண்டின் ஆரம்பத்தில் இது பெரும்பாலும் குறுநில மன்னர்களது குடும்பங்களில் நிகழ்ந்திருக்கிறது. அதேநேரத்தில் வைஸ்யர்களி டமும் இது நிலவியிருக்கிறது.

அபே துபோ எழுதியுள்ள நூலின் அத்தியாயம் XXI அன்றைய தமிழ்ச் சமுதாயத்தில் நிலவிய இந்த அவக்கேட்டிற்கான ஆதாரமாக இருக்கிறது. அதில், தான் நேரடியாகக் கண்ட ஓர் உடன்கட்டை ஏறும் கொடூரத்தை சித்தரித்திருக்கிறார். அது 1794ல் தஞ்சைப் பகுதியில் உள்ள புதுப்பேட்டை எனும் கிராமத்தில் நடந்தது. இதில் எரிந்த பெண்மணி முப்பது வயதே நிரம்பிய கோமுட்டி என்கிற வணிக வகுப்பைச் சேர்ந்தவள். அதற்குப்பின் 1800ல் தஞ்சாவூர் ராஜாவின் மரணத்தையொட்டி அவரின் நான்கு ராணிகளில் இரண்டு பேர் உடன்கட்டை ஏறியதை-இதற்கென அனுப்பப்பட்ட ஒருவரின் வாக்குமூலத்தைக்கொண்டு - சித்தரித்திருக்கிறார்.

இதைப் படிக்கிற எவருக்கும் இப்படியுமா மனிதர்கள் இரக்கமில்லாமல் நடந்திருப்பார்கள் என நெஞ்சினுள் அதிர்ச்சி அலைகள் எழும், தாய்மார்களை நாம் படுத்தியபாடு கொஞ்ச நஞ்சமல்ல என்பது புரிபடும், இதற்கெல்லாம் என்றைக்குப் பிராய்ச்சித்தம் செய்யப்போகிறோம் என்று தோன்றும்.

மொத்தத்தில் 19ம் நூற்றாண்டு பிறந்த வேளையில் தமிழகத்தில் வர்ணாஸ்ரமமானது பல உள்சாதிகளாகக் கிளைகள் விட்டிருந் தாலும் அடிப்படையில் மனுநீதியே வாழ்க்கை நியதியாக இருந்தது. இதன் பொருள் சாதிய ஆதிக்கமும் - ஆணாதிக்கமும் சமுதாய விதிகளாக இருந்தன என்பதாகும். இன்னொரு புறம் அரசியல் துறையில் பிரிட்டிஷ் ஏகாதிபத்தியம் வேரூன்றியிருந்தது. இதன் விளைவாய் முதலாளித்துவ ஜனநாயகம், முதலாளித்துவ உற்பத்தி முறை என்பவை அறிமுகமாகிக்கொண்டிருந்தன. இந்தச் சூழலில் கிறிஸ்தவ போதகர்கள் களத்தில் இறங்கினர்.

5

கிறிஸ்துவ போதகர்களின் தொண்டு

ஐரோப்பிய கிறிஸ்துவ போதகர்களின் (Christian Missionaries) சமூக சீர்திருத்த தொண்டு என்பது ஆங்கில ஏகாதிபத்தியம் தன்னை இங்கே நிலைநிறுத்திக் கொள்வதற்கு முன்பே ஆரம்பமாகிவிட்டது. கத்தோலிக்க கிறிஸ்தவத்தைச் சேர்ந்த பிரான்சிஸ் சேவியர் (1542), ராபர்ட் டி நோபிளி (1606), ஜான் டி பிரிட்டோ (1675), புராட்டஸ்டண்ட் கிறிஸ்தவத்தைச் சேர்ந்த பார்த்தலோமெவ் சீகுன்பால் மற்றும் ஹென்றி பூளுட்ச் (1706) ஆகியோர் நெல்லைக் கடற்கரையின் பரதவர்கள், மதுரைப் பகுதியின் உயர் சாதியினர் மற்றும் மறவர்கள், தரங்கம்பாடியைச் சுற்றியிருந்த மக்கள் ஆகியோரிடையே அடைப்புக்குறிகளுக்குள் உள்ள காலகட்டத்தில் தீவிரமாகப் பணியாற்றினர். அவர்களுடைய நோக்கம் மதம் மாற்றுவதே. ஆனால் அதற்காகத் தமிழக மக்களை அணுகும்போது அவர்களின் சமூக பிரச்சனைகளின்பால் கவனம் செலுத்த வேண்டியிருந்தது.

குறிப்பாக சாதிப் பிரச்சனை இவர்களுக்குப் பெரும் புதிராக இருந்தது. மேல்மட்டத்திலிருந்து கீழ்மட்டம் வரை மக்கள் சாதிப் பிடிப்புள்ளவர்களாக இருந்ததுகண்டு இவர்கள் அதிசயத்துப் போனார்கள். சாதி அடுக்கைக் குலைத்தால் மத மாற்றத்திற்கு ஆள் கிடைக்காது என்று இவர்கள் நினைத்தனர். எனவே அதை ஏற்றுக்கொண்டு கிறிஸ்துவத்திற்கு ஆள் சேர்க்க முனைந்தனர். தரங்கம்பாடிப் பகுதியில் பணியாற்றிக் கொண்டிருந்த புராட்டஸ்டண்ட் பாதிரியார்கள் 1727ல் தயாரித்த அறிக்கை கூறியது-

“கிறிஸ்தவ தன்னடக்கம், ஒற்றுமை என்பவற்றிற்கு அக்கம் பக்கமாக இந்த (சாதி) ஒழுங்குமுறையும் நீடிக்க அனுமதிக்கலாம் என்றும், பறையர்கள் மற்றும் சூத்திரர்களை ஒரு கஜம் தள்ளி உட்கார அனுமதிக்கலாம் என்றும் நீண்ட விவாதத்திற்குப் பிறகு முடிவு செய்தோம். ஆனால் பிரசாதம் வழங்குவதில் வேறுபாடு காண்பிக்கப்படுவதில்லை”.

ஐரோப்பாவிலிருந்து வந்த கிறிஸ்தவ மதத்தைக்கூட இந்த சாதியம் விட்டுவிடவில்லை. அதற்குள்ளும் இது புகுந்துவிட்ட

தென்றால் சாதியம் இங்கே எந்த அளவுக்கு வலுவாக இருந்திருக்கிறது என்பதைப் புரிந்துகொள்ளலாம். ஆனால், இப்படி கிறிஸ்தவத்திற்குள் இந்து சாதியத்தைப் புகுத்தியதனால் பெரிய பலன் எது வும் இவர்களுக்கு கிட்டிவிடவில்லை. உயர் சாதியினருக்கு கிறிஸ் தவத்தில் புதுமை ஏதும் தெரியவில்லை, புதிய நலன் ஏதும் கிடைப்பதாகவும் அவர்களுக்குப் படவில்லை. தாழ்ந்த சாதியினருக் கோ இவர்களிடம் வேறுபாடு ஏதும் தெரியவில்லை. கிறிஸ்தவத் திற்குப் போனாலும் தீண்டாமை நீடிக்கப் போகிறது - ஒரு கஜம் தள்ளித்தான் உட்கார வேண்டும்! இதன் காரணமாய் மதம் மாறிய வர்கள்கூட மீண்டும் இந்து மதத்திற்கே திரும்ப ஆரம்பித்தனர். "கடந்த நூற்றாண்டில் ஆயிரக்கணக்கான மதம் மாறியவர்களைக் கொண்டிருந்த தரங்கம்பாடி போதகர்கள் 1850ல் 717 கிறிஸ்தவர்களைக் கொண்டிருந்தனர் என்றால் இருபது ஆண்டுகள் கழித்து 771 பேராக மட்டுமே அது அதிகரித்திருக்கிறது" என்று ஒரு கணக்கு உள்ளது.

சாதியம் என்பது இந்து மதத்தின் ஓர் அடிப்படைக் கூறாக இருந்ததைப் புரிந்துகொள்ளாமல் அதனையொரு சிவில் வாழ்க்கை முறையாக - குடும்ப வாழ்க்கை முறையாக - மட்டும் புரிந்து கொண்டதனால் ஏற்பட்ட நிலைமை இது. சாதியத்தை வைத்துக் கொண்டே மதம் மாறலாம் என்றால் மதம் மாற வேண்டிய அவசியம் உயர் சாதி - தாழ்ந்த சாதியான இரு சாராருக்குமே இல்லாமல் போய்விடுகிறது. இதனைத் தாமதமாகப் புரிந்து கொண்ட கிறிஸ்தவ போதகர்கள் தங்களது நிலைப்பாட்டைத் திருத்திக்கொள்ள முயன்றனர், சாதியத்தை எதிர்க்கக் கிளம்பினர். தங்களது மத மாற்றத்திற்கான இலக்காக அடித்தட்டு சாதியினரை வைத்துக் கொண்டனர்.

உதாரணமாக, புராட்டஸ்டண்ட் பிரிவினர்ரைப் பொறுத்த வரையில் 1850க்குப் பிறகு சாதி வேறுபாட்டை திருச்சபை விதிகளுக்கு எதிரானதாக ஆக்கினார்கள். 1858ல் சென்னையில் நடைபெற்ற தென்னிந்தியப் போதகர்கள் மாநாட்டில் சமர்ப்பிக்கப் பட்ட அறிக்கை கீழ்வருமாறு கூறியது:

"(சாதியானது) அடிப்படையில் ஒரு மத நிறுவனமாகும். அந்த வகையில் பார்த்தால் இதன் உண்மையான தன்மையானது இந்தியாவின் பயங்கரமான கேடாகும். எவ்விதத் தயக்கமுமின்றி வன்மையாக, வெளிப்படையாக இதனைக் கண்டிக்க வேண்டியது அனைத்து போதகர்கள் மற்றும் திருச்சபையினரின் கடமையாகும்.

சாதியை மறுக்காத, அதற்கான சின்னங்களைப் புறக்கணிக்காத அல்லது சாதியின் பெயரால் ஒரு பகுதி கிறிஸ்தவர்களோடு மண உறவு கொள்ள மறுக்கிற எவரும் கிறிஸ்தவன் என்று சொல்லிக்கொள்ளத் தகுதியுடையவர் அல்லர். சாதி என்பதன் செயல்பாடுகளைக் கண்டுபிடிப்பதிலும், எதிர்ப்பதிலும் புனிதமான ஆற்றலையும் வளையாத உறுதியையும் காண்பிப்போம். அரசின் பொதுச் செயல்பாடுகள் எதிலும் சாதியின் வெளிப்பாடு இருந்தால் அதனை ஒன்றுபட்டு எதிர்க்க வேண்டியது அனைத்து கிறிஸ்தவர்களின் கடமையாகும்."

19ம் நூற்றாண்டின் மத்தியில் இப்படியொரு அறிவிப்பினை இந்து மடாதிபதிகள் கூடி செய்திருக்க முடியுமா? முடியவே முடியாது. சுதந்திரம், சமத்துவம், சகோதரத்துவம் என்கிற நவீன ஜனநாயகச் சிந்தனை கிளம்பிய ஐரோப்பிய மண்ணிலிருந்து - முதலாளித்துவம் என்கிற நிலப்பிரபுத்துவத்தைவிட உயர்ந்த சமுதாய அமைப்பினை உருவாக்கியிருந்த ஐரோப்பிய மண்ணிலிருந்து - வந்த மத போதகர்களுக்குத்தான் இது சாத்தியமாயிற்று."

இதனை முழுமையாக அவர்களால் நடைமுறைப்படுத்த முடிந்ததா என்பது வேறு விஷயம். ஆனால் அதற்கானதொரு வலுவான தொடக்கத்தை தென்னிந்திய அளவில் செய்தவர்கள் அவர்கள்தாம் என்பது ஒரு வரலாற்று உண்மை. 1858ம் ஆண்டு என்பதும் முக்கியமானதே. அதற்கு முந்தைய ஆண்டில்தான் "சிப்பாய்க் கலகம்" நடந்து முடிந்திருந்தது. அதைத் தொடர்ந்து கிழக்கிந்தியக் கம்பெனியின் ஆட்சிக்குப் பதிலாக பிரிட்டிஷ் அரசின் நேரடி ஆட்சி அமைந்திருந்தது. இந்தச் சூழலும்கூட இதற்கொரு காரணமாக இருந்திருக்கலாம்.

சாதியம் குறித்து கறார் நிலை எடுப்பதற்குக் கால அவகாசம் எடுத்துக்கொண்டிருந்தாலும் கிறிஸ்தவ போதகர்கள் ஒன்றும் வாளாவிருக்கவில்லை. மக்களின் வேறு சில பிரச்சனைகளுக்கு கிறிஸ்தவத்தில் தீர்வு இருக்கிறது என்று நடைமுறையில் நிரூபித்துக் காட்ட முயன்றனர்.

19ம் நூற்றாண்டில்கூட தமிழகத்தில் அடிமைகள் இருந்தனர் என்பது ஏற்கெனவே குறிப்பிடப்பட்டுள்ளது. இதனை ஒழிக்க கிழக்கிந்தியக் கம்பெனி அரசு ஆரம்பத்தில் அக்கறை காட்டவில்லை என்பதையும் கண்டோம். தமிழ் பேசும் பகுதியிலும் இந்தியாவின் இதர பகுதிகளிலும் நிலவிய இந்தக் கொடுமையான நிலை குறித்து இங்கிலாந்து மக்களின் கவனத்தை திருப்பியதில் கிறிஸ்தவ

போதகர்களுக்கு ஒரு முக்கியப் பங்கு இருந்தது. "இங்கிலாந்தில் சமயப் பிரச்சாரகர்கள் நடத்திய அடிமை முறை எதிர்ப்பு இயக்கம் காரணமாக 1843ல் அடிமை ஒழிப்புச் சட்டம் V மற்றும் 1861ல் இந்தியன் பீனல்கோடு ஆகியவை நிறைவேற்றப்பட்டன" எனும் வரலாற்றுப் பேராசிரியர் எஸ்.மாணிக்கத்தின் கூற்றிலே உண்மை உண்டு. அன்று அந்த பாவப்பட்ட ஜென்மங்களுக்காகக் குரல் கொடுக்க சொந்த மண்ணின் சங்கராச்சாரியர்களும் சைவ மடாதிபதிகளும் கிளம்பவில்லை. தேசிய இயக்கமும் இன்னும் தோன்றவில்லை. சட்டங்கள் நிறைவேறினாலும் அவை உடனே நடைமுறை உண்மைகளாக ஆகிவிடவில்லை என்பது நிஜமே. ஆனால் அடிமை முறையை சட்டப்படியாக ஒழித்து சட்டத்தின் முன் சகலரும் சமம் என அறிவிக்கப்பட்டதே தமிழக வரலாற்றில் ஒரு குறிப்பிடத்தக்க நிகழ்ச்சி என்பதில் சந்தேகமில்லை. இதைச் செய்ததில் கிறிஸ்தவ போதகர்களுக்கு முக்கியhd பங்கு இருந்தது.

19ம் நூற்றாண்டின் துவக்கத்திலும் இங்கே திண்ணைப் பள்ளிகளும், ஆசிரியரின் வீட்டிற்கே சென்று தங்கிப் படிக்கிற படிப்பு முறையும், சைவ - வைணவ மடங்களில் கல்வி கற்பதுமே இருந்து வந்தன. இதனாலே உயர் சாதியினருக்கு மட்டுமே கல்வி கிடைத்து வந்தது. பிராமண - வைசிய - வேளாள சாதியினரே கல்வி கற்பதில் அக்கறை காட்டினர் என்றால் கற்றுத் தருகிற பணி அனேகமாக பிராமண மற்றும் சைவ வேளாளர்களால் மட்டுமே நடத்தப்பட்டது. சமஸ்கிருத - தமிழ் இலக்கியங்களும் இலக்கணங்களும் அத்தோடு அடிப்படைக் கணிதமுமே படிப்பாக இருந்தது (அன்றைக்கிருந்த கல்வி முறை பற்றி அறிந்திட உ.வே. சாமிநாதய்யரின் "என் சரித்திரம்" நூலைப் பார்க்கவும்)

இந்தக் கரடுதட்டிப் போன நிலையில் ஒரு மாற்றத்தை முதன்முதலில் கொண்டு வந்தவர்கள் கிறிஸ்தவ போதகர்கள். அவர்களது நோக்கம் மதமாற்றமாக இருந்தாலும் ஐரோப்பாவில் எழுந்த நவீன கல்வி முறையை தமிழகத்தில் - அதிலும் அனைத்துப் பகுதி மக்களுக்கும் - அறிமுகப்படுத்தியவர்கள் அவர்களே. 1830ல் தொடங்கி கல்வித்துறையில் கவனம் செலுத்தத் துவங்கினர். இதற்கு அதிக நிதி தேவைப்பட்ட நிலையில் கிழக்கிந்தியக் கம்பெனி ஆட்சியாளர்களை மான்யம் கொடுக்குமாறு வலியுறுத்தத் தொடங்கினர். 1854ல் கல்விக் கொள்கை ஒன்றை ஆட்சியாளர்கள் அறிவித்தனர். அதன் விளைவாக "பொதுக் கல்வித்துறை" (Department of Public Instruction) என்ற ஒன்று முதன் முறையாக உருவானது. இதன் இயக்குனர் தலைமையில் இயங்கிய

நிர்வாகமானது கல்வி நிறுவனங்களுக்கு ஆண்டுதோறும் மான்யம் தருவது, அவற்றின் கல்விld தரத்தைக் கண்காணிப்பது போன்ற பணிகளைச் செய்தது. இதே கல்விக் கொள்கையின் விளைவாக கல்கத்தா, பம்பாய் மற்றும் சென்னையில் பல்கலைக்கழகங்கள் உதயமாயின. ஆக, தமிழகத்தின் நீண்ட நெடிய வரலாற்றில் ஓரிரு உயர் சாதியினருக்கே கல்வி கற்பிக்கும் பொறுப்பு இருந்த நிலைமாறி அதனை அரசே நேரடியாக மேற்பார்வை செய்வது, அனைவருக்கும் அதனை வழங்குவது என்பது இப்பொழுதுதான் ஏற்பட்டது. ஒரு புதிய சமூக விழிப்புணர்வு ஏற்படுவதற்கான அடித்தளமாக இது அமைந்தது.

இந்தக் கொள்கையை உருவாக்குவதில் கிறிஸ்தவ போதகர் களுக்கு பெரும்பங்கு இருந்தது என்றால், இதனை நன்கு பயன்படுத்திக் கொண்டு நிறைய பொதுப்பள்ளிகளை துவக்கி நடத்தியவர்களும் அவர்களே. 1870 - 71ல் 8 கிறிஸ்தவ போதகர் அமைப்புகள் சென்னை மாகாணத்தில் 483 பள்ளிகளை நடத்தி வந்தன. இதில் மொத்தம் 27 ஆயிரத்திற்கும் மேற்பட்டவர்கள் பயின்று வந்தனர். சிறப்பு அம்சம் என்னவென்றால் இதில் 6 ஆயிரத்திற்கும் மேற்பட்டோர் மாணவிகள்!

விஜயநகரத்தில் அமைந்திருந்த மகாராஜா கல்லூரியின் முதல்வராக இருந்த கே.ராமானுஜாச்சாரி 1901ல் எழுதியிருக்கிறார்:

“கிறிஸ்தவர்களினால் பெரிதும் பலனடைந்தவர்கள் பஞ்சமர்கள். மிக இழிந்த நிலையிலும், கேவலத்திலும் வைக்கப்பட்டிருந்த இந்த கீழ்சாதியினரை இவர்களின் சொந்த நாட்டவரும் கவனிக்கவில்லை; ஆட்சியாளர்களும் கவனிக்கவில்லை. இந்த நிலையில் இவர்கள் கனவுகூட கண்டிருக்க முடியாத உயர்ந்த வாழ்நிலைக்கு கல்வியின் மூலம் இவர்களைத் தயார்படுத்த கிறிஸ்தவ போதகர்கள் முன்வந்தனர். பஞ்சமர்களுக்கு ஆதரவாக தென்னிந்தியாவில் சில கிறிஸ்தவ போதகர்கள் துவக்கிய ஒரு போராட்டமே இவர்களின் பரிதாபநிலை குறித்து மாகாண அரசின் கண்களைத் திறந்தது. அவர்களின் நலனுக்காகத் தனி பள்ளிகளைத் துவக்குமாறு அரசைச் செய்தது”.

இந்து மதத்தைச் சார்ந்த ஓர் உயர்சாதிப் பிரமுகரே கிறிஸ்தவ போதகர்களின் பணியை இப்படி மனம் திறந்து அங்கீகரித்திருப்பது குறித்துக்கொள்ள வேண்டிய விஷயம்.

பசியோடிருக்கும் மக்கள் முன்பு இறைவன் உணவு வடிவில் வந்தால்தான் அவருக்கே மதிப்பு கிடைக்கும் என்பதை கிறிஸ்தவ

போதகர்கள் நன்கு உணர்ந்திருந்தனர். அந்தக் காலத்தில் அடிக்கடி பெரும் பஞ்சங்கள் ஏற்பட்டு வந்தன. வறுமையிலும், நோயிலும், வயிற்றுப் பசியிலும் அடித்தட்டு மக்கள் வாடினர். செத்து வீழ்ந்தனர். சங்கராச்சாரியார்களோ அல்லது சைவ மடாதிபதிகளோ பஞ்சத்தில் வாடிய மக்களுக்கு பெரிய அளவில் உதவியதில்லை. மன்னர்களும், செல்வந்தர்களும், மடாதிபதிகளும் சத்திரங்கள் கட்டி இலவசமாக சாப்பாடு போட்டது உண்டு. ஆனால் அனேகமாக அவற்றின் கதவுகள் எல்லாம் உயர் சாதியினருக்கே - குறிப்பாக பிராமணர்களுக்கே - திறந்திருந்தன. “பிராமணர்களின் வாய் வழியாகவே தேவர்களும் இறந்தவர்களின் ஆவிகளும் தங்களின் அவிர்பாகத்தை உண்ணுகிறார்கள்” (I95) என்று அறிவுறுத்தியது மனுநீதி. இதைத் தொடர்ந்து பிராமணர்களுக்கு போஜனம் செய்வித்தால் சொர்க்கத்தின் கதவுகள், தானே திறக்கும் என்று பலமாக நம்பப்பட்டது. எனவே அவர்களுக்கான சத்திரங்கள் இருந்தன. சூத்திரர்கள் - சண்டாளர்கள் பற்றிக் கவலைப்படுவார் இல்லை. ஆட்சியாளர்களாகப் பார்த்து ஏதாவது செய்தால்தான் உண்டு.

இதிலே மாறுதலைக் கொண்டுவந்தவர்கள் கிறிஸ்தவ போதகர்களே. பஞ்சம் வந்த காலத்தில் கஞ்சி ஊற்றுகிற வேலையில் அவர்கள் தீவிரமாக இறங்கினர். “சென்னை மாகாணத்தில் 19ம் நூற்றாண்டில் ஏற்பட்ட பெரும் பஞ்சங்களின்போது கிறிஸ்தவ போதகர்கள் செய்த பரிவான பராமரிப்பும் பொறுமையான பணிகளும் மக்கள் மனதில் பெரும் மாற்றத்தை ஏற்படுத்தின. பஞ்சங்கள் முடிவுக்கு வந்ததும் அதனால் பாதிக்கப்பட்ட ஆயிரக்கணக்கானவர்கள் - பெரும்பாலும் தீண்டத்தகாதவர்கள் - கிறிஸ்தவ மதத்திற்கு மாறினர். அவர்கள் 'சோற்றுக் கிறிஸ்தவர்கள்' என்று - அதாவது ஒரு தட்டு சோற்றுக்காக கிறிஸ்தவர்களாக ஆனவர்கள் என்று - பிறரால் கேலியாக விமர்சிக்கப்பட்டனர்” என்கிறார் பேராசிரியர் மாணிக்கம்.

எனினும் அதைப் பற்றியெல்லாம் கவலைப்படாது அடித்தட்டு மக்களுக்கு கஞ்சி ஊற்றுகிற வேலையையும், அவர்களுக்கான சத்திரங்களை, அனாதை இல்லங்களை அமைக்கின்ற வேலையையும் தொடர்ந்து செய்து வந்தனர் கிறிஸ்தவ போதகர்கள்.

கிறிஸ்தவ போதகர்கள் ஏகாதிபத்திய ஆட்சியை எதிர்த்ததில்லைதான். அவர்களது நோக்கம் மதமாற்றம் என்கிற சுயநலம் கலந்ததுதான். ஆனால் ஐரோப்பாவில் எழுந்திட்ட

நவீன ஜனநாயகக் காற்றை முதன்முதலாக தமிழகத்தில் வீசச் செய்தவர்கள் அவர்களே. "ஐந்து விரல்களும் ஒன்றா?" - என்று கேட்டு வர்ணாஸ்ரமத்தை நியாயப்படுத்தி வந்த 19ம் நூற்றாண்டு தமிழர்கள் மத்தியில் அனைத்து மனிதர்களுக்கும் விரல்கள் நீளம் குட்டையாகத்தானிருக்கின்றன - பிறப்பில் மனிதர்கள் அனைவரும் ஒன்றே - என்று புதுநீதி கற்றுத் தந்தவர்கள் அவர்களே. அதனை நடைமுறையில் பாவித்துக் காட்டியவர்கள் அவர்களே. தமிழர்கள் மத்தியிலிருந்தே சமூக சீர்திருத்தவாதிகள் கிளம்புவதற்கு நேர்முகமாகவோ அல்லது மறைமுகமாகவோ காரணமாகிப் போனதும் அவர்களே-அவர்களது செயல்பாடுகளே.

6

வைகுண்ட சுவாமிகள் இயக்கம்

கிறிஸ்தவ போதகர்களின் செயல்பாடுகள் இந்து மதத்திற்குள் பெரும் தாக்கத்தை ஏற்படுத்தின. முஸ்லிம் மதத்தின் வருகைக்குப் பிறகு பெரிய சவால் எதையும் சந்திக்காதிருந்த, அசமந்தத்தில் ஆழ்ந்திருந்த இந்து மதத்திற்குள் இவர்களின் திட்டமிட்ட பிரச்சாரமும், மதமாற்றமும் அதிர்ச்சி அலையை ஏற்படுத்தின. இந்தப் புதிய சவாலை அரசியல் அதிகாரத்தின் மூலம் சந்திக்கவும் முடியவில்லை. அது ஏற்கெனவே பறிபோயிருந்தது. சூத்திரர்கள் - சண்டாளர்கள் எனப்பட்ட அடித்தட்டு சாதியினரைத் தங்கள் பிடிக்குள் தொடர்ந்து வைத்திருக்க வேண்டுமென்றால், சில சமூக சீர்திருத்த நடவடிக்கைகளை எடுத்தாக வேண்டும் என்பதை அரைகுறை மனதோடாகிலும் ஒப்புக்கொள்ள வேண்டியிருந்தது. மறுபுறம் இந்த அடித்தட்டு மக்கள் மத்தியிலேயே ஒரு புதிய விழிப்புணர்வு ஏற்பட்டு வந்தது. அவர்களிடமிருந்தே தலைவர்கள் புறப்பட்டனர்.

கன்னியாகுமரிக்கு அருகேயுள்ள பூவண்டன் தோப்பு (சாஸ்தான் கோவில்விளை என்றும் சாமித்தோப்பு என்றும் கூறுவர்) எனும் கிராமத்தில் ஓர் ஏழை நாடார் குடும்பத்தில் 1809ம் ஆண்டில் பிறந்தவர் வைகுண்ட சுவாமிகள். இவருக்குப் பெற்றோர்கள் வைத்த பெயர் முடிசூடும் பெருமாள் என்பது. அந்தக் காலத்தில் மன்னர்கள் அல்லது உயர் சாதியினர் வைத்துக் கொள்ளும் பெயர்களை தாழ்ந்த சாதியினர் வைத்துக் கொள்ளக்கூடாது என்றிருந்தது. எனவே இப்படிப் பெயர் வைத்ததற்காக உயர் சாதியினர் அரசு அதிகாரிகளிடம் போய்ப் புகார் செய்தனர். அவர்களும் பெயரை மாற்றுமாறு உத்தரவு போட்டனர். வேறுவழியின்றி முத்துக்குட்டி என்று பெயர் வைத்தனர் பெற்றோர்.

எவர் மத்தியிலிருந்து பிறந்தாரோ அந்த அடித்தட்டு மக்கள் உய்ய வழிகாட்டுவது என்று முடிவெடுத்த முத்துக்குட்டி, 1833 முதல் பொதுவாழ்வில் இறங்கினார். விஷ்ணு பக்தராய் இருந்த இவர் திருச்செந்தூர் கடலில் குளிக்கப் போய் அலையில் சிக்கி மூன்று நாள்கள் கழித்து மீண்டு வந்ததாகவும், அப்பொழுது

நாராயணன் - லட்சுமி தரிசனம் பெற்றதாகவும், அவர்கள் தம்மை மகவாக - வைகுண்டராக - திருப்பியனுப்பியதாகவும் மக்கள் மத்தியில் கூறத் துவங்கினார்.

1833ல் துவங்கி நான்கு ஆண்டுகள் தவமிருந்தார். தங்கள் மத்தியிலிருந்து ஒரு சாமியார் கிளம்பியதும் அப்பகுதி மக்கள் நோய் தீர்க்கச் சொல்லி அவரிடம் வரத் துவங்கினர். அச்சமயம் சில போதனைகளையும் செய்யத் துவங்கினார்.

அவர் வாழ்ந்த குமரிப் பகுதி அன்றைக்கு திருவிதாங்கூர் ராஜ்யத்திலிருந்தது. அதனை அப்பொழுது ஆண்டு வந்தவர் சுவாதித் திருநாள் மகாராஜா. சங்கீத விற்பன்னர்கள் இன்றளவும் போற்றிப் புகழுகிற இந்த மன்னரின் ஆட்சியில் நாடார் சமூகத்தவர் உள்ளிட்ட அடித்தட்டு மக்கள் பெரும் துன்பத்திற்கு ஆளாயினர். சமூக ரீதியிலும், பொருளாதார ரீதியிலும் கொடூரமான அடக்கு முறை நிலவியது. சாதிய அமைப்பைக் கட்டிக்காத்து வந்த மன்னர் அநியாய வரி விதித்தும், மக்களைக் கசக்கிப் பிழிந்தும் வந்தார். தமது மக்கள் நலன் நாடி அந்த மன்னரையே துணிச்சலோடு எதிர்த்தார் சுவாமிகள். இதன் விளைவாக கைது செய்யப்பட்டவர் அடித்து, இழுத்துச் செல்லப்பட்டு 110 நாள்கள் சிறையில் அடைக்கப்பட்டார். அப்பொழுதும் உறுதி தளராதிருந்த அவர் 1838 மார்ச் திங்களில் விடுதலை செய்யப்பட்டார். அதன் பின்னும் தனது வாழ்நாள் முழுக்க மக்கள் சேவையில், சமூக சீர்திருத்தத்தில் விடாது ஈடுபட்டார். 1851ல் அவர் இந்த மண்ணைவிட்டு மறைந்தார்.

இவரைப் பற்றிய தகவல்கள் கிடைக்கக்கூடிய மூல நூல்கள் இரண்டு. ஒன்று, அகிலத் திரட்டு அம்மானை என்பது. இது சுவாமிகளின் சீடர்களில் ஒருவரான சகாதேவன் என்பவரால் எழுதப்பட்டது எனப்படுகிறது. இதில் சுவாமிகள் வாழ்க்கை வரலாறும், அவரது பணிகளும் விளக்கப்பட்டுள்ளன. திருவிதாங் கூர் மன்னர் ஆட்சியில் அடித்தட்டு மக்களுக்கு இழைக்கப்பட்ட கொடுமைகள் விவரிக்கப்பட்டு, அவை ஒழிக்கப்பட்டாக வேண்டும் என்கிறது. இரண்டு - ‘அருள் நூல்’ என்பது. இது அம்மானையில் கூறப்படும் சில செய்திகளை உறுதிப்படுத்துவதுடன், சுவாமிகள் வாழ்வில் நடைபெற்ற நிகழ்ச்சிகளைத் தொகுத்துத் தருகிறது. அத்தோடு, சுவாமிகளைப் பின்பற்றுவோர் கடைப்பிடிக்க வேண்டிய ஒழுக்க நெறிகளையும், சுவாமிகளின் அறிவுரைகளையும் கொண்டுள்ளது.

அன்றைக்குப் பெரிதும் பனையேறி கள் இறக்கும் தொழிலில் ஈடுபட்டிருந்த நாடார் சமூகத்தினர் சாணார் என்று அழைக்கப்பட்டனர். இவர்களையும் தீண்டத்தகாதவர்களாகத்தான் உயர் சாதியினர் பாவித்து வந்தனர். தீண்டாமையின் காரணமாய் சந்திப்பு தூரங்கள்கூட வரையறுக்கப்பட்டிருந்தன. ஒரு நாடார், நம்பூதிரி பிராமணரிடமிருந்து 36 அடி தூரத்திலும், நாயரிடமிருந்து 12 அடி தூரத்திலும் நின்றுதான் சந்திக்க வேண்டும். பொதுச் சாலைகளிலே செல்ல முடியாது. பொதுக் கிணறுகளிலே நீர் எடுக்க முடியாது. உயர் சாதியினர் வாழும் தெருக்களில்கூடப் போக முடியாது. பிறகு அவர்களது கோவில்களைப் பற்றிச் சொல்ல வேண்டியதில்லை. கொடுமை என்னவென்றால் இந்தக் கோவில்களுக்கு அருகேயே பள்ளிகளும், அரசு அலுவலகங்களும் இருந்ததால் அங்கேயும் போக முடியாது. அதிகாரிகள் வெளியே வரும்போது பார்த்தால்தான் உண்டு. அதுமட்டுமல்ல, குடை பிடிக்கவோ, செருப்பு போடவோ முடியாது. ஓடு வேய்ந்த வீடு கட்டக்கூடாது. பொன் நகை அணியக்கூடாது. பெண்கள் இடுப்பில் தண்ணீர் குடம் எடுத்துச்செல்ல முடியாது. தோள் சேலை (ரவிக்கை) அணிய முடியாது.

நாடார்களில் ஒரு சிறு பகுதியினர் நிலவுடைமையாளர்களாக இருந்தனர். பெரும்பகுதியினராயிருந்த கள் இறக்கும் தொழிலாளர்களை இவர்கள் மதிப்பதும் கிடையாது, பாதுகாப்பதும் கிடையாது. உயர் சாதியினரோ இவர்கள் அனைவரையுமே தீண்டத்தகாதவர்களாகப் பாவித்தனர். திருவிதாங்கூர் அரசும் இதைத்தான் அமல்படுத்தி வந்தது.

இந்த நிலையில் களத்தில் இறங்கிய சுவாமிகள் இந்த மக்கள் மத்தியில் ஒற்றுமையை ஏற்படுத்திட "சமத்துவ சங்கம்" எனப்பட்ட அமைப்பினைத் துவக்கினார். இதில் ஆயிரக்கணக்கான மக்கள் உறுப்பினராயினர். ஆடவர் மட்டுமல்லாது மாதரும் பங்கேற்றனர். தன்னைக் கண்ணப்பிரானாகப் பாவித்துக் கொண்ட சுவாமிகள் பஞ்ச பாண்டவர்கள் என்று ஐந்து பேரைத் தனது பிரதமர சீடர்களாக ஆக்கினார். ஊர் ஊராகச் சென்று தனது சமத்துவக் கொள்கையைப் பரப்புமாறு கேட்டுக்கொண்டார். தானும் அவ்வாறே பயணம் மேற்கொண்டார்.

ஒற்றுமை உணர்வினை வளர்த்திடவும், தன்னுடைய போதனைகளைப் பரப்பிடவும் 'நிழல் தாங்கல்' என்பதைப் பல ஊர்களில் அமைத்தார் சுவாமிகள். இது வழிபாட்டுத் தலமாகவும், கல்வி

நிலையமாகவும், சுவாமிகளின் போதனைகளைப் பரப்பும் பிரச்சார மையமாகவும் விளங்கியது. சமத்துவச் சங்கத்தின் கிளைகள் போலச் செயல்பட்ட இவற்றில் வழிபாடு நடந்தாலும் விக்ரக ஆராதனை கிடையாது. விக்ரகம் என்றால் பூசாரி வந்து விடுவார், பூசாரி என்றால் சாதியப் பாகுபாடு புகுந்துவிடும் என்று அதனைத் தவிர்த்திருக்கிறார். அதே நேரத்தில் அதற்கு சித்தாந்த விளக்கமும் தந்தார்.

"மறையினிலடங்கா இறையினிலடங்கா வணங்கிலுமடங்கா
பலவகையிலுமடங்கா நுறையினிலடங்கா தொல்புவியிலடங்கா
சுருதியிலடங்கா சகயினிலடங்கா உறவினிலடங்கா
மொழியிலுமடங்கா யுகத்திலுமடங்கா ஒரு விதத்திலுமடங்கா"

- என்று "இறைவனை" வருணித்த அவர், அவனை எந்த விக்ரகத்திற்குள்ளும் அடைக்க முடியாது என்றார். சுவாமிகளின் இந்த நிலைபாடு அவரைப் பின்பற்றுவோரை சித்தாந்த ரீதியிலும் உயர்த்துவதாக அமைந்தது. உருவம் மூலம் தரிசிப்பதைவிட உள்ளொளி மூலம் தரிசிப்பது உயர்நிலை என்றே இந்து மதம் கூறிக் கொள்கிறது (இப்படிச் சொல்லிக் கொண்டாலும் சனாதனிகள் இதனைக் கடைப்பிடிப்பதில்லை. கடைப்பிடித்தால் புரோகிதத் தொழில் பறிபோய்விடும்). இதனை நடைமுறைப்படுத்தினார் சுவாமிகள்.

விக்ரக ஆராதனையை நிராகரித்தது ஆடு, கோழி பலியிடுதல் என்பதை நிறுத்த அவருக்கு உதவியது.

"ஆடுகிடாய் கோழி பன்றி ஆயனுக்கு வேண்டாங் காண்
மேளதாளம் குரவை தொனி வேண்டாங் காண் ஈசனுக்கு"

- என்று கூறியதன் மூலம் ஆரவாரமான வழிபாட்டை அவர் விரும்பியதில்லை என்பது தெளிவாகிறது.

அதிகம் படித்திராத - அனுபவ ஞானத்திலேயே-தமது மக்களுக்கு எது நல்லது என்பதை உணர்ந்திருந்த சுவாமிகள், பேய், பிசாசு, மாந்திரீகம் என்று ஏமாந்து போவதைத் தடுக்கவும் முயன்றார். உயர் சாதியினரின் ஆலயங்களுக்குள் நுழைய முடியாத நிலையில் பேய் - பிசாசுகள் மீதான நம்பிக்கை கொழுந்துவிட்டு எரிந்தது.

"பொய்யில்லை பிசாசுயில்லை பில்லியின் வினைகளில்லை
நொய்யில்லை நோவுமில்லை நொன்பலத் துன்பமுமில்லை
தொய்யில்லை இறைகளில்லை சுறுபடுமா ஞாலமுமில்லை
மையில்லை உலகத்தோரே வாழுமோர் நினைவால்"

- என்றார் சுவாமிகள். ஆனாலும் மக்கள் நம்ப வேண்டுமே? விஷ்ணுவின் மகனாகிய, தான் மாந்திரீகர்களிடமிருந்து மந்திரங்களைப் பறித்துவிட்டதாகவும் இனிமேல் அவர்களிடம் போகவேண்டாமென்றும் மக்களை தைரியப்படுத்தினார்.

ஆலயங்களுக்குள் நாடார்கள் உள்ளிட்ட அடித்தட்டு மக்கள் நுழைய முடியாத நிலையிலும் அவர்களது காணிக்கைகள் மட்டும் புரோகிதர்களுக்கு தேவைப்பட்டது. எனவே, தொலைவில் நின்று காணிக்கைகளை இவர்கள் எறிய, புரோகிதர்கள் பதிலுக்குத் தூக்கியெறியும் இலைக்கட்டுப் பிரசாதத்தைப் பெற்று மகிழ்வர். ஏற்கெனவே வறுமையில் வாடிய இந்த மக்கள் பக்தி மேலீட்டால் சுயமரியாதையையும் இழந்து கைப்பொருளையும் இழந்தனர். இதனால் சுவாமிகள் -

"காணிக்கையீடாதுங்கோ காவடி தூக்காதுங்கோ

வீணுக்குத் தேடுமுதல் விருதாவில் போடாதுங்கோ"

- என்றார். உயர் சாதியினர் கோவிலுக்கு காணிக்கையிடுகிற வேலையை 'விருதா' வேலை என்று பாமரத் தமிழில் போதித்திருக்கிறார் சுவாமிகள். அதே நேரத்தில் ஏழைகளுக்கு தர்மம் செய்வதை வலியுறுத்தினார். "பயந்து தர்மமிட்டு அந்தப் பரம்பொருளைத் தேடிடுங்கோ" என்றார்.

சாதிய ஒடுக்குமுறை எதிர்ப்பு என்பது இப்படிச் சமய சீர்திருத்தத்தோடே ஒட்டிப் பிறந்தது. அதேநேரத்தில், சமூகத்தில் தலைநிமிர்ந்து நடக்க அவர்களுக்கு சுயமரியாதை உணர்வை ஊட்ட வேண்டியிருந்தது. சமூக அவமரியாதைகளில் சிலவற்றையாகிலும் ஒழிக்க வேண்டியிருந்தது. அச்சத்தைப் போக்கி எதிர்த்து நிற்கும் தைரியத்தைக் கொடுக்க வேண்டியிருந்தது.

ஆதிநாளில் ஒரு நாடார் சமூக இளைஞனுக்கு அவனது 16வது வயதில் தலையில் தலைப்பாகை கட்டி கையில் பிச்சுவா கத்தி கொடுப்பார்கள் - அவன் பெரிய மனிதன் ஆகிவிட்டதன் அடையாளமாக. பல இடைத்தட்டு சாதிகளில் இந்த வழக்கம் இன்றைக்கும் உண்டு. குடும்பத் தலைவர் இறந்ததும் அவரது மகன்களுக்கு இப்படி தலைப்பாகை கட்டுவார்கள். இதற்கு "உறுமால் கட்டு" என்று பெயர். இந்தப் பழக்கம் இடைக்காலத்தில் நாடார் சமூகத்தைப் பொறுத்தவரை உயர் சாதியினரால் தடுக்கப்பட்டிருக்கிறது. சுமை தூக்கக்கூட தலைப்பாகை அணிய அனுமதிக்கவில்லை. "சுருமாடு" என்ற பெயரில் வைக்கோலை

மட்டும் தலையில் வைக்க அனுமதிக்கப்பட்டனர். இந்த அநியாயக் கட்டுப்பாட்டை மீறச் சொன்னார் சுவாமிகள். தன்னைக் காணவந்த மக்களிடம் தலைப்பாகை அணிந்து வருமாறு வற்புறுத்தினார். வழிபாட்டின்போது அவரது அன்பர்கள் இப்பொழுதும் தலைப்பாகை அணிவதைக் காணலாம்.

இதே பாணியில் வீடு கட்டுவதிலும் மாறுதலைப் புகுத்தினார் சுவாமிகள். மாடி வீடு, ஓடு போட்ட வீடு ஆகியவற்றை அன்றைக்கு தாழ்ந்த சாதி மக்கள் கட்டிவிட முடியாது. அவர்களது வீடுகள் ஒழுங்கற்று ஆங்காங்கே சிதறிக் கிடந்தன. இதற்குப் பதிலாக பல அறைகளுடைய ஒரே திசையில் முன் கதவு வைத்த வீடுகளை அடுத்தடுத்து கட்டுமாறு கூறினார் சுவாமிகள். இது மக்களிடையே நெருக்கத்தையும், ஒருமைப்பாட்டையும் ஏற்படுத்தும் என்று அவர் எதிர்பார்த்தார். மாதிரியாக முட்டப்பகுதியில் சுவாமிகள் ஒரு 'சமதர்மக் காலனி' அமைத்தார்.

இத்தோடு தனது சொந்த ஊரில் கிணறு ஒன்றை ஏற்படுத்தி அனைத்து மக்களும் அதனைப் பயன்படுத்தலாம் என்றார். அதனை "முத்திரிக்கிணறு" (புனிதக் கிணறு) என்று சுவாமிகள் அழைத்தார். சுவாமிகளைக் காணவந்த மக்கள் அக்கிணற்று நீரைக்கொண்டு குளித்து, உண்டி சமைத்து உண்டு மகிழ்ந்தனர். அனைத்து சாதியினரும் இப்படி ஒரே கிணற்றில் நீரெடுத்து சமைத்து சமபந்தி போஜனம் செய்ய வைத்தார் சுவாமிகள்.

தனது சீடர்களைப் பல்வேறு ஊர்களுக்கு அனுப்பி அங்குள்ள தாழ்த்தப்பட்ட சாதியினரின் வீடுகளில் உணவருந்துமாறு கட்டளையிட்டார் சுவாமிகள். ஒரு முறை இப்படியாகத் தனது சீடர்கள் இருவரை பிச்சம்மாள் என்கிற சலவைத் தொழிலாளி வீட்டில் சாப்பிட்டு வருமாறு சொல்ல, அவர்கள் அங்கு சென்றும் சாப்பிட மனமில்லாமல் திரும்பி வந்துவிட்டனர். இதை அறிந்த சுவாமிகள் இருவரையும் கடுமையாகக் கண்டித்து மீண்டும் அந்த இல்லம் சென்று உணவருந்தி வருமாறு செய்தார். இப்படியொரு வாய்மொழிச் செய்தி உள்ளது. இதுவெல்லாம் அந்தக் காலத்தில் சாதாரணமான விஷயமல்ல.

தாழ்த்தப்பட்ட மக்கள் சுத்தமின்றி இருக்கின்றனர். புலால் உணவு உண்கின்றனர். அதனால்தான் தீண்டாமை கடைப்பிடிக்கப்படுகிறது என்று உயர் சாதியினர் சொல்லிக்கொண்டனர். இதுவொரு சாக்குதான். எனினும், இந்த வாதத்தையும் உடைக்க முயன்றார் சுவாமிகள்.

"மூனறு நேரந் துவைத்து உச்சியொரு நேரமதாய்
வேணும் பச்சரிசி வெற்றிச் சிறுமணியும்
வேகவைத்து நன்றாய் விரைவாய் மணலிலிட்டு
தாகமில்லாமல் தவசிருக்க வேணுமென்று"

- மக்களுக்கு போதித்தார். மீன் உணவை விரும்பிச் சாப்பிடும் குமரிப் பகுதி மக்களுக்கு இப்படி சைவ உணவைப் பரிந்துரைத்தார். இன்றைக்கும் இவரைப் பின்பற்றுவோர் புலால் உணவை தவிர்த்தவர்களாக உள்ளனர் அல்லது குறைந்தபட்சம் ஞாயிறு, செவ்வாய், வெள்ளி ஆகிய தினங்களில் அதனை உண்ணாதவர் களாக உள்ளனர். உயர் சாதியினருடன் ஒவ்வொரு விஷயத்திலும் தங்களால் போட்டி போட முடியுமென்று காட்டுகிற வேகத்திலே தான் இப்படி 'தவசி' (தவம்) இருக்கச் சொல்லியிருக்கிறார்.

வெறும் போதனை மட்டும் பயன் தராது என்று நினைத்து ஒரு முகாம் நடத்தி அதற்கு மக்களை அழைத்து பயிற்சி கொடுத்தார் சுவாமிகள். இதற்கு "துவையல் பந்தி" என்று பெயர். இங்கே மூன்று வேளை நன்றாகக் குளித்து துவைத்து, நண்பகல் ஒரு வேளை பச்சரிசி, பாசிப்பயிறு வேகவைத்து கஞ்சியாக்கி உண்டு ஒரு வகையான தவவாழ்வை மேற்கொள்ளச் செய்தார். கிட்டத்தட்ட 700 குடும்பங்கள் இதில் கலந்துகொண்டதாக ஒரு கணக்கு உள்ளது. இந்த முகாமில் சுவாமிகள் கற்பித்த போதனைகளை அதில் பங்கேற்றோர் ஊர்தோறும் சென்று மக்களிடையே பரப்பி வந்தனர்.

சங்கம் வைத்தவர், முகாம் நடத்தியவர், தனது இயக்கத்திற்காக கொடி ஒன்றையும் கண்டார். அரசியல் கட்சி என்றால் என்னவென்றே தெரியாத அந்தக் காலத்தில் அதன் கூறுகளை யெல்லாம் கொண்டிருந்தது சுவாமிகளின் இயக்கம். காவி நிறத்தில் வெள்ளை தீபச் சுடரைத் தாங்கிய அந்தக் கொடியை "அன்புக் கொடி" என்றழைத்தார் சுவாமிகள். தன்னைப் பின்பற்றுவோரை "அன்புக் கொடி மக்கள்" என அழைத்தார். இன்றும் சுவாமிகளைப் பின்பற்றுவோர் நிழல்தாங்கல்களில் இக்கொடியை ஏற்றி வணக்கம் செலுத்தி வருகின்றனர். இவரின் பிறந்த தினத்தன்று நடக்கும் ஊர்வலத்தின்போது இக்கொடியை ஏந்தி வருகின்றனர் அவரின் அன்பர்கள்.

சமூக சீர்திருத்தவாதியான இவர் ஒரே நேரத்தில் உள்ளூர் ராஜா, பிராமணியம் மற்றும் அந்நிய ஆட்சியாளர்கள் - மதபோதகர் களின் எதிர்ப்பை சம்பாதித்துக்கொண்டது வரலாற்றிலேயே ஓர் அபூர்வமான விஷயம். அதீத வரி போட்டு நாடார் வீட்டுக்

குடும்பங்களை கொடுமைப்படுத்துவதுகண்டு கொதித்தெழுந்த சுவாமிகள்,

"குஞ்சாரமும் உன்னுடைய கொத்தளமும் தானிடத்து
வஞ்சகமாய் உந்தனுக்கு வலியகர்மம் சற்றுமடா
கர்ம வியாதிகளாய்கண்ட மாலையுடனே
வறுவை வந்து ஏ சிக்குமடா மானீசா நீ கேளு
தெய்வச் சாணாத்தி தினமுனை நிந்தித்துண்டால்,
பொய் வகையால் கர்ம போகத்தால் நீ மடிவாய்"

- என்று ராஜாவுக்கு சாபமிட்டார். இதற்கு உச்சமாய் "அவன் பட்டத்தைப் பறித்திடுவேன் கொட்டிக் குலைத்திடுவேன்" என்றுகூட சூளுரைத்தார்.

மறுபுறம் சமூகத்துறையில் ஆதிக்க சக்தியாக இருந்த பிராமணியத்தையும் வெளிப்படையாக எதிர்க்கத் துணிந்தார் சுவாமிகள். "பிராமணர்களைப் பயம் காட்ட நாம் வருவோம்" என்று அடித்தட்டு சாதி மக்களுக்கு தைரியம் ஊட்டினார். அதுமட்டுமா, "பிராமண வேசம் போட பக்தன்மாரே நீங்கள் உண்டு" என்றும் கூறினார். புரோகிதம் என்பதை "வேசம்" என்று அவர் கூறியது அந்தக் காலத்தில் வேறு எவரும் சொல்லத் துணியாதது என்றால் அந்த "வேச"த்தை தாழ்த்தப்பட்ட சாதியினரும் போடலாம் என்பது சமூக நீதியின் புதிய பரிமாணம், பிராமணியம் எனும் ஏகபோகத் தன்மையைக் கருவறுக்கிற வேலை.

இப்படித் திருவிதாங்கூர் ராஜாவையும், பிராமணியத்தையும் எதிர்த்து நின்றவர் தனது செயல்பாட்டின் காரணமாக ஒரு தனி சமயப் பிரிவினை உருவாக்கி அதன் மூலம் உயர் சாதிய அவமரியாதைகளிலிருந்து விடுதலை பெற முடியும் என்று காட்டிவிட்டதால் குமரிப் பகுதியில் நாடார் சமூகத்தவரிடையே விரைந்து பரவிவந்த கிறிஸ்தவ மதம் தடைப்பட்டு நின்றது. இதனால் கிறிஸ்தவ போதகர்கள் மற்றும் பிரிட்டிஷாரின் வெறுப்புக்கு ஆளானார் சுவாமிகள். சுவாதித் திருநாள் ராஜாவால் அவர் கைது செய்யப்பட்டதற்கும்கூட சென்னையிலிருந்த கிழக்கிந்திய கம்பெனி ஆட்சியாளர்கள் ராஜாவைத் தூண்டிவிட்டதுதான் காரணம் என்று கூட ஒரு செய்தி உள்ளது. சுவாமிகள் உயிரோடு இருந்த காலத்தில் மட்டுமல்ல, அதற்குப் பிறகும்கூட அவர் கண்ட இயக்கம் தங்களது மத மாற்றத்திற்கு இடையூறாக இருந்ததாகக் கருதினர் கிறிஸ்தவ போதகர்கள். 1874ல் அவர்கள் தயாரித்த ஆண்டு அறிக்கையில் "முத்துக்குட்டியிசத்தை எதிர்த்துவிடாது

போராட வேண்டியுள்ளது" என்று குறிப்பிட்டுள்ளனர். ஆக, ஒரே நேரத்தில் இரண்டு வேலைகளைச் செய்திருக்கிறது சுவாமிகள் இயக்கம். ஒரு புறம் இது இந்து மதத்திற்குள்ளிருந்த உயர் சாதி வெறியை எதிர்த்துப் போராடியது; மறுபுறம் கிறிஸ்தவ மதமாற்றத்தை தடுத்து நிறுத்தியது. இந்த இரண்டாவது பணி அவர் திட்டமிட்டுச் செய்ததாகத் தெரியவில்லை. இந்து மதத்தின் உயர் சாதி வெறியை எதிர்த்துப் போராடியபோது அதன் உபவிளைவாக இது நிகழ்ந்திருக்கிறது. சமயப்பூசல்களை அடியோடு வெறுத்தார் சுவாமிகள். "நீ பெரிது, நான் பெரிது நிச்சயங்கள் பார்ப்போமென்ற வான்பெருதறியாமல் மாள்வார் வீண் வேத முள்ளோர்" என்று கூறியுள்ளார் சுவாமிகள்.

அடித்தட்டு வகுப்பு பெண்களின் உரிமைகளுக்காகவும் குரல் கொடுத்தார் சுவாமிகள். தாழ்த்தப்பட்ட வகுப்புப் பெண்களைத் தைரியமாக தோள்சேலை அணியுமாறு அவர் கேட்டுக் கொண்டார். சுவாமிகளின் காலத்தில் கிறிஸ்தவ போதகர்களின் வழிகாட்டுதலில் கிறிஸ்தவ நாடார்களினால் துவக்கப்பட்ட இந்தத் தோள்சேலை அணியும் போராட்டம் சுவாமிகளின் மறைவுக்குப் பிறகு, கிறிஸ்தவ நாடார்கள் - இந்து நாடார்கள் இருவரும் இணைந்துநின்று போராடியதால் வெற்றி கிட்டியது. 1859ல் நாடார் பெண்களுக்கு தோள்சேலை அணிகிற உரிமையை திருவிதாங்கூர் அரசு வழங்கியது. தொடர்ந்து போராட்டங்கள் நடந்த காரணத்தால் 1865ல் இதர அடித்தட்டு சாதிப் பெண்களுக்கும் அந்த உரிமை தரப்பட்டது.

தனது மக்கள் சேவையின் காரணமாய் "அய்யா!" என்று அன்போடு அழைக்கப்பட்ட சுவாமிகளின் சமாதி சாமித்தோப்பில் உள்ளது. அங்கே ஏற்றி வைக்கப்பட்டுள்ள குத்துவிளக்கு ஒளியை மக்கள் கும்பிடுகிறார்கள். இவர் வழி வந்தவர்கள் இறந்தோரை எரிப்பதில்லை; புதைக்கவே செய்கிறார்கள். அத்தோடு கருமாதி, திதி போன்ற சடங்குகளில் விருப்பமில்லாதவர்களாகவே உள்ளனர்.

தொகுத்துப் பார்க்கும்போது - நவீன தமிழகத்தில் தோன்றிய முதல் சமூக சீர்திருத்தவாதியான வைகுண்ட சுவாமிகள் ஒரு புதிய சமய நெறியை உருவாக்கி அதன் மூலம் சமூக சீர்திருத்தம் செய்தவர். அந்தப் புதிய நெறியில் கிறிஸ்தவத்தின் தாக்கம் தெரிகிறது (ஆரம்பத்தில் சிறிது காலம் நாகர்கோவில் மிஷனில் கிறிஸ்தவ போதனையின்கீழ் இருந்தவர் என்றுகூட ஒரு செய்தி உள்ளது). தென் தமிழகத்தில் நாடார் சமூகத்தினரிடையே இந்த

இயக்கத்திற்கு நல்ல வரவேற்பு இருந்திருக்கிறது. அவரின் அன்பர்கள் இன்றும் தனிப்பிரிவாக இருக்கிறார்கள். உயர் சாதி வெறியை எதிர்த்ததோடு உள்ளூர் ராஜாவையும் எதிர்த்து நின்றவர். அடித்தட்டு குடும்பப் பெண்களின் உரிமைக்காகவும் குரல் கொடுத்தார். ஆனால், இன்றைக்கு அவரது இயக்கம் சமூக சீர்திருத்தம் என்கிற அதன் சாரத்தை இழந்து இந்து சமயத்தின் ஓர் உப பிரிவு என்கிற தோற்றத்தை மட்டும் தக்க வைத்துக் கொண்டுள்ளது. சுவாமிகளின் சீடர்கள் அவரை கடவுள் அவதாரமாகப் பார்க்கிறார்களே தவிர, சமூக சீர்திருத்தவாதியாக நோக்குவதில்லை.

7

சென்னையில் பிரம்ம சமாஜம்

18ம் நூற்றாண்டில் ராஜாராம் மோகன்ராயால் உருவாக்கப்பட்டது பிரம்ம சமாஜம் என்கிற அமைப்பு. சதி என்கிற உடன்கட்டை ஏறுகிற கொடுமையை சட்டப்பூர்வமாக ஒழித்ததில் ராஜாராம் மோகன்ராய்க்கு இருந்த பங்கு தெரிந்ததே. அவரின் இந்த சமாஜம் இன்னும் சில ஆழமான சிந்தனைகளைக் கொண்டது. இந்து சமயத்திலும் அதன் சாதிய அமைப்பிலும் சில முக்கிய மாறுதல்களைக் கொண்டுவருவதை நோக்கமாகக் கொண்டது. ஆழ்ந்த மனித நேயத்தோடு, அதேநேரத்தில் கிறிஸ்தவ போதகர்களின் பிரச்சாரத்திற்கு இந்து மதத்திற்குள் எழுந்த முதல் எதிர்வினையாகவும் இருந்தது பிரம்ம சமாஜம். அன்றைய இறுக்கமான இந்தியச் சூழலில் வங்கத்திலிருந்து கிளம்பிய இந்த மெல்லிய பூங்காற்று சென்னைக்கும் எட்டியது.

1864ல் சென்னை வந்த பிரம்ம சமாஜத் தலைவர் கேசவசந்திர சென் இங்கிருந்த நிலை கண்டு ஆச்சரியப்பட்டார், அயர்ந்தார் - "அறிவார்ந்த முன்னேற்றம் காண உதவும் கூட்டங்களோ, சங்கங்களோ அரிதாகவே காணப்படுகின்றன. சமூக சீர்திருத்தத்தில் சென்னை வருந்தத்தக்க அளவிற்குப் பின்தங்கியுள்ளது. எந்த மாறுதலுக்கும் நடுங்குகிறார்கள். பழங்கால நம்பிக்கைகளுக்கும், கருத்துக்களுக்கும், புதிய மாறுதல்களுக்கும் இடையே சமரசம் செய்துகொள்ள அவர்களால் முடியவில்லை. படித்தவர்கள்கூட முட்டாள்தனமான பழக்கவழக்கங்களைப் பின்பற்றுகிறார்கள். சாதி அவர்களை அடக்கி ஆள்கின்றது. ஒரு சிலரே சாதியின் ஆணையுரிமையை எதிர்க்கிறார்கள்".

அன்றைய சென்னை நிலை பற்றிய இந்த வருணனை அனேகமாகக் கச்சிதமானதுதான். இதன் பொருள் அந்தக் காரிருளில் வெளிச்சக்கீற்றுகளே இல்லை என்பதல்ல. அதனால்தான் அனேகமாக என்கிறோம். 1852லேயே சென்னை மாகாணத்தின் முதல் அரசியல் அமைப்பாகிய "மெட்ராஸ் நேடிவ் அசோசியேஷன்" *(Madras Native Association)* உருவாகி இருந்தது. இதன் செயலாளரான சீனுவாசப்பிள்ளை அதே ஆண்டில்

"இந்து முற்போக்கு மேம்பாட்டு சங்கம்" (Hindu Progressive Improvement Society) என்கிற சமூக சீர்திருத்த அமைப்பையும் ஏற்படுத்தியிருந்தார். விதவை மறுமணம், பெண் கல்வி, தாழ்த்தப்பட்ட மக்கள் முன்னேற்றம் போன்றவை இதன் வேலைத் திட்டங்களாக இருந்தன. ஆனால், இது தொடர்ந்து தீவிரமாக இயங்கி வந்ததாகத் தெரியவில்லை.

இந்த நிலையில் சென்னை ஹைகோர்ட் வக்கீல்களான வி.ராஜகோபாலாச்சாலுவும், பி.சுப்பராயலு செட்டியாரும் வேத சமாஜத்தை (பிரம்ம சமாஜம்) 1864 ஏப்ரலில் நிறுவினர். இதன் சட்டதிட்டங்கள் அன்றைய சென்னை சூழலுக்கு மிகவும் புதுமையானவை, பரபரப்பானவை. அவற்றில் சில -

1. இரண்டற்ற ஒன்றேயான உருவமற்ற கடவுளைத் தவிர உண்டாக்கப் பெற்ற உருவங்களை வழிபடமாட்டேன்.
2. தூய்மையான பக்தியுணர்விற்கு இசைந்த சடங்கைப் பின்பற்றுவேன். இந்து சமயச் சடங்குகளில் தற்காலத்தில் உள்ள பொருளற்ற மூடத்தனமான சடங்குகளைச் செய்ய மாட்டேன்.
3. திருமணம், ஈமச்சடங்குகள், நீத்தார் நினைவு நாள் சடங்குகள் முதலானவற்றை வேத சமாஜ நலன்களுக்கு உகந்ததாக இல்லையென்றாலும் இந்து சமய உணர்விற்கு ஊறுதேட விரும்பாமல் பின்பற்ற வேண்டியவனாக இருக்கிறேன்.
4. ஒரே சாதியில் உள்ள உட்பிரிவுகளைப் படிப்படியாக விட்டொழித்து ஒற்றுமைப்படுத்துவதை முதற்படியான சீர்திருத்தமாகக் கொள்வேன்.
5. தேவதாசிகளைக்கொண்டு சதிர்க்கச்சேரி ஏற்பாடு செய்வதையோ அல்லது அதற்கு உதவி அளிப்பதையோ அல்லது கலந்துகொள்வதையோ ஊக்குவிக்க மாட்டேன். விபச்சாரத்தைக் கண்டிப்பேன்.
6. விதவைகள் மறுமணம், குழந்தை மண எதிர்ப்பு ஆகியவற்றில் என் சக்தியனைத்தையும் செலுத்தி செயலாற்றுவேன்.
7. இருதார மணத்தையோ அல்லது பலதார மணத்தையோ செய்யும் குற்றத்தைப் புரியமாட்டேன்.
8. பொதுவான கல்வி வளர்ச்சிக்கும், பெண் கல்விக்கும், அவர்களின் விழிப்பிற்கும் பாடுபடுவேன். இப்பணியை என் குடும்பத்திலிருந்தே தொடங்குவேன்.

9. மூடநம்பிக்கைகளுக்கு ஆதரவில்லாத வகையில் சமஸ்கிருத இலக்கியங்களை (குறிப்பாக ஆன்மிக நூல்களை), சமஸ்கிருத மொழியைக் கற்பேன்.

மாதர் விடுதலை விஷயத்தில் துணிச்சலான கருத்துக்கள் தமிழர்களாலேயே முன்வைக்கப்பட்டதை இந்த சமாஜம் வாயிலாகக் கேட்கிறோம். குறிப்பாக உயர் சாதிப் பெண்களுக்கு அன்றிருந்த பல பிரச்சனைகளின்பால் சமாஜம் கவனத்தை செலுத்தியிருக்கிறது. அதுவும் அவரவர் வீட்டிலிருந்தே தொடக்கம் செய்விக்கப்பட வேண்டுமென்று பணித்து உறுப்பினர்களுக்கு பொறுப்பினைச் சுமத்தியுள்ளது. அதே நேரத்தில் சாதி விஷயத்திலும் சடங்குகள் விஷயத்திலும் அப்படியொரு துணிச்சலான நிலையை எடுக்கவில்லை என்பதைக் குறித்துக்கொள்ள வேண்டும். ஒரு சாதிக்குள்ளே உள்ள உப பிரிவுகளுக்கிடையே மணவினையை உருவாக்குவதை மட்டுமே முதல்படியாகக் கொண்டிருப்பதிலிருந்து அன்று நிலைமை எவ்வளவு மோசமாக இருந்தது என்பதைப் புரிந்து கொள்ளலாம். விக்கிரக ஆராதனை கூடாது என்றுகூட அன்று சொல்லிவிட முடிந்தது. ஆனால் சாதி ஒழியட்டும் என்று சட்டென்று கூற முடியவில்லை!

ஆனால் ஒரு விஷயம், விக்கிரக ஆராதனை கூடாது என்று இவர்கள் கூறியது அரூபமான கடவுளுக்கு ரூபம் தேவையில்லை என்கிற தத்துவ நோக்கிலிருந்து மட்டுமல்ல, அதற்குள் சாதிய எதிர்ப்பின் ஒரு கூறும் இருந்தது. "வேத சமாஜத்தார் முதல் விண்ணப்பம்" என்கிற பிரசுரத்தில் உருவ வழிபாட்டை சில பிராமணர்கள் தங்கள் சுயநலத்திற்காகக் கற்பித்தார்கள் என்று கூறப்பட்டுள்ளது. அப்பகுதி வருமாறு:

"பிரஹஸ்பதி வாக்கியத்தில் சொல்லியவாறு சுவல்ப காலத்துக்குமுன் முற்றுங் கபடிகளாகிய சில பிராமணர் தங்களுக்கு ஜீவனோபாயமாக இச்சண்டாள அர்ச்சனையை ஏற்படுத்தவேயல்லவா, அனைவரும் அவர்கள் பேச்சை நம்பி மோசம் போய் மனுஷிய ஜன்மத்துக்கு குறிப்பாகிய தியான மார்க்கத்தை இழக்கும்படி நேரிட்டது. கடைசியாக ரூபமில்லாததற்கு ரூப முண்டென்று சொல்லவேயல்லவா, அதை நம்பி மோசம் போனவர்களுக்கு பிம்பமின்றி எப்படி தியானிக்க முடிகிறதென்கிற சங்கை ஒலித்தது".

இந்த வேத சமாஜத்திற்காக "தத்துவ போதினி" என்கிற தமிழ் மாதப் பத்திரிகையும் நடத்தப்பட்டது.

சென்னை சைதாப்பேட்டையில் 1806ல் பிறந்தவர் காசி விசுவநாத முதலியார். மாவட்ட முன்சீப்பாக இருந்து ஓய்வு பெற்ற இவர் சென்னையில் 1870ல் ஒரு பிரம்ம சமாஜத்தை நிறுவினார். அதே ஆண்டில் "பிரம்ம தீபிகை" எனும் மாத இதழையும் நடத்தினார். 1867ல் "டம்பாச்சாரி விலாசம்" என்கிற நாடகத்தையும் 1871ல் "பிரம்ம சமாஜம்" என்கிற நாடகத்தையும் வெளியிட்டார்.

1867 முதலே "டம்பாச்சாரி விலாசம்" தமிழக மேடைகளில் நடிக்கப்பட்டு வந்தது. இதனைத் தமிழின் முதல் சமூக நாடகம் எனலாம். தாசிகளால் கெட்டுப் போகும் டம்பாச்சாரி என்பவன் தான் நாயகன். தாசி முறை என்பது ஆணாதிக்க சமுதாயம் உருவாக்கியதே. ஆனால், அது அந்த ஆண்களையே திருப்பித் தாக்கவும் செய்தது. எனவே அந்தக் கொடுமையை எதிர்க்க வேண்டிய தேவை உணரப்பட்டு இப்படியொரு நாடகம் எழுந்தது. இதற்குள் சாதி விவகாரமும் இருந்தது. நாடக கர்த்தா கூறினார் -

"அந்தணர்களை யான் தூஷிக்கவில்லை. பிராமண கலாச் சாரங்களிலிருந்தும் வழுவி மானமென்பதில் மதிப்பு வையாமல் தாழ்ந்த குலத்தாருக்கு ஸ்திரீகளைப் பிணைத்து வைக்கிற அப்படிப் பட்ட மகா நீசமான சீவனஞ் செய்கிறவர்களை மாத்திரமேயெ டுத்துச் சொல்ல வந்தது".

இதற்குப்பின் வெளிவந்த "பிரம்ம சமாஜம்" என்கிற நாடகத்தில் சோதிடம் - சகுனம் பார்க்கும் மூடநம்பிக்கையைக் கண்டிக்கும் வகையில் உரையாடல்களும், பாடல்களும் இடம் பெற்றிருந்தன. விதவைத் திருமணத்திற்கு ஆதரவாகக் காட்சி - வசனம் இருந்தது.

"1859ம் ஆண்டின் 15வது விதிப்படி (இந்து திருமணம் தொடர்பான சட்டம்) இந்து கைம்மைக்கு மறுமணம் செய்யக் கூடாதென்கிற நிர்ப்பந்தம் எடுபட்டுப் போயிருக்கிறதுமல்லாமல் அவள் வயிற்றில் உண்டாகிற சந்ததிகளுக்கு சகல சுதந்திரமுண்டாக வேண்டியதென்று நியாயப்பிரமாணம் ஏற்பட்டிருக்கிறது."

- என்றும் நாடக ஆசிரியர் உற்சாகத்தோடு குறிப்பிட்டிருக்கிறார். மாதர் விடுதலையில் பிரம்ம சமாஜத்திற்கு இருந்த உறுதிப்பாட்டினை இது தெளிவாகக் காட்டுகிறது. அதுமட்டுமல்லாது, இந்த இயக்கத்தில் மாதர்களைச் சேர்க்கவேண்டுமென்பதில் தனிக் கவனம் செலுத்தப்பட்டது. இந்த நாடகத்திலும் கும்மிப்பாட்டு, சோபனப்பாட்டு போன்ற பாடல் வகைகள் புனையப்பட்டிருப்பது இந்த நோக்கத்தோடே என்று ஊகிக்கலாம். கபிலரகவல் பாணியில் அமைந்த ஒரு பாடல் சாதியத்தைக் கேலி செய்தது -

"சதுர் மறையித் தேயத்துச் சாதிசடமாக்கே யென்று
சமுதுகன் படைத்ததுண்டோ சாற்றுவீர் சாதியரே
படியிலே பார்ப்பாரென்று பகுத்தறிவிக்க நீண்ட
குடுமியும் பூணூலுங் கூடவே பிறந்ததுண்டோ?
அட மறலிதனைத் தேர்ந்தே யறிவிப்பீர் சாதியரே
மதராசில் வழங்குஞ் சாதி வங்காளந் தன்னிற்காணோம்
பதிபமபாய் தேசஜாதி பந்திரிலொன்றும் காணோம்
விதங்களைத் திறமாய்ச் சொல்ல விதியுண்டோ சாதியரே."

காசி விசுவநாத முதலியார் எழுதிய "இந்து கைம்மை புனர் விவாக தீபிகை" எனும் நூல் 1870ல் வெளிவந்தது. "சுதேச இந்துக் கனவான்களுக்கு புருஷ சங்கமம் நேரிடாததற்கு முன்னரே வைதவ்வியமடைந்த கலன்கழி சிறுமிகட்குப் புனர் விவாகஞ் செய்ய வேண்டிய விஷயத்தைக் குறித்துக் கேட்டுக்கொள்ளப்படும் விண்ணப்பம்" என்ற இந்த நூல் அறிமுகப்படுத்தப்பட்டுள்ளது. அதாவது, அனைத்து இளம் விதவைகளுக்கும் திருமணம் என்பதைக்கூட உடனடி கோரிக்கையாக நூலாசிரியர் முன்வைக்கவில்லை. ருதுவாவதற்கு முன்பே திருமணமாகி விதவையாகிவிட்ட கன்னி விதவையருக்காகிலும் மறுமணம் செய்துவையுங்கள் என்ற ஒரு மிகக் குறைந்தபட்ச திட்டத்தை வைத்திருக்கிறார்! அப்படியென்றால் அன்று மாதர்கள் நிலைமை எவ்வளவு கோரமாக இருந்தது என்பதைக் கற்பனை செய்து கொள்ளலாம்!

பின்னாளில் வேத சமாஜத்திற்கு ஸ்ரீதரலு நாயுடு என்பார். செயலாளர் ஆனார். இவர் வேத சமாஜத்தின் பெயரை "தென்னிந்திய பிரம்ம சமாஜம்" என்று மாற்றினார். கலப்புத் திருமணங்களுக்கு இருந்த சட்டத்தடையை நீக்குமாறு இவர் வைஸ்ராயிடம் மனு கொடுத்தார். 1872ல் "சாதித் தடைகள் நீக்கச் சட்டம்" (The Caste Disabilities Removal Act) நிறைவேறியது. சாதி மற்றும் வகுப்பு வேறுபாடு பார்க்காது அனைத்துத் திருமணங்களையும் செல்லத்தக்கதாக இந்தச் சட்டம் ஆக்கியது. ஒரேயொரு நிபந்தனை. மணமகனுக்கு 18 வயதும், மணமகளுக்கு 14 வயதும் நிரம்பியிருக்க வேண்டும்.

பிரம்ம சமாஜத்தின் கிளைகள் சென்னையில் மட்டுமல்லாது, கடலூர், கோவை, நெல்லை, திருச்சி ஆகிய நகரங்களிலும் துவக்கப்பட்டன. தென்னிந்திய பிரம்ம சமாஜம் 1906 வரையில் 27 நூல்களைத் தமிழில் வெளியிட்டது. அதிலே "வேதம்" (1894) என்கிற

நூலில் பிராமணரல்லாதாரும் வேதம் ஓதத் தகுதியுள்ளவரென்று வலியுறுத்தியும், தங்களுக்கே அந்தத் தகுதி உண்டு என்று பிராமணர்கள் கூறி வந்ததை மறுத்தும் எழுதப்பட்டிருந்தது.

ஆக, தமிழகத்தில்-குறிப்பாக சென்னையில் - 19ம் நூற்றாண்டில் சமூக சீர்திருத்தச் சிந்தனைகளைத் துவக்கிவிட்டதில் பிரம்ம சமாஜத்திற்கும் ஒரு முக்கியப் பங்கு இருந்திருக்கிறது. ஆனால் "தமிழகத்தில் பிரம்ம சமாஜம் வங்கத்தைப் போன்று படித்தவர்களைப் பரவலாகக் கவரவில்லை. வங்கத்தையடுத்து பிற மாநிலங்களைக் காட்டிலும் சென்னை மாநிலத்தில் பிரம்ம சமாஜக் கிளைகள் சற்றுக் கூடுதலாகவே இருந்துள்ளன. தொடக்கத்திலிருந்தே தெலுங்கர்களும், தமிழர்களும் இணைந்து பிரம்ம சமாஜத்தை சென்னை மாநிலத்தில் வளர்த்துள்ளனர். சாதிவாரியாகப் பார்க்கும்பொழுது தமிழகத்தில் சமூகத்தின் மேல்தட்டைச் சார்ந்த பிராமணர்களும் வேளாளர்களும் பிரம்ம சமாஜத்தில் மிகக் குறைந்த அளவில் பங்கேற்றுள்ளனர்" என்ற ஆராய்ச்சியாளர் பெ.சு.மணியின் கூற்று சிந்தனையில் கொள்ளத்தக்கது. பிரம்ம சமாஜமானது மாதர் விடுதலை விஷயத்தில் காட்டிய வேகத்தை விட சாதிப் பிரச்சனையில் மிதமாக நடந்திருந்தும் மேல்தட்டு சாதிகளின் படித்த மாந்தர்களை ஈர்க்க முடியாமல் போயிருந்தது என்பது அன்றைய தமிழகத்தின் பரிதாப நிலையைச் சுட்டுகிறது.

8

இராமலிங்கரின் புறப்பாடு

தமிழகம் முழுக்க கிறிஸ்தவ போதகர்களின் பிரச்சாரம், தென் கோடியில் வைகுண்ட சுவாமிகளின் இயக்கம், வட கோடியாம் சென்னையில் பிரம்ம சமாஜம் என்றிருந்த சூழலில் கடலூருக்கு அருகேயுள்ள வடலூரில் ஒரு சமூக சீர்திருத்த இயக்கம் எழுந்தது. அன்றைக்கு வைதீகக் கோட்டைகளாகத் திகழ்ந்த தஞ்சை, தென்னாற்காடு மாவட்டங்களில் அதற்கான தேவை இருந்தது. இந்த இயக்கத்தின் கர்த்தா திரு அருட்பிரகாச வள்ளலார் எனப்பட்ட இராமலிங்க அடிகள்.

இராமலிங்கர் சிதம்பரத்திற்கு அருகில் உள்ள மருதூர் எனும் கிராமத்தில் 1823 அக்டோபர் 5ல் பிறந்தார். இவருடைய தந்தை இராமய்ய பிள்ளை வேளாளர் குலத்தில் கருணீகர் மரபை - அதாவது கணக்குப் பிள்ளை வகுப்பைச் சார்ந்தவர். சைவ சமயத்தவராயினும் சாதிய அடுக்கில் சைவ வேளாளர் எனப்பட்ட உயர் சாதியினருக்கும் கீழாக வைக்கப்பட்டிருந்த வகுப்பு, இராமலிங்கர் ஆறுமாதக் குழந்தையாக இருந்தபோது தந்தை காலமாகிவிடவே குடும்பம் சென்னைக்குக் குடிபெயர்ந்தது. இங்கு இராமலிங்கர் இளமையிலேயே பக்தி மார்க்கத்தில் இறங்கினார். சென்னைக்கு அடுத்துள்ள திருவொற்றியூர் சிவபெருமானை தினசரி தரிசித்து வந்தார். மூத்த தமையனார் சைவ சமயச் சொற்பொழிவு செய்பவராதலால் தமிழ்க் கவிதை உலகோடு நல்ல பரிச்சயம் ஏற்பட கவிதை புனையும் ஆற்றலை வளர்த்துக் கொண்டார். பக்தி பாடல்களாகப் பாடிக் குவித்தார்.

1850ல் இராமலிங்கருக்கு திருமணம் செய்து வைக்கப்பட்டது. ஆனால் இல்லற வாழ்வில் அவருக்கு நாட்டம் ஏற்படவில்லை. 1858ல் சென்னையை விடுத்து சிதம்பரத்தைக் குறிவைத்து தல யாத்திரை புறப்பட்டார்.

சிதம்பரத்தையடுத்த கருங்குழியில் 1867ம் ஆண்டுவரை தங்கினார். அங்கிருந்து அடிக்கடி சிதம்பரம் சென்று நடராசர் தரிசனம் செய்துவந்தார். அவரைத் துதித்து பாடல்கள் பல இயற்றினார்.

அதேநேரத்தில் மெல்ல மெல்ல தனக்கென சில சொந்தக் கொள்கைகளை உருவாக்கிக் கொண்டார். கருங்குழியில் 1865ல் ‘சமரச

வேத சன்மார்க்க சங்க'த்தை நிறுவினார். சாதி வேறுபாடின்றி அதில் அனைவரையும் சேர்த்தார். 1867ல் கருங்குழியை விடுத்து வடலூர் (பழைய பெயர் பார்வதிபுரம்) வந்த இராமலிங்கர் அங்கே அதே ஆண்டில் 'சமரச வேத தருமச் சாலையை' நிறுவி ஏழைகளுக்கு அன்னதானம் செய்வித்தார். அன்று அவர் மூட்டி வைத்த அடுப்பு இன்று வரை எரிந்துகொண்டிருக்கிறது; அன்னதானம் தொடர்கிறது. வடலூருக்கு அருகில் உள்ள மேட்டுக்குப்பம் என்கிற கிராமத்தின் 'சித்தி வளாகம்' என்கிற இல்லத்தில் 1870 முதல் தங்கத் துவங்கிய இராமலிங்கர் 1872ல் வடலூரில் 'ஞான சபை'யை தோற்றுவித்தார். அங்கே விக்ரக வழிபாட்டைத் தவிர்த்து ஜோதி வழிபாடு செய்வித்தார். சாமிக்கும் ஆசாமிகளுக்குமிடையில் புரோகிதர்கள் இல்லாமல் செய்தார். எந்த சாதிக்காரரும் உள்ளே புகுந்து வழிபடலாம் என ஆக்கினார். 1873ல் சித்தி வளாகத்தில் சன்மார்க்க கொடியை - மஞ்சள், வெள்ளை வண்ணங்கள் கொண்ட கொடியை - கட்டினார். 1874 ஜனவரி 30 அன்று சித்திவளாகத்தில் ஓர் அறைக்குள் தன்னைத்தானே அடைத்துக்கொண்டார். அதற்குப் பிறகு அவரையோ அல்லது அவரது உடலையோ யாரும் காணவில்லை.

இராமலிங்கரின் சுருக்கமான வரலாறு இது. ஆனால் அவரது வாழ்வின் ஒவ்வொரு கட்டமும் பிரச்சனைக்குரியது. ஆழ்ந்த ஆய்வுக்குரியது. அதிலே மையமான கேள்வி - சைவக் குடும்பத்தில் பிறந்து, சிவபெருமான் மீது தாளாத பற்றுக் கொண்டு, அவர் மீதும் கந்தக் கோட்டத்து முருகன் மீதும் பலப்பல பாமாலைகளைப் பாடி கிட்டதட்ட ஓர் இந்து சந்நியாசிபோல வாழ்ந்திருந்த இராமலிங்கர் சைவ மதத்தைத் துறந்து, நடராசரை மறந்து, விக்ரக ஆராதனையைக் கைவிட்டு, ஜோதி வழிபாடு என்கிற புதிய மார்க்கத்தை முன்வைத்தது ஏன்? சமரச சன்மார்க்கம் என்கிற புது நெறியை வலியுறுத்தியது ஏன்?

அடிகள் கவிதைத் தமிழுக்கு மட்டுமல்ல, உரைநடைத் தமிழுக்கும் மகத்தான பங்களிப்புச் செய்தார். தனது இளமைக்காலம் குறித்து அவரே இப்படி எழுதியிருக்கிறார் -

"அச்சிறுபொய்யெறிதுடி றடை செய்வித்து, அப்
பருவம் ஏறுந்தோறும், ஏறுந்தோறும்
எனதறிவை விளக்கஞ் செய்து செய்து
என்னை மேனிலையில் ஏற்றி ஏற்றி
நிலைக்க வைத்தருளினீர்."

ஆக, தொடக்க காலத்திலேயே ஜாதியாசாரம், ஆசிரம ஆசாரம் என்பவை 'பொய்யுலக ஆசாரம்' என்கிற சிந்தனை ஏற்பட்டு காலம் செல்லச் செல்ல அதிலே மேலும் மேலும் உச்ச நிலைக்குச்

சென்றிருக்கிறார் அடிகள். இதனை அவரது ஆரம்பகாலப் பாடல்கள் சிலவும் உறுதி செய்கின்றன. அடிகள் முதலில் பாடிய பாமாலை 'தெய்வமணிமாலை' எனப்பட்டது. சென்னை கந்தக் கோட்டத்து முருகனைப் பற்றிய அந்த 31 பாடல்கள் 1851ம் ஆண்டுக்குமுன் அச்சானது எனக் கருதப்படுகிறது. அதிலே ஒன்றுதான் இராமலிங்கரின் அந்தப் புகழ் பெற்ற பாட்டு.

"ஒருமையுடன் நினதுதிரு மலரடி நினைக்கின்ற
உத்தமர்தம் உறவு வேண்டும்
உள்ஒன்று வைத்துப் புறமொன்று பேசுவார்
உறவுகல வாமை வேண்டும்
பெருமைபெறு நினது புகழ் பேச வேண்டும் பொய்மை
பேசா திருக்க வேண்டும்
பெருநெறி பிடித்தொழுக வேண்டும்மதமான பேய்
பிடியா திருக்க வேண்டும்."

அந்தக் கடைசி இரண்டு வரிகள் 'மதமான பேய்' பற்றியும் அதற்கு மாற்றான 'பெருநெறி' பற்றியும் பேசுவது கவனிக்கத்தக்கது. இப்படித் துவங்கிய இந்த மனிதநேயச் சிந்தனை அடுத்தடுத்த சிகரங்களை நோக்கிச் சென்றுகொண்டேயிருந்தது.

"இராமலிங்கர் சென்னையில் உறைந்த காலத்தில் சங்கராச்சாரிய சுவாமிகளுடன் அளவளாவ நேரிட்டபோது, அச்சுவாமிகள் சமஸ்கிருதமே 'மாத்ரு பாஷை' எனக் கூறி சமஸ்கிருதத்தைச் சிறப்பித்துப் பேசினாராம். அப்படியாயின் 'தமிழ் பித்ரு பாஷை' என அடிகள் கூறித் தமிழின் ஞானச் சிறப்பை விளக்கி ஓர் உரையுஞ் செய்து சங்கராச்சாரியாருக்குத் தமிழருமையை விளக்கினாராம். அடிகள் செய்த அவ்வுரை 'உண்மை விளக்கம் அல்லது சித்தாந்தாத தீபிகை' என்னும் திங்களிதழில் 1897 ஆகஸ்ட் 21ல் 'தமிழ் - ஸ்ரீராமலிங்க சுவாமிகளால் எழுதப்பட்டது' என்னும் தலைப்போடு முதன்முதலாக அச்சாயிற்று' - என்கிற ஒரு சுவையான தகவலைத் தந்துள்ளார் ஊரன் அடிகள். சங்கராச்சாரியார்களின் சிந்தனைகளிலிருந்து அப்பொழுதே இராமலிங்கர் வேறுபடத் துவங்கிவிட்டதை இது குறிப்பாய் உணர்த்துகிறது.

தமிழ் மீது தனக்கு பற்று ஏற்படச் செய்தமைக்காக பின்னாளில் அவர் இறைவனுக்கு நன்றி தெரிவித்திருக்கிறார். இராமலிங்கர் கூறினார் - "இடம்பத்தையும், ஆரவாரத்தையும், பிரயாசத்தையும், பெருமறைப்பையும், போதுபோக்கையும் உண்டுபண்ணுகிற ஆரிய முதலிய பாஷைகளில் எனக்கு ஆசை செல்லவொட்டாது,

பயிலுதற்கும் அறிதற்கும் மிகவும் இலேசுடையதாய் பாடுதற்கும், துதிப்பதற்கும் மிகவும் இனிமையுடையதாய், சாகாக் கல்வியை இலேசில் அறிவிப்பதாய்த் திருவருள் வலத்தாற் கிடைத்த தென் மொழியொன்றனிடத்தே மனம் பற்றச் செய்து அத்தென்மொழி களாற் பல்வகை தோத்திரப் பாட்டுக்களைப் பாடுவித்தருளினீர்"

ஒரு மொழிக்குப் பதிலாக இன்னொரு மொழி என்று மட்டும் இல்லை இது. சமஸ்கிருதப் படிப்பு என்பது இயல்பாகவே வர்ணாஸ்ரமத்தையும் அர்த்தமற்ற ஆசாரங்களையும் திணிப்பதாக அன்றைய சூழலில் இருக்க, தாய்மொழியாம் தமிழ்ப் படிப்பு என்பது பரந்துபட்ட மக்களுடன் நேரடித் தொடர்புகொள்வதற்கான வாயிற்படியாக அமைந்து விடுகிறது. அதனால்தான் சமஸ்கிருதத் தைக் குறிப்பிடும்போது "பெருமறைப்பை" ஏற்படுத்துகிறது என்றும், தமிழைக் குறிப்பிடும்போது "சாகாக் கல்வியை இலேசில் அறிவிப்பது" என்றும் கூறியிருக்கிறார் இராமலிங்கர். மொழிப் பிரச்சனையின் உள்ளூறையை நன்குணர்ந்து அவர் நன்றி தெரிவித்திருக்கும் பாங்கு வியக்கத்தக்கது.

எனினும் திட்டவட்டமான வர்ணாஸ்ரம மறுப்புச் சிந்தனை இந்தக் கட்டத்தில் அவருக்கு வந்துவிடவில்லை. 1854ல் வெளிவந்த "மனுமுறை கண்ட வாசகம்" என்கிற அவரின் முதல் உரைநடை நூலில் (இதை இன்றைக்குப் படிக்கும்போதும் எளிமையாக, உவமையழகோடு இருப்பதை ரசிக்க முடியும்) பிறப்பின் அடிப்படையிலான வேறுபாட்டை அவர் அங்கீகரித்திருக்கிறார். பசுவின் கன்று மடிந்ததற்கு ஈடாகத் தனது மகனையே கொல்ல மனுநீதிச் சோழன் முடிவெடுத்து அதனை நியாயப்படுத்த "அப்பரமேசுவரனை நோக்கி எல்லா உயிர்களையும் சமமாக எண்ணி நடக்க வேண்டும் என்ற உத்தரபாகத்தின்படி பிறப்பு, குணம், சாதி, தொழில் முதலான விகற்பங்களை நாடாது உயிர்க் கொலையினிடத்துச் சமானமாகத் தண்டிப்பதே தகுதி" என்கிறார். இது கேட்ட ஒரு மந்திரி கூறுகிறார் - "அது பொருந்துமானால் பிராமணர் முதலான குலாசாரமும், பிரமசாரி முதலான ஆசிரம ஆசாரமும், பெரியோர், சிறியோர், நல்லவர், தீயவர் என்கிற கிரமப்பாடுகளும் வேறுபட்டு உலக நிலை தவறி அரசாட்சி மழுங்கி விடுமே". அதற்கு மனுநீதிச் சோழன் "அமைச்சரே நீர் வழிக்குத் துணையாக வருவான்போல் வந்து நடுக்காட்டிற் பயங்காட்டிப் பணம் பறிக்கிறவன்போலப் பயம் காட்டுகின்றீர். பரமேஸ்வரன் அவ்வவ்வுயிர்களிடத்திலும் வேறுபடாமல் விளங்குகின்றபடியால் எவ்வுயிர்களையும் பொதுவாக நோக்க வேண்டும் என்ற உத்தரபாகத்தின் விதியை நான் அனுசரித்துக் கொண்டது உயிர்க் கொலையாகிய பாவ நிவர்த்திக்கு மாத்திரமே

யல்லாது மற்றொன்றிலுமில்லை" என்று கூறிவிடுகிறார்.

மனுநீதிச் சோழன் வழியாக முன்வைக்கிற சிந்தனைகள் இராமலிங்கருடையவையே என்பதை அந்த நூலைப் படிக்கிற எவராலும் உணர முடியும். இதனை எழுதியபோது அவருக்கு வயது 30க்குள்தான் இருக்கும். அப்பொழுதே உயிர்க் கொலையைக் கண்டு துடிக்கத் துவங்கியிருக்கிறார். அதனால்தான் பசுவின் கன்று கொல்லப்பட்டதற்கு ஈடாகத் தனது மகனையே பலியிடத் துணிந்த ஒரு மன்னனின் கதை அவரை ஈர்த்திருக்கிறது.

ஆனால் கொல்லாமைக்கு மட்டும்தான் உயிர்களிடத்தில் சமத்துவம் காணப்பட வேண்டுமே தவிர, இதர விஷயங்களுக்கு அல்ல. சாவுக்குத்தான் சமத்துவமே தவிர, வாழ்வுக்கு அல்ல - என்று கூறி வர்ணாஸ்ரமச் சிந்தனையிலிருந்து அப்பொழுது அவர் முழுமையாக விடுபட்டிருக்கவில்லை என்பதை வெளிப்படுத்தி யிருக்கிறார்.

இந்த நிலை வெகுகாலம் தொடரவில்லை. அவர் சென்னை யிலிருந்த காலத்திலேயே மாற்றம் துவங்கி விடுகிறது. மாயூரம் முன்சீப் வேதநாயகம் பிள்ளை (1826 - 1889) தமிழுக்கு முதல் நாவலைத் தந்தவர். அதே நேரத்தில் சிறந்த கவிஞரும்கூட. அவர் எழுதிய "நீதிநூல்" 1859ல் வெளிவந்தது. இதற்கு இராமலிங்கர் சாற்றுக்கவி தந்திருக்கிறார். இதோ அது -

"வளங்கொள் குளத்தூர் அமர்ந்த வேதநா
யகன் அருளால் வயங்க முன்னாள்
உலங் கொள்மனு உரைத்தனன் ஓர் நீதிநூல்
அந்நூற்பின் உறு நூலாக
துலங்கிடும் அவ்வூர் உரை அத்தோன்றல் ஓர்
நீதிநூல் சொன்னான் இந்நாள்
விளங்கும் இந்நூல் முன்னர் மற்றை
நூல் எல்லாம் கிழிபடத்தின் வெண்ணூல் அன்றே"

வேதநாயகம் பிள்ளை படைத்த நீதிநூலுக்கு முன்னால் இதர நூல்கள் எல்லாம் வெறும் கயிற்று நூல்களே எனப் போற்றியிருப்பது அசாதாரணமானது. அதிலும் மனுநீதி நூலைப் பற்றிக் குறிப்பிட்டுவிட்டு இப்படிக் கூறியிருப்பது, அதிலும் பிறப்பால் கிறிஸ்தவரான ஒருவரின் நீதிநூல் பற்றி இப்படிக் கூறியிருப்பது உண்மையிலேயே அசாதாரணமானது. சாதி - சமயம் கடந்த சிந்தனையை நோக்கி இராமலிங்கர் வேகமாகச் சென்று கொண்டிருந்ததற்கு இதையும் ஓர் ஆதாரமாகக் கொள்ளலாம்.

9

சன்மார்க்க சங்கம்

சென்னையைவிட்டு கருங்குழிக்குச் சென்ற பிறகு இராமலிங்கரின் உள்ளம் கனிந்து உருக ஆரம்பித்தது. அவரது சிந்தனையிலும், செயல்பாட்டிலும் மகத்தான மாறுதல்கள் ஏற்பட்டன. பக்தி மார்க்கத்தில் இறங்கி அருமையான இசைப் பாடல்களை யாத்து அதன் காரணமாய்த் தனக்கென சீடர்கள் கூட்டம் ஒன்றினை உருவாக்கியிருந்த இராமலிங்கர் இப்பொழுது வர்ணாஸ்ரம எதிர்ப்பாளராகவும், அதற்கென ஒரு தனி அமைப்பை உருவாக்கிய தலைவராகவும் ஆனார்.

1865ல் கருங்குழியில் "சமரச வேத சன்மார்க்க சங்க"த்தை நிறுவினார் இராமலிங்கர். சன்மார்க்கம் என்பது யாது? இதுபற்றி அவரது உபதேசக் குறிப்புகளில் (அவர் கூறியதை அன்பர்கள் குறித்து வைத்தவை) காணக் கிடக்கிறது. அவர் கூறியிருக்கிறார்-

"சமரச வேத சன்மார்க்க சங்கம் என்பதற்குப் பொருள்: எல்லாச் சமயங்களுக்கும் பொதுவாகிய அறிவு நூல் முடிபான நான்காவது மார்க்கத்தை அனுஷ்டிக்கிற கூட்டமொன்று அறிக. மேற்படி மார்க்கம் நான்காவன: தாச மார்க்கம், சற்புத்திர மார்க்கம், சக மார்க்கம், சன் மார்க்கம் என நான்கு".

இந்த நான்கு மார்க்கங்கள் என்பவை புதியனவல்ல. ஏற்கெனவே சைவ சித்தாந்தத்தில் இருப்பவைதான். ஆனால் இராமலிங்கர் அதற்கான விளக்கத்தை மாற்றியமைத்து ஒரு புதிய சித்தாந்தத்தை உருவாக்கிவிட்டார். சைவ சித்தாந்தத்தின்படி தாச மார்க்கம் என்றால் இறைவனுக்கு அடிமையாதல், சற்புத்திர மார்க்கம் என்றால் இறைவனுக்கு மகனாதல், சக மார்க்கம் என்றால் இறைவனுக்கு நண்பனாதல், சன் மார்க்கம் என்றால் இறைவனே தானாதல். முதலாவதற்கு உதாரணமாக திருநாவுக்கரசரையும், இரண்டா வதற்கு உதாரணமாக திருஞான சம்பந்தரையும், மூன்றாவதற்கு உதாரணமாக சுந்தரரையும், நான்காவதற்கு மாணிக்கவாசகரையும் கூறுவர். ஆனால் இராமலிங்கரோ "சத்துவ குணத்திற்கு மார்க்கம் 4, சத்துவ குணத்தின் முதல் விளைவு

தன்னடிமையாகப் பலரையும் பாவித்தல். 2வது புத்திரனைப் போல் பாவித்தல். 3வது சினேகிதனைப்போல் பாவித்தல். 4வது தன்னைப்போல் பாவித்தல். இது ஜீவ நியாயம்'' என்று கூறி இறைவனிடத்தில் மனிதனை வைத்துவிட்டார். இது அன்றைக்கு ஓர் ஆன்மிகப் புதுமை, முதிர்ந்த மனித நேயத்தின் தத்துவ வெளிப்பாடு. தன்னைப்போல் பிறரையும் பாவிப்பது என்பதே உலகில் உச்சபட்ச கஷ்டம். மிருக ஜாதியிலிருந்து வந்த மனிதன் மிருக நிலையிலிருந்து இன்னும் முழுமையாக விடுபடவில்லை. மிருகம் தன்னை மட்டுமே இயல்பூக்கத்தால் பராமரித்துக் கொள்கிறது - மிஞ்சினால் தனது குட்டிகள். மனிதனும் தன்னை மட்டுமே பராமரித்துக்கொள்கிறான் - மிஞ்சினால் தனது குடும்பம். இதற்குப் பதிலாக சக மனிதர்களைத் தன்னைப்போல் பாவிக்கிற சன்மார்க்கத்திற்கு திரும்பச் சொன்னார் இராமலிங்கர்.

1867ல் வடலூரில் தரும சாலை அமைப்பதற்கு முன்பே எழுதப்பட்ட உரைநடை நூல் "ஜீவகாருண்ய ஒழுக்கம்" என்பது. இதிலே தன்னைப்போல் பிறரையும் பாவிக்கிற ஜீவ நியாயத்திற்கு - சன்மார்க்கத்திற்கு - விளக்கவுரை உள்ளது. அவர் கூறியிருக்கிறார்:

"பசியினால் வருந்துகிறவர்கள் எந்தத் தேசத்தவராயினும், எந்தச் சமயத்தவராயினும், எந்தச் சாதியராயினும், எந்தச் செய்கையரா யினும் அவர்கள் தேச ஒழுக்கம், சமய ஒழுக்கம், செய்கை ஒழுக்கம் முதலானவைகளைப் பேதித்து விசாரியாமல் எல்லா ஜீவர்களிடத்தும் கடவுள் விளக்கம் பொதுவாக விளங்குவதை அறிந்து பொதுவாகப் பார்த்து அவரவர் ஒழுக்கத்திற்குத் தக்கபடி அவர்கள் பசியை நிவர்த்தி செய்விப்பதே ஜீவகாருண்யம். சன்மார்க்க ஒழுக்கத்திற்கு ஒத்த சத்துவ ஆகாரத்தால் பசி நிவர்த்தி செய்துகொள்ளத்தக்க மிருகம், பறவை, ஊர்வன, தாவரம் என்கின்ற உயிர்களுக்குப் பசி வந்தபோது பசி நிவர்த்தி செய்விப்பதே ஜீவகாருண்யம்".

சமய வேறுபாடின்றி, சாதி வேறுபாடின்றி பசி நிவர்த்தி செய்யச் சொன்னாரே அதில் ஆழ்ந்த பொருள் உண்டு. கொடூரமான பஞ்சத்தில் வாடினால்கூட சமயம் - சாதி பார்த்துத்தான் அந்தக் காலத்தில் சோறு போடுவார்கள். சத்திரங்களில் உயர் சாதியினருக்கு மட்டும்தான் போஜனம் உண்டு. இதையெல்லாம் மனதில் கொண்டுதான் "எல்லா ஜீவர்களிடத்தும் கடவுள் விளக்கம் பொது" என்கிற கோட்பாட்டைச் சொல்லி பிச்சையிடுவதிலாயினும் சமத்துவ நோக்கினை கோரினார் இராமலிங்கர். அத்தோடு, மனித

உயிர்களின் பசி நெருப்பை மட்டுமல்ல, சைவ உணவு உண்ணும் சகல ஜீவராசிகளின் வாட்டத்தையும் போக்கச் சொன்னார்.

“வாடிய பயிரைக் கண்ட போதெல்லாம்
வாடினேன் பசியால் இளைத்தே
வீடுதோறும் இரந்தும் பசியறாது அயர்ந்த
வெற்றரைக் கண்டுளம் பதைத்தேன்
நீடிய பிணியால் வருந்து கின்றோர்
என்நேர் உறக்கண்டு உளந்துடித்தேன்
ஈடின் மானிகளாய் ஏழைகளாய்
நெஞ்சிளைத்தவர் தமைக்கண்டே இளைத்தேன்”

கருணையால் நிரம்பி வழிந்த ஒரு கவிஞனின் வார்த்தை விளையாட்டு அல்ல இது. அவரின் வாழ்க்கை லட்சியம் இது. சொல்லும் செயலும் வெவ்வேறாக இல்லாத ஒரு மாமனிதனின் பிரகடனம் இது. பசிப்பிணி போக்கிய ஆபுத்திரனை - அவனை ‘மணிமேகலை’ காவியத்தில் உருவாக்கிய சாத்தனாரை - இலக்கிய உலகில் சந்தித்திருக்கிறோம். அப்படியொரு கவிஞரை இராமலிங்கரில் காண்கிறோம். மணிமேகலையில் அள்ள அள்ளக் குறையாத திருவோடு (அமுத சுரபி) என்ற அதீத கற்பனையில் தீர்வு சொல்லப்பட்டிருந்தது. இராமலிங்கரோ யதார்த்தவாதியாகக் காரியத்தில் இறங்கினார். 1867ல் வடலூரில் “சமரச வேத தருமச்சாலை”யை அமைத்தார்.

ஒடிசா மாநிலத்தின் காளகந்தியில் பஞ்சம் வந்ததெனப் பத்திரிகை வாயிலாக அறிந்தோம். தமிழகத்தின் இன்றைய தலைமுறை அத்தகைய பஞ்சங்களை அனுபவித்ததில்லை. ஆனால், இராமலிங்கர் காலம் இப்படிப்பட்டதல்ல. அன்றைய சென்னை மாகாணத்தில் அடிக்கடி பஞ்சங்கள் வரும்; அடித்தட்டு மக்கள் உண்ண உணவின்றி பட்டினி கிடந்தே மாள்வார்கள். அப்படியொரு பஞ்சம் 1866ல் ஏற்பட்டது. அன்று, தான் நேரில் கண்டதைத்தான் வேதனைத் தீயில் புடம் போடப்பட்ட கவிதைத் தங்கமாய் வார்த்தெடுத்திருக்கிறார் இராமலிங்கர். இவரின் நெஞ்சம் இப்படித் துடிக்க... வட்டிக் கடைக்காரர்களின் நெஞ்சங்கள் மகிழ்ச்சியால் விம்மிப் புடைத்தன. அதிர்ஷ்ட காலம் பிறந்துவிட்டதெனக் கொள்ளையடிக்க ஆரம்பித்தனர். இராமலிங்கர் பாடியிருக்கிறார்:

“வட்டிமேல் வட்டிகொள் மார்க்கத்தில் நின்றீர்
வட்டியை வளர்க்கின்ற மார்க்கத்தை அறியீர்

பெட்டிமேல் பெட்டி வைத்தாள்கின்றீர் வயிற்றுப்
பெட்டியை நிரப்பிக் கொண்டொட்டியுள் இருந்தீர்
பழங்கஞ்சி ஆயினும் வழங்கவும் நினையீர்
எட்டிபோல் வாழ்கின்றீர் கொட்டிபோல் கிளைத்தீர்
எத்துணை கொள்கின்றீர் பித்துலகீரே."

ஏற்கெனவே குறிப்பிட்டது போன்று கிறிஸ்தவ போதகர்கள் களத்தில் நின்றனர். இராமலிங்கரும் தருமச் சாலையை அமைத்தார். சத்திரம் என்று சொல்லாமல் "சாலை" என்று பெயரிட்டதில்கூட புதுமை இருந்தது. சாலையில் சாதிய சமய வேறுபாடின்றி அனைவருக்கும் உணவு வழங்கப்பட்டது.

சன்மார்க்க சங்கத்தின் ஒரு துணை அமைப்பாக தருமச் சாலையை அமைத்ததன் மூலம் தனது கொள்கையையும், நடைமுறையையும் இணைத்தார் இராமலிங்கர். சாலையில் எப்படி சாதி, சமய வேறுபாடு இல்லையோ, அப்படியே சங்கத்திலும் இல்லை. கொலைச் செயலை மறுக்கிற, புலால் உணவைப் புறந்தள்ளுகிற எவரும் உறுப்பினராகலாம்-

"உயிர்க்கொலையும் புலைப் பொசிப்பும்
உடையவர்கள் எல்லாம்
உறவினத்தார் அல்லர். அவர்
புற இனத்தார். அவர்க்குப்
பயிர்ப்புறும் ஓர்பசி தவிர்த்தல்
மாத்திரமே புரிக"

ஆம்! இராமலிங்கருக்கு உறவினர்கள் இருந்தனர். அவர்கள் கொலையையும், புலாலையும் மறுப்பவர்கள். மற்றவர்கள் உறவினர்கள் அல்லர். ஆனால் அவர்களுக்கும் பசி என்று வந்தால் உணவிட வேண்டும். அந்த அளவுக்கு ஜீவகாருண்ய உணர்வு ததும்பி நின்றது.

கிறிஸ்தவத்தின் காருண்யத்தையும் சைவத்தின் புலால் மறுப்பையும் இணைத்திருக்கிறார் இராமலிங்கர். அந்த இணைப்பின் மூலம் சாதியத்திற்கு எதிராகத் தாக்குதல் தொடுக்கப்பட்டிருக்கிறது. சாதி - சமய வேறுபாடின்றி சங்கத்தில் உறுப்பினராகலாம் எனும்போது உயர் சாதியினரிடமிருந்து வரக்கூடிய விமர்சனத்தை எதிர்கொள்ளவே அனைவரையும் சைவர்களாக - புலால் உணவு மறுப்பவர்களாக - ஆக்கி விடுகிற குறுக்கு வழி காணப்பட்டிருக் கிறது. "புலால் உணவு சாப்பிடுகிறவர்களும் நாங்களும் ஒன்றா?"

என்ற உயர் சாதியினரின் வினாவிற்கு அன்றைக்கு இப்படித்தான் தீர்வு தர முடிந்திருக்கிறது.

"வள்ளலார் திருமுன்னர் சாதி வேற்றுமைக்கு இடமிருந்ததேயில்லை. அந்தணர் சபாபதி சிவாசாரியார் முதல் பறையர் அமாவாசை வரை எல்லாச் சாதியாரும் வள்ளலாரிடம் பழகினர். வள்ளலார் அனைவரையும் சமமாகவே கருதினார். சபாபதி சிவாசாரியாரும் தமது பூணூலையும் சிகையையும் நீக்கிவிட்டு அனைவருடனும் சமமாகப் பழக ஒரே பந்தியில் உண்டு வந்தார்" என்கிறார் ஊரன் அடிகள். இதனைச் சாதிக்கவே புலால் உணவு மறுப்புக்கு இவ்வளவு முக்கியத்துவம் கொடுத்திருக்கிறார் எனக் கருதினால் தவறாகாது.

சன்மார்க்க சங்கத்தின் மற்றொரு துணை அமைப்பாக "சன்மார்க்க போதனை" பாடசாலை அமைத்தார் இராமலிங்கர். அங்கே தமிழ், சமஸ்கிருதம், ஆங்கிலம் என மூன்று மொழிகளில் படிப்பு அமைந்தது. முதியோர்களும் இந்தப் பள்ளியில் சேர்க்கப்பட்டனர். தமிழகத்தில் முதன்முதலில் முதியோர் கல்வியைத் துவக்கியவர் இராமலிங்கரே எனப்படுகிறது. தனது கொள்கையைப் பரப்ப "சன்மார்க்க விவேக விருத்தி" என்கிற தமிழ்ப் பத்திரிகையையும் துவக்க முயன்றார். ஆனால் அதில் அவர் வெற்றி பெறவில்லை.

வெறும் சமயப் பிரசங்கியாக இல்லாமல் இப்படித் தனது கோட்பாட்டினை செயலில் நிரூபிப்பவராக இருந்ததுதான் இராமலிங்கரை பிற இந்து சமயவாதிகளிடமிருந்து தனித்துக் காட்டியது. எளிய மக்களுக்குச் சேவை செய்யாமல் மதத்தின் பெயரால்-கடவுளின் பெயரால் - அர்த்தமற்ற சடங்குகளைச் செய்துகொண்டிருந்தவர்களைக் கண்டிக்கவும் செய்தார் இராமலிங்கர்.

"ஜீவகாருண்ய ஒழுக்கமில்லாமல் ஞானம், யோகம், தவம், விரதம், ஜெபம், தியானம் முதலியவைகளைச் செய்கின்றவர்கள் கடவுள் அருளுக்குச் சிறிதும் பாத்திரமாகார்கள். அவர்களை ஆன்ம விளக்கமுள்ளவர்களாகவும் நினைக்கப்படாது. ஜீவகாருண்யமில்லாது செய்யப்படுகிற செய்கைகளெல்லாம் பிரயோஜனமில்லா மாயாஜாலச் செய்கைகளேயாகுமென்று அறியவேண்டும்" என்பது அவரின் வாக்கு.

10

சமயம் கடந்த நெறி

இராமலிங்கரின் செயல்பாடுகளில் உச்சமானது 1872 ஜனவரி 25ல் அவர் வடலூரில் அமைத்த "ஞான சபை". கோவில்தான், வழிபாட்டுத் தலம்தான். அதற்கு "சபை" என்று பெயரிட்டார். இங்கே எவ்வித விக்ரகமும் கிடையாது. ஜோதி வழிபாடுதான்! அதற்கும் புரோகிதர்கள் கிடையாது! தமிழக வழிபாட்டு வரலாற்றில் குமரிப் பகுதியில் வைகுண்ட சுவாமிகள் அமைத்த நிழல் தாங்களுக்குப் பிறகு இப்படியொரு புதுமை சிதம்பரத்திற்கு அருகே நடந்தது! சபை துவங்கப் பெற்ற அன்று அன்பர்களுக்கு விடுத்த விளம்பரத்தில் இராமலிங்கர் கூறினார் -

"எல்லாச் சமயங்களுக்கும், எல்லா மதங்களுக்கும், எல்லா மார்க்கங்களுக்கும் உண்மைப் பொது நெறியாகி விளங்குஞ் சுத்த சன்மார்க்கத்தைப் பெற்று பெருஞ்சுகத்தையும், பெருங்களிப்பையும் அடைந்து வாழும் பொருட்டு மேற்குறித்த உண்மைக் கடவுள் தாமே திருவுள்ளங்கொண்டு சுத்த சன்மார்க்கத்தின் முக்கிய லட்சியமாகிய உண்மை விளக்கஞ் செய்கின்ற ஓர் ஞானசபையை இங்கே தமது திருவருட் சம்மதத்தால் இயற்றுவித்து 'இக்காலத் தொடங்கி அளவு குறிக்கப்படாத நெடுங்காலம், அளவு குறிக்கப்படாத அற்புத சித்திகளையெல்லாம் விளங்க யாமே அமர்ந்து விளையாடுகின்றோம்' என்னுந் திருக்குறிப்பை வெளிப்படுத்தி அருட்பெருஞ் ஜோதியராய் வீற்றிருக்கின்றார்".

எல்லாச் சமயங்களுக்கும், எல்லா மார்க்கங்களுக்கும் பொதுவான "உண்மைக் கடவுள்" துவங்கும் இடமாக இதனைக் குறிப்பிடுகிறார். எல்லாச் சமயங்களுக்கும் பொது எனும்போது அதன் அடையாளம் எந்தவொரு விக்கிரகமாகவோ அல்லது இந்தியாவின் எந்தவொரு மதமும் ஏற்கெனவே பின்பற்றுகிற வழிபாட்டு முறையாகவோ இருக்கக்கூடாது என்கிற காரணத்தால் தான் ஜோதி வழிபாட்டு முறையை அவர் கொண்டுவந்திருக்கிறார்.

எங்கே தொடங்கி, எங்கே வந்து சேர்ந்திருக்கிறார்! திருவொற்றியூர் தெய்வத்தின் மீதும், கந்தகோட்டத்தின் கடவுள் மீதும், சிதம்பரம் நடராசர் மீதும் மட்டற்ற பக்திகொண்டு பாமாலை சூட்டி மகிழ்ந்தவர். சைவமயம் உள்ளிட்ட அனைத்துச் சமயங்களையும்

கடந்தவராக, ஆடும் நடராசரின் விக்ரகம் உள்ளிட்ட அனைத்து விக்ரகங்களையும் துறந்தவராகக் காட்சியளிக்கிறார். இதற்கு என்ன காரணம்? ஏன் இப்படியொரு சபையை வடலூரில் இராமலிங்கர் அமைத்தார்? 1904ல் பு.பாலசுந்தர நாயகர் என்பவர் எழுதிய "இராமலிங்க பிள்ளை பாடல் ஆபாச தர்ப்பணம் - மருட்பா மறுப்பு" என்கிற சிறு நூல் இப்படிக் கூறுகிறது -

"தில்லைத்தலத்தினும் பார்க்க உயர்ந்த தலங்கள் வேறின்மையால் கோயில் என்பர். அங்கே பிள்ளை தரிசிக்கப் போய் காலை இரகசிய லிங்கத்தைக் காட்டுமாறு தீஷிதர்களைக் கேட்க... அவர் உட்பிரவேசித்தல் கூடாது, இங்கு நின்று தரிசிக்க என்றனர். பிள்ளை பெருஞ்சினங்கொண்டு இதற்கு எதிராக ஒரு சிதம்பரத் தலமுண்டாக்கி நடராசரையும் அங்கே வரவழைத்து நடனஞ் செய்விக்கின்றோம், சிற்றம்பல்முஞ் செய்கின்றோமென்று வடலூரில் உத்தர ஞான சிதம்பரமென்று ஒரு கட்டிடங் கட்டி, நடராசர் எல்லாருங் காண இங்கே வந்து நடம் புரிவார் என்று கதையுங் கட்டியிருந்தார். அந்தக் கட்டிடத்தில் இடி விழுந்து தகர்த்தது யாவருமறிவர்".

இந்த நூலாசிரியர் கூறுவதுபோல கட்டிடம் ஒன்றும் தகர்ந்திடவில்லை. இன்றும் அந்த தாமரை வடிவிலான எண்கோண சபை அழகாக, கம்பீரமாக நிற்கிறது. அதற்கு முன்பு போடப்பட்டிருந்த பந்தல்தான் பற்றி எரிந்தது. இதிலிருந்தே வைதீகர்கள் இராமலிங்கரையும், அவரது இயக்கத்தையும் எந்த அளவுக்கு வெறுத்தார்கள் என்பதைப் புரிந்துகொள்ளலாம். அதேநேரத்தில், இந்த நூல் வெளிவந்தது இந்த நூற்றாண்டின் ஆரம்பத்தில் என்பதை எண்ணும்போது சிதம்பரம் கோவிலில் நடந்ததாகக் கூறப்படும் நிகழ்ச்சியை ஆதாரமற்றது என்று சட்டென்று புறக்கணித்துவிட முடியாது. சிலம்புச் செல்வர் ம.பொ. சி. அப்படித்தான் செய்துள்ளார் - "இக்கதைக்குச் சான்றாக அடிகள் பாடியுள்ள 'வருவார் அழைத்து வாடி வடலூர் வட திசைக்கே' என்ற கீர்த்தனையின் கருத்துக்கள் எடுத்துக்காட்டப்படுகின்றன. இந்தக் கீர்த்தனையை விட்டுவிட்டால் மருட்பாக்கூட்டத்தார் தரும் தகவலை உறுதிப்படுத்தக்கூடிய நூற்சான்று எதுவுமிருப்பதாகத் தெரியவில்லை".

உண்மையில் திரு அருட்பா உரைநடைப் பகுதியில் மேலும் சில ஆதாரங்கள் உள்ளன. 1871 மார்ச் 30ல் "சாலை சம்பந்திகளுக்கு இட்ட சமாதிக் கட்டளை"யில் "சமரச வேத சன்மார்க்க சங்கமும் மேற்படி

தருமச் சாலையும் நிலைபெற விளக்கஞ் செய்யும் பொருட்டாகவும் சிதம்பரங் கோவில் திருச்சபைகளை புதுக்கி நிலைபெற விளக்கஞ் செய்யும் பொருட்டாகவும் கருணை கூர்ந்து எனது தந்தையாராகிய எல்லாம் வல்ல திருச்சிற்றம்பலக் கடவுள் பார்வதிபுரம் சமரச வேத சன்மார்க்க சங்கத் தருமச் சாலைக்கு எழுந்தருளிக் காட்சி கொடுக்குந்தருணம் மிகவும் அடுத்த சமீபமாகவிருக்கின்றது" என்று இராமலிங்கர் குறிப்பிட்டிருக்கிறார். சிதம்பரம் கோவில் திருச்சபைக்கு மாற்றாகவே இந்த ஞானசபையை உருவாக்கியிருக் கிறார் என்பது "புதுக்கி" என்கிற சொல் மூலம் தெளிவாகிறது.

ஞானசபை அமைக்கப்பட்ட பிறகும் இதனை மீண்டும் கீழ் வரும் வார்த்தைகளில் கூறியிருக்கிறார் இராமலிங்கர் -

மேற்குறித்த உண்மைக் கடவுள்தாமே திருவுள்ளங்கொண்டு சுத்த சன்மார்க்கத்தின் முக்கிய லட்சியமாகிய உண்மை விளக்கஞ் செய்கின்ற ஓர் ஞான சபையைச் சித்தி வளாகம் என்னும் இச்சந்நிதானத்திற்கடுத்த உத்தரஞான சிதம்பரம் அல்லது ஞான சித்திபுரம் என்று குறிக்கப்படுகின்ற வடலூர் பார்வதிபுரத்தில் தமது திருவருட் சம்மதத்தால் இயற்றுவித்து.

வடலூர் ஞான சபையை "உத்திரஞான சிதம்பரம்" என்றே அழைத்திருக்கிறார். அதுமட்டுமல்ல, இராமலிங்கர் தனது கைப்பட எழுதிய "சுத்த சன்மார்க்க சத்தியச் சிறு விண்ணப்பம்" என்பதிலும் "பூர்வஞான சிதம்பரத்தின் வடபால் பார்வதிபுரமென்று குறிக்கப்படுகின்ற உத்தரஞான சித்திபுரத்தில் யாம் அளவு கடந்த நெடுங்காலம் சித்தியெல்லாம் விளங்கத் திருவருள் நடஞ்செய் வோமென்று" அந்த ஆண்டவரே கூறியதாக எழுதியுள்ளார். "அருள் நடம்" என்பது சிதம்பரம் நடராசரைக் குறிக்கிறது. சபையை "உத்தரஞான சிதம்பரம்" என்றவர் ஏற்கெனவே உள்ளதை "பூர்வஞான சிதம்பரம்" என்று அழைத்தார். இது புதுசு! அது பழசு!

ஆக, ஒரு போட்டி சிதம்பரத்தையே வடலூரில் துணிச்சலோடு உருவாக்கியிருக்கிறார் இராமலிங்கர். அப்படியெனில் சிதம்பரம் கோயிலை வழிபடத்தக்க இடமாக அவர் பின்னாளில் கருதவில்லை என்பது நிச்சயமாகிறது. இப்படியொரு நிலைபாட்டிற்கு வர அங்கே "மருட்பா மறுப்பு" நூலில் கூறியதுபோன்ற ஒரு நிகழ்ச்சி நடந்திருக்கலாமல்லவா? கொலையும் புலால் உணவையும் கைவிட்டவர் எவரும் எந்த சாதியாரும் கருவறைவரை போகலாம் என்று புதுவகைக் கோவில் கண்டதற்கு இப்படியொரு நிகழ்ச்சியும்

ஒரு காரணமாக இருந்திருக்கலாம் அல்லவா? எவ்வளவுதான் நடராசர் மீது பக்தியிருந்தாலும் பிராமணரல்லாதார் கோவில் கருவறைக்குள் நுழைய முடியாது என்று உள்ள தடை நெஞ்சுக்குள் ஒரு வித்தாக விழுந்திருக்கலாமல்லவா? அது பின்னர் "ஞான சபை" என்கிற விருட்சமாக எழுந்திருக்கலாமல்லவா?

இத்தகைய கருத்தினை தமிழ்த்தென்றல் திருவிக 1929ல், தான் எழுதிய "இராமலிங்க சுவாமிகள் திருவுள்ளம்" என்கிற நூலில் குறிப்பிட்டுள்ளார். அந்தப் பகுதி இதோ -

"எச்சமயத்தவரும் வந்திறைஞ்சா நிற்பர் என்று தாயுமான சுவாமிகள் சிதம்பரத்தின் பொதுமை தெரிந்து போந்தார். இப்பொழுது சிதம்பரத்தில் எல்லார்க்கும் இடமுண்டா? தாயுமானார் காலத்தில் பொதுவுடைமையாகக் கருதப்பட்ட சிதம்பரம் இப்பொழுது சிலருடைமையாகவே கருதப்படுகிறது. அக்கொடுமை கண்டே இராமலிங்க சுவாமிகள் இச்சபைக் கோவிலை நிறுவினார்".

சிதம்பரம் கோவில் பற்றிய அனுபவத்தோடு பிரம்ம சமாஜிகளுடன் இராமலிங்கருக்கு ஏற்பட்ட தொடர்பும்கூட விக்கிரக ஆராதனையை விலக்குகிற நிலைக்கு அவரை இட்டுச் சென்றிருக்கக் கூடும். 1867 ஜனவரியில் கடலூரைச் சார்ந்த திருப்பாதிரிப்புலியூர் பெண்ணை நதிக்கரையில் தென்னிந்திய பிரம்ம சமாஜ தலைவரான ஸ்ரீதரலு நாயுடுவுடன் விவாதம் நடத்தியுள்ளார் இராமலிங்கர். விஷயம் விக்கிரக ஆராதனை பற்றியது. சூடாக நடந்த விவாதத்தின் முடிவில் விக்கிரக ஆராதனையை ஆதரித்து இராமலிங்கர் பேசியிருந்தாலும் துவக்கத்தில் "பிரம்மத்தை அறியத் தொடங்கினோர் அறிதல் வேண்டும், விக்கிரக ஆராதனை செய்யத் தொடங்கினோர் செய்தல் வேண்டும். இவ்விரு வகையும் அது அதற்குரிய பக்குவர்களுக்கு அடுத்த வகைகள் என்று அறிய வேண்டும்" என்று ஒரு சமரச சிந்தனையையே முன்வைத்திருக்கிறார். இதுவும் பின்னாளில் ஜோதி வழிபாட்டிற்கு வழிவகுத்திருக்கக்கூடும்.

அன்றைய காலகட்டத்திற்கு முற்றிலும் புதுமையான, பெரிதும் பரபரப்பான இத்தகைய வைதீகச் சமயம் கடந்த நெறியினை நடைமுறைப்படுத்துவது ஒன்றும் அவருக்கு அவ்வளவு எளிதாக இருக்கவில்லை. வைதீகர்களின் எதிர்ப்பு மட்டுமல்ல, இவரின் அன்பர்களே இவரை நன்கு புரிந்துகொள்ளவில்லை. ஞான சபை தொடங்கிய ஆறு மாதங்களிலேயே (18.7.1872) "ஞான

சபை விளக்க விபவ பத்திரிகை" என்ற ஒன்றை வெளியிட்டார் இராமலிங்கர். அது மிக முக்கியமானது. அவரின் இறுதிக் காலத்திய சிந்தனைகளைப் புரிந்துகொள்ள பெரிதும் உதவுகிறது. அதன் முதல் பகுதி அவர் துவக்கிய அமைப்புகளின் பெயர் மாற்றத்தைக் குறிக்கிறது -

"இன்று தொடங்கி சபைக்கு சமரச சுத்த சன்மார்க்க சத்திய ஞானசபையென்றும், சாலைக்கு சமரச சுத்த சன்மார்க்க சத்திய தருமச்சாலையென்றும், சங்கத்திற்கு சமரச சுத்த சன்மார்க்க சத்தியச் சங்கமென்றும் திருப்பெயர் வழங்குதல் வேண்டும்".

அத்துணை அமைப்புகளின் பெயர்களிலிருந்தும் "வேத" என்கிற சொல்லை எடுத்து அங்கே "சுத்த" என்கிற சொல்லைப் பொருத்தியிருக்கிறார். "வேத சன்மார்க்கம்" என்பதற்குப் பதிலாக "சுத்த சன்மார்க்கம்" என இராமலிங்கர் கூறியது ஆழ்ந்த அர்த்தமுடையதாகும். "வேதம்" என்றால் வைதீக இந்து சமய வாடை அடித்து விடுகிறது. அல்லது கிறிஸ்தவ மதத்தின் சாயலாகக்கூட ஆகிவிடலாம். அவற்றையெல்லாம் கடந்த ஒன்றுக்கு பொருத்தமான சொல் அதுவல்ல என்கிற முடிவுக்கு அவர் வந்திருக்கிறார்.

அதேபோன்று "சத்திய" என்கிற பதத்தையும் புதிதாக இணைத்திருக்கிறார். அதற்கு அவர் சட்டென்று புரியாத தத்துவ விளக்கம் ஒன்று கூறியதாக உபதேசக் குறிப்புகளில் இருந்தாலும் குறுகிய வர்ணாஸ்ரம சிந்தனைகளிலிருந்து தனது சீடர்கள் முழுமையாக விடுபட வேண்டுமென்பதும், அமைப்புகளில் ஊழலும், பொய்மையும் புகுந்துவிடக்கூடாது என்கிற கவலையுமே இந்தப் பெயர் மாற்றத்திற்கு காரணமாக இருந்திருக்கும். ஏற்கெனவே அப்பாசாமி செட்டியார் என்பவருக்கு எழுதிய கடிதத்தில் (9.3.1872) "இந்த சாலையால் எனக்கு மிகவும் சலிப்புண்டாகிறது. அந்த சலிப்பு இரண்டு பக்கத்திலும் உபத்திரவம் பண்ணும். ஆதலால் சாலையிலிருக்கிறவர்களெல்லாம் சன்மார்க்கத்திற்கு ஒத்து வாயடங்கி, மனமடங்கி இருக்க வேண்டும். என்மேற் பழியில்லை. சொல்லிவிட்டேன். பின்பு வந்ததைப்பட வேண்டும்" என்று மிகவும் கடுமையாக எச்சரித்திருக்கிறார். இந்த நிலையில் "சத்திய" என்ற சொல்லைச் சேர்த்ததை நம்மால் புரிந்துகொள்ள இயலும்.

இந்த "விபவ பத்திரிகை"யின் இரண்டாம் பகுதி ஞான சபையின் வழிபாட்டு முறை பற்றி பேசுகிறது. "ஞானசபை

வழிபாடு தம் கொள்கைப்படி செவ்வையாக நடைபெறாததை அறிந்த அடிகள் ஞான சபை வழிபாட்டையும் பராமரிப்பையும் குறித்துச் சில விதிகளை வகுத்து அருளிய கட்டளை" என்று இதுபற்றிக் கூறுகிறார் ஊரன் அடிகள். தன் காலத்திலேயே தனது கோட்பாடுகள் மீறப்படுவது கண்டு வருத்தமுற்ற இராமலிங்கர் அதில் இவ்வாறு கூறியிருக்கிறார் -

"ஞான சபைக்குள்ளே தகரக்கண்ணாடி விளக்கு வைத்தல் வேண்டும். பித்தளை முதலியவற்றால் செய்த குத்துவிளக்கு வேண்டாம்".

பித்தளைக் குத்துவிளக்கு என்றால் அது இந்து சமய வழிபாடாகப் போய்விடும் என அவர் கருதியிருக்கலாம். ஜோதிதான் கடவுள் என்றால் அதனை ஏற்றுகிறவர் பூசாரியாகி விடுவார். அந்தப் பூசாரி யார்?

"தகரக் கண்ணாடி விளக்கு வைக்குங் காலத்தில் தகுதியுள்ள நம்மவர்கள் தேக சுத்தி கரணசுத்தியுடைவர்களாய் திருவாயிற்படி புறத்திலிருந்துகொண்டு விளக்கேற்றி, பன்னிரண்டு வயதிற்கு உட்பட்ட சிறுவர் கையிற் கொடுத்தாவது, எழுபத்திரண்டு வயதிற்கு மேற்பட்ட பெரியவர் கையிற் கொடுத்தாவது உட்புற வாயில்களுக்குச் சமீபங்களில் வைத்துவரச் செய்விக்க வேண்டும்" என்றார். அதாவது நிரந்தர பூசாரி என்ற ஏற்பாட்டையே தகர்த்துவிட்டார். பூசாரி என்றால் யார், என்ன சாதி என்கிற பிரச்சனை வந்து விடுமே; ஆகவே குழந்தை அல்லது பெரியவர் ஒருவரை வைத்து ஜோதி ஏற்றச் சொன்னார். இதன் மூலம் வர்ணாஸ்ரமத்தின் ஒரு முக்கிய அடையாளத்தை மக்களின் வழிபாட்டுத் தலத்திலிருந்து நீக்கினார். சிதம்பரம் நடராசர் கோவிலில் அவருக்கு ஏற்பட்ட அனுபவமும், சமுதாயத்தில் நிலவிய உயர் சாதி வெறியும் அவரை இப்படியொரு வழிபாட்டு முறையை உற்பத்தி செய்ய வைத்திருக்கிறது. அத்தோடு "தகர விளக்கு" என்று கூறி எளிமையையும் புகுத்தியிருக்கிறார்.

11

இராமலிங்கர் தந்த அதிர்ச்சி வைத்தியம்

ஐம்பதாண்டு காலம் வாழ்ந்த வள்ளலாரின் முதல் நாற்பதாண்டு காலத்தைப் பார்க்கும்போது இன்னொரு தாயுமான சுவாமிகளாக அவரது கதை முடிந்துபோய் விடக்கூடிய நிலை இருந்தது தெரிகிறது. ஆனால் அடுத்த பத்தாண்டு காலம் அவரை ஒரு புதிய சிகரத்தைத் தொட வைத்துவிட்டது. அருமையான கவிஞராக மட்டும் இருந்த அவர் இந்தக் காலத்தில் அமைப்பு ரீதியாகச் செயல்பட்ட சமூக சீர்திருத்தவாதியாகவும் மலர்ந்தார். ஆனால் கவித்துவம் குறைந்துவிடவில்லை. அது இன்னும் அழகு பெற்றது.

தனது வாழ்வின் முதல் பகுதி குறித்து அவரே தனது கடைசி காலத்தில் - சித்தி வளாகத்தில் சன்மார்க்கக் கொடியை 1873 அக்டோபர் 22ல் கட்டி ஆற்றிய உரையில் - சுய விமர்சனம் செய்திருப்பது இதனை மேலும் உறுதிப்படுத்துகிறது. அவர் கூறினார் - "நாம் நாமும் முன்பார்த்தும் கேட்டும் லட்சியம் வைத்துக்கொண்டிருந்த வேதம், ஆகமம், புராணம், இதிகாசம் முதலிய கலைகள் எதனினும் லட்சியம் வைக்க வேண்டாம். ஏனென்றால் அவைகளில் ஒன்றிலாவது குழூ உக்குறியின்றித் தெய்வத்தை இன்னபடி என்றும், தெய்வத்தினுடைய உண்மை இன்னதென்றும் கொஞ்சமேனும் புறங்கவியச் சொல்லாமல் மண்ணைப் போட்டு மறைத்துவிட்டார்கள்... இதுபோல், சைவம், வைணவம் முதலிய சமயங்களிலும், வேதாந்தம், சித்தாந்தம் முதலிய மதங்களிலும் லட்சியம் வைக்க வேண்டாம். அவற்றில் தெய்வத்தைப் பற்றிக் குழூ உக்குறியாகக் குறித்திருக்கிறதேயன்றிப் புறங்கவியச் சொல்லவில்லை. அவ்வாறு பயிலுவோமேயானால் நமக்குக் காலமில்லை. அதனால் அவற்றில் லட்சியம் வைக்க வேண்டாம். ஏனெனில் அவைகளிலும் அவ்வச்சமய மதங்களிலும் அற்பப் பிரயோஜனம் பெற்றுக்கொள்ளக் கூடுமேயல்லாது ஒப்பற்ற பெரிய வாழ்வாகிய இயற்கையுண்மை என்னும் ஆன்மானுபவத்தைப் பெற்றுக்கொள்கின்றதற்கு முடியாது. ஏனெனில் நமக்குக் காலமில்லை. மேலும் இவைகளுக்கெல்லாம் சாட்சி நானே இருக்கின்றேன். நான் முதலில் சைவ சமயத்தில் லட்சியம் வைத்துக்கொண்டிருந்தது இவ்வளவென்று அளவு

சொல்ல முடியாது. அது பட்டணத்துச் சுவாமிகளுக்கும் வேலாயுத முதலியாருக்கும், இன்னும் சிலருக்கும் தெரியும். அதே லட்சியம் இப்போது எப்படிப் போய்விட்டது பார்த்தீர்களா! அப்படி லட்சியம் வைத்திருந்ததற்குச் சாட்சி வேறே வேண்டியதில்லை. நான் சொல்லியிருக்கிற திருவருட்பாவில் அடங்கியிருக்கிற ஸ்தோத்திரங்களே போதும். அந்த ஸ்தோத்திரங்களையும் மற்றவர்களுடைய ஸ்தோத்திரங்களையும் சபைக்குக் கொண்டு வந்தால் அவைகளே சாட்சி சொல்லிவிடும். ஏன் அவ்வளவு மிகுந்த அழுத்தம் எனக்கு அப்போதிருந்ததென்றால், அப்போது எனக்கு அவ்வளவு கொஞ்சம் அற்ப அறிவாக இருந்தது. இப்போது ஆண்டவர் என்னை ஏறாத நிலைமேல் ஏற்றியிருக்கின்றனர். இப்போது எல்லாவற்றையும் விட்டுவிட்டதினால் வந்த லாபம் இது. ஆதலால் நீங்களும் விட்டுவிட்டீர்களானால் என்னைப் போல் பெரிய லாபத்தைப் பெறுவீர்கள்".

சில சித்தர்களுக்குப் பிறகு இப்படி வேத ஆகமங்களையும் சைவ - வைணவ சமயங்களையும் நிராகரிக்கச் சொன்னவர், இவற்றை "அற்ப அறிவு" எனத் தைரியமாகச் சொன்னவர் இராமலிங்கரே. அந்தச் சித்தர்கள் பரதேசிகளாகத் திரிந்து பராபரியாகப் பாடிச் சென்றவர்கள். இவரோ தனிச் சங்கம், தனிக் கோவில், தனிக்கொடி என அமைப்பு ரீதியாகச் செயல்பட்டவர். அதுவும் தமிழகத்தின் மையப் பகுதியில் செயல்பட்டவர். இப்படிப்பட்ட ஒருவர் சொன்னது அன்றைக்கும் அதற்குப் பிறகும் வெகு காலத்திற்கு பெரும் பரபரப்பை ஏற்படுத்தியது. சிதம்பரத்தில் மட்டுமல்ல, தலைநகரம் சென்னையிலும் இதன் எதிரொலி கேட்டது. இதைப் பற்றியெல்லாம் கவலைப்படாமலோ அல்லது ஓர் அதிர்ச்சி வைத்தியமாக இருக்கட்டும் என்று நினைத்தோ அவர் விடாது இந்தக் கருத்துக்களைச் சொல்லி வந்தார். 'பேருபதேசம்' எனச் சரியாகத் தலைப்பிடப்பட்டுள்ள இந்த உரை மட்டுமல்ல, இதற்கு ஏற்ப அவர் பாடியுள்ள பல பாடல்களும் (ஆறாம் திருமுறையில் இருப்பவை) இதனை உறுதி செய்கின்றன.

> "கண்டதெல்லாம் அனித்தியமே கேட்டதெல்லாம் பழுதே
> கற்றதெல்லாம் பொய்யே நீர் களித்ததெலாம் வீணே
> உண்டதெல்லாம் மலமே உட்கொண்டதெல்லாம் குறையே
> உலகியலீர் இதுவரையும் உண்மை யறிந்திலிரே"

- என்பதில் தனது பழைய "ஞான"த்தை அவர் கண்டனம் செய்வதைக் காணலாம்.

"சாதியிலே மதங்களிலே சமய நெறிகளிலே
சாத்திரச் சந்தடிகளிலே கோத்திரச் சண்டையிலே
ஆதியிலே அபிமானத்து அலைகின்ற உலகீர்
அலைந்தலைந்து வீணே நீர் அழிதல் அழகலவே"

- என்பதில் வெளிப்படையாக சாதி, சமய மாச்சரியங்களை எதிர்த்து நிற்பதைக் காணலாம்.

"நால்வருணம் ஆசாரமம் முதலா நவின்ற
கலைச் சரிதம் எலாம் பிள்ளை விளையாட்டே
மேல் வருணம் தோல்வருணம் கண்டறிவார்இலை நீ விழித்திது
பார் என்றனுக்கு விளம்பிய சற்குருவே"

- என்பதில் பேருபதேசமானது அப்படியே அழகானதொரு கவிதையாக வடிவெடுத்திருப்பதை தரிசிக்கலாம். "பிள்ளை விளையாட்டே" என்றார் பாருங்கள், அது கச்சிதமான வருணனை யாக அமைந்திருப்பதை ரசிக்கலாம்.

"மதித்த சமய மத வழக்கெல்லா மாய்ந்தது
வருணாச்சிரமம் எனும் மயக்கமும் சாய்ந்தது
கொதித்த லோகாசாரக் கொதிப்பெல்லாம் ஒழிந்தது
கொலையும் களவு மற்றைப் புலையும் அழிந்தது
குறித்த வேதாகமகக் கூச்சலும் அடங்கிற்று
குதித்த மனமுருட்டுக் குரங்கு முடங்கிற்று
வெறித்தவெவ் வினைகளும் வெந்து குலைந்தது
விந்தைசெய் கொடுமாயைச் சந்தையும் கலைந்தது"

- என்பதில் "வருணாச்சிரமம் எனும் மயக்கமும் சாய்ந்தது" என்று வருவது அவரின் சமூக சீர்திருத்த வேட்கையை தெள்ளெனப் புலப்படுத்துகிறது. "வேதாகமகக் கூச்சல்" என்றெல்லாம் அன்றைக்கே ஒருவர் சொல்லியிருப்பது நமக்கு வியப்பை ஏற்படுத்துகிறது.

"சாதிகுலம் என்றும் சமய மதம் என்றும் உப
இயல் ஆச்சிரம நீட்டென்றும் - ஓதுகின்ற
பேயாட்டம் எல்லாம் பிதிர்ந்தொழிந்தவே பிறர்தம்
வாயாட்டம் தீர்ந்தனவே மற்று"

- என்பதில் இன்னுமொரு உச்சத்திற்குப் போய் "பேயாட்டம்" என்று வருணித்து அதற்கான மூலவர்களின் "வாயாட்டம்" தீர்ந்ததுவே என்று எக்காளமிட்டிருக்கிறார்.

அனைத்து மதங்களையும் வெறுத்தொதுக்கியதன் மூலம் இராமலிங்கர் நாத்திகராகியிருந்தார் என்று கருதிவிடக்கூடாது.

மாறாக, கடவுள் என்பதை ஒரு கருத்தோட்டமாகத் தொடர்ந்து பற்றியிருந்தார். "இயற்கை உண்மை எனும் ஆன்மானுபவமே" அந்தக் கருத்தோட்டம் என்றார். "கடவுள்" என்பதை ஆதிக்க சக்திகள் மதத்தின் பெயராலும், சாதியின் பெயராலும் ஏழை எளியவரைச் சுரண்டுகின்ற சாதானமாக மாற்றியிருந்ததிலிருந்து அதனை விடுவிக்க முயன்றிருக்கிறார்.

"உலகத்திலிருக்கிற எல்லா ஜனங்களையும் குறித்தே விண்ணப்பித்துக் கொண்டேன். ஏன் அப்படி ஆண்டவரிடத்தில் விண்ணப்பித்துக் கொண்டேன் என்றால்: எல்லாரும் சகோதரர்களாதலாலும் இயற்கையுண்மை யேசுதேசங்களாதலாலும் நான் அங்ஙனம் ஆன்ம நேய ஒருமைப்பாட்டுரிமை வைத்துக்கொண்டிருக்கிறேன்" என்றார் இராமலிங்கர். உலக மக்களையெல்லாம் சோதரர்களாகப் பார்க்கிற இந்த விசாலமான இதயத்திற்கு ஏற்கெனவே இயங்கி வருகிற சமயங்களெல்லாம் பெரும் தடைக்கற்களாகத் தெரிந்தன. அவற்றைக் கடப்பதே உண்மையான ஞானம் எனக் கருதினார். அனைத்து உயிர்களையும் சமமாக - ஒன்றாக - பாவிக்கிற இந்த ஞானத்திற்கு "ஆன்ம நேய ஒருமைப்பாட்டுரிமை" என்று அழகான பெயர் கொடுத்தார்.

இன்றைக்கும் சாதி - சமயப் பூசல்கள் நிலவிக்கொண்டிருக்கின்றனவென்றால் அன்றைக்கு எப்படி இருந்திருக்கும் என்று யோசித்துப் பாருங்கள். அவற்றிலிருந்தெல்லாம் விடுபட்டும், அவற்றிலிருந்து பிறர் விடுபடவும் ஒரு மாமனிதர் சமயங்களைத் துறக்கச் சொல்லியிருக்கிறார். பாரத நாட்டில் சாதியே சமயமாக இருந்த நிலையில் இதைத் தவிர வேறு பாதை அவருக்குத் தெரியவில்லை. ஆனால் இந்தத் தீவிரமான மார்க்கத்தை தாங்கும் சக்தி அன்றைக்குத் தமிழகத்தில் இல்லை. பல தரப்புகளிலிருந்தும் இராமலிங்கருக்கு எதிர்ப்பு கிளம்பியது.

போதாக்குறைக்கு அவர் முன்வைத்த வேறு சில சமூக சீர்திருத்தங்களும் வைதீகர்களின் வெறுப்புத் தீயில் நெய்யைச் சொரிந்தன.

1. "பெண்களுக்கு யோகம் முதலிய சாதனங்கள் அவசியம் கற்பிக்க வேண்டியது. மேலும் பேதமற்று அபேதமாய்ப் படிப்பு முதலியவையும் சொல்லிக்கொடுக்க வேண்டியது" என்று பெண் கல்வியை வற்புறுத்தினார்.

2. "புருஷன் இறந்தால் மனைவி தாலி வாங்குதல் வேண்டாம். மனைவி இறந்தால் புருஷன் வேறு கல்யாணப் பிரயத்தனஞ்

செய்ய வேண்டாம். பிள்ளைகள் இறந்தால் சஞ்சலிக்க வேண்டாம். கர்ம காரியங்கள் ஒன்றுஞ் செய்ய வேண்டாம். தெரிவிக்கத் தக்கவர்களுக்குத் தெரிவித்து ஒரு தினத்தில் நேரிட்டவர்களுக்கு நேரிட்ட மட்டில் அன்னவிரயஞ் செய்ய வேண்டும்".

பெண்களுக்கு விதவைக் கோலம் கூடாது என்பது விதவை மணத்திற்கான முதல் கட்டத் தயாரிப்பாகத் தெரிகிறது. மனைவியை இழந்த கணவன் மறுமணம் செய்யக்கூடாது என்றது இளம் விதவைகள் பெருகுவதை தடுக்கும் நோக்கம் கொண்டதாகப் படுகிறது. இறந்தவர்க்கு கர்ம காரியங்கள் கூடாது என்றது புரோகிதர்களின் அடிமடியில் கை வைக்கிற காரியம்.

3. சைவ - வைணவ சமயங்களை மட்டுமல்ல, சிறு தெய்வ வழிபாட்டையும் எதிர்த்தார். எத்தனையோ பல மூடநம்பிக்கைகளுக்கு சிறு தெய்வ வழிபாடு இன்றைக்கும் காரணமாய் இருக்கிறது. "கிலியுறு சிறிய தெய்வவெங் கோவில் கண்ட காலத்திலும் பயந்தேன்" என்று பாடியுள்ளார்.

வள்ளலாரின் இந்த சமூக சீர்திருத்தச் சிந்தனைகளும் பசித்த மானுடமும் கண்டு அவர் துடித்த துடிப்பும் ஆட்சியாளர்கள் பற்றிய விமர்சனக் கண்ணோட்டத்தை அவருள் தவிர்க்க முடியாதபடி ஏற்படுத்தியது. இராமலிங்கர் காலத்தில் தேசிய அரசியல் இயக்கம் ஏதும் தோன்றவில்லை. இந்திய தேசிய காங்கிரசானது இவர் மறைந்து பதினோரு ஆண்டுகள் கழித்தே உருவானது. எந்தவொரு மாற்றுச் சிந்தனையும் மத ரீதியிலான வடிவத்திலேயே எழக்கூடிய நிலை இருந்தது. இந்தச் சூழலில் விரிவான அளவில் அரசியல் சிந்தனைகளை இராமலிங்கரிடமிருந்து எதிர்பார்ப்பது நியாயமாகாது. எனினும் அநீதி ஆட்சியாளர்களைக் கண்டித்து அங்கொன்றும் இங்கொன்றுமாய் அவர் பாடவும் தவறவில்லை.

"நடுநிலை இல்லாக் கூட்டத்தைக் கருணை
நண்ணிடா அரையரை நாளும்
கெடுநிலை நினைக்கும் சிற்றதிகாரக்
கேடரைப் பொய்யலால் கிளத்தாப்
படுநிலை யவரைப் பார்த்த போதெல்லாம்
பயந்தனன் சுத்த சன்மார்க்கம்
விடுநிலை உலகநடை எலாங்கண்டே
வெருவினேன் வெருவினேன் எந்தாய்"

- என்று நடுநிலை இல்லா ஆட்சியாளர்களை, சிற்றதிகாரக் கேடரைச் சாடினார். அப்புறம் அந்தப் புகழ் பெற்ற பாட்டு:

"கருணை இலா ஆட்சி கடுகி ஒழிக
அருள் நயந்த நன்மார்க்கர் ஆள்க"

- இவையெல்லாம் அன்றிருந்த ஆங்கிலேய ஆட்சி பற்றிய மறைமுகத் தாக்குதலே என எண்ணுவதில் தவறில்லை. முத்துக்குட்டி சுவாமிகளும் அரசு பற்றிய இத்தகைய கண்டனத்தைச் செய்திருப்பதை இங்கே நினைத்துக்கொள்ள வேண்டும்.

12
அருட்பாவா ? மருட்பாவா?

இராமலிங்கர் பாடிய பாடல்கள் அனைத்தும் ஆறு தொகுதிகளாகத் தொகுக்கப்பட்டுள்ளன. இவை ஆறு திருமுறைகள் எனப்படுகின்றன. அவரின் உரைநடை எழுத்துக்களெல்லாம் தனித்தொகுதியாக வெளிவந்துள்ளன. இவை அனைத்தும் சேர்த்து "திரு அருட்பா" என அழைக்கப்படுகிறது. இராமலிங்கர் காலத்தி லேயே - 1867ம் ஆண்டிலேயே - அவரின் பாடல்களில் ஒரு பகுதி நூல் வடிவம் பெற்றுவிட்டது. இதனைத் தொகுத்து, வகுத்துப் பதிப்பித்தவர் அடிகளின் முதல் மாணாக்கரான தொழூவூர் வேலாயுத முதலியார். அவரே நூலுக்கு "திரு அருட்பா" என்றும் பெயர் சூட்டினார்.

இதனை அன்றைக்கே வைதீக சைவ சமயத்தினர் கடுமையாக எதிர்த்தனர். அப்பர், சம்பந்தர், சுந்தரர், மாணிக்கவாசகர் ஆகியோரின் தேவார திருவாசகங்களே அருட்பா என அழைக்கப்பட வேண்டுமென்றும், மற்றவையெல்லாம் இயற்றியவர் பெயராலேயே அழைக்கப்பட வேண்டும் என்றும் அவர்கள் வாதிட்டனர். இதையொட்டி ஒரு பெரும் கருத்து மோதல் எழுந்தது. இராமலிங்கரின் பாடல்களை "போலி அருட்பா" என்றும் "மருட்பா" என்றும் அவர்கள் தாக்கத் தலைப்பட்டனர்.

1868ம் ஆண்டில் அதாவது சன்மார்க்க சங்கம், தருமச் சாலை ஆகியவற்றை ஆரம்பித்து இராமலிங்கர் தீவிரமாய்ப் புதுப் பாதையில் நடைபோடத் துவங்கிய காலத்தில் - "போலி அருட்பா மறுப்பு" என்கிற சிறு பிரசுரம் மாமண்டூர் தியாகேச முதலியார் என்ற பெயரில் வெளிவந்தது. உண்மையில் இதனை எழுதியது அப்போது சிதம்பரத்தில் இருந்த யாழ்ப்பாணம் ஆறுமுக நாவலர் என்கிற வைதீகச் சைவர். இராமலிங்கர் மீது இவருக்கு எவ்வளவு கோபம் என்பதை அதில் இராமலிங்கரின் துணைவியார் பற்றி இங்கே எழுதவும் கூசும் அளவிற்கு வசைபாடியிருப்பதிலிருந்து அறியலாம். நாவலருக்கும், இராமலிங்கருக்கும் இடையிலான கருத்து மோதல் நீதிமன்றம் வரை சென்றது. நவீன நீதிமன்றத்தில் ஆஜரான முதல் கவிஞர் - சமூக சீர்திருத்தவாதியாக இராமலிங்கர் இருக்கக்கூடும்.

அருட்பா - மருட்பா மோதல் இராமலிங்கர் மறைவிற்குப் பிறகும் வெகுகாலம் நடந்தது. 1904ல் வெளிவந்த பாலசுந்தர நாயகர் எழுதிய "மருட்பா மறுப்பு" நூல் பற்றி ஏற்கெனவே கூறப்பட்டுள்ளது. இதில் "இராமலிங்க பிள்ளையினது பாட்டுக்களைக் கண்டித்து அவர் காலந்தொடங்கி இதுகாறும் வெளியிடப்பட்டவை" என்று பதினெட்டு நூல்களும், பத்திரிகைகளும் பட்டியலிடப்பட்டுள்ளன. இப்படி எதிர்ப்பு இயக்கம் நடத்துகிற அளவுக்கு இராமலிங்கரின் சிந்தனைகள் அன்று ஒரு பகுதி தமிழ் மக்களிடம் சென்றடைந்திருக் கின்றன என்பதையும் இதிலிருந்து உணர முடிகிறது.

இவர் மீது வைதீகர்களுக்கு ஏன் கோபம் என்பதை இந்த நூல் முன்வைக்கும் அடுக்கடுக்கான குற்றச்சாட்டுகளே தெளிவுபடுத்து கின்றன. "மருட்பா மறுப்பு" நூலிலிருந்து சில பகுதிகள் -

1. "கணக்கு இராமலிங்க பிள்ளையை வள்ளலார் என்றும், அவர் பாடல்களைத் திருவருட்பா என்றும் ஒப்புவதா?"

குலத்திலே தாழ்ந்த ஒருவரின் படைப்புகளை உயர்ந்தவை என்று ஒப்புக்கொள்ள மனம் வரவில்லை இந்த வைதீகர்களுக்கு.

2. "இராமலிங்க பிள்ளையினாலே அநேகச் சைவர்கள் 'சைவ சமயமும் பொய், அதனை யநுட்டிபவர்களும் பொய்யர், அவ்வுண் மையை இராமலிங்க பிள்ளையினாற் கண்டுகொள்ளுங்கள் என்று கிறிஸ்தவர் சொல்லிச் சொல்லி திரிய அவற்றை நம்பிச் சைவத்தை வெறுத்தச் சிலர் கிறிஸ்தவராகவும், சிலர் புத்தராகவும், சிலர் நாத்திகராகவும் சென்றனர். இன்னும் அவ்வாறு புறமதப் படுகுழியில் இராமலிங்கரால் விழுகின்றனர். அவரைத் தடுக்கவும், இப்பொய்மைகளைக் கூறிப் பாவஞ் சம்பாதிப்பார்க்குப் புத்திப் புகட்டவுமே யீதெழுதத் தொடங்கினோம்".

ஆக, இராமலிங்கரின் சிந்தனைகள் இருபதாம் நூற்றாண்டின் துவக்கத்தில்கூட - அவர் மறைந்து முப்பது ஆண்டுகளுக்குப் பிறகும்கூட - இந்து சமயத்திற்குள் தாக்கத்தை ஏற்படுத்தி வந்திருக்கிறது. அது சைவசமயத்தின் அடித்தளத்தை அசைப்பதாக இருந்திருக்கிறது. அதனால்தான் இப்படியொரு எதிர்ப்பு இயக்கம்.

3. "நமது இராமலிங்க பிள்ளையோ சிறிது பாடுவதற்குத் தெரிந்துவிட்டதனாலே அகங்காரங்கொண்டு சாமானியர் சிலர் உரைப்பதுபோலச் சமயஞ் சமயம் என்னல் பொய்யாம் என்றும் அதனாற் பிரயோசனமில்லை யென்றுங் குழறினார்."

சைவ சமயத்தை மட்டுமல்ல, நடப்பிலிருந்த சகல சமயங்களையும் கடந்த புது நெறியாக இராமலிங்கரின் கோட்பாடு

உள்ளது என்பதை அறிந்தே வைத்திருந்தனர். அதனாலேயே இவ்வளவு வன்மமும், பதட்டமும் காட்டியிருக்கின்றனர்.

4. "இங்ஙனம் சமயங்களைப் பொய் என்றும், அவற்றில் நம்பிக்கை வைத்து நடத்தல் பேயாட்டமென்றும் வெறுத்த இராமலிங்க பிள்ளை பின்னர் அவற்றிற்கு மாறாக எம்மதமுஞ் சம்மதமென்றல் சரியாமா?"

ஒரு வக்கீலைப்போல இராமலிங்கரின் சிந்தனைகளில் முரண்பாடுகளைத் தேடி அலைந்திருக்கின்றனர். அனைத்துச் சமயங்களும் "பேயாட்டம்" எனச் சொன்னது உண்மைதான். அந்தப் பேயாட்டத்திற்குள்ளேயே இது உயர்ந்தது, அது தாழ்ந்தது என்று சமய மோதல் நிகழ்ந்ததே... இன்றைக்கும் நிகழ்ந்துகொண்டிருக் கிறதே! அவ்வமயம் எம்மதமும் சம்மதமே சொல்லவேண்டியிருக் கிறது! இதிலே என்ன முரண்பாடு?

5. கருங்குழியார் தேவார திருவாசங்களிற் புத்த மதத்தைக் கண்டித்திருப்பதுகண்டு அதற்கு எதிராகப் புத்த மதத்தைப் போற்றிக் கூறுகின்றார். தேவரா திருவாசகங்கள் சைவர்க்கு மாத்திரமுரிய வேதம்; தம்முடைய தாழ்வாரத் தெருவாசகப் பாடல்கள் எல்லாருக்கும் பொதுவான சமரச வேதம் என்றதை மெய்ப்பித்ததற் கோ புத்த மதத்தையும் பிடகத்தையும் வியக்கின்றார். வியக்கின்றது மட்டோ புத்த மதத்தை யநுட்டிக்குமாறு உண்டாக்கிய போதன் என்னுஞ் செத்தொழிந்த புத்தனையுந் துதித்துக் கூத்தாடினார். அது -

"புத்தந்தரும் போதா வித்தருந்த தாதா
நித்தந்தரும் பாதா சித்தந் திரும் பாதா
சாக்கிய வேதம் தேக்கிய பாதம்
தாக்கிய ஏதம் போக்கிய பாதம்"

இது குற்றச்சாட்டு என்பதைவிட இராமலிங்கருக்குப் பாராட்டு என்றே எடுத்துக்கொள்ள வேண்டும். வர்ணாஸ்ரமத்தை எதிர்க்கச் சொன்னவருக்கு இயல்பாகவே புத்தர் மீதும், அவர்தம் கொள்கைகள் மீதும் மதிப்பு இருந்ததில் ஆச்சரியமென்ன! அன்றைய வைதீகர்களோ புத்தரையும் திட்டியிருக்கிறார்கள், இராமலிங் கரையும் திட்டியிருக்கிறார்கள். "கருங்குழியார்" என்றதிலும் "தாழ்வாரத் தெரு வாசகம்" என்றதிலும் அவர்களின் கேவலமான வெறுப்புணர்ச்சி வெளிப்பட்டிருக்கிறது. சைவ சமயமும், சைவ சித்தாந்தமும் இப்படித்தான் காழ்ப்புணர்ச்சியைக் கொட்டச் சொல்லியதா? அன்றைய வைதீகக் கூட்டம் எந்த அளவுக்கு

நாகரிகமற்றதாக, நாணயமற்றதாக இருந்தது என்பதை இது விளக்குகிறது. "அன்பே சிவம்" என்றதெல்லாம் மேலுக்குத்தான், உள்ளே இருந்ததோ சமயவெறி!

6. "இராமலிங்க பிள்ளை தம்முடைய சாதி கீழாயிருத்தல் கண்டே 'சாதிகுலமென்றுஞ் சமய மதமென்றும் உபநீதியிலாச் சிரம நீட்டென்று மோதுகின்ற பேயாட்டமெல்லாம் பிதிர்ந்தொழிந்தவே' 'சாதியை நீள் சமயத்தை மதத்தையெல்லாம் விடுவித்தென்றன்னை' என்றின்னவாகப் பல விடங்களிற் கூறியுள்ளார்".

பிரச்சனையின் மையப்புள்ளி வெளிப்பட்டு விடுகிறதல்லவா! தான் கீழ் சாதியராய் இருக்கப் போய்த்தான் சாதி - சமயம் வேண்டாம் என்றாராம் இராமலிங்கர்! அப்படியெனில், தாங்கள் உயர் சாதியினர் என்கிற காரணத்தினால்தான் அவை வேண்டும் என்று கூறியிருக்கிறது இந்த வைதீகர் கூட்டம் என்பது தெளிவாகிறதே!

"மருட்பா மறுப்பு" எனும் அந்த நூலில் இங்கு குறிப்பிடப் பட்டுள்ளதைவிட இன்னும் கேவலமான முறைகளில் எல்லாம் இராமலிங்கர் மீது வசைபாடப்பட்டுள்ளது. சாதி வெறி என்கிற விஷப்பல்லை பிடுங்க முனைந்தால் அது என்ன துள்ளு துள்ளும் என்பதற்கான சாட்சியங்களாக அவை உள்ளன.

எனினும் எதிர்ப்பாளர்கள் கூறிய ஒரு குற்றச்சாட்டு விரிவான ஆய்வுக்குரியது. தண்ணீரிலேயே விளக்கெரிய வைத்தது போன்ற அற்புதங்களைச் செய்தவர் என்று இராமலிங்கரைப் பற்றி அவரது அன்பர்கள் செய்த பிரச்சாரத்தையும், செத்தவர்களை எரிக்க வேண்டாம், புதைத்திடுங்கள் - அவர்கள் மீண்டும் உயிர்த்தெழு வார்கள் - என்று இராமலிங்கரே கூறியிருந்ததையும் எதிர்ப்பாளர் கள் கேலி செய்துள்ளனர்.

புதையுங்கள் - எரிக்க வேண்டாம் என்றதும் இந்து சமய நிராகரிப்பாய்த் தெரிகிறது. கிறிஸ்தவத்தின் தாக்கமும் இருக்கிறது. வைகுண்ட சுவாமிகளும் இதே போன்று அறிவுறுத்தியிருப்பதை நினைவில் கொள்ளவேண்டும். மற்றபடி இதர அற்புதங்களைப் பொறுத்தவரை அனைத்து மதத் தலைவர்களின் சிரசுகளைச் சுற்றியும் இப்படியொரு ஒளிவட்டம் போடப்பட்டே வந்திருக்கிறது என்பதை மறந்துவிடக்கூடாது. அப்பர், சம்பந்தர், சுந்தரர், மாணிக்கவாசகர் போன்றோருக்கு இதே வைதீகர்கள் ஒளிவட்டம் போடவில்லையா? இவர்கள் வாழ்வில் நடந்த அற்புதங்கள் என்று என்னவெல்லாம் சொல்லியிருக்கிறார்கள்!

இராமலிங்கர் காலத்தில் இன்றுள்ள பிரச்சார சாதனங்கள் கிடையாது. வெறும் தத்துவத்தைச் சொல்லி பாமர மக்களை ஒரு தலைவரால் ஈர்த்துவிட முடியாது. அற்புதங்கள் செய்கிறவர் என்ற எண்ணம் பரவினால்தான் அவரை மதிப்பார்கள்; அவரை நோக்கி வருவார்கள். வைகுண்ட சுவாமிகள் பற்றியும் இத்தகைய பிரச்சாரம் இருந்தது. அப்படி ஈர்க்கப்பட்ட மக்களிடம் எத்தகைய போதனைகளை இந்தத் தலைவர்கள் செய்தார்கள் என்பதுதான் முக்கியம்.

எனினும் ஒரு கட்டத்தில் இந்தப் பிரச்சாரம் எல்லை மீறிப் போய்விட இராமலிங்கரே மறுப்பு அறிக்கை *(8.9.1873)* வெளியிட வேண்டியிருந்திருக்கிறது. "மேல் குறித்தவிடத்தில் (சித்தி வளாகத்தில்) இந்த மாதத்திற்கடுத்த புரட்டாசி மாதம் ஐந்தாம் தேதியில் அற்புத விளக்கம் நேரிடுவதாக ஓர் வதந்தி வழங்கப்படுகின்றது. அது கேள்விப்பட்டு நம்புதலோடு நீங்கள் நீர்களும் பொருள் வகையாலும் தேக வகையாலும் உழைப்பெடுத்துக்கொண்டு பின்பு நீட்டூரப்பட்டுக்கொள்ளுதல் வேண்டாம். அந்தக் கேள்வி உண்மையல்ல. இவ்விடத்தில் அற்புதம் விளங்குவது மெய்யோ, பொய்யோ இந்தக் காலமோ எந்தக் காலமோ ஆதலில் இந்த அறிவிப்பினால் ஜாக்கிரதையோடு உங்களுக்கு அடுத்த காரியங்களெவையோ அவைகளைச் செய்வீர்களாக" என்று அதில் கூறப்பட்டிருந்தது.

13

இராமலிங்கர் இயக்கம் – ஒரு கணிப்பு

இராமலிங்கரின் வாழ்வு மட்டுமல்ல, அவரின் மறைவும்கூட பரபரப்பானதே. இன்றைக்கும் விடை தெரியாப் புதிரே. அவருடைய இறுதிக்காலம் பற்றி அவருடன் இருந்த அன்பர்கள் எழுதிவைத்துச் சென்றுள்ள சில குறிப்புகளிலிருந்தே அறிய வேண்டியுள்ளது.

ஞானசபை தன்னுடைய கோட்பாட்டிற்கிணங்க நடத்தப்பட வில்லை என்பதை உணர்ந்து அது நிறுவப்பட்ட ஆறு மாத காலத்தி லேயே (18.7.1872) சில வழிபாட்டு விதிகளை வகுத்து அளித்தார் இராமலிங்கர் என்பது ஏற்கெனவே கூறப்பட்டுள்ளது. அதற்குப் பிறகும் அவ்விதிகளின்படி சபையாளர்கள் நடக்கவில்லை. இதனால் சலிப்புற்ற இராமலிங்கர் ஞானசபையை மூடி, அதன் திறவுகோலைத் தம்மிடம் சித்தி வளாகத்தில் வைத்துக் கொண்டுவிட்டார். அது மூடியே இருந்தது.

1873 நவம்பர் மாதத்தில் சித்தி வளாகத்தில் தமது அறையிலிருந்த விளக்கை வெளியே வைத்து அன்பர்களை ஆராதிக்கச் சொல்லி கதவை மூடிக்கொண்டு அறையிலேயே இருக்க ஆரம்பித்தார். சில நாட்கள் உள்ளே இருப்பதும் சில நாட்கள் வெளியே வருவதுமாக இருந்தார். வெளியே வந்த நாட்களில் அங்கிருந்த மக்களுக்கு உரையாற்றுவார். அப்படி ஒருமுறை பேசும்போது “கடை விரித்தோம் கொள்வாரில்லை; கட்டிவிட்டோம்” என்று குறிப்பிட்டார். 1874 ஜனவரி 30ல் நடுநிசியில் அறைக்குள் சென்று தாழிட்டுக்கொண்டவர், அதன் பிறகு வெளிவரவேயில்லை எனப்பட்டது.

நாள்கள் பலவாகியும் அறையைத் திறக்கவில்லை. அவரின் அன்பர்களைக் கேட்டால் இராமலிங்கரின் ஆணை என்றார்கள். சுற்றுவட்டாரத்தில் பெரும் பரபரப்பாகிவிட்டது. பல வதந்திகள் எழுந்தன. மூன்று மாதங்களுக்குப் பிறகு தென்னாற்காடு மாவட்ட கலெக்டர் ஜெ.எச்.கார்ஸ்டின் மற்றும் ரெவின்யூ போர்டு உறுப்பினர் ஜார்ஜ் பான்பரி ஆகியோர் முன்னிலையில் கதவு திறக்கப்பட்டது. உள்ளே இராமலிங்கர் இருந்ததற்கான எவ்வித அடையாளமும்

இல்லை. அதிகாரிகள் திரும்பிச் சென்றுவிட்டனர். என்ன ஆனார் இராமலிங்கர்?

தன்னுடைய பூத உடலோடு - எலும்பு, சாம்பல் என எதையும் மிச்சம் வைக்காமல் - ஜோதியில் கலந்துவிட்டார், இறைவனுடன் ஐக்கியமாகிவிட்டார் என்றனர் இராமலிங்கரின் அன்பர்கள். இன்றைக்கும் அப்படியேதான் சொல்லி வருகிறார்கள். பகுத்தறிவுக்குப் பொருந்தாத இந்த வாதத்தை ஏற்க இயலாது. பிறகு என்ன நடந்திருக்கலாம்? மூன்றே வாய்ப்புகள்தாம் உள்ளன. ஒன்று - தனது அன்பர்களின் நடவடிக்கைகளின் மீது வெறுப்புகொண்டு அவர் வடலூரைவிட்டு தலைமறைவாகிப் போய் எங்கோ வாழ்ந்து மாண்டுபோயிருக்கலாம். இரண்டு - அன்பர்கள் மீது ஏற்பட்ட வெறுப்பினால் தற்கொலை செய்து கொண்டிருக்கலாம். இதனை உலகத்திற்குத் தெரிவிக்காமல் அவரது உடலை அவரின் அன்பர்கள் எங்கோ எரித்திருக்கலாம் அல்லது புதைத்திருக்கலாம். பிறகு ஜோதியில் கலந்துவிட்டாரென்று கதை கட்டியிருக்கலாம். மூன்று - இராமலிங்கரின் தீவிரக் கொள்கைகளைப் பிடிக்காதோர், அவர் ஞான சபையைப் பூட்டி விட்டதை விரும்பாதோர் அவரைக் கொலை செய்து எங்கோ எரித்திருக்கலாம் அல்லது புதைத்திருக்கலாம். பின்னர் ஜோதியில் கலந்துவிட்டார் என்று கதை கட்டியிருக்கலாம்.

இதில் எது உண்மை? தீர்மானிக்கக்கூடிய அளவிற்கு ஆதாரங்கள் இல்லை. இராமலிங்கரின் எதிர்ப்பாளர்கள் - அதாவது "மருட்பா" கூட்டத்தினர் - அவர் தற்கொலை செய்துகொண்டதாகக் கூறினார்கள். ஏற்கெனவே காட்டப்பட்டுள்ள பு.பாலசுந்தர நாயகர் எழுதியுள்ள "மருட்பா மறுப்பு" நூலில் அவ்வாறே எழுதப்பட்டுள்ளது. பேராசிரியர் ந.க.மங்கள முருகேசன் "வள்ளலார் காலத்தில் தென்னாற்காடு மாவட்ட ஆட்சியாளராக விளங்கிய கார்ஸ்டின் என்பவர் புராணம், சாத்திரம் முதலியவற்றை அவர் கண்டித்ததைப் பொறுக்காத சமயவாதிகள் கற்பூரத்தை இட்டு அவர் எலும்புகூடக் கிட்டாவண்ணம் எரித்துவிட்டனர் என்றும் கூறுகிறார்" என்று குறிப்பிட்டுள்ளார். இவற்றை வைத்து மட்டும் 125 ஆண்டுகளுக்கு முன்பு நடந்த ஒரு நிகழ்ச்சி குறித்து தீர்ப்புச் சொல்லிட முடியாது.

ஒன்று மட்டும் நிச்சயம். தனது இறுதிக் காலத்தில் இராமலிங்கர் மிகவும் புண்பட்டுப் போயிருந்தார் என்பது. இல்லையெனில், தான் பாடுபட்டு எழுப்பிய ஞான சபையைப் பூட்டி வைப்பாரா?

இதிலிருந்து தெரியவருவது என்னவெனில் சமூக சீர்திருத்தம் என்பது - நிறுவனமயமான சமயங்களையும், சாதிகளையும் கடப்பது என்பது - தமிழ்ச் சமுதாயத்தில் அவ்வளவு எளிதான விஷயமாக இருக்கவில்லை என்பது. மாபெரும் கவிஞராக இருந்தும், அற்புதங்களை விளைவிக்கக்கூடிய சித்தர் என்கிற தோற்றம் இருந்தும் அவரால் அவர் எதிர்பார்த்த வெற்றியை ஈட்ட முடியவில்லை. இது அவர் தவறு என்பதைவிட பிரச்சனை அவ்வளவு பூதாகரமானது என்பதே உண்மை.

இதன்பொருள் அவரது இயக்கம் எவ்வித வெற்றியையும் பெறவில்லை என்பதல்ல. அதுவொரு அளவுக்குள் இருந்தது. கிறிஸ்தவம், பிரம்ம சமாஜம் ஆகியவற்றின் கூறுகளை உள்ளடக்கிய, வைகுண்ட சுவாமிகள் இயக்கத்தின் சாயலைக் கொண்டிருந்த இராமலிங்கரின் இயக்கம் பின்னது இரண்டைக் காட்டிலும் தமிழகத்தில் வலுவானதொரு தாக்கத்தை ஏற்படுத்தியிருந்தது. மாதர் விடுதலையில் அவ்வளவு அழுத்தமான கவனம் செலுத்தாதிருந்தாலும், சாதி, சமய, சடங்கு ஆசாரங்கள் மீது மத்திய தமிழகத்தில் சித்தர் காலத்திற்குப் பிறகு தொடுக்கப்பட்ட பரபரப்பான தாக்குதல் இதுவே. தேசிய அரசியல் இயக்கம் தோன்றாத அந்தக் காலத்தில், சமூக சீர்திருத்தமானது சமயம் சார்ந்தே இருக்கவேண்டியிருந்த சூழலில் காலமிட்டிருந்த அந்தக் கடமையைச் செய்தவர் இராமலிங்கரே. அவரடைந்த வெற்றிக்கும், அவர் நினைத்த அளவுக்கு வெற்றி பெறாமல் போனதற்கும் அதுவே சமயம் சார்ந்ததாக அவரது சமூக சீர்திருத்த இயக்கம் இருந்ததுவே - காரணம்.

சமயம் சார்ந்த இயக்கத்திற்கு ஏற்படக்கூடிய அதே கதி வைகுண்ட சுவாமிகள் இயக்கத்திற்கு ஏற்பட்ட கதி - வள்ளலாரின் இயக்கத்திற்கும் ஏற்பட்டது. அவரது அன்பர்களே இன்று வள்ளலாரை ஒரு மகத்தான சமூக சீர்திருத்தவாதியாகப் பார்ப்பதை விட ஓர் இந்து சமயத்தலைவராகத்தான் அதிகம் பார்க்கிறார்கள். அவரின் முதல் ஐந்து திருமுறைகளுக்கே பெரிதும் முக்கியத்துவம் தருவதிலும், அவரைச் சுற்றிப் பரவியுள்ள சித்து வேலைகளையே பெரிதும் பாராட்டுவதிலும், அவரின் "மரணமிலாப் பெருவாழ்வு" என்கிற கோட்பாட்டினை சமூக சேவையிலிருந்து பிரித்தெடுத்துப் பார்த்து இந்த உடலோடு மாயமாய் மறையமுடியும் என்று அறிவியல் விரோதப் பிரச்சாரம் செய்வதிலும் இதனைக் காணமுடியும்.

14

வேதநாயகம் பிள்ளை

தென்னாற்காடு மாவட்டத்தில் இராமலிங்கர் பரபரப்பான முறையில் தனது இயக்கத்தை நடத்திக்கொண்டிருந்த அதேகாலத்தில் தஞ்சை மாவட்டத்தின் மாயூரத்தில் அமைதியான முறையில் தனது எழுத்துக்களின் மூலம் சமூக சீர்திருத்தப் பிரச்சாரம் செய்துவந்தார் வேதநாயகம் பிள்ளை. இராமலிங்கர் பிறப்பால் சைவர்; இவரோ கிறிஸ்தவர். அவர் முறையான கல்வி கற்காது இயல்பால் கவிஞர் ஆனவர். இவரோ மேனாட்டு கல்வி கற்றவர். அவர் சந்நியாசி; இவரோ சம்சாரி. அதிலும் முன்சீப் (நீதிபதி) என்கிற அரசு உத்தியோகஸ்தர். இப்படி இருவேறு உலகத்தவராயினும் மனிதநேயத்திலும்,சகோதரத்துவத்திலும் இருவரும் ஒன்றுபட்டு நின்றனர். அதனால்தான் ஏற்கெனவே குறிப்பிட்டுள்ளபடி வேதநாயகரின் நூலுக்கு இராமலிங்கர் சாற்றுக்கவி தந்தார்.

இதேபோன்று 'நந்தனார் கீர்த்தனை' பாடிய கோபால கிருஷ்ணபாரதியாரோடும், மகாவித்வான் மீனாட்சிசுந்தரம் பிள்ளையோடும், திருவாவடுதுறை ஆதினம் சுப்பிரமணிய தேசிகரோடும் ஆழ்ந்த நட்பு கொண்டிருந்தார் வேதநாயகம். ஆதினத்தைச் சந்தித்துத் திரும்பிய பின்பு,

"ஊர்வந்து சேர்ந்தேன்

உளம் வந்து சேரக் காணேன்"

- என்று கவிதையால் அவரின் அன்பை பதிவு செய்திருக்கிறார். தமிழ்ப்பற்று இவர்களையெல்லாம் ஒன்றாய்ப் பிணைத்திருக்கிறது.

1826ல் பிறந்த வேதநாயகம் படித்து முடித்து, அரசாங்க உத்தியோகத்தில் உட்கார்ந்திருந்தாலும் அவரது உள்ளம் என்னவோ தமிழ் இலக்கியத்திலும், சமூக சீர்திருத்தத்திலுமே சாய்ந்திருந்தது.

"போதும் போதும் உத்தியோக கனமே - அதில்

ஏது சுகம் நமக்கு மனமே"

என்று பாடியிருக்கிறார். அந்த உத்தியோக அனுபவத்தையும் தமிழ் வளர்ச்சிக்கே பயன்படுத்தினார். நீதிமன்றத் தீர்ப்புகளை தமிழில் பெயர்த்து வெளியிட்டு சட்டத் தமிழின் பிதாமகர்

ஆனார். தமிழின் முதல் நாவலாசிரியர் என்பதோடு, ஒரு நல்ல கவிஞரும்கூட.

தமிழ்த் தாத்தா உ.வே.சாமிநாதய்யர் இவரைப்பற்றி குறிப்பிட்டுள்ள கீழ்வரும் செய்தி இவரின் மனிதநேயத்தைப் புலப்படுத்தும்:

"(1870 வாக்கில்) எங்கே பார்த்தாலும் விஷபேதியின் கொடுமை பரவியிருந்தது. 'ரெயில் வந்தது. ஆசாரம் ஒழிந்தது. அதற்குத்தக்க பலன் இது' என்று சிலர் பேசினர். அரசாங்கத்தார் அந்நோய் பரவாதபடி மருந்துகளை ஊர்தோறும் வாங்கிக் கொடுத்தனர். மாயூரத்தில் இருந்த முன்சீப் வேதநாயகம் பிள்ளையும் தம்மாலான உதவியைச் செய்தார். அன்றியும் அந்நோய்க்குரிய மருந்தை வாங்கி கிராமந்தோறும் கொடுக்கும்படி செய்யவேண்டுமென்ற கருத்தை அமைத்து சில பாடல்களை இயற்றி, சுப்ரமணிய தேசிகருக்கு அனுப்பினார். அப்பாடலில் ஒன்று வருமாறு:

"இலக்கண மெய்க்கு அரை மாத்திரை யாம் இவ்வளவும் இன்றி
மலக்கண் விளைபிணியாற் பலர் மாய்ந்தனர் மண்டும் இந்நோய்
விலக்க அருள்புரி மும்மல நோய் கெட வித்தகனா
நிலக்கணுறை சுப்பிரமணி யானந்த நின்மலனே"

நமது மக்களின் அறியாமையை என்னென்பது! காலரா பரவினால் அதற்குக் காரணம் ரயில் வந்தது என்று நினைத்திருக்கிறார்கள். ஆனால், இதன்மூலம் ஓர் உண்மை வெளிப்பட்டிருக்கிறது. ஆங்கிலேயே அரசு கொண்டுவந்த ரயில் போக்குவரத்து சாதியாசாரக் கட்டை தளர்த்தி விட்டிருக்கிறது. காசு கொடுத்தால் யாரையும் ரயிலில் ஏற்றிக்கொள்ள அந்த நிர்வாகம் தயாராக இருந்தது. அனைவரோடும் சமமாக உட்கார்ந்து போக வேண்டிய கட்டாயம் உயர் சாதியினருக்கு ஏற்பட்டுவிட்டது. இதைத்தான் ஆசாரம் கெட்டுவிட்டது என்று பொருமியிருக்கிறார்கள்.

மேனாட்டுக் கல்வி கற்ற வேதநாயகம் இந்தப் பழைமைப் பிடிப்பிலிருந்து விடுபட்டிருந்தது மட்டுமல்லாது, ஆதினத்தோடு தனக்கிருந்த நட்பை மக்கள் சேவைக்கு பயன்படுத்தப் பார்த்திருக்கிறார். வியாதிக்கு மருந்து சாப்பிடக்கூடப் பயந்து போயிருந்த மக்களிடம் விஷயத்தை எடுத்துச்சொல்ல ஆதினம் போன்ற சமயத் தலைவரின் உதவி தேவைப்பட்டிருக்கிறது. அதனால்தான் கவிதையைத் தூது அனுப்பியிருக்கிறார். தமிழ் இலக்கணத்தில் மெய்யெழுத்துக்கு அரை மாத்திரை, மனிதர்கள் தம் நோய்க்கு

அந்த அரை மாத்திரைகூட இல்லாமல் மாண்டுபோவது பற்றிக் கவலைப்படுமாறு கேட்டுக்கொண்டிருக்கிறார் வேதநாயகம்.

1876ல் தமிழகத்தில் அந்தக் கொடிய தாதுவருஷப் பஞ்சம் வந்தகாலத்திலும் ஏழைகளின் துயரம்கண்டு பரிதவித்து கவிதை யாத்திருக்கிறார் வேதநாயகம். இதிலே இராமலிங்கரின் அந்த ஜீவகாருண்ய ஒழுக்கத்தை தரிசிக்க முடியும்.

வேதநாயகத்தின் படைப்புகள் பல அவற்றைக் காலவரிசைப்படி தொகுத்தால் ‘நீதி நூல்’ (1858), ‘பெண் கல்வி’, ‘பெண்மதிமாலை’ (1869), ‘பெண்மானம்’ (1879), ‘சர்வசமய சமரச கீர்த்தனைகள்’ (1878), ‘பிரதாப முதலியார் சரித்திரம்’ (187), ‘சுகண சுந்தரி சரித்திரம்’ (1887). வேதநாயகம் 1889ல் இந்த மண்ணை விட்டு மறைந்தார். அதன்பின்பு அவரின் ‘தனிப்பாடல்கள்’ (1908) வெளிவந்தன.

கிறிஸ்தவ போதகர்கள் தீவிரமான மதமாற்ற இயக்கத்தை நடத்திக்கொண்டிருந்த அந்தக் காலகட்டத்தில் ஒரு கிறிஸ்தவரான வேதநாயகம், ‘சர்வசமய சமரச கீர்த்தனைகள்’ பாடியிருப்பது குறிப்பிடத்தக்கது.

“கையிலே பிடிப்பது ஜபமாலை
கக்கத்தில் வைப்பதுவோ கன்னக்கோலை
மெய்யாகத் தினம் படிப்பது தர்ம நூலை
மேலும் மேலும் துன்மார்க்க வேலை
ஆனதலையில் வளர்ப்பது ஜடை முடியே
அறுதினமும் கெடுப்பது ஆயிரங்குடியே
தானம் பிறர் அறியக் கொடுப்பதோர் நொடியே
தனியே வந்தவனுக்குத்தான் அடிதடியே”

- என்று அதிலே போலிச் சமயவாதிகளை அடையாளங் காட்டும் பாணி இராமலிங்கரை நினைவுபடுத்துகிறது. ஒரு குறிப்பிட்ட சமயத்திடம் இறைவனைக் காணாமல், அதையெல்லாம் தாண்டி அவனைக் காண முயன்ற இராமலிங்கரின் பாங்கினை வேதநாயகத்திடமும் காணலாம்.

“ஆணல்ல பெண்ணல்ல ஐம்பூதச் சுடரல்ல
அரியயன் சிவனல்ல அதுவல்ல இதுவல்ல
காணரும் உன்திவ்ய காந்திவிரியும் நல்ல
கன வடிவினைக் காணக்காதல் கொண்டேன்.”

எனினும் வர்ணாஸ்ரம எதிர்ப்பைவிட மாதர் விடுதலையில் இவர் கவனம் அதிகம் சென்றிருப்பதை நோக்க முடிகிறது.

கிறிஸ்தவர் என்பதாலும், மேனாட்டு கல்வியைக் கற்றவர் என்பதாலும் அது நம் நாட்டுப் பெண்களுக்கும் கிட்டிட வேண்டும் என்பதில் ஆர்வம் கொண்டிருந்திருக்கிறார். இந்துப் பெண்களின் பரிதாப நிலை குறித்து முதலில் பேசியவர்கள், பெண் கல்வியை வற்புறுத்தியவர்கள் கிறிஸ்தவப் போதகர்கள் மற்றும் பிரம்மசமாஜிகள் என்றால், அதுகுறித்து முதன்முதலில் பாடிய தமிழ்க்கவிஞர் வேதநாயகமே எனலாம்.

புலவர்கள் பலரும் வெண்மதி மாலை பாடிக்கொண்டிருந்த அந்தக் காலத்தில் பெண்மதி மாலை பாடியவர் வேதநாயகம். அந்த நூலிலே,

"வித்தையைப் படிப்பியுங்கள் தயை செய்து
வித்தையைப் படிப்பியுங்கள்"

என்று மாதர்கள் ஆண்களிடம் விண்ணப்பம் போடுவதுபோல துவங்கிடும் ஒரு கீர்த்தனை.

"வாணியும் நீரும் ஒரு கோத்திரமா - அவள்
வரப்பிரசாதம் உமக்கு மாத்திரமா"

என்று உரிமைக்குரலை எழுப்பிவிடுகிறது. கல்வி என்பது ஆண்களுக்கு மட்டும்தான் சொந்தமா? அது என்ன சரஸ்வதியும் ஆண்களும் ஒரே சாதியா? - என்கிற கேலியான கேள்வியில் கல்விக்கடவுள் ஒரு பெண் என்கிற விந்தையான முரண்பாட்டையும் சொல்லாமல் சொல்லிவிடுகிறது.

"படியாத ஆண்களுடனே நேசம் - சற்றும்
பண்ணுநீர் சம்மதியீர் லவலேசம்
மடமுறும் எங்களுடன் சகவாசம் - செய்ய
மட்டும் உமக்கில்லையோ சங்கோசம்"

- என்றும் பெண்களைவிட்டுக் கேட்க வைத்திருக்கிறார் வேதநாயகம். நியாயம்தானே! படிக்காத ஆண்களுடன் நட்பு கொள்ளக் கூச்சப்படும் படித்த ஆடவர், படிக்காத பெண்களுடன் காலம் முழுக்க வாழ முன்வரும் விந்தை நடந்ததே!

"கலையுணர்ந் தறியாத ஓர் கன்னியை,
உலை வுறும் சமுசாரத்தில் உய்க்குதல்
நிலை யுணர்ந்து அறந் நீந்த அறியான்தனை
அலை கடற்கண் அமிழ்த்தலை ஒக்குமே"

- என்றும் எடுத்துக்காட்டியிருக்கிறார். அதாவது கல்லாத பெண்ணொருத்தியை சம்சாரத்தில் இழுத்து விடுவது என்பது

நீச்சல் பழகாத ஒருவனை சாகரத்தில் மூழ்கடிக்கிற வேலை என்றார்.

அன்றைக்கு உயர் சாதியினர் வகுப்புப் பெண்களுக்குக்கூட கல்வி மறுக்கப்பட்டு வந்ததை - அந்த மனு (அ) நீதியை -மனதில் இருத்தினால்தான் இந்தக் கவிதையின் முக்கியத்துவம் புரியும். பெண் கல்வியின் தேவை குறித்து ஓரிடத்தில் இராமலிங்கர் குறிப்பிட்டுச் சென்றார். வேதநாயகமோ அதன் முக்கியத்துவத்தை விரிவாக எடுத்துச் சொல்லி வலியுறுத்தியிருக்கிறார்.

பெண் கல்வி பற்றி மட்டுமல்லாது, பெண்கள் அன்று சந்தித்த வேறுபல பிரச்சனைகள் குறித்தும் "பெண் மானம்" என்கிற கட்டுரையில் அகலமாகவும், ஆழமாகவும் ஆராய்ந்திருக்கிறார் வேதநாயகம். "இந்த நாட்டில் பெண்களை அடிமைகளைப் போலவும், விலங்குகளைப்போலவும் நடத்துவது மிகவும் வருந்தத்தக்க செய்தியாயிருக்கின்றது. குலமும் செல்வமும் எவ்வளவு உயர்வோ, அவ்வளவும் மாதர்களுடைய துன்பநிலை, பெரிதாயிருக்கின்றது. உயர்ந்த குலத்தவராகிய பார்ப்பனர் முதலானவர்கள் மாதர்களை விலைக்கு வாங்குவதுபோல் வாங்கி கொடுமையாக நடத்துகிறார்கள்."

தமிழ்ப் பெண்களின் அன்றைய அவல நிலையைச் சரியாகச் சொல்லியிருக்கிறார். குலம் உயர உயரக் கொடுமை உயர்ந்தது என்றார் பாருங்கள், அது உண்மையிலும் உண்மையானது. 18ம் நூற்றாண்டின் இந்தியா பற்றி பிரெஞ்சுக்காரர் அபே துபே எழுதியிருந்ததை எடுத்துக்காட்டியிருக்கிறோமே, அதை நினைவுபடுத் திக் கொள்ளுங்கள். உயர் சாதியினரிடத்தில்தான் தங்களின் பரம்பரை ரத்தத் தூய்மையை பராமரிக்க வேண்டும் என்கிற வெறியும், அதற்காக மாதர்களுக்கு கடுமையான கட்டுத்திட்டங்கள் விதிக்கப்பட்ட கொடுமையும் இங்கே நடந்திருக்கிறது. அது வேதநாயகம் காலம்வரை தொடர்ந்திருப்பதை உணரமுடிகிறது.

அந்தக் காலத்தில் பிராமணர்கள் மத்தியில் மாப்பிள்ளை வீட்டாரிடமிருந்து பணம் வாங்கிக்கொண்டு பெண் கொடுப்பது நடந்தது. அதாவது, பெண்ணை காசுக்கு விற்கிற வேலை நடந்தது. சில இரக்கமற்ற பெற்றோர் நல்ல விலை கிடைக்கும்வரை திருமணத்தை தாமதப்படுத்தினர். ஆனால், பெண் ருதுவாவதற்கு முன்பே திருமணம் செய்வித்தாக வேண்டும் என்கிற கட்டாயமும் இருந்தது. இதற்காக என்ன செய்தார்கள் தெரியுமா? வேதநாயகம் எழுதுகிறார்-

"பெண்ணை ஏலங்கூறிக் கொண்டிருப்பதுமன்றி, பெண்கள் பக்குவமாகாதபடி உணவு முதலியவைகளைக் குறைத்து அவர்களை எல்லாத் தொல்லைகளுக்கும் உட்படுத்துவார்கள்."

பெண்களை நமது சமுதாயம் படுத்தியபாட்டிற்கு எல்லையே இல்லை. இந்த நிலையில் வேதநாயகம் காலத்திலேயே ஒரு மாறுதலும் ஏற்படத் துவங்கியிருந்தது. அதனைக் கீழ்வரும் வகையில் அடிக்குறிப்பாகத் தரவும் மறந்திடவில்லை. அவர் "இந்நூலாசிரியர் இந்நூலை எழுதிய காலத்தில் பார்ப்பனர்கள் வழக்கம் இவ்வாறிருந்தது போய் இப்போது பெண் வீட்டாரிடம் எதிர்ப்பொருளும் ஆயிரம் ஆயிரமாக வாங்கும் வழக்கம் அதிகமாகியிருக்கிறது. பார்ப்பனர்களில் ஏதோ இரண்டொரு வகுப்பினர் முன்வழக்கத்தை விடாதிருக்கின்றனர்."

இந்த மாறுதல் நல்லதற்கா, கெட்டதற்கா என்று அவரால் அன்று தீர்மானிக்க முடியவில்லை என்பது அவர் குறிப்பிட்டுள்ள விதத்திலிருந்தே தெரிகிறது. அது 'வரதட்சணை' என்ற பெயரில் இன்றைக்கு பிராமணர்களில் மட்டுமல்ல, கிட்டத்தட்ட அனைத்து சாதியார்கள் மத்தியிலும் வேர்விட்டு, விழுதுவிட்டு நிற்கிறது.

பெண்ணோடு வாங்கப்படும் பணத்தை - பொருளை அவளுக்கென்று ஒதுக்கிவைப்பதும் இல்லை. இதுபற்றி அன்றே கவலைப்பட்டிருக்கிறார் வேதநாயகம். "கைம்பெண்களுக்கு மறுமணம் செய்கிற வழக்கமுள்ள ஐரோப்பியரும் முகமது மதத்தவர்களுமே மாதர்மகட்கொடைப் பொருளைப் பற்றி ஏற்பாடு செய்துகொள்ளுவார்களானால் மாதர்களுக்கு மறுமணம் செய்கிற வழக்கமில்லாத இந்த நாட்டுப் பார்ப்பனர்கள் வேளாளர்கள், முதலிமார்கள் முதலாகியவர்கள் மாதர் பொருளைப் பற்றி ஏற்பாடு செய்துகொள்ள வேண்டியது எவ்வளவு கட்டாயமென்பதை நாம் சொல்லவும் வேண்டுமா?" என்று கேட்டிருக்கிறார் அவர்.

இதையெல்லாம்விட மிகப்பெரும் கொடுமை அன்று நிலவிய குழந்தை மணம் பிஞ்சுவயதிலேயே மரப்பாச்சி கல்யாணம் போல செய்துவைத்து விடுவார்கள். அந்தக் கணவன் குழந்தை இறந்துவிட்டாலோ, அந்த மனைவி குழந்தை பெரியவளானாலும் கன்னி விதவையாகவே காலங்கழிக்க வேண்டியதுதான்! உயர் சாதியினரிடத்து இதுவே வாழ்க்கை நியதியாக இருந்தது. இதுபற்றி வேதநாயகம் கூறினார்-

"பெண்களுக்கு மிக இளமையில் திருமணம் செய்கிற வழக்கம், கெட்ட வழக்கமாயிருக்கின்றது. மாதர்களுக்கு மணம் செய்யத்தக்க

பருவம் ஏழாவது அகவை என்று அறநூலில் சொல்லப்பட்டிருக்க, அதற்கு மாறுபாடாக ஒன்று அல்லது இரண்டு அகவையுள்ள பெண்களுக்கும் மணம் செய்கிறார்கள். அப்படிச் செய்வதனால் தாய், தந்தையர்களுக்கு ஊண் விலைப்பணம் விரைவில் கிடைக்கிற பயனைத் தவிர பெண்ணுக்காவது, கணவனுக்காவது என்ன நன்மை இருக்கின்றது?"

"அன்றைக்கிருந்த கோரத்தை நோக்குங்கள். தவழும் குழந்தையின் கழுத்தில் தாலி கட்டியிருக்கிறார்கள். இதைத் தடுக்க வேண்டி ஏழு வயதிலாகிலும் திருமணம் செய்வியுங்கள் என்று ஒரு குறைந்தபட்ச கோரிக்கையை வைக்கவேண்டிய கட்டாயம் ஏற்பட்டிருக்கிறது. அதற்கு "அறநூல்" ஆதாரம்! ஏழு வயதில் பெண்ணுக்குத் திருமணம் செய்யச்சொல்லுகிற நூல் எல்லாம் "அற" நூலாக கருதப்பட்டிருக்கிறது. தமிழகமே, தமிழகமே எவ்வளவு தாழ்ந்த நிலையில் கிடந்திருக்கிறாய்!"

எத்தனையோ நல்ல கருத்துக்களைச் சொன்ன வள்ளுவர்கூட "பெண் வழிச்சேரல்" என்றொரு அத்தியாயம் பாடி பெண் பேச்சைக் கேட்காதீர் என்று சொல்லிப் போய்விட்டார். இன்றுவரை அதன் மிச்சசொச்சமாய் 'பெண் புத்தி பின் புத்தி' என்கிறார்கள். வேதநாயகத்தால் இதனைக் கிஞ்சித்தும் ஜீரணிக்க முடியவில்லை. அவர் ஔவையாரையே ஒரு பிடி பிடித்தார். "கலைமகள் உறையுளாய்" விளங்கும் ஔவைப் பிராட்டியார் "தையல் சொற்கேளேல்" என்று ஆத்திச்சூடியில் சொல்லியிருப் பதன் காரணம் விளங்கவில்லை. பெண்கள் நல்ல அறிவு சொல்லுகிற வகையில் அதைக் கேட்டால் குற்றமென்ன? பெண்கள் படித்தால் ஔவையாரைப் போலவே அறிவாளிகள் ஆவார்கள் என்பதற்கு ஔவையாரே சான்றல்லவா? ஔவையாருடைய நீதி நூல்களைப் படித்துப் பயன் அடையாத ஆடவர்களுண்டா? இல்லையே! ஆகையால் இந்தச் செயலில் ஔவை சொல்வது பொருள் தராதாகையால் பெண்கள் மொழியைக் கேளாதே என்னும் ஔவையாரின் மொழியை ஒத்துக்கொள்ள வேண்டுமென் பதில்லை" என்று அந்தக்காலத்திலேயே ஆத்திச்சூடிக்கு மறுப்புரை எழுதினார் வேதநாயகம்.

வேதநாயகம் எழுதிய முதல் நாவல் - தமிழின் முதல் நாவல் "பிரதாப முதலியார் சரித்திரம்" மாதர்கள் பற்றி கட்டுரைகளில், கவிதைகளில் எழுதிய அதே சிந்தனைகளைக் கிட்டத்தட்ட தனது நாவலிலும் பிரதிபலித்தார். நவீன விஷயம் சொல்லவே நாவல் என்கிற நல்ல கண்ணோட்டத்தோடே தமிழில் நாவல் பிறந்தது.

"பிரதாப முதலியார் சரித்திரம்" என்று நாவலுக்கு பெயர் சூட்டப்பட்டிருந்தாலும் கதைக்கு நாயகன் நாயகி எல்லாம் ஞானாம்பாள் என்கிற மாதரசியே. கதையில் அவளை ஆண் வேடம் போட்டு அரசாளவும் வைக்கிறார். பின்னர் அவள் தனது குடும்பத்தாருடன் சேர்ந்துவிடுவதாகச் சித்தரிக்கப்பட்டாலும் தனது இடத்தில் ஆனந்தவல்லி என்கிற இளவரசிக்கே மகுடாபிஷேகம் செய்து மகிழ்கிறாள்.

இந்த நாவலில் வருகிற ஆண்டிச்சி அம்மாளின் வாழ்வு அன்றைக்கு புதுமணப் பெண்களுக்கு எவ்வளவு கட்டுப்பாடுகள் இருந்தன என்பதைப் புரியவைக்கிறது. மாமி, நாத்தி கொடுமை என்பது ஆணாதிக்க சமுதாயத்தின் உபவிளைவே என்றாலும் அதிலே சிக்கித் தவிக்கும் மருமகளின் கதை நம்மை திடுக்கிட வைக்கிறது. சமுதாயத்தின் மனசாட்சியைத் தட்டியெழுப்பும் வகையில் அதனைச் சித்தரித்திருக்கிறார் வேதநாயகம்.

இந்த நாவலில் ஒரே நேரத்தில் நான்கு திருமணங்கள் நடக்க, அதில் ஒரு தாலி மட்டும் புரோகிதரின் மடியிலேயே தங்கிவிடுகிறது. ராத்திரி முகூர்த்தமானதால் ஏற்பட்ட தவறு இது. இதனைச் சரிசெய்ய புரோகிதரே ரகசியமாகப் போய் தூங்கிக் கொண்டிருக்கும் மணமகளின் கழுத்தில் தாலி கட்ட முயற்சிக்க, தெரியாத்தனமாய் அங்கே படுத்திருந்த ஒரு விதவைப்பெண்ணின் கழுத்தில் கட்டிவிடுகிறார். இதைத்தொடர்ந்து வேதநாயகம் எழுதுகிறார்-

"இந்த விஷயத்தில் எனக்கு இரண்டு சாஸ்திர சங்கைகள் இருக்கின்றன. முதலாவது, சாஸ்திரப்படிக்கும், தேசாசாரப்படிக்கும் பெண்ணுக்குத் தாலி கட்ட வேண்டியது நியாயமானபடியால், அந்தப்படி தாலி கட்டப்படாத மேற்படி கல்யாணம் செல்லுமா, செல்லாதா? அது செல்லாமலிருக்கிறபட்சத்தில் அநேக புத்திர பௌத்திரர்களைப் பெற்றுக்கொண்டிருக்கிற அந்த ஸ்திரீயையும் புருஷனையும் அவர்களுடைய சந்ததிகளையும் இனிமேல் என் செய்கிறது? இரண்டாவது, அந்தப் புரோகிதர் விதவை கழுத்தில் தாலிகட்டினபடியால் அது பிரம்ம சமாஜத்தார் பிரசங்கித்து வருகிற புனர் விவாகம் ஆகுமா? இந்தக் கேள்விகளுக்கு தர்மசாஸ்திர பண்டிதர்கள் தக்க விடை கூறுவார்களென்று நம்புகிறேன்."

இங்கே தாலிக்கு ஏற்றப்பட்டிருந்த புனிதத்தை அங்கதம் மூலம் உடைக்கிறார். அத்தோடு பிரம்ம சமாஜத்தார் அன்று செய்து வந்த விதவை மறுமணப் பிரச்சாரத்தையும், தமிழின் முதல்

நாவலில் இடம்பெறச் செய்துவிட்டார். இந்த உபகதை மூலம் ஒரே கல்லில் இரண்டு மாங்காய் அடித்திருக்கிறார். அதேநேரத்தில் விதவை மறுமண விஷயத்தில் ஓர் உறுதியான நிலைபாட்டை அவர் தெரிவிக்கவில்லை என்பதையும் குறித்துக்கொள்ள வேண்டியிருக்கிறது.

பிரம்ம சமாஜத்தார் செய்து வந்த சோதிட நம்பிக்கை எதிர்ப்பையும்கூடத் தனது நாவலில் கொண்டுவந்திருக்கிறார் வேதநாயகம். 'சோதிடப் பைத்தியம்' எனத் தலைப்பிடப்பட்டுள்ள ஓர் அத்தியாயத்தில் "எங்கள் வித்தையெல்லாம் சுத்தப் பொய்" என்று ஒரு ஜோதிட சாஸ்திரியாரை விட்டே சொல்லச் செய்திருக்கிறார். "இன்னதென்று தெரியாமலிருந்தால்தான் வாழ்க்கை சுவையாயிருக்கும், அதனால்தான் சுவாமி அதனை மறைத்து வைத்திருக்கிறார். அத்தகைய பரம ரகசியத்தை இந்த சாஸ்திரியைப் போலொத்த சர்வ மூடர்களுக்கும், குடுகுடுப்பைக்காரர்களுக்கும், கோணாங்கிக்காரர்களுக்கும், குறத்திகள் முதலானவர்களுக்கும் சுவாமி கொடுத்திருப்பாரா?" என்றும் எவரின் மனமும் சிந்திக்கும்படியாக நயம்படக் கேட்டிருக்கிறார் வேதநாயகம். இந்தப்படியாகவே பேய், பிசாசு என்பவையெல்லாம் மனப்பிராந்திகளே தவிர, வேறில்லை என்றும் நிகழ்ச்சிகள் மூலம் சித்தரித்துக் காட்டியிருக்கிறார்.

வேதநாயகம் எழுதிய இரண்டாவது நாவல் "சுகுணசுந்தரி சரித்திரம்". இதிலும் சுகுணசுந்திரி என்கிற பெண் மகளுக்கே முடிசூட்டப்படுகிறது. குழந்தை மணத்தைச் சாடுகிறவர் அவர் காலத்துக்கு முன்பு நிகழ்ந்து வந்த உடன்கட்டை ஏறும் பழக்கத்தையும் வன்மையாக நிந்தனை செய்துள்ளார். சுகுணசுந்தரியின் சொற்பொழிவாக பின்வரும் பகுதி கூறப்பட்டுள்ளது.

"இந்த நாட்டில் பார்ப்பனர் முதலானவர்களுக்குள்ளாக நடக்கும் மிக இளமை மணமானது மிகவும் வெறுக்கத்தக்கதாய் இருக்கின்றது. சிறுபிள்ளைகள் பொம்மை மணம் செய்து விளையாடுவதுபோல் பெரிய பிள்ளைகளாகிய தாய், தந்தையர்கள் தங்களுடைய பிள்ளைகளுக்கு மிக இளமையிலே திருமணம் செய்து வேடிக்கை பார்த்து மகிழ்வதாகக் காணப்பெறுகின்றது. இந்த நாட்டைத் தவிர வேறு எந்த நாட்டிலும் மிக இளமையில் மணம் செய்கிற வழக்கமே இல்லை. இந்த நாட்டிலும் பார்ப்பனர் முதலிய சிலரைத் தவிர மற்ற எந்தப் பிரிவினரிலும் மிக இளமை மணமே இல்லை. ஓர் ஊரில் மூன்று ஆண்டுகளில் ஒரு பெண்

குழந்தைக்குத் திருமணம் செய்வதாக உறுதி செய்து அதற்காகப் பந்தல் முதலிய முன்ஏற்பாடுகள் செய்தார்கள். அப்போது அந்தப் பெண்ணுக்கும் தாய்க்கும் நடந்த உரையாடலாவது...

தாய்: கணவன் மேலே நீ அன்பாய் இருக்க வேண்டும். எத்தனையோ பெண்கள் கணவனோடு உடன்கட்டை ஏறியிருக்கிறார்களே!

மகள்: உடன்கட்டை என்றால் என்ன பொருள்?

தாய்: கணவன் இறந்துபோனால் அவனோடுகூட மனைவியும் தீயில் பாய்வது. இதுதான் உடன்கட்டை ஏறுதல்.

மகள்: அப்பப்பா! இஃது என்னாலே ஆகாது! எனக்குத் திருமணமே வேண்டாம்.

தாய்: நீ உடன்கட்டை ஏற வேண்டியது இல்லை... நீ கணவன் மேல் அவ்வளவு அன்பாய் இருக்க வேண்டும் என்பதற்காகச் சொன்னேன்.

மகள்: கணவன் மேலே நான் மட்டும் அன்பாய் இருக்க வேண்டியதா? கணவனும் என் மேலே அன்பாய் இருக்க வேண்டியதா, இல்லையா?

தாய்: கணவனும் உன் மேலே அன்பாய் இருக்க வேண்டியதுதான்.

மகள்: அப்படியானால், நான் முந்தி இறந்துபோனால் கணவனும் என்னோடு கூட உடன்கட்டை ஏறுவானா?''

இது வெறும் குழந்தைப் பேச்சல்ல. நவயுக மாதர்களின் உரிமைக்குரல். இதனை இவ்வளவு அழுத்தமாக இலக்கியத்தில் முதன்முதலில் எதிரொலித்தவர் வேதநாயகமே. கணவன், மனைவியிடையே அன்பின் சமத்துவத்தை வலியுறுத்த உடன்கட்டை ஏறும் பிரச்சனையை சாதுரியமாகப் பயன்படுத்தியிருக்கிறார். அதுமட்டுமா... குழந்தை மணத்தைப் பெரியவர்களின் பிள்ளை விளையாட்டு என்றார் பாருங்கள். அது அட்சர லட்சம் பெறும்.

எனினும், வேதநாயகத்தின் மாதர் விடுதலை பற்றிய சிந்தனைகளில் குறைபாடுகள் இல்லாமலில்லை. "அவள் கணவனோடுகூட, எல்லா நலன்களையும் இழந்துபோகிறாள்" என்று ஆரம்பித்து விதவைகள் படும் துயரங்களை உள்ளம் உருக தனது "பெண்மானம்" கட்டுரையில் எடுத்துக்காட்டியிருப்பவர் அதற்கான தீர்வாக விதவை மறுமணம் என்பதை முன்மொழிய வில்லை. அன்றைய சூழல் அவரை அப்படிச் சொல்லவிடவில்லை போலும். பெண் எவ்வளவுதான் படித்தாலும் அறிவுத்துறையில்

ஆடவர்களுக்கு ஈடாக முடியாது என்கிற சிந்தனையையும் அவர் தனது எழுத்துக்களில் வெளிப்படுத்தியிருக்கிறார்.

இன்றைக்குக்கூட பலரிடம் இத்தகைய சிந்தனைகள் வாசம் செய்யும்போது அன்றைக்கு வேதநாயகத்திடம் இவை இருந்ததில் ஆச்சரியம் இல்லை. எனினும், ஒட்டுமொத்தமாகப் பார்க்கும்போது பெண் கல்வி, பெண்ணுக்கு பொருள் உரிமை, குழந்தை மணம் எதிர்ப்பு, பெண் பேச்சைக் கேட்பதில் தவறில்லை, கணவன்-மனைவி அன்பில் சமத்துவம் என்று மாதர் விடுதலையின் பன்முகத் தன்மைகளை விரிவாக எடுத்துக்காட்டிய முதல் தமிழ் இலக்கியவாதி வேதநாயகமே ஆவார். அதிலும், நாவல் என்கிற நவீன இலக்கிய வடிவத்தின் மூலம் இவற்றைச் சொன்னதால் சமூக சீர்திருத்தச் சிந்தனைகளை படித்த மாந்தர்கள் மத்தியில் பரவலாக்கியதில் அன்றைக்கு முன்னணியில் நின்றவராகவும் ஆகிறார்.

15

ஜி.சுப்பிரமணிய ஐயர்

இன்று மிகப்பிரபலமாகவுள்ள "இந்து" ஆங்கில ஏட்டை தோற்றுவித்தவர்களுள் ஒருவர் ஜி.சுப்பிரமணிய ஐயர். 1855ல் பிறந்த இவருக்கு தமிழகத்தின் சமூக சீர்திருத்த வரலாற்றில் ஒரு முக்கிய இடம் உண்டு.

1868ல் "திருவல்லிக்கேணி இலக்கியச் சங்கம்" (Triplicane Literary Society) என்பது சென்னையில் உருவானது. இந்தச் சங்கத்தைச் சார்ந்த சிலரே பின்னாளில் "இந்து" பத்திரிகையைத் துவக்கினர். அவர்களுள் ஒருவர் ஜி.சு.ஐயர். இளம்வயதிலேயே ஐயர் சமூக நடவடிக்கைகளைக் கூர்ந்து கவனிக்கத் தொடங்கினார்.

சென்னை உயர் நீதிமன்றத்தில் ஆங்கிலேயர்களே நீதிபதிகளாக இருந்து வந்தனர். 1878லே முதன்முதலாக இந்தியர் ஒருவர் - முத்துச்சாமி ஐயர் - நீதிபதியாக நியமிக்கப்பட்டார். ஒருபுறம் இது மகிழ்ச்சி அலையை உற்பத்தி செய்திருக்க... மறுபுறம் சில ஐயப்பாடுகளும் எழுப்பப்பட்டன. உதாரணமாக, "மெட்ராஸ் மெயில்" பத்திரிகையில் வெளிவந்த ஒரு கடிதம் "பிராமணர்கள் தங்களை தேவர்களாகவும், மற்றவர்களை மிலேச்சர்களாகவும் கருதுவதால் அவர்கள் எல்லா சாதியினரிடமும் நியாயமாக நடந்து கொள்வார்களா?" எனும் வினாவைத் தொடுத்தது. இதற்குப் பதில் அளிக்கும் வகையில் ஜி.சு.ஐயர் அதே பத்திரிகைக்கு ஒரு கடிதம் எழுதினார். அதில் - "பிராமணர்கள் கல்வி கற்று முன்னணியில் நின்று பொதுவாழ்க்கையில் பிரபலமாகியிருப்பதால் அவர்களுக்கு எதிரான கூக்குரலை எழுப்புவது சகஜமாகிவிட்டது. பிராமணர் - பிராமணரல்லாதாரிடையே பரஸ்பர பரிவு இல்லை எனக்கூறுவது ஒப்புக்கொள்ளக்கூடியதன்று... படித்த பிராமணர் சூத்திரர்களை வெறுப்பது என்பதும், தொட்டால் பாவம் என்பதும் நவீன இந்திய சமூக அமைப்பில் உண்மையாகமாட்டாது. ஆங்கிலக்கல்வி கற்றோரிடையே பிராமணர் - பிராமணரல்லாதார் பிணக்கு வேண்டாம். அவர்கள் அனைவரும் ஒரே பிரிவினர் என்ற நினைப்பு ஓங்க வேண்டும்."

ஆக, அப்பொழுதே பிராமணர் - பிராமணரல்லாதார் விவகாரம் துவங்கிவிட்டது. அதேநேரத்தில் சூத்திரர்களை வெறுக்கிற மனோபாவத்தை பிராமணர்கள் கைவிட வேண்டும் என்கிற எண்ணம் பிராமணர்களுள் ஒரு சாராருக்கு வந்திருந்ததையும் ஐயரின் சிந்தனையோட்டம் உணர்த்துகிறது. பிராமணர், சூத்திரர் இரண்டிலுமுள்ள படித்தவர்களிடையே ஒற்றுமை ஏற்பட வேண்டுமென்று அப்பொழுதே ஏங்கியிருக்கிறது. ஐயரின் உள்ளம்.

அதே 1878ம் ஆண்டிலேதான் (அதாவது 23ம் வயதிலேயே) "இந்து" பத்திரிகையை துவக்கி, அதன் முதல் ஆசிரியராக ஆனார் ஐயர். தமிழ்ப் பத்திரிகையின் தேவையையும் உணர்ந்து 1882ல் "சுதேசமித்திரன்" ஏட்டையும் தோற்றுவித்தார். இந்த இரண்டு பத்திரிகைகளோடும் இருவருக்குத் தொடர்பிருந்த காலம் சமூக சீர்திருத்தத்திற்கு நல்வாய்ப்பு மிகுந்த காலமாகும்.

1874லேயே சென்னையில் "இந்து விதவை திருமணச் சங்கம்" என்ற ஒன்று துவக்கப்பட்டிருந்தாலும் அது நன்கு செயல்படாதிருந்தது. இந்த நிலையில் தஞ்சாவூரிலிருந்து சென்னை வந்திருந்த மராத்திய பிராமணராகிய ஆர்.ரகுநாத்ராவ் என்பவர் இதனைச் சீரமைத்து "இந்துப் பெண்கள் மறுமணச் சங்கம்" எனப் பெயர் கொடுத்து இயக்கத் தொடங்கினார். இதன் முக்கிய நோக்கம் கன்னி விதவைகளுக்கு திருமணம் செய்துவைப்பதே.

1856லேயே விதவை மறுமணச் சட்டம் XV அமலுக்கு வந்து விதவைத் திருமணங்கள் சட்டபூர்வம் ஆக்கப்பட்டிருந்தாலும் அது ஒன்றும் பெரிய அளவுக்கு வாழ்க்கை நடப்பு ஆகவில்லை. 1858ல் சேலத்தில் ஒரு சூத்ர சாதியைச் சார்ந்த 13 வயது விதவைக்கு திருமணம் நடந்திருந்தது. 1873ல் நாகர்கோவிலில் சேஷ ஐயங்கார் என்பார் தனது விதவை மகளுக்கு மணம் செய்வித்தார். மற்றபடி பெரிய அளவுக்கு இத்தகைய திருமணங்கள் நடக்கவில்லை. இதற்கு, இந்தச் சட்டத்திலிருந்த ஒரு பெரும் ஊனமும் காரணமாகும். அதாவது, விதவைக்கு மறுமணமானால் அவளது முதல் கணவனின் சொத்துக்களில் இவளுக்கு எவ்வித உரிமையும் இல்லாமல் போய்விடும். இதனாலேயும் பலர் விதவைத் திருமணத்திற்கு ஆர்வம் காட்டவில்லை. எனவே, சட்டத்தில் உள்ள இந்த சரத்தை ரத்து செய்யுமாறு இந்திய அரசிடம் விண்ணப்பம் கொடுத்தது இந்துப் பெண்கள் மறுமணச் சங்கம். இந்தச் சங்கத்தில் ஜி.சு.ஐயரும் ஈடுபட்டிருந்தார்.

சமூக விழிப்புணர்வுமிக்க ஐயர் இயல்பாகவே நாட்டின் அரசியல் வாழ்வு குறித்தும் சிந்தித்தார். 1883ல் இவரால் எழுதப்பட்ட "சுய அரசாட்சி வினா விடை" என்பதே தமிழின் முதல் அரசியல் வெளியீடாகக் கருதப்படுகிறது. சுயாட்சி பற்றிய தனது சிந்தனையை மக்களிடையே விளக்குவதற்காக முதல் அரசியல் பிரச்சாரப் பயணத்தை மேற்கொண்டவரும் இவரே. அரசியல் மேடையில் முதன்முதலில் தமிழில் பேசியவரும் இவரே. இப்படிப் பல "முதல்"களுக்குச் சொந்தக்காரரான இவர் அரசியலில் மிதவாதியாக இருந்து மெல்ல மெல்ல தீவிரவாதியானவர்.

1885ல் பம்பாயில் "இந்திய தேசிய காங்கிரஸ்" துவக்கப்பட்டது. அப்பொழுதே, காங்கிரசானது வெறும் அரசியல் இயக்கமாக மட்டுமல்லாது, சமூகப் பிரச்சனைகளிலும் கவனம் செலுத்தக்கூடிய அமைப்பாக இருக்க வேண்டுமென்று சிந்தித்தவர்கள் உண்டு. காங்கிரசின் துவக்க மாநாட்டிலேயே இந்தச் சிந்தனையை முன்வைத்துப் பேசினார்கள் சென்னை மாகாணத்தின் ஆர்.ரகுநாத் ராவ் மற்றும் பம்பாய் மாகாணத்தின் நீதிபதி எம்.ஜி.ரானடே ஆகியோர். இரண்டாவது மாநாடு 1886ல் கல்கத்தாவில் நடைபெற்ற போது இதுதொடர்பாக மேற்கொண்டு எதுவும் நடைபெறவில்லை. எனினும், காங்கிரசே சமூகப் பிரச்சனைகளையும் கவனிப்பதா அல்லது அதற்கென தனியொரு அமைப்பைக் காண்பதா என்கிற விவாதம் தலைவர்களுக்குள் நடந்து வந்தது. முடிவில் "இந்திய தேசிய சமூக மாநாடு" (Indian National Social Conference) என்கிற தனி அமைப்பைத் துவக்குவது என்று முடிவு செய்யப்பட்டது. இந்த இயக்கத்தின் தந்தை ரகுநாத்ராவ் என்றால் இதன் செவிலித்தாய் ரானடே எனலாம். இதன் துவக்க மாநாட்டை நடத்தித் தரும் பேறு சென்னைக்கு கிடைத்தது. 1887ல் காங்கிரசின் மூன்றாவது மாநாடு சென்னையில் நடைபெற்றது. அது முடிந்த மறுநாள் அதே பந்தலில் சமூக மாநாடு நடைபெற்றது. துவக்க மாநாட்டிற்குத் தலைமை தாங்கியவர் ராஜா சர் டி.மாதவராவ். மாநாட்டின் முடிவில் இந்த அமைப்பின் தலைவராக அவரே தேர்ந்தெடுக்கப் பட்டார். ரானடே துணைத் தலைவரானார்; ரகுநாத் ராவ் பொதுச்செயலாளர் ஆனார்.

முதல் மாநாட்டில் பெரிய அளவுக்கு முடிவுகள் எடுக்கப்பட்டவில்லையென்றாலும் ஆண்டுதோறும் இந்தியாவின் பல்வேறு பகுதிகளில் மாநாடுகள் நடத்துவது என்றும், அங்கே

"சமுதாயத்தின் அந்தஸ்தினை மற்றும் சமூகப் பழக்கவழக்கங்களை மேம்படுத்துவதற்கான வழிவகைகளைக் காண்பது" என்றும் தீர்மானிக்கப்பட்டது. சமூக மாநாடு விவாதித்து முடிவு செய்ய வேண்டிய விஷயங்கள் என-

"தொலைதூரக் கடல் பயணம் மேற்கொண்டவருக்கு விதிக்கப் படும் கட்டுப்பாடுகள், அழிவைத் தரும் அதீத திருமணச் செலவு, திருமணத்திற்கான வயது வரம்பு, இளம் விதவைகளுக்கு மறுமணம், இளம்பெண்களை முதியவர்கள் மணப்பதால் வரும் கேடுகள், திருமண முறைகள் மற்றும் சாட்சியங்கள், ஒரே சாதிக்குள் உள்ள உள்பிரிவுகளுக்கிடையே கலப்புத் திருமணங்கள்" ஆகியவை அடையாளம் காணப்பட்டன.

அன்றைய தேசிய அளவிலான சமூக சீர்திருத்தவாதிகள் கொண்டிருந்த நிகழ்ச்சிநிரல் இதுதான். பிராமணர்கள் மற்றும் பிராமணரல்லாத உயர்சாதியினருக்கு இருந்த சமூகப் பிரச்சனை களே சமூக சீர்திருத்தப் பிரச்சனைகளாகக் கருதப்பட்டிருந்ததைக் கவனிக்கலாம். அனைத்து சாதியினருடனும் சமபந்தி போஜனம் என்பதைக்கூட அவர்களால் உடன் எடுக்க முடியவில்லை. எனினும், தேசிய அளவில் சமூக சீர்திருத்தத்திற்கென்று ஓர் அமைப்பு துவக்கப்பட்டது என்பது இந்திய வரலாற்றில் ஒரு முக்கிய திருப்புமுனையாகும். இதுவரை எழுந்த சமூக சீர்திருத்த இயக்கங்கள் எல்லாம் சமயம் சார்ந்து நின்றபொழுது இப்பொழுதுதான் முதன்முதலாக அரசியல் சார்ந்து நிற்கும் ஒரு சமூக சீர்திருத்த அமைப்பு - இயக்கம் தோன்றியது. இந்தியாவில் அரசியல் இயக்கம் துவங்கியபொழுதே அது சமூக விஷயங்களையும் கணக்கில்கொள்ள வேண்டியிருந்தது என்பதும், அப்பொழுதே அரசியல் சார்ந்த சமூக சீர்திருத்த அமைப்பு உருவாக்கப்பட்டது என்பதும் இந்திய வாழ்வு ஜனநாயகத் தன்மையை அடையத் துவங்கியதைச் சுட்டிக்காட்டியது. அரசியலும் சமூக சீர்திருத்தமும் ஒன்றோடு ஒன்று தொடர்புடையவை என்பதையும் உணர்த்தி நின்றது.

சென்னையில் இந்த தேசிய சமூக மாநாட்டினை நடத்துவதில் பெரிதும் துணையாக இருந்தவர் ஜி.சு.ஐயர். அத்தோடு, தான் ஆசிரியராக இருந்த 'இந்து' மற்றும் 'சுதேசமித்திரன்' ஏடுகளை சமூக சீர்திருத்தத்திற்கு வலிமையாகப் பயன்படுத்தவும் செய்தார்.

"ஒன்பது வயதுக்குக் கீழான விதவைகள் 80 ஆயிரம் பேரும், பதினாலு வயதுக்கும் கீழான விதவைகள் 2 லட்சம் பேருக்கு

மேலும் உள்ளனர்" என்பதைச் சுட்டிக்காட்டிய 'இந்து' (செப்.1887) விதவைகளுக்காக ஒரு பள்ளியும் - இல்லமும் துவங்கப்பட வேண்டும் என்கிற பேராசிரியர் மாக்ஸ் முல்லரின் ஆலோசனை பற்றி கீழ்வருமாறு கருத்து தெரிவித்தது:

"இந்தத் திட்டம் வெற்றிபெற பெரிய அளவுக்கு வாய்ப்பில்லை. இந்து சமுதாயத்தின் உணர்வுக்கு எதிரானதாக இது கருதப்பட்டு பெரிதும் எதிர்ப்பைச் சம்பாதிக்கும். ஆனால், இதே துயரத்திற்கு ஆளாகியுள்ள குடும்ப உறுப்பினர்களுக்கிடையே அனுதாபபூர்வமான தொடர்பை ஏற்படுத்த இதுவொரு வாய்ப்பாக இருக்கக்கூடும். மறுமணத்திற்கு இது உதவும்."

இப்படி இளம் விதவைகளின் துயரம் கண்டு துடித்த ஐயரின் குடும்பத்திலேயே அந்த இருள் கவிந்தது. ஐயரின் மகள் சிவபிரியாம்பாள் தனது 12ம்வயதில் (1888ல்) விதவையானாள். சமூக சீர்திருத்தம் பற்றி பேசுவது எளிது; பேசியதுபோல் நடப்பதோ மகா மகாக் கடினம். ஐயரோ சொல்லும் செயலும் நேராய் இருந்தார். அடுத்த ஆண்டே தனது மகளுக்கு மறுமணம் செய்வித்தார். 1889ல் பம்பாயில் காங்கிரசின் ஐந்தாவது மாநாடு நடைபெற்றபோது 19 வயதான ராமசாமிக்கு சிவபிரியாம்பாளை திருமணம் செய்து கொடுத்தார். சமூக மாநாட்டின் பொதுச்செயலாளர் ரகுநாத்ராவ் திருமணத்தை நடத்தி வைத்தார். சார்லஸ் பிராட்வே, ரானடே போன்ற முற்போக்காளர்கள் பலர் நிகழ்ச்சியில் பங்கேற்றனர். இந்த மறுமணத்தின் காரணமாய், எதிர்பார்த்தபடி ஐயரின் குடும்பத்தை வைதீகர்கள் பகிஷ்கரித்தனர். ஆனால் இவரைச் சாதிப் பிரஷ்டம் செய்யத் துணியவில்லை.

1890ல் "இந்தியன் சோஷல் ரிபார்மர்" (Indian Social Reformer) என்கிற வாரப் பத்திரிகையை ஐயரின் நண்பர்கள் துவக்கினர். சென்னை திருவல்லிக்கேணியிலிருந்து வரத் துவங்கிய இந்தப் பத்திரிகையின் ஆசிரியராக காமாட்சி நடராசன் என்பவர் இருந்தார். "இந்து" பத்திரிகையை சமூக சீர்திருத்தத்திற்கு தீவிரமாகப் பயன்படுத்துவதை அதில் ஒரு பிரிவினர் - குறிப்பாக நிர்வாகியான எம்.வீரராகவாச்சாரி - எதிர்க்கத் துவங்கிவிட்டார். எனவே, சமூக சீர்திருத்தத்திற்கென்றே ஒரு தனிப்பத்திரிகையை ஐயரின் நண்பர்கள் ஆரம்பித்தனர். ஆசிரியர் நடராசன் என்றாலும் அதன் மூளையும், இருதயமுமாக இருந்தவர் ஐயரே. பத்திரிகையின் முதல் இதழில் அவர் எழுதினார்-

"(ஒரு காலத்தில் உயர்ந்திருந்த சீரிய) இனமானது சீர்கெட்டது. ஆண்மையற்ற புரோகிதர்கள் மற்றும் சோம்பேறிகளின் கை ஓங்கியது. அறியாமை பரவியது. நாடு நிறைய அடிமைகளை உற்பத்தி செய்து திருப்திப்பட்டது. முதலில் தனது சொந்த புரோகித வகுப்பாருக்கு, பிறகு அடுத்தடுத்து வந்த அந்நியப் படையெடுப்பாளர்களுக்கும் அவர்கள் அடிமைகளாயிருந்தனர். உலகில் உள்ள வேறு எந்த நாட்டிலும் இல்லாதபடி இந்தியாவில் மட்டும் சாதியப் பிரிவுகள், திருமண வழக்கங்கள், மாதர்களைப் புறக்கணித்தல், வெளிநாட்டுப் பயணத்திற்குத் தடை, தேசிய அபிலாசை மற்றும் சுயமரியாதையில் ஒருமைத்தன்மை இல்லாதது ஆகியவை நிலவுகின்றன... சமூக சீர்திருத்தவாதிகளின் யுத்தம் என்பது அதிகரித்த பலத்துடனும் மேலும் ஒழுங்கமைந்த விதத்திலும் இனி நடைபெறும். அந்த யுத்தத்திற்கு உதவுவதே இந்தப் பத்திரிகையின் நோக்கமாகும். அனைத்து மூடநம்பிக்கைகளுக்கும் சமூக அவலங்களுக்கும் எதிராக சமரசமற்ற போரினை இது நடத்தும். சமூக சீர்திருத்த களத்தில் படித்த, அறிவுஜீவி இந்தியர்களை வலுவாக ஈர்க்க இது முயலும்."

இப்படி ஐயர் சமூக மாநாட்டுத் தீர்மானத்தைவிட ஒருபடி மேலே போய் புரோகிதர்களிடம் மக்கள் அடிமைப்பட்டுக் கிடந்ததை சுட்டிக்காட்டியதையும், சாதியப் பிரிவுகளை ஒட்டுமொத்தமாகத் தாக்கியிருப்பதையும் கணக்கில் கொள்ளவேண்டும்.

இப்படிக் கருத்துப் பிரச்சாரம் செய்தது மட்டுமல்லாது, செயல் அளவிலும் தனது பணிகளைத் தொடர்ந்தார் ஐயர். "வைதீகக் கோட்டை" எனப்பட்ட திருவல்லிக்கேணியில் நடந்த ஒரு நிகழ்ச்சியை 1891ல் "இந்து" ஏடு குறிப்பிட்டது. அங்கே திருவேங்கடத்தா ஐயங்கார் என்பவரின் குழந்தை பாம்பு தீண்டி இறந்துவிட்டது. ஐயங்கார் ஒரு கன்னி விதவையை மணந்திருந்ததால் அவரது சமூகத்தார் ஈமச்சடங்கிற்கு உதவ மறுத்துவிட்டனர். எனினும் சில நண்பர்கள் கூடினர். ஈமச்சடங்கு செய்ய தனது புரோகிதரை அனுப்பி உதவினார் ஐயர்.

1891 ஜனவரியில் திருமண வயது வரம்பு மசோதா (Age of Consent Bill) மத்திய சட்டசபையில் விவாதத்திற்கு வந்து அந்த ஆண்டு மார்ச் மாதத்தில் நிறைவேறியது. இதன்படி பெண்ணின் திருமண வயது பத்திலிருந்து பன்னிரண்டாக உயர்த்தப்பட்டது. இதைக்கூட அன்றைக்கு எதிர்த்தார் பாலகங்காதர திலகர். இந்து சமூக விஷயங்களில் அரசு தலையிடக்கூடாது என்று காரணம்

கூறப்பட்டாலும் வைதீக மனப்பான்மையே எதிர்ப்புக்கு உண்மையான காரணமாக இருந்தது. ஆனால், ஐயர் உள்ளிட்ட திருவல்லிக்கேணி இலக்கியச் சங்கம் இந்த மசோதாவை வரவேற்றது மட்டுமல்லாது, வயது வரம்பை பதினாலாக உயர்த்த வேண்டுமென்று துணிச்சலோடு கோரிக்கை வைத்தது.

சமூக சீர்திருத்தத்திற்காக தனிப்பத்திரிகை கண்ட ஐயரும், அவரது நண்பர்களும் சென்னை அளவில் தனி அமைப்பு ஒன்றையும் உருவாக்கினர். இந்துப் பெண்கள் மறுமணச் சங்கத்தின் தலைவர் ரகுநாத்ராவோடு ஏற்பட்ட கருத்து வேறுபாடும் இதற்கொரு காரணமாகும். "சென்னை இந்து சமூக சீர்திருத்தச் சங்கம்" (Madras Hindu Social Reform Association) எனும் அமைப்பு 1892ல் உருவாக்கப்பட்டது. அமைப்புக்கூட்டம் ஐயர் வீட்டிலேயே நடந்தது. தொடக்கத்தில் 8 உறுப்பினர்களையும் ஓர் ஆதரவாளரையும் கொண்டிருந்த இந்த அமைப்பு ஓராண்டிற்குள் 45 உறுப்பினர்களையும், 13 ஆதரவாளர்களையும் கொண்டதாக வளர்ந்தது.

இந்த சங்கத்தின் உறுப்பினர்கள் ஒவ்வொருவரும் கீழ்வரும் உறுதிமொழிகளை எடுத்துக்கொள்ள வேண்டியிருந்தது.

1. எனது கட்டுப்பாட்டில் உள்ள பெண்களுக்கு கல்வி வழங்குவேன்.
2. எனது குடும்பப் பெண்களுக்கு 10 வயதுக்கு முன்பாக திருமணம் செய்துவைக்க மாட்டேன்.
3. எனது குடும்ப இளைஞர்களுக்கு 18 வயதுக்கு முன்பாக திருமணம் செய்துவைக்க மாட்டேன்.
4. பிராமணர்களினால் தயார் செய்யப்பட்டு அவர்களால் பரிமாறப்படுகிற பிஸ்கட், காபி, டீ போன்ற சிற்றுண்டிகளைப் பொது மேஜையில் வைத்து உண்பேன்.
5. மறுமணம் புரிந்தவர்களோடும், வெளிநாடு சென்று வந்தவர்களோடும் சேர்ந்து உட்கார்ந்து சாப்பிடுவேன்.
6. வைப்பாட்டி வைத்துக்கொள்ள மாட்டேன்.
7. தாசிப்பெண்களை எதற்காகவும் அழைக்க மாட்டேன்.
8. தாசிப்பெண்கள் பங்கேற்கும் எந்தவொரு கேளிக்கை நிகழ்ச்சியிலும் பங்கேற்க மாட்டேன்.
9. சங்கத்தின் கட்டுப்பாடுகளுக்கு மாறானவற்றை என் சக்திக்கு உட்பட்டு முடிந்த அளவு தவிர்ப்பேன்.

அன்றைய தமிழகத்தில் பிராமணர்கள் மற்றும் இதர உயர் சாதியினர் மத்தியில் வாழ்க்கை எப்படி இருந்தது என்பதற்கு இந்த உறுதிமொழிகள் நல்ல சாட்சியங்கள். பெண் கல்வி, தாசிமுறை எதிர்ப்பு போன்றவற்றை உறுதிமொழிகளாக எடுத்தது போல விதவை மறுமணம், அனைத்து சாதியினருடனும் சமபந்தி போஜனம் போன்றவற்றை எடுக்க அவர்களால் முடியவில்லை. பொதுவாகவே, சாதிப் பிரச்சனையில் அவர்களுக்குப் பெரும்தயக்கம் இருந்தது. தனிப்பட்ட முறையில் ஜி.சு.ஐயருக்கு இருந்த முற்போக்கான கருத்துக்கள் சங்கத்தின் கருத்துக்களாக ஆகவில்லை... ஆக்க முடியவில்லை.

இந்திய தேசிய காங்கிரசைத் துவக்கிய ஹ்யூம் 1892ல் சென்னைக்கு வந்தார். அவ்வமயம் சென்னை இந்து சமூக சீர்திருத்த சங்க உறுப்பினர்கள் ஐயர் தலைமையில் அவரைப் பேட்டி கண்டனர். அரசியல் சீர்திருத்தமாயினும், சமூக சீர்திருத்தமாயினும் அதனதன் வழியில் நிகழ வேண்டும். இரண்டையும் ஒன்றாகக் கலக்கக்கூடாது என்று ஹ்யூம் கூறினார். ஐயர் அவர்களோ - "அரசியல் சீர்திருத்தவாதிகள் சமூக சீர்திருத்தங்களில் போதிய பரிவு காட்டுவதில்லை" என்று சரியாகச் சுட்டிக்காட்டினார்.

அன்றைக்கு விபச்சாரம் என்பது சட்டரீதியாக மட்டுமல்ல, மதரீதியாகவும் அங்கீகரிக்கப்பட்டிருந்தது. இதற்காக தாசி குலம் என்ற ஒன்று பரம்பரை பரம்பரையாக இருந்து வந்தது. தாசி நடனம் இல்லாத கோவில் திருவிழாவோ, பெரிய மனிதர் வீட்டுத் திருமணமோ, அரசு பொதுநிகழ்ச்சியோ இருக்காது. தாசிகளின் சதிர்க்கச்சேரி என்பது நாட்டியக் கலையைப் பாதுகாப்பதாக மட்டுமல்லாது, விபச்சாரத்திற்கான அழைப்பாகவும் இருந்தது.

சென்னை இந்து சமூக சீர்திருத்த சங்கம் இந்தக் கேவலமான வழக்கத்தை எதிர்க்கத் துணிந்தது. தாசிகளின் சதிர்க்கச்சேரி ஏற்பாடு செய்யப்பட்டுள்ள நிகழ்ச்சிகளில் இந்திய வைஸ்ராயும், சென்னை மாகாண கவர்னரும் கலந்துகொள்ளக்கூடாது என்கிற வேண்டுகோளை 1893ல் அவர்களிடம் முன்வைத்தது. ஆனால், அந்த இரு பெரிய மனிதர்களும் இந்தக் கோரிக்கையை ஏற்கவில்லை. "இந்து" பத்திரிகை சமூக சீர்திருத்த சங்கத்தின் கோரிக்கையை ஆதரித்து வலுவாக எழுதியது.

இதே ஆண்டில் "இந்து" ஏடு "பறையர்கள்" எனப்பட்ட தாழ்த்தப்பட்ட மக்களின் அவலநிலை குறித்து கீழ்வருமாறு ஆவேசமாக எழுதியிருந்தது.

“பறையர்கள் மற்றும் அவர்களைப்போன்ற வகுப்பாரின் மோசமான நிலை அவமானகரமானதாகும். இந்து சமூக அமைப்பின் விசித்திரமான நிலை இது. இதிலிருந்து இந்த மக்களுக்கு விடிவுகாலமே இல்லை. ஆயிரக்கணக்கான ஆண்டுகளாகப் பறையர்களும் அவர்களைப் போன்றோரும் இத்தகைய நிலையில் உள்ளனர். இந்த வகுப்பாரின் நிலை குறித்து தாங்கள் கவலைப்படுவதாக இந்துக்கள் இலேசாகக்கூடக் காட்டிக்கொண்டதில்லை. ஒரு பிராமணருக்கு எப்படி அவரின் அந்தஸ்தும், ஒப்புநோக்கில் பார்த்தால் அவர் அனுபவிக்கும் மகிழ்ச்சியும் இயல்பானதாகத் தெரியுமோ அப்படியே ஒரு பறையரின் பெரும் துயரமும் இயல்பானதாகவே இருக்கும் என்று அனுமானித்துக் கொள்ளப்படுகிறது. படித்த இந்துக்கள் உள்ளிட்ட பலரும் இப்படி வாதம் செய்கிறார்கள். பறையர்கள் போன்ற புறக்கணிக்கப்பட்ட கீழான நிலையில் வைக்கப்பட்டுள்ள மக்கள் இருப்பதால் இந்த சமூகத்தைக் கேவலமாக நினைக்க வேண்டியதில்லை. ஒவ்வொரு சமூகத்திலும் உயர்ந்த மற்றும் தாழ்ந்த வகுப்பு என்று இருக்கவே செய்கிறது. மேற்கு நாடுகளில் இருப்பதுபோல உயர்ந்த மற்றும் தாழ்ந்த வகுப்புக்கு இடையிலான வேறுபாடுதான் பிராமணர்கள் மற்றும் பறையர்களுக்கு இடையிலான வேறுபாடு என்றால் இந்த வாதம் சரியானதாக இருக்கும். ஆனால், இது விஷயத்தில் இந்த இரண்டு சமுதாயங்களுக்கும் இடையில் ஒப்புவமை காணமுடியாது. மேற்குலகத்தின் சமுதாய அமைப்பு பிறப்பின் அடப்படையில் வேறுபாடு காண்பதில்லை. ஒரு செருப்பு தைக்கும் தொழிலாளியின் மகன் தனது நல்ல குணத்தாலும் பெற்ற செல்வத்தாலும் வேல்ஸ் இளவரசரின் அந்தஸ்தையும், செல்வாக்கையும் அங்கே பெறமுடியும். ஆனால் ஒரு பறையன் என்னதான் வேதங்கள் அனைத்தையும் நெஞ்சில் வாங்கிக் கொள்ளட்டுமே, நல்ல பண்போடும் செல்வத்தோடும் இருக்கட்டுமே, கள்ள கையெழுத்துப் போடுகிற, நாகரீகம் என்ற பெயரில் குடித்துக் கும்மாளம் போடுகிற ஒரு இழிந்த பிராமணருக்கும் அவர் சமதையாகமாட்டார். இந்து சாதி அமைப்பின் விசித்திரமான நிலை இது. சாதிகளை ஒழிப்பது என்பது சமுதாய நிலையில் உள்ள அசமத்துவத்தை உண்மையில் ஒழித்துவிடாது. ஆனால், பிறப்பின் அடிப்படையில் அல்லாது குணத்தின் அடிப்படையில் - அதன் அடிப்படையில் மட்டுமான- குறைந்த ஆட்சேபணைக்குரிய, நிச்சயம் அதிக ஆரோக்கியமான சமூக அந்தஸ்தினை இந்த சாதி ஒழிப்பு அறிமுகப்படுத்தும். இதனை

ஏற்காத சாதி அமைப்பினை ஆயிரக்கணக்கான ஆண்டுகளாக இந்து தேசம் ஏற்றுக்கொண்டிருந்ததால் இந்தக் கொடுமை குறித்த உணர்வே இல்லாது மரத்துப்போய்விட்டது. கிறிஸ்தவ போதகர்களின் செயல்பாடுகள் இந்தக் கீழ்சாதியினருக்குச் செய்யப்பட்டுள்ள கொடுமைகள் குறித்து இந்துக்களை கண் விழிக்கச் செய்தது. இதற்கு வியாக்கியானம் தருகிற, இதனை நியாயப்படுத்துகிற சில அரைகுறை முயற்சிகள் மேற்கொள்ளப்பட்டன. பொருத்தமற்ற மற்றும் கற்பனையான ஒப்புவமைகளில் தேசபக்தி அடைக்கலம் தேடிக்கொண்டது. இந்துக்களின் செயல்பாடுகளிலிருந்து பறையர்களும், அவர்களைப் போன்றோரும் மீட்சியை அடைய முடியுமென்று நம்பிக்கை இருப்பதாக நமக்குத் தோன்றவில்லை. இந்தக் கீழ்வகுப்பாரை நாகரிக நிலைக்கு உயர்த்தும் பணியை கிறிஸ்தவ போதகர்களின் கருணைக்கு விட்டுவிட வேண்டியதுதான் என்கிற திரு.சீனிவாசராகவ ஐயங்காரின் அறிவுள்ளதான கருத்தை நாம் அங்கீகரிக்கிறோம்."

"இந்து" ஏட்டின் இந்த எழுத்துக்கள் அன்றிருந்த அவல நிலையை எடுத்துக்காட்டுவதோடு கிறிஸ்தவ போதகர்களது சேவையின் முக்கியத்துவத்தையும் உறுதிப்படுத்துகிறது. இத்தகைய நிலைபாட்டிற்கு அன்றைக்கு வைதீகர்களிடமிருந்து எத்தகைய எதிர்ப்பு ஏற்பட்டிருந்திருக்கும் என்பதை எளிதில் ஊகிக்கலாம். 1894 ஆகஸ்டிலேயே இந்தத் தீவிரமான நிலைபாட்டிலிருந்து தன்னை மாற்றிக்கொண்டது அந்த ஏடு.

1894ல் சென்னையில் மீண்டும் இந்திய தேசிய காங்கிரசின் ஆண்டு மாநாடு நடைபெற்றது. வழக்கம்போல அந்த மாநாடு முடிந்ததும் அதே பந்தலில் தேசிய சமூக மாநாடும் நடைபெற்றது. இதற்குத் தலைமை தாங்கியவர் சர்.எஸ்.சுப்பிரமணிய ஐயர் எனப்பட்டவர். இந்த மாநாட்டில் நிறைவேற்றப்பட்ட இரு தீர்மானங்கள் அப்படியே கிடைத்துள்ளன.

1. "ஒரே சாதிகளில் இருக்கக்கூடிய உப பிரிவுகளைச் சார்ந்தவர்களிடையே சம பந்தி போஜனம் செய்வதற்குள்ள தடைகளை நீக்கவும், தற்போதுள்ள விதிகளின்படி சம பந்திபோஜனம் செய்யக்கூடியவர்களிடையே கலப்புத் திருமணங்களை ஊக்குவிக்கவும் தேவையான அடுத்தகட்ட நடவடிக்கைகளை நாட்டின் அனைத்துப் பகுதிகளிலுமுள்ள சமூக சீர்திருத்த சங்கங்கள் எடுக்கவேண்டிய அவசியம் உள்ளது என்பதை மாநாடு மீண்டும் உறுதிசெய்கிறது."

2. "சமூக சீர்திருத்தத்திற்கான சங்கங்களில் உறுப்பினர்களாக இருக்கும் ஒவ்வொருவரும், தான் போதிக்கிற லட்சியத்தை தனது சொந்த வாழ்வில் அடைய முடிந்தமட்டும் முயல வேண்டும்."

முதல் தீர்மானம் சாதிய விஷயத்தில் சமூக மாநாடு மிகுந்த தயக்கத்தோடு இருந்திருப்பதைப் புலப்படுத்துகிறது. படிப்படியான அணுகுமுறையையே அது முன்மொழிந்திருக்கிறது. அது முன்வைத்த குறைந்தபட்சக் கோரிக்கை-ஒரே சாதிக்குள்ளேயாகிலும் இனி சம பந்தி போஜனம்! சம பந்தி போஜனம் ஏற்கெனவே செய்பவர்களுக்கிடையேயாகிலும் கலப்புத் திருமணம்! இரண்டாவது தீர்மானம் இந்தக் குறைந்தபட்ச சீர்திருத்தத்தைச் செய்வதில்கூட சங்க உறுப்பினர்கள் "ஊருக்குத்தான் உபதேசம் உனக்கும் எனக்குமா?" என்கிற பாவனையில் இருந்திருக்கிறார்கள் என்பதை ஒப்புக்கொண்டு, இனிமேலாகிலும் அது கூடாது என்கிறது! இந்தப் பின்னணியில் ஜி.சு.ஐயரின் துணிச்சலான, மனிதநேயமிக்க கருத்துக்கள் நட்சத்திரங்கள் மத்தியில் நிலவு போல் ஜொலிப்பதை உணரலாம்.

அடுத்த தேசிய சமூக மாநாடு 1895ல் புனேயில் நடப்பதாக இருந்தது. இதற்கிடையில் காங்கிரசில் திலகரின் கை ஓங்கி வந்தது. அரசியலில் தீவிரவாதியாக இருந்த திலகர் சமூக சீர்திருத்த விஷயத்தில் படுபிற்போக்குவாதியாக இருந்தார். இதுவரை காங்கிரஸ் பந்தலில் சமூக சீர்திருத்த மாநாடு நடைபெற அனுமதி அளிக்கப்பட்டு வந்தது. இப்போது புனேயில் இதற்கு அனுமதி மறுத்தார் திலகர். இதனை ஜி.சு.ஐயர் கண்டித்தார். "இந்து"வில் (26.10.1895) "சமூக மாநாட்டிற்கு புனேயின் எதிர்ப்பு" என்ற தலைப்பில் அவர் ஒரு தலையங்கம் எழுதினார். அதன் இறுதியில் "சமூக சீர்திருத்தக்காரர்களுக்கு காங்கிரஸ் பந்தலை மறுப்பதன் மூலம் அந்த இயக்கத்தை ஒடுக்கிவிட முடியுமென்று புனேக்காரர்கள் கருதுவதாகத் தெரிகிறது. இது படுபைத்தியக்காரத்தனமானது. மாறாக, புனே அரசியல்வாதிகளின் இந்த நடவடிக்கை காங்கிரசைக் காட்டிலும் அதிக முக்கியத்துவம் வாய்ந்ததாக மக்கள் கருதும் அந்த இயக்கத்திற்கு மேலும் வலிமை சேர்க்கும்" என்று குறிப்பிட்டிருந்தார்.

1897ல் விவேகானந்தர் சென்னை வந்தார். வந்தவர், அன்றைய வங்க - சென்னை சமூக சீர்திருத்த இயக்கங்களை ஒப்பிட்டுப்

பேசினார். "எனது போர்முறை" எனும் அந்தப் பேச்சில் ஓரிரு பாராட்டுகளோடு சென்னைக்காரர்களை விமர்சிக்கவும் செய்தார்.

1. "அவர்களுடையது (சென்னைக்காரர்களுடையது) அழிவுமுறை, என்னுடையதோ அமைப்பு முறை.
2. சிறுவர்களே! ஏ மீசை முளைத்த சிசுக்களே! ஒருநாளும் இச்சென்னையைவிட்டு வெளிப்போகாத நீங்கள் எழுந்து நின்று பாரம்பரியமாக வந்த ஆயிரக்கணக்கான ஆசாரங்களைக் கொண்டுள்ள இம்முப்பது முக்கோடி ஜனங்களுக்கும் புதிய விதிகளை நிர்ணயிக்கப் புறப்பட்டுவிட்டீர்கள்! உங்களுக்கு வெட்கமில்லையா?
3. சீர்திருத்தம் வேண்டுவோர் எங்கே? அதைக்கோரும் ஜனங்கள் யார்? முதலில் அவர்களைத் தயாராக்குங்கள். எப்போதும் காணாத கொடுங்கோன்மை சிறுபான்மையோரின் கொடுங்கோன்மையே! ஒருசிலர் சில விஷயங்களைக் குறையெனக் கூறிவிடுவதால் முழு சமூகமும் அவர்கள் சொற்படி நடக்காது."

இந்த மூன்று குற்றச்சாட்டுகளுக்கும் "இந்தியன் சோஷியல் ரிபார்மர்"(7.2.1897) பதிலளித்தது. அது வருமாறு:

1. "தமது பணிக்காக இளைஞர்களை நம்பியிருப்பதாக உலகமறிய அவர் கூறினார் மற்றும் சுவாமிஜி அவர்களே ஓர் இளைஞர் அல்லவா...? இந்துமத மறுமலர்ச்சி இயக்கத்தின் தலைவர்கள் சிலர் சுவாமிஜியை 'இளஞ்சிறுவன்', 'இளைய துறவி' என்று அழைப்பதை நாம் கேட்கவில்லையா? இளமை ஒரு குற்றமானால் சுவாமிஜியும் சமூக சீர்திருத்தக்காரர்களோடு சேர்ந்துவிடுகிறார்.
2. 'அழிவு முறை என்று சுவாமிஜி எதைக் குறிப்பிடுகிறார்?' என்று சீர்திருத்தச் சபையில் விளக்கம் பெற நம்முடன் வந்தோர் கேட்டார்கள். 'யாரையும் குறிப்பிட்டுப் பேசவேண்டாம்' என பதில் அளித்தார். இந்த நீதியை நாமும் பொதுவிதியாக ஒப்புக்கொள்கிறோம். ஆனால், சுவாமிஜி சென்னையில் நன்கறிந்த தனிநபர்கள் எவ்வளவு பேரைப் பெயரிட்டுப் பேசியிருக்கிறார்.
3. 'சிறுபான்மையோர் கொடுங்கோன்மை' எப்படி இருக்க முடியும்? "சமூக சீர்திருத்தவாதிகள் இந்த நாட்டின் ஆட்சியாளர்கள் இல்லை. அவர்கள் நகர்மன்ற உறுப்பினர்கள்கூடக்

கிடையாது. சொல்லப்போனால் புரோகிதர்கள்கூட இல்லை. பிரபலமானால் அது எடுத்துக்காட்டப்பட வேண்டும். இது கொடுங்கோன்மையென்றால் மக்களிடையே அறிவு வளர வளர இத்தகைய கொடுங்கோன்மையும் வளரும். சமூக சீர்திருத்தக்கட்சி அடிக்கடி தலைமுடி நரைத்தவர்களால் காட்டிக் கொடுக்கப்பட்டுள்ளது. அவர்கள் காரியத்திற்குப் பொருந்தியிருந்தால் அதன் உற்ற நண்பர்களாக அவர்கள் நடிப்பார்கள்.''

இது பெருமைக்குரிய விஷயம். ஜி.சு.ஐயரும், அவரது நண்பர்களும் நடத்திய ஏடு சமூக சீர்திருத்தத்தில் விவேகானந்தரைக் காட்டிலும் தீவிரமாக இருந்திருக்கிறது. அதற்காக அவரோடு வெளிப்படையாக மாறுபட்டு நிற்கவும் அது தயங்கவில்லை. ஆனால், இதன் பொருள் விவேகானந்தரை இக்குழுவினர் வெறுத்தனர் என்பதல்ல.

பிராமணர்கள் கடல் தாண்டிப் போகக்கூடாது என்று அன்று தடை இருந்தது. அதை மீறி ஐயர் இங்கிலாந்து சென்றார். 1897 ஜூலையில் சென்னை திரும்பியதும் அவருக்கு வேலைகள் பல காத்திருந்தன. ''இந்து''வில் வீரராகவாச்சாரியாருக்கும், இவருக்குமிடையிலான கருத்து வேறுபாடுகள் ஆழமாயின. சமூக சீர்திருத்தப் பிரச்சாரம் அந்தப் பத்திரிகையில் அனேகமாக நின்று போய்விட்டது. எனினும் வெளியே தனது பிரச்சாரத்தை விட்டுவிடவில்லை ஐயர்.

சென்னை இந்து சமூக சீர்திருத்த சங்கத்தின் ஐந்தாம் ஆண்டு விழா அந்த ஆண்டு இறுதியில் தெலுங்கு மக்களின் புகழ்பூத்த சமூக சீர்திருத்த வீரர் கந்துகூரி வீரேசலிங்கம் பந்துலுவின் (சென்னை மாநிலத்தின் ராஜமகேந்திரவரத்தில், 1881ல் முதல் விதவை மறுமணத்தை நடத்தியவர். சென்னையில் 1883ல் முதல் விதவை மறுமணத்தை நடத்தியவர்) தலைமையில் நடைபெற்றது. இதிலே 'சமூக சீர்திருத்தக் கோட்பாடுகள்' என்ற தலைப்பில் ஐயர் உரையாற்றினார். அதிலே அவர் கேட்டார்-

''நமது மடாதிபதிகளும், புரோகிதர்களும் ஊழல்மிக்கவர்களாய் அறியாமையிலும், மூட நம்பிக்கைகளிலும் மூழ்கியிருக்கிறார்கள். அவர்களிடம் இருப்பதெல்லாம் ஆரோக்கியமான, பகுத்தறிவான சீர்திருத்தவாதத்திற்கு கடுமையான எதிர்ப்பைக் காட்டுவது ஒன்றே ஆகும். ஒருகாலத்தில் ஐரோப்பாவில் ஒரு போப்பாண்டவர் இருக்க, இரண்டாம் போப்பாண்டவரை ஏற்படுத்தியதுபோல

இங்கும் சுவாமி விவேகானந்தரையோ, அவரையொத்த ஓர் ஆன்மிக வீரரையோ இரண்டாம் சங்கராச்சாரியாராக பிரகடனப்படுத்த இங்குள்ள சீர்திருத்தவாதிகளால் இயலாதா?"

இப்படியெல்லாம் பேச அன்றைக்கு மகா துணிச்சல் வேண்டும். அதனை அவர் வெளிப்படுத்தியது பாராட்டுக்குரியது என்றால், இப்படி அவர் பேசுகிற அளவிற்கு இந்து மடாதிபதிகள் படுபிற்போக்காளர்களாக இருந்தார்கள் என்பதை மனதில் குறித்திட வேண்டும்.

1898 ஆரம்பத்தில் சென்னையில் மீண்டும் தேசிய சமூக மாநாடு நடைபெற்றது. அதற்கு வீரேசலிங்கம் பந்துலு தலைமை தாங்கினார். அப்பொழுது சென்னை சட்டமன்றத்தில் குழந்தை மணத்தடுப்பு மசோதாக்கள் இரண்டை அறிமுகப்படுத்த முயற்சி நடக்க, அவற்றை அனுமதிக்க இந்திய அரசு மறுத்துவிட்டது. மக்கள் மத்தியில் அதற்கான கருத்து உருவாக்கப்படுவதற்கு முன்பாகவே மசோதாக்கள் தயாராகிவிட்டன என்று கூறினர் ஆட்சியாளர்கள்.

இது தவறு என்றும், மசோதாக்களுக்கு மக்களிடையே ஆதரவு உண்டென்றும், இதனை அரசிடம் சமூக சீர்திருத்தச் சங்கங்கள் எடுத்துரைக்க வேண்டுமென்றும் மாநாட்டில் ஒரு தீர்மானம் நிறைவேற்றப்பட்டது. பிற்போக்காளர்களின் நிர்ப்பந்தங்களுக்கு அரசு இரையாவதைத் தடுக்க சமூக சீர்திருத்தவாதிகள் விழிப்போடிருக்க வேண்டியிருந்தது.

சுதேசமித்திரனில் ஜி.சு.ஐயர் எழுதிய தலையங்கம் (11.6.1898) ஒன்று இங்கே குறிப்பிடத்தக்கது. எவ்விதமான கொடூரக் கொலை செய்தபோதிலும் பிராமணர்களுக்கும், பெண்களுக்கும் அதிகபட்ச தண்டனையாகிய தூக்குத்தண்டனை வழங்கப்படமாட்டாது எனும் ஒரு சட்டத்தை திருவாங்கூர் சமஸ்தானத்தில் அதன் திவான் தாணுப்பிள்ளை கொண்டுவந்தார். "ஒரு பிராமணர் எந்தக் குற்றம் நிகழ்த்தினபோதிலும் கொல்லக்கூடாது" (VIII) 380 என்று சாதிக்கொரு நீதி கூறிய மனு நீதியானது 19ம் நூற்றாண்டின் இறுதியிலும்கூட வாழ்க்கை நியதியாக இருந்தது. இக்கொடுமை கண்டு துடித்துப்போனார் ஐயர். அவர் தனது தலையங்கத்தில் எழுதினார்-

"கொலை செய்யும் இருவருள் ஒருவன் ஒரு ஜாதியானபடியால் ஒருவித தண்டனையும், மற்றொருவன் வேறு ஜாதியானபடியால் வேறு தண்டனையும் விதிப்பது மிகவும் கொடூரம். இவ்வித கொடூர

மூட பக்தியை திருவாங்கூர் கவர்ன்மென்ட், உடைத்தாயிருந்த போதிலும் இவைகளை எல்லாம் இச்சென்னை கவர்ன்மென்டார் அவர்களிடமிருந்து நீக்கிவிடுவார்கள் என்று நம்புகிறோம்.''

திருவாங்கூர் சமஸ்தானம் வைகுண்ட சுவாமிகள் காலத்தில் மட்டுமல்ல, ஜி.சு.ஐயர் காலத்திலும் பிற்போக்கானதாகத்தான் இருந்தது. ஆனால், ஒரு முன்னேற்றம். அன்றைக்கு அதைக் கண்டிக்க சென்னையில் தமிழர் எவரும் கிளம்பியதாகத் தெரியவில்லை. இப்பொழுது ஐயர் எதிர்த்து எழுதினார்.

ஐயரின் இந்தத் தீவிர சமூக சீர்திருத்தச் சிந்தனைகள் "இந்து" பத்திரிகை உரிமையாளர்களிடையே வேறுபாடுகளுக்கு மூலக்காரணமாய் அமைந்தது. "இந்துவின் நூறு ஆண்டுகள்" எனும் நூல் கூறுகிறது-"ஜி.சுப்பிரமணிய ஐயரின் கூட்டாளி வீரராகவாச்சாரியாரால் இந்தத் தீவிரமான சிந்தனையை ஏற்க முடியவில்லை. தீவிரமான சமூக சீர்திருத்த சட்டங்களுக்கு பெரும்பான்மையான மக்கள் இன்னும் தயாராக இல்லாததால் பத்திரிகையின் விற்பனை பாதிக்கப்படக்கூடும் என்று அவர் பயந்தார். 'இந்து'வின் ஆரம்பகால ஊழியர்களில் ஒருவராகிய கே.சுப்பாராவ் குறிப்பிட்டார்: "ஜி.சு.ஐயரும் வீரராகவாச் சாரியாரும் நெருங்கிய நண்பர்களே. ஆனால், சமூக சீர்திருத்தம் என்பதே அவர்கள் பிளவுபடுவதற்கு காரணமாய் அமைந்தது."

வீரராகவாச்சாரியார் என்பவர் "இந்து" பத்திரிகையின் உரிமையாளர்களில் ஒருவர் மட்டுமல்ல, சென்னை மாகாணத்தின் காங்கிரஸ் தலைவர்களுள் ஒருவரும்கூட 1887லிருந்து சென்னையில் நடந்த காங்கிரஸ் மாநாடுகளையெல்லாம் நடத்திக் கொடுத்தவர் இவர். வெளி மாநிலங்களில் காங்கிரஸ் மாநாடு நடந்தபோது சென்னை மாகாணப் பிரதிநிதிகளுக்குத் தலைமைதாங்கி நடத்திச் சென்றவர் இவர். சமூக சீர்திருத்த விஷயத்தில் இவர் காட்டிய மனப்பான்மையிலிருந்தே இதுவிஷயத்தில் அன்றைய காங்கிரசின் நிலைபாட்டையும் புரிந்துகொள்ளலாம். இந்தப் பின்னணியில்தான் "இந்து"வோடு ஜி.சு.ஐயருக்கு இருந்த தொடர்பு 1898 அக்டோபரில் முடிவுக்கு வந்தது.

ஐயர் சுதேசமித்திரனில் தொடர்ந்து எழுதி வந்தார். சமூக சீர்திருத்தத்தில் தீவிரவாதியாக இருந்த இவர் பின்னாளில் அரசியலிலும் தீவிரவாதியானார். சுதேசமித்திரனில் அவர் எழுதிய சில எழுத்துக்களுக்காக ராஜதுவேஷக் குற்றச்சாட்டு சுமத்தப்பட்டு 1908ல் கைது செய்யப்பட்டார். அப்பொழுது அவர்

தொழுநோயால் வாடிக்கொண்டிருந்தார். கிஞ்சித்தும் இரக்கம் காட்டாத ஏகாதிபத்திய அரசு அவரை மூன்று வாரங்கள் சிறையில் அடைத்திருந்தது. பின்னர் சில நண்பர்களின் தலையீட்டால் அவர் விடுதலை செய்யப்பட்டார். 1916ல் ஐயர் இந்த மண்ணைவிட்டு மறைந்தார்.

பிராமண குலத்திலிருந்து இப்படியொரு மகத்தான சமூக சீர்திருத்தவாதி கிளம்பியது என்பது அன்றைக்கு அதிமுக்கியமான விஷயமாக இருந்தது. உயர் சாதியிலிருந்தும் ஜனநாயகச் சிந்தனைகள் பீறிட்டு எழக்கூடும் என்பதை இது நிரூபித்தது. அத்தோடு, வைதீகக் கோட்டைக்குள்ளேயே முற்போக்கு - பிற்போக்கு எனப் போராட்டம் வெடித்தால்தான் விடிவு பிறக்கும் என்பதும் சமூக விதியாக இருந்தது.

அனைத்திற்கும் மேலே, மத ரீதியிலான சமூக சீர்திருத்தத்திற்குப் பதிலாக அரசியல் ரீதியான சமூக சீர்திருத்தம் இவர் காலத்தில்தான் துவங்குகிறது. அதிலும் அரசியல் போராட்டத்தோடு சமூக சீர்திருத்தப் போராட்டத்தையும் இணைக்க வேண்டும் என்ற சரியான திசையில் சிந்தித்தவர், செயல்பட்டவர் ஜி.சு. ஐயர். இவர் வழியிலே சென்னை மாகாணத்தின் காங்கிரஸ் தலைமையும் சிந்தித்திருந்தால், செயல்பட்டிருந்தால் தமிழகத்தின் வரலாறே மாறிப்போயிருக்கும். அரசியல் பழமைவாதமும், மத சனாதனமும் அதனை அனுமதிக்கவில்லை என்பதே சரித்திர உண்மையாகப் போய்விட்டது.

16

தியோசாபிகல் சொசைட்டி

தமிழகத்தில் சமூக சீர்திருத்தத்தை துவக்கியதில் கிறிஸ்தவப் போதகர்களின் பங்கு ஏற்கெனவே குறிப்பிடப்பட்டுள்ளது. கிறிஸ்தவம் சாராது அனைத்து மத சமத்துவத்தின் மீது நம்பிக்கை வைத்து இந்தியாவிற்கு வந்து இங்கே சமூக சீர்திருத்தப் பணிகளை மேற்கொண்ட வெளிநாட்டவரும் உண்டு. அமெரிக்காவில் பிறந்த ஹென்றி ஆல்காட்டும், ரஷ்யாவில் பிறந்த பிளாவட்ஸ்கி அம்மையாரும் அப்படிப்பட்டவர்கள். "தியோசாபிகல் சொசைட்டி" (Theosophical Society) எனப்பட்ட ஓர் ஆன்மிக விசார அமைப்பை 1875ல் இவர்கள் அமெரிக்காவின் நியூயார்க்கில் துவக்கினர். 1879ல் அதனை பம்பாய்க்கு மாற்றினர். 1882ல் சென்னையின் அடையாறுக்கு கொண்டுவந்தனர்.

1883ல் ஹென்றி ஆல்காட்டும் பிளாவட்ஸ்கி அம்மையாரும் தமிழகத்தின் பல நகரங்களுக்கும் விஜயம் செய்தனர். இந்தியாவின் இன்றைய துயரங்களுக்கெல்லாம் காரணம் நான்கு வேதங்களது உண்மைப் பொருளை மக்களுக்கு எடுத்துச்சொல்லாததுதான் என்று ஆல்காட் கருதினார். எனவே, பழைய வேதகாலம் நோக்கித் திரும்புகிற ஒருவகை பழமைவாத இயக்கமாக இது இருந்தது. நடைமுறையில் இந்து மதத்தைப் புனரமைப்பதாக இருந்தது. எனவே, சமுதாயத்தின் மேல்த்தட்டு மக்களே இந்த அமைப்பில் பெரிதும் இடம்பெற்றனர். அதேநேரத்தில் அவர்களுக்கு அடித்தட்டு மக்கள் கடைத்தேற ஏதேனும் செய்ய வேண்டும் என்கிற நல்லெண்ணமும் இருந்தது.

ஆர்.ரகுநாத்ராவ், ஜி.முத்துச்சாமி செட்டியார், பி.சீனிவாசராவ், டி.சுப்பாராவ் போன்றோர் இந்த அமைப்பின் ஆரம்பகால உள்ளூர்த் தலைவர்களாக இருந்தனர். 1884 வாக்கில் தென்னிந்தியாவில் 80 கிளைகளையும், பல ஆயிரம் உறுப்பினர்களையும் கொண்டதாக இந்த அமைப்பு வளர்ந்தது. மக்களோடு நெருங்கிய தொடர்பு ஏற்பட்டபோது இயல்பாகவே சமூகப் பிரச்சனைகளிலும் கவனம் திரும்பியது. குறிப்பாகக் கல்லாமையும் தீண்டாமையும்

ஆல்காட்டின் நெஞ்சைத் தொட்டன. சென்னையில் அவர் துவக்கிய "பறையர் பள்ளிகள்" அவரைத் தமிழக வரலாற்றில் என்றென்றும் நிலைத்திருக்கும்படி செய்துவிட்டன.

தாழ்த்தப்பட்டோரின் குழந்தைகளுக்கு கல்வி வழங்குவது பற்றி யாரும் கவலைப்படாத அந்தக் காலத்தில்-அதாவது 1894ல் அடையாறில் முதல் 'பறையர் பள்ளி'யைத் துவக்கினார் ஆல்காட். அதில் 55 பறையர் குழந்தைகளுக்கு கல்வி போதிக்கப்பட்டது. நான்காவது வகுப்புவரை அங்கே இருந்தது. தங்குமிடமும், உணவும் அவர்களுக்கு இலவசமாக வழங்கப்பட்டன. மற்றொரு "பறையர் பள்ளி" 1898ல் பிளாவட்ஸ்கி அம்மையார் பெயரிடப்பட்டு (1892ல் அவர் காலமாகிவிட்டார்) துவங்கப்பட்டது. 1899ல் தாமோதர் மாவ்லாங்கர் என்பவர் பெயரைத் தாங்கியும், 1902ல் திருவள்ளுவர் பெயரைத் தாங்கியும், மேலும் இரண்டு பள்ளிகள் தொடங்கப்பட்டன. "பிறப்பொக்கும் எல்லா உயிர்க்கும்" என்று கூறிய வள்ளுவர் பெயரில் பறையர் பள்ளி துவக்கப்பட்டது மிகவும் பொருத்தமான விஷயம். அதையொரு வெளிநாட்டார் செய்திருப்பது மிகவும் ஆச்சரியமான விஷயம்.

1901 வரை இந்தப் பறையர் பள்ளிகளில் படித்தவர்களின் எண்ணிக்கை 534 ஆக இருந்தது. இதிலே மாணவிகள் மட்டும் 150 பேர். இவர்களுக்காக 16 ஆசிரியர்கள் நியமிக்கப்பட்டிருந்தனர். இவர்களின் தேர்ச்சி விகிதமும் 80 சதவீதத்திற்கு மேலிருந்தது. வாய்ப்பு கொடுக்கப்பட்டால் வள்ளுவரின் வாக்கை தாழ்த்தப்பட்டோர் குழந்தைகளும் மெய்ப்பித்துக் காட்டுவார்கள் என்பதற்கு இது நல்ல ஆதாரமாகும்.

தனது இந்த மனிதநேயப் பணிக்கு நிதி திரட்ட 1902ல் "ஏழைப்பறையர்" என்ற தலைப்பில் அவர்களின் பரிதாப நிலை குறித்து ஒரு சிறிய பிரசுரத்தை ஆல்காட் வெளியிட்டார். அதை இவ்வாறு முடித்திருந்தார்:

"துன்பத்தில் உழல்கிற, நண்பர்கள் இல்லாது தவிக்கிற நமது சகோதரர்களுக்கு உதவுவது நமது கடமை என்று நம்பினால் இந்த ஏழைப் பறையர்கள் அதற்கு ஏற்றவர்கள். அவர்களுக்குப் பெரிதும் தேவைப்படுவது கல்வி. பல்கலைக்கழககல்வி அல்ல, தங்களுக்குத் தாங்களே உதவி செய்துகொள்ளக்கூடிய அளவுக்கான கல்வி. 'முதல்படியே முக்கியமானது' என்கிற பிரெஞ்சு பழமொழிக்கு ஏற்ப அவர்களுக்கு இந்த உதவியைச் செய்வோம். அதற்குப் பிரதிபலனாக எவ்வித வெகுமதியையோ, புகழையோ,

பலனையோ எதிர்பார்க்க வேண்டாம். நாம் விதைத்து வைப்போம், நமக்குப் பின்னால் வருவோர் அறுவடை செய்யட்டும்.''

1907ல் ஆல்காட் காலமாகிவிட.. அன்னிபெசன்ட் அம்மையார் (1847-1933) தியோசாபிகல் சொசைட்டியின் தலைவரானார். பின்னாளில் ஓர் அகில இந்திய அரசியல் தலைவராகப் பரிணமித்த அம்மையார் ஆரம்பகாலத்தில் சமூக சீர்திருத்த விஷயங்களில் தீவிரம் காட்டிவந்தார். 1904ல் "சென்னை இந்து சங்க'' (Madras Hindu Association)த்தில் பேசும்போது, பெண் கல்வியின் முக்கியத்துவத்தைக் குறிப்பிட்டார். "பாரம்பரிய லட்சியங்களுக்கு ஏற்பவும், அதேநேரத்தில் நவீன தேவைக்கு ஏற்பவும்'' பெண்களுக்கு கல்வி புகட்ட வேண்டும் என்றார். பெண்களின் மனதில் குடிகொண்டுள்ள 'இந்து தர்மத்தை' பாதுகாத்துக்கொண்டே அவர்களுக்கு கல்வி வாய்ப்பையும் நல்க முடியும் என்று பரிந்துரை செய்வதாக அம்மையாரின் பார்வை இருந்தது. வேதகாலம் நோக்கித் திரும்ப விழைகிற தியோசாபிகல் சொசைட்டியின் சிந்தனைக்கு ஏற்பவே இது உள்ளது. எனினும் அன்றையச் சூழலில் பெண்களுக்கு கல்வி வழங்க வேண்டும் என்று வலியுறுத்தியதே பெரிய விஷயம்தான்.

இந்து பண்டிட்டுகள் மற்றும் புரோகிதர்களுக்கும் கல்வி வழங்க வேண்டும் என்று அம்மையார் கூறியதும் சாதாரண விஷயமல்ல. ஞானத்தின் மொத்த இருப்பிடமாக கூறப்பட்ட இவர்களுக்குப் புதிதாகக் கல்வி என்றால் அது அன்று திகைப்பாகவே இருந்திருக்கும். ஆனால், அம்மையார்-"தேசிய வளர்ச்சி பற்றிய நம்பிக்கையுடன் கூடிய தேசிய அபிலாஷைகளின்பால் பண்டிட்டுகளும், புரோகிதர்களும் அனுதாபத்துடன் இல்லை. அவர்களுக்கு கடந்தகாலம் பற்றி ஞானம் இருந்தாலும் தற்காலம் பற்றி அறியாமையில் இருப்பதால் இதிலிருந்து விலகியே உள்ளனர். எனவே, ஆங்கிலம் படித்த மனிதர்களிடத்தில் அவர்களால் செல்வாக்கு செலுத்த முடியவில்லை'' என்று கூறினார். இது ஆசைகாட்டி அவர்களை நவீன காலத்திற்கு இழுப்பது என்பதைவிட உண்மையிலேயே நவீனத்துவத்தையும், பாரம்பரியத்தையும் இணைக்கிற முயற்சியே எனலாம்.

இப்படி கல்விக்கு முக்கியத்துவம் கொடுத்ததோடல்லாது, சமூக வழக்கங்களில் செய்யப்பட வேண்டிய சில திட்டவட்டமான மாறுதல்களையும் அவர் அந்தப் பேச்சில் முன்மொழிந்தார்.

"1. பால்ய விதவைத் தனத்திலிருந்தும், அதன் கொடுமைகளிலிருந்தும் விடுபட இளம்பெண்கள்,

வாலிபர்களின் நிச்சயதார்த்த மற்றும் திருமண வயதை படிப்படியாக உயர்த்த வேம்டும்.

2. மணமக்களை நிச்சயிப்பதில் பணம் புழங்குவதை ஊக்குவிக்கக்கூடாது.
3. திருமணச் செலவைக் குறைக்க வேண்டும். திருமணங்களை எளிமையாக நடத்த வேண்டும்.
4. விதவைகளுக்கு கல்வி, விதவைகளுக்கான இல்லங்களை உருவாக்குதல்.
5. வெளிநாடு சென்று வந்த இந்துக்களை சமூகத்தில் சேர்த்துக்கொள்வது.
6. சம பந்தி போஜனம் மற்றும் நால் வருணங்களில் ஒவ்வொரு வருணத்திலும் உள்ள உப பிரிவுகளுக்குள் கலப்புத் திருமணம்.''

அன்றைய சமூக சீர்திருத்தத்தின் நிகழ்ச்சி நிரல் இவ்வளவுதான் என்பதை ஏற்கெனவே கண்டோம். அதையேதான் அந்த வெளிநாட்டு அம்மையாரும் எதிரொலித்திருக்கிறார். "விழித்திடு இந்தியா - சமூக சீர்திருத்தத்திற்கு ஒரு வேண்டுகோள்" என்ற தலைப்பில் அன்னிபெசன்ட் அம்மையாரின் உரைகளின் தொகுப்பு 1913ல் வெளியிடப்பட்டது. அதில் மேற்கண்ட விஷயங்கள் குறித்து இன்னும் விரிவாக, அழுத்தமாகக் குறிப்பிட்டிருக்கிறார் அம்மையார். நாட்டில் நிலவிய தீண்டாமை குறித்தும் அவர் வேதனையோடு பேசியிருக்கிறார்.

"அவர்களை (தீண்டாதோரை) எப்படி நாம் உயர்த்தப்போகிறோம்? ஒரேயொரு வழி இருக்கிறது - கல்வி - அவர்களது பிரச்சனைகளைத் தீர்க்கும் ஒரே திறவுகோல் கல்வி. அதுதான் நமது முதல் கடமை. முக்கியக் கடமை. இல்லை, இல்லை அதனை முதல் கடமை என்று சொல்லமாட்டேன். முதல் கடமை அவர்களிடம் மதிப்பு காட்டுவது, அவர்களிடம் அனுதாபத்தோடு நடந்துகொள்வது, அதில் நாம் தவறியிருக்கிறோம். உயர் சாதிக்காரர் ஒருவர் வந்தால் சாதிகெட்டவர் பாதையிலிருந்து விலகிப்போக வேண்டியிருக்கிறது. இவரைப் பார்த்ததும் உயர் சாதிக்காரர் பெரும் கூக்குரல் எழுப்புகிறார். அதைக்கேட்ட பறையர் பாதையைவிட்டு விலகி நிலத்திற்குள் இறங்கி நின்று, அவர் போனதும் பாதையில் ஏறவேண்டியிருக்கிறது. இந்தியாவின் சில பகுதிகளில் நடக்கும் இதனை உங்களுக்கு நான் நினைவுபடுத்த வேண்டியதில்லை. சாதி

கெட்டவர்கள் எனப்படும் நமது சகோதரர்கள்பால் அனுதாபமும், பரிவும், மதிப்பும் காட்ட வேண்டும்".

மத மாற்றம் என்கிற அச்சம் ஏற்படுத்தாது இந்துக்கள் மத்தியில் அவர்களது மொழியிலேயே - அவர்களது மத உணர்வுகளைக் கணக்கில்கொண்டே - சமூக சீர்திருத்த விஷயங்களைப் பேசியது தியோசாபிகல் சொசைட்டியினரின் சிறப்பு அம்சமாக இருந்தது. ஆகவே, இவர்களது வேண்டுகோள்களை தமிழகத்தின் வைதீகர் களில் ஒருபகுதியினர் செவிமெடுத்தனர். ஆனால், அதன் பலவீனமும் அதுவே. இந்து மதத்தைப் புனருத்தாரணம் செய்து ஆதிவேத காலத்திற்குத் திரும்புவதே தங்களின் லட்சியம் என அறிவிக்கப்பட்டதால் அதற்குள் பழமைவாதத்தின் கூறுகளும் அமைந்தன. வெகுவிரைவில் அவை அதன் சமூக - சீர்திருத்த சாரத்தை உறிஞ்சிவிட்டன. சென்னை அடையாறு தியோசாபிகல் சொசைட்டி மிக விரைவிலேயே வைதீகர்களின் வேதாந்த மடமாகிப்போனது. அன்னிபெசன்ட் அம்மையாரே தனது வாரிசாக ஜே.கிருஷ்ணமூர்த்தி என்பவரைத்தான் - நடப்பு சமூக வாழ்விலிருந்து ஆன்ம விசாரத்தை துண்டித்த ஒரு தத்துவ போதகரைத்தான் - உருவாக்கிவிட்டுச் சென்றார்.

கிட்டத்தட்ட இதேபோன்ற எழுச்சியையும், வீழ்ச்சியையும் கண்ட மற்றொரு அமைப்பு "ராமகிருஷ்ணா மிஷன்." அமெரிக்காவில் நடைபெற்ற "மதங்களின் நாடாளுமன்ற"த்தில் பங்கு கொண்டுவிட்டு 1897ல் சென்னை வந்த விவேகானந்தருக்கு உற்சாகமான வரவேற்பு தரப்பட்டது. அந்த வரவேற்பு விழாவில் பேசும்போதுதான் தனது குருநாதரின் பெயரில் "ராமகிருஷ்ண மட"த்தை துவங்குவது என்கிற ஆலோசனையை அவர் வெளிப்படுத்தினார். கிறிஸ்தவ போதகர்களின் பாணியில் "மிஷன்" எனப்பட்ட இந்த அமைப்பு கல்கத்தாவில் 1897-98ல் துவங்கப்பட்டது. இதன் தலைமையகம் மேற்குவங்கத்தில் பேலூரில் அமைந்தது. அதன் கிளைகள் தமிழகம் வரை படர்ந்தன.

சென்னைக் கிளையின் முதல் தலைவராக அமர்ந்தவர் ராமகிருஷ்ணானந்தா என்பவர். இவர் விவேகானந்தரால் இதற்கென்றே பேலூரிலிருந்து அனுப்பப்பட்டவர். சென்னையில் உள்ள சமூக சீர்திருத்தவாதிகள் பற்றி விவேகானந்தர் நன்கு அறிவார் என்று ஏற்கெனவே குறிப்பிடப்பட்டுள்ளது.

எனவே, சென்னையில் கிளை அமைப்பதில் அவர் தனி அக்கறை காட்டினார். 1897ல் மயிலாப்பூரில் ஆரம்பிக்கப்பட்ட

கிளையின் நோக்கங்கள்-ராமகிருஷ்ணர் போதித்த நோக்கி லிருந்து வேதாந்தத்தைப் பரப்புவது, கல்வி வழங்குவது மற்றும் நிவாரணப்பணிகளில் இறங்குவது. சென்னையில் பல கல்வி நிறுவனங்களை மிஷன் துவக்கியது. அவை இன்னும் இயங்கி வருகின்றன. மாதர்களுக்கான பள்ளிகளைத் துவக்கியது சிறப்பாகக் குறிப்பிட வேண்டிய ஒன்று. ஆனால், சாதியத்தின் கொடுமைகளை எதிர்த்து அது போராடியதாகத் தெரியவில்லை. இந்த அமைப்பும் முடிவில் வைதீகர்களின் வேதாந்த மடமாகிப்போனது. "சமூக ரீதியில் பின்தங்கிய மக்களிடையே வலுவான தாக்கத்தை இதனால் ஏற்படுத்த முடியாமல் போனதன் காரணமாய் இந்த இயக்கம் பெரிய அளவுக்கு வளர்ச்சியடையவில்லை" என்று பேரா. பரமார்த்தலிங்கம் கூறியிருப்பது கவனத்திற்குரியது.

17

அ.மாதவையா

சமூக சீர்திருத்த விஷயங்களில் கிட்டத்தட்ட ஜி.சுப்பிரமணிய ஐயர் போலச் சிந்தித்தவர் அ.மாதவையா. அவர் பத்திரிகையாளர். இவர் நாவலாசிரியர். அவர் பத்திரிகைப் பணியோடு நேரடி நடவடிக்கைகளிலும் ஈடுபட்டவர். இவர் தனது இலக்கியப் படைப்புகளை மட்டுமே சீர்திருத்தத்திற்கு நம்பியிருந்தவர்.

திருநெல்வேலி மாவட்டம் ஸ்ரீவைகுண்டம் தாலுகாவைச் சேர்ந்த பெருங்குளம் கிராமத்தில் தெலுங்கு பிராமணர் குடும்பத்தில் 1878 ஆகஸ்ட் 15ல் பிறந்தார் அ.மாதவையா. சென்னை கிறிஸ்தவக் கல்லூரியில் பி.ஏ. பட்டம் பெற்றார். அதே கல்லூரியில் ஓராண்டு ஆசிரியர் பணியாற்றினார். 1893ல் அரசுப் பணியில் அமர்ந்தவர். 1922ல் தாமாகவே ஓய்வு பெற்று தனது இறுதிக்காலம் வரை இலக்கியப் பணியில் ஈடுபட்டார். “பஞ்சாமிர்தம்” என்கிற மாதப் பத்திரிகையும் நடத்தினார்.

அ.மாதவையாவின் முக்கியப் படைப்புகளை காலவரிசையில் பட்டியலிட்டால் - ‘சாவித்திரி சரித்திரம்’ எனும் நூலின் ஒருபகுதி (1892), ‘விவேகசிந்தாமணி’ என்கிற பத்திரிகையில் தொடராக வெளிவந்தது. பின்னர் இது சற்றுத் திருத்தப்பட்டு ‘முத்து மீனாட்சி’ என்ற பெயரில் முழு நாவலாக (1903) வெளிவந்தது. ‘பத்மாவதி சரித்திரம்’ நாவலின் முதல் பாகம் (1898), இந்த நாவலின் இரண்டாம் பாகம் (1899), “தில்லை கோவிந்தன் சிறுகதைகள், தில்லை கோவிந்தன் - நாவல்” எனும் ஆங்கிலப் படைப்புகள் (1903), ‘தில்லை கோவிந்தன் - பலதரப்பட்டவை’ என்ற ஆங்கிலத் தொடர் கட்டுரை (1906-1907), ‘சத்யானந்தா’ ஆங்கில நாவல் (1909), ‘ஆசார சீர்திருத்தம்’ என்கிற உரை கட்டுரை (1915), ‘கிளாரிந்தா’ ஆங்கில நாவல் (1915), ‘குசிகர் குட்டிக்கதைகள்’ எனும் ஆங்கிலப் படைப்பு (1916), இதன் தமிழாக்கம் (1924), ‘பத்மாவதி சரித்திரம்’ - மூன்றாம் பாகம் (1924-25) இப்படி அடுத்தடுத்து வெளிவந்தன.

அ.மாதவையா எழுதத் துவங்கி இடையில் நிறுத்தி வைத்திருந்த ‘சாவித்திரி சரித்திரம்’ எனும் முதல் நாவலே விதவை மறுமணத்தை வலியுறுத்துவதாக இருந்தது. இதன் நாயகி மீனாட்சி ருதுவாகும் முன்னரே ஒரு கிழவனாருக்கு மணம் செய்விக்கப்பட்டு விதவையா

னவள். அவளது வாழ்வை பரிதாபத்தோடு சித்தரித்திருக்கிறார் மாதவையா.

அடுத்து அவர் எழுதிய - அவருக்குப் பெரும் புகழ்பெற்றுத்தந்த 'பத்மாவதி சரித்திரம்' அன்றைய பிராமணர்களின் குடும்ப வாழ்வை மிக நுணுக்கமாகவும், விருப்பு வெறுப்பின்றி விமர்சனபூர்வமாகவும் முன்வைக்கிறது. இலக்கியத்தில் சுயசாதி விமர்சனம் மகாகவி பாரதிக்கு முன்பே துவங்கிவிட்டது. வைதீகச் சடங்குகளில் புரோகிதர்களின் பண ஆசை வெளிப்படுவதை மாதவையா இப்படி வருணிக்கிறார்:

"வைதீகப் பிராமணர்கள் தாங்கள் கற்ற வித்தையையெல்லாம் காட்டினார்கள். அநேகர், தாங்கள் புதிதாக வந்ததாகப் பொய்சொல்லி, இரண்டு தரமும், மூன்று தரமுங்கூடத் துட்டு வாங்கினார்கள். சிலர் - தாங்கள் காதாற் கேட்டுமிராத சாஸ்திரங் களும், வேதங்களும் தங்களுக்குத் தெரிந்ததாகப் பிதற்றி உயர்ந்த தட்சணை வாங்கினார்கள். சிலர், தாங்களே பிறருக்குக் கொடுக்க வேண்டிய நல்ல நிலையிலிருந்தும், கந்தல் வஸ்திரங்களை உடுத்திக்கொண்டு வந்திருந்து துட்டு வாங்கினார்கள்."

வேதம் - உபநிஷத்து படிப்பெல்லாம், சடங்கு ஆசாரமெல்லாம் முடிவில் காசு கறக்கிற வேலையாகத்தானிருந்தது என்று பட்டென்று போட்டு உடைத்துவிட்டார் மாதவையா. "ஆண்மையற்ற புரோகிதர்கள்" என்ற ஜி.சு.ஐயரின் விமர்சனம் இங்கே இலக்கிய வடிவம் பெற்றிருக்கிறது. நாவலின் நாயகன் நாராயணன் தனது நண்பனின் சகோதரி சாவித்திரியைச் சந்திக்கிறான். அவளின் அழகையும், குணத்தையும் பார்த்து அதிசயித்துப் போனவன் அவள் படிப்பு வாசனையே இல்லாத தற்குறி என்பதை அறிந்ததும் திடுக்கிட்டுப் போய்விடுகிறான். பெண் கல்வியை வற்புறுத்த தக்க சமயம் பார்த்து பேச்சை எடுக்கிறான்-

"நாராயணன்: புருஷர்கள் மட்டும் படிக்க வேண்டுமென்றும், இல்லாவிட்டால் இழிவென்றும், பெண்கள் படியாமல் மூடத்தனமாயிருக்கலாமென்றும் நம்மவர்கள் எண்ணுகிறார்களே, இதென்ன நியாயம்?

சங்கரன்: படிக்கிறதெல்லாம் பணம் சம்பாதிக்கிறதற்காக. இதோ பார், முன்னாலிருந்த ஹிந்து ராஜாக்கள் காலங்களில் பிராமணர்களெல்லாம் வேதாத்தியனஞ்செய்தும், சாஸ்திரங் களைப் படித்தும் பணம் சம்பாதித்தார்கள். இப்பொழுது இந்தத் தண்ணீரில் அந்தப் பருப்பு வேகாதென கண்டு, இப்படிப்

பணம் சம்பாதிக்க ஆரம்பித்துவிட்டார்கள். அந்தக் காலங்களில் 'இங்கிலீஷ்' என்று யாராவது சொன்னால் இரண்டு காதையும் பொத்திக்கொண்டு 'அடா, அடா, நீச பாஷையின் பெயரையும் கேட்கலாகாது' என்பார்கள். இப்பொழுதோ, பெரிய குண்டல தீட்சிதர் வம்சங்களில்தான் இங்கிலீஷ் அதிகம். இராஜபாஷையாம், வேளைக்குத் தக்க வேஷம்."

சாஸ்திரப் படிப்பு எப்படி காசுக்கோ, அப்படியே இங்கிலீஷ் படிப்பும் காசுக்குத்தான் என்று சொல்லி அன்றைக்கும் இன்றைக்கும் என்றைக்குமே எதைப் படிப்பது என்பது எவ்வளவு காசு கிடைக்கிறது என்பதைப் பொறுத்தே இருக்கிறது என்பதைச் சொல்லிக் காட்டிவிட்டார். ஆனாலும், உண்மையில் படிப்பு என்பது காசுக்கு மட்டும்தானா? அப்படி நினைத்துதானே பெண்களுக்கு கல்வி புகட்டாமலிருந்தார்கள். நாராயணன் தனது வாதத்தைத் தொடர்ந்தான்-

"புத்தி விருத்தியும், பேரறிவும், நல்லொழுக்கமுமே கல்வி கற்பதின் முக்கிய பயன்களாகக் கொள்ள வேண்டும். பணமும் கண்ணியமும் இவற்றிற்குப் பிறகுதான். இப்படி யோசித்தால்தான் பெண்களும் கல்வி கற்க வேண்டுமென்பது நன்றாய் விளங்கும். புருஷனுடைய பணமும் கண்ணியமும் பெண்சாதிக்கு உதவுவதுபோல் அவனுடைய கல்வியும் ஞானமும் அவளுக்கு உதவுவதில்லை. புருஷனிடத்தில் பணமிருந்தால் பெண்சாதிக்கு நகைகள் செய்யலாம். ஆனால், புருஷன் மட்டும் சாப்பிட்டால் பெண்சாதி வயிறு நிறையுமா? அதுபோல்தான் கல்வியும் அறிவும். ஆதலால், அறிவையடையும் பொருட்டு மானிடப் பிறப்பு எடுத்தவர்கள் யாவரும் கல்வி கற்க வேண்டும்."

பெண் கல்வியின் தேவை குறித்து எவரையும் திருப்திப்படுத்தும் வகையில் எவ்வளவு தர்க்கப்பூர்வமாக விவாதித்திருக்கிறார் தனது கதாபாத்திரத்தின் மூலம்! கணவனிடம் இருப்பதெல்லாம் மனைவிக்கும்தானே என்று இப்பொழுதும்கூடப் பேசுகிறார்கள். அவனின் பணம் இவளின் கழுத்தில் அட்டிகையாகலாம். ஆனால் அவனின் கல்வியறிவு இவளின் ஞானமாக எப்படி ஆகும்?

"புருஷன் மட்டும் படித்திருந்தால், தன் மூடத்தனமான மனைவியுடன் அவன் என்ன சினேகத்தையும், சுகத்தையும் அனுபவிக்கக்கூடும்? செக்கடிக்கும் தம்பூருக்கும் ஒத்துவருமா?" என்றும் கேட்டிருக்கிறார் மாதவையா. இதிலே மாயூரம் வேதநாயகம் பிள்ளையை நம்மால் காணமுடிகிறது.

இப்படிப் பெண் கல்வியை வலியுறுத்தியவர் அன்றைக்கு உயர் சாதியினர் குடும்பங்களிலிருந்த பெரும் சோகமாகிய பால்ய விவாகத்தையும், இளம்பெண்ணைக் கிழவனார் மணம்புரியும் வெங்கொடுமையையும் கடுமையாகச் சாடியிருக்கிறார். நாராயணனின் நண்பன் கோபாலனுக்கு படிக்கிற காலத்திலேயே திருமணம் ஆகியிருந்தது. பால்ய விவாகம் கூடாது என்று முற்போக்காளர்கள் செய்து வந்த பிரச்சாரம் திருநெல்வேலி இந்து கலாசாலை வரை எட்டியிருந்தது. அங்கே படித்து வந்த அந்த நண்பர்கள் தங்களுக்கு திருமணமானாலும் மனைவி ருதுவாகி இரண்டாண்டுகள் கழித்துத்தான் சாந்தி முகூர்த்தம் வைத்துக்கொள்ள வேண்டும் என்று சபதம் செய்திருந்தனர். ஆனால், கோபாலனின் தகப்பனார் சேஷையரோ அவசரமாக வடக்கே போகவேண்டுமென்று சொல்லி அதற்கு முன்பே சாந்தி முகூர்த்தத்திற்கு ஏற்பாடு செய்துவிட்டார். இப்பொழுது கோபாலனின் பாடு தர்மசங்கடமாகிவிட்டது. நாராயணன் சமாதானம் செய்கிறான்.

"நமக்குள் எங்கும், எல்லா விஷயத்திலும் இப்படித்தானிருக்கிறது. நம்முடைய முன்னோர்களைப் போலிருந்துவிட்டால் ஒரு தொந்தரவுமில்லை. இப்பொழுது இந்த இங்கிலீஷ் வாசிக்கப் போய் அவர்கள் ஏற்படுத்திய அநேக வழக்கங்கள் முற்றிலும் பிசகாக மனதுக்குத் தோன்ற, அவற்றை விட்டுவிட்டுச் சரியானபடி நடப்போமென்றால் நம்மைப்போல் கற்றுத் தேர்ந்திராத பந்துக்களாயுள்ள பெரியவர்கள் தடையாயிருக்கிறார்கள். நம்மைப் பெற்று வளர்த்து இங்கிலீஷும் படிப்பித்துவிட்ட மாதா, பிதா இஷ்டப்படி அவர்களைத் திருப்தி செய்கிறதா? அல்லது நூதனமான படிப்பின் பயனாக நம்முடைய மனதிற்கு நல்லதாகத் தோன்றியபடி நடக்கிறதா?"

மேனாட்டுக் கல்வி புதிய சிந்தனைகளைக் கொண்டுவர, அவை ஏற்கெனவே ஆதிக்கம் புரிந்து வந்த பழக்கவழக்கங்களோடு மோத, அதிலே சிக்கி அந்த முதல் தலைமுறை தட்டுத்தடுமாறி நின்றதை கதைப்போக்கில் கச்சிதமாக எடுத்துக்காட்டியிருக்கிறார் மாதவையா. குறிப்பாக, பெண் கல்வி, பால்ய விவாக எதிர்ப்பு என்பவை உயர் சாதியினரின் அன்றைய தலைமுறை நடத்திக்காட்ட வேண்டிய பணிகளாய் இருந்தன. அதற்குள் ஆயிரம் மனக்கஷ்டங்கள், தயக்கங்கள்,தடுமாற்றங்கள்.

மகனுக்கு வேகவேகமாக சாந்தி முகூர்த்தம் முடித்துவிட்டு வடக்கே போகவேண்டுமென்றாரல்லவா சேஷையர்,

எதற்குத் தெரியுமா? அந்த வயதான காலத்தில் இன்னொரு திருமணம் புரியவே! கிரகஸ்தர்கள் மனைவியோடுதான் தினசரி அனுஷ்டானங்களைச் செய்யவேண்டுமென்று மனுநீதி கூறியிருக்கிறதல்லவா, அதனை நிறைவேற்ற புறப்பட்டேவிட்டார். வடக்கே என்றால் தஞ்சாவூருக்கு, கொடுமை என்னவென்றால் இவருக்கு பெண் தர முன்வருகிற சம்பந்திக்கு இவரைவிட பத்து வயதே குறைவு. ஆனால், வஞ்சனையில் பல மடங்கு பெரியவர். காசுக்கு ஆசைப்பட்டு பெண்ணை இவருக்கு கட்டிக்கொடுக்கிறார். சிறிது நாள்கள் கழித்து பெண்ணை அனுப்பி வைப்பதாகக் கூறி மாப்பிள்ளை கிழவனாரை அனுப்பிவைத்து விடுகிறார். சிறிது நாள்கள் கழித்து சம்பந்தி ஊரிலிருந்து சேஷையருக்கு தந்தி வருகிறது. இவருடைய மனைவி இறந்துவிட்டாள் என்று! “பணங்கொழுத்துப் போய்விட்டது. வடக்கே போய் ஐயாயிரம் ரூபாய் செலவழித்து ஒரு சிரார்த்தம் சம்பாதித்துக்கொண்டு வந்தார்” என்று அனைவரும் சேஷையரைக் கேலி செய்கின்றனர். சம்பந்தி ஊருக்குப் போய் பார்த்தாலோ இவருடைய மனைவி உயிரோடுதான் இருக்கிறாள். ஆனால் இன்னொருவரின் மனைவியாக! அதாவது, இவரின் சம்பந்தி இவர் தாலி கட்டிவிட்டுப் போனதும் அந்தத் தாலியைக் கழட்டிவிட்டு இன்னொருவரிடமிருந்து காசு வாங்கிக்கொண்டு அவருக்குத் திருமணம் செய்துகொடுத்திருக்கிறார்! இவரை ஏமாற்ற அப்படியொரு தந்தி!

பிராமணர்களின் குடும்பங்களில் நடந்த இந்தக் கூத்தை வேதநாயகப் பிள்ளை கட்டுரையாக எழுதியிருந்ததைப் பார்த்தோம். அதெல்லாம் உண்மையாக இருக்குமா என்று சந்தேகம்கூட பிறந்திருக்கலாம். அந்த வகுப்பிலிருந்தே வந்த மாதவையா அதனை விலாவாரியாகத் தனது நாவலில் விவரித்திருக்கிறார். சேஷையா வாழ்வில் நடந்த இந்த நிகழ்ச்சிகளின் உச்சம் என்ன தெரியுமா? இவ்வளவு பட்டும் அவருக்கு புத்தி வரவில்லை. அந்தப் பெண்ணை மறந்துவிட்டு அதற்காகக் கொடுத்த பணத்தையும் மறந்துவிட்டு, ஆனால் பெண்ணாசையை மட்டும் மறந்துவிடாமல் இன்னொரு ஏழைப் பெண்ணைக் காசு கொடுத்து மணந்து கொள்கிறார்! இந்த முறை கல்யாணம் முடிந்த கையோடு கவனமாக மனைவியையும் கூட்டிக்கொண்டு சொந்த ஊர் வந்து சேருகிறார். நாவலைப் படிக்கப் படிக்க சேஷையர் போன்ற பெண் பித்துப் பிடித்த கிழவனார்கள் மீது எவருக்கும் கோபம் வரும். அப்படியே அவருக்கு தரகு வேலை பார்த்த ஐயாசாமி வாத்தியாரை நினைத்து அருவருப்பு வரும்.

அன்றைக்கு தாசிகளின் சதிர்க்கச்சேரிக்கு எதிர்ப்பியக்கம் நடந்து வந்ததை அறிந்தோம். இதனைத் தனது நாவலில் கொண்டு வந்திருக்கிறார் மாதவையா. கலைகளை ஆதரிப்பது என்ற பெயரில்தான் தாசி முறையைப் பேணிவந்தனர் சுயநல உல்லாசிகள். அந்தக் கலைகளைக் குடும்பப் பெண்களைவிட்டே ஏன் வளர்க்கக்கூடாது என்கிற புதுமைச் சிந்தனையை முன்வைத்தார் மாதவையா. ஒரு கோவில் பூசாரியாகிய தமிழ் வித்வான் மூலம் மாதவையா பேசினார்:

"தாசி சங்கீதத்துக்கு வியபசாரமில்லை. ஆனால் குலமகளொருத்தி பாடினால் அவளுடைய கற்பு அவளுடைய பாட்டைச் சேராமற் போனாலும், அது வேசி பாட்டிலும் சிலாக்கியமானது தான்."

இன்னும் தொடர்ந்து, தாசிகளின் கலை நிகழ்ச்சிகள் விபச்சாரத்திற்கான அழைப்புகளாகவும் இருப்பதை அந்தக் கதாபாத்திரம் மூலம் எடுத்துச்சொல்லியிருக்கிறார் மாதவையா.

இங்கேயுள்ள மேற்கோள்கள் எல்லாம் நாவலின் முதல்பாகத்திலே இருப்பவை. இதனை எழுதும்போது மாதவையாவின் வயது 26 தான் என்பதை எண்ணிப்பார்த்தால் அவரின் பெருமை இன்னும் பளிச்சிடும். வேதநாயகம் பிள்ளையின் 'பிரதாப முதலியார் சரித்திரம்' யதார்த்த வாழ்வோடு ராஜா - ராணி கதையும் கலந்து கிடக்கும் ஒரு படைப்பு. 'பத்மாவதி சரித்திரமோ' முழுக்க முழுக்க நெல்லை மாவட்ட பிராமணர்களின் யதார்த்த வாழ்வு சித்திரம். அதற்குள் சமூக சீர்திருத்தப் பிரச்சாரம் மிகவும் சாமர்த்தியமாகச் செய்யப்பட்டிருக்கிறது. இந்தப் புதுமாதிரியான இலக்கிய வகை அதன் வடிவம் காரணமாகவும், அது முன்வைத்த பரபரப்பான கருத்துக்கள் காரணமாகவும் அன்று தமிழ் வாசகர்களிடையே நல்ல வரவேற்பைப் பெற்றது. மாதவையா காலத்திலேயே இந்த நாவல் ஐந்து பதிப்புகளைக் கண்டது.

இவரின் ஆங்கிலப் படைப்புகளான "தில்லை கோவிந்தன்" நாவல் மற்றும் சிறுகதைகளிலும் சமூக சீர்திருத்தச் சிந்தனைகள் தொடர்ந்தன. நாவலில் வரும் தில்லை சாம்பசிவ தீட்சிதர் கொலைகாரனாக இருந்தாலும் பிராமணர் என்றால் மதிப்பவர். பிற சாதியார்களை அவமதிப்பவர். இவருக்கு எதிரில் வந்த சாணார் வகுப்பைச் சேர்ந்த இளைஞன் ஒதுங்கி வழி விடாததால், தீட்சிதர் காலில் விஷமுள் தைக்க, அவர் ஆட்களைவிட்டு அந்த இளைஞனை நையப்புடைக்கிறார். அவன் கிறிஸ்தவன் என்பதால்

ஐரோப்பிய பாதிரியார் ஒருவரின் உதவியோடு நீதிமன்றத்தில் வழக்குத் தொடுத்து பிராமண நீதிபதியாலேயே தீட்சிதருக்கு அபராதம் விதிக்கவைக்கிறான். "தந்தையும் மகனும்" என்ற சிறு கதையில் ஓர் இளைஞன்-தந்தை வசதி படைத்தவராயிருந்தும் - சாணார் என்ற ஒரே காரணத்தால் அக்கிரகாரத் தெருவில் நடக்க அனுமதிக்கப்படவில்லை. பின்னர் அவன் படித்து கிறிஸ்தவனாகி தாசில்தார் பதவி ஏற்று அதே தெருவில் குதிரையில் பவனி வருவதை மாதவையா உற்சாகத்தோடு சித்தரித்துள்ளார். இப்படியே, "குதிரைக்காரன் குப்பன்" என்ற சிறுகதையில் கிறிஸ்தவராக மாறி துரையிடம் குதிரைக்காரனாக வேலை பார்க்கும் ஒரு பறையரிடம் பிராமணர்களின் ஜம்பம் பலிக்காது போவதை படுகிண்டலோடு வர்ணித்திருக்கிறார்.

ஒடுக்கப்பட்ட சாதியின்பால் பிராமணர்கள் தொடர்ந்து உதாசீனமாக நடந்துகொண்டால் அவர்கள் கிறிஸ்தவப் பாதிரியார்களின் உதவியை நாடுவதில் தவறென்ன என்று ஜி.சு. ஐயர் கேட்டாரே, அதேபோன்ற சிந்தனையை இந்தக் கதைகளில் காணமுடிகிறது. காலம் மாறி வருகிறது என்பதை உணர்ந்து பிராமண சமூகத்தவரை எச்சரித்திருக்கிறார் மாதவையா.

கதைக்காகவே எழுதிய கதைகள் இல்லை இவை. அவரின் சமூக சிந்தனையே இலக்கிய வடிவம் பெற்றிருக்கிறது. அவர் எழுதிய 'தில்லை கோவிந்தன்-பலதரப்பட்டவை' என்ற ஆங்கிலத் தொடர் கட்டுரையில் தாழ்த்தப்பட்ட மக்கள் பற்றி இப்படிக் கூறியிருக்கிறார்-

"ஆரியர் - திராவிடர்களுக்கு முன்பே இந்த நாட்டுக்கு உரியவர்கள். இவர்களே இந்த மண்ணின் உண்மையான மைந்தர்கள். தீண்டத்தகாதவரை மனிதரிலும் கீழாய் நடத்திக்கொண்டு நாம் நம்மை ஆள்பவர்களிடமிருந்து சம உரிமை கேட்பது வெட்கத்திற்குரியது... சம்பூர்ண சுயராஜ்யம் அரசியல் ரீதியில் பெறுவதல்ல. அறியாமை நீக்கித் தாழ்த்தப்பட்டவர்கள் விடுதலை பெற்றுச் சமமாகிறபோதுதான் அந்த சுயராஜ்யம் கிடைக்கும்."

அரசியல் சுதந்திரமா? சமூக சுதந்திரமா? எது முதலில் - என்கிற பிரச்சனை தேசியம் பிறந்ததிலிருந்தே இருப்பதை அறிவோம். அதிலே, இவர் சமூக சுதந்திரத்தின் பக்கமே இருந்திருக்கிறார். அல்லது இதுதான் தக்க தருணம் என்று சமூக சீர்திருத்தப் பிரச்சனையை பிறர் நெஞ்சில் உரைக்கும் வண்ணம் எடுத்துரைத்திருக்கிறார். இறுதி லட்சியம்

நிச்சயம் அரசியல் விடுதலையாக இருக்கமுடியாது. அதன் வழியிலான சமூக விடுதலையே அது என்பதை அன்றைக்கே வெளிப்படுத்தியிருக்கிறார். அதிலும் சமுதாயத்தின் அதல பாதாளத்தில் அழுத்தப்பட்டுள்ள அந்த மக்களும் மேலெழும்பி வந்து சமத்துவம் பெறும்போதே சம்பூர்ண சுயராஜ்யம் கிடைக்கும் என்றார் பாருங்கள், அது இன்றைக்கும் பொருந்தி நிற்கிறது.

18ம் நூற்றாண்டில் நடந்த இரண்டு 'சதி'கள் பற்றி அபே துபோ எழுதியிருந்ததை ஏற்கெனவே குறிப்பிட்டுள்ளோம். அதே தஞ்சையில் திவானாக இருந்தவரின் இளம் மனைவி கிளாரிந்தாவையும் அதே நூற்றாண்டில் 'சதி'யாக ஆக்கிட முயற்சி நடந்தது. இதிலிருந்து கிழக்கிந்தியக் கம்பெனியின் ஒரு ராணுவத் தளபதியாகிய லிட்டில்டன் என்பவர் அவளைக் காப்பாற்றினார். பின்னர் அவர்கள் இருவரும் காதலித்து மணந்துகொண்டார்கள். கிறிஸ்தவ மதத்தைத் தழுவிய கிளாரிந்தா பாளையங்கோட்டையில் தனது இறுதிக்காலம் வரை சமயப் பணியாற்றினார். ஒரு மராத்தியப் பெண்ணாகிய கிளாரிந்தா தனது வாழ்வில் பட்டபாட்டினை மிக உருக்கமாகச் சித்தரித்திருக்கிறார் மாதவையா. இதனை ஆங்கிலத்தில்தான் எழுதினார் மாதவையா. ஆனால் இது நமது சரித்திரம். தமிழகம் பற்றி தமிழர் ஒருவரால் எழுதப்பட்ட முதல் வரலாற்று நாவல் இது. "பத்மாவதி சரித்திரம்" போலவே இலக்கியக் கட்டுக்கோப்பிலும் செய்நேர்த்தியிலும் மிக உயர்ந்து நிற்கிறது "கிளாரிந்தா".

நோயால் அவதிப்பட்ட கிழட்டுக் கணவன் இறந்ததும் கிளாரிந்தா உடன்கட்டை ஏற வேண்டும் என்கிற ஆலோசனையை அவள் மிகவும் மதித்த ஓரகத்தி சோனாபாயே நாசூக்காக முன்வைக்கிறாள். அதைக்கேட்டதும்-

"கிளாரிந்தாவின் தேகாந்தமும் நடுங்கிற்று. முகத்தில் பீதி படர்ந்தது. மறைந்திருந்து உக்கிரமாகப் பாயும் புலியைப் பார்த்துவிட்டு நடுங்கும் மானைப்போல் பரிதாபமாக இருந்தது அவள் தோற்றம். சில வினாடிகள் அவள் நெஞ்சு அடிக்கவே இல்லை. அப்படியே அடிக்காமல் நின்றுவிடுமோ என்றுகூட நினைத்தாள். பின், பயமிகுதியால் அவள் கண்களிலிருந்து தாரையாக நீர் வடியலாயிற்று. இரண்டு கைகளையும் நீட்டி ஓரகத்தியின் தோளிலே சாய்ந்து அழுகையோடு அழுகையாக பேசத் தொடங்கினாள். "ஐயோ அக்கா, அது மாத்திரம் வேண்டாம். நான் ஒரு பாவமும் செய்யவில்லை. என்

கணவருக்கு, இல்லை யாருக்குமே ஒரு தீங்கும் செய்ததில்லை. நான் சிறுவயதினள். நெருப்பால் மரணம் என்பதை நினைக்கக்கூட முடியவில்லை. நெருப்புக்குப் பயந்ததால் நான் சமையல்கூட சரிவரக் கற்றுக்கொண்டதில்லை. சின்ன வயதில் ஒருசமயம் என் கையில் கொதிக்கும் எண்ணெய் தெறித்துவிட்டது. அதிலிருந்து அடுப்பின் பக்கமே போவதில்லை. தீபாவளிக்குப் பட்டாசுகூட பாபாஜியிடம் கேட்டதில்லை. விஷம் வேண்டுமானாலும் குடித்துவிடலாம். இதை நினைத்தால்கூட பயமாக இருக்கிறதே.''

இந்தக் கொடூரத்திற்குள் மூடநம்பிக்கை மட்டுமல்லாது, உறவினர்களின் சொத்தாசை ஒளிந்து கிடந்ததையும் தோண்டியெடுத்துக் காண்பித்திருக்கிறார் மாதவையா. 18ம் நூற்றாண்டு இந்திய வாழ்வை மையமாக வைத்து எழுதிட்ட ஒருசில அற்புதமான நாவல்களில் இவரின் இந்தப் படைப்பும் ஒன்று.

'பத்மாவதி சரித்திரத்தின்' மூன்றாம் பாகம் மாதவையாவின் கடைசி காலத்தில் எழுதப்பட்டது. இதனை முடிக்கும் முன்னமே அவர் இறந்துபோனார். கதை முழுக்க சென்னையில் நடப்பது. அங்கே பிராமணர்களில் ஒரு சிறு பகுதியினரிடையே கிளம்பிய சீர்திருத்த மனோபாவம் பெருவாரியான பழம்பஞ்சாங்கங்களோடு மோதுவதையும், வைதீகவாதம் அவ்வளவு எளிதில் விட்டுக்கொடுக்காமல் பிடிவாதம் பிடிப்பதுகண்டு சீர்திருத்தவாதிகள் நொந்து போவதையும் மிகத் திறமையோடு படம்பிடித்துக் காட்டியிருக்கிறார் மாதவையா. கதாநாயகன் நாராயணன் தனது மனைவியிடம் பொருமுகிறான்-

"பஞ்சம ஏழைகளுக்கு ஒருநாள் விருந்து செய்யவேண்டுமென்று எவ்வளவோ ஆசை. பார்கன் துரையையும், துரைசானியையும் இன்னும் சிற்றுண்டிக்கு ஒருமுறைகூட அழைக்கவில்லை. பிராமணரல்லாத சிநேகிதம் ஒருவரையுமே நான் சாப்பிடக் கூப்பிடுகிறதில்லை. அழைத்து அவமானப்படுத்துவதிலும் சும்மா இருந்துவிடுவது நலம் என்றிருக்கிறேன். உன்னுடன் சாப்பிடுகிறது கூட இல்லை. இதெல்லாம் அவருக்கு (தனது மாமனாருக்கு) பயந்துதான். இன்னும் அதிகமாக உபத்திரவப்படுத்தினால் எப்படி?''

இதுதான் அன்றைய பிராமணர் குடும்ப வாழ்க்கை முறை. இதிலே மாறுதல் கொண்டுவர விரும்பிய இளைய தலைமுறை

கடுமையான மன உளைச்சலுக்கு ஆளானதுதான். ஏற்கெனவே கட்டுரையில் கூறிய கருத்தை இக்கதையில் நாராயணன் மூலம் மீண்டும் கூறியிருக்கிறார் மாதவையா.

"பத்மீ, நான் சொல்வதைக் கேள், இது சத்தியம். இந்த மாதிரியான நிர்ப்பந்தங்களெல்லாம் தொலைந்து பிறருக்குத் தீங்கில்லாதபடி, அவரவர் மனசாட்சிக்கு விரோதமின்றி நடக்கும் சுதந்திரம் நமக்குள் இப்பொழுதினும் நூறில்லை, ஆயிரம் மடங்கு பெருகும்வரை, வெளிவேஷமும் ஆஷாடபூதித்தினமும் பாசாங்கும் நமக்குள் அனாவசியமாகும்வரை, நமக்கு வேறு சுதந்திரங்கள் கிடைக்கப்போகிறதுமில்லை, நம்முடைய நாடு முன்னுக்கு வரப்போகிறதுமில்லை."

நாட்டுக்கே சாபம் கொடுப்பதுபோல இவ்வளவு ஆத்திரத்துடன் அந்த நாயகன் மொழிகிறான் என்றால் அவ்வளவு தூரம் சமூக நடப்புகள் மோசமாக இருந்திருக்கின்றன என்று பொருள். மாதவையா போன்ற மகத்தான மனிதர்கள் சிலர் கிளம்பி அக்கம்பக்கமாக சமூக அவலங்கள் மீது படித்தவர்களின் கவனத்தை ஈர்த்தது நிச்சயம் அரசியல் சுதந்திரப் போராட்டத்திற்கும், ஒட்டுமொத்தமான தேச முன்னேற்றத்திற்கும் உதவியே இருக்கும். உதாரணமாக, அன்றிருந்த ஒரு சட்டபூர்வ நிலையை தனது நாவலில் அவர் விவரித்திருப்பதை நோக்குங்கள் -

"அந்த (ஹிந்து) லாவின்படி ஒரு பிராமணன் மற்ற எந்த சாதியிலிருந்து வேண்டுமாயினும் பெண்ணைக் கொள்ளலாம். எத்தனை பெண்களை வேண்டினும் கொள்ளலாம். அப்படி அவன் கொண்ட மனைவிமார்கள் அவன் சாதியையோ, அந்தஸ்தையோ, உரிமைகளையோ பாதிக்க முடியாது. ஆனால், உண்மையில் அவர்கள் அவன் மனையாட்டிகள் - தர்மபத்தினிகள் - ஆகவும் முடியாது. வைப்பாட்டிகள் போலவேயாவர். இம்மட்டோ, அவனுக்கு அவர்கள் வயிற்றில் பிறக்கும் பிள்ளைகளுங்கூட பிராமணராக முடியாது. வைப்பாட்டி மக்கள் போலவேயாவர்."

இந்த நாட்டின் "ஹிந்து லா" எனப்பட்டது கிட்டத்தட்ட மனுநீதியின் மறுப்பதிப்பாகவே இருந்தது. இதிலேயெல்லாம் மாற்றத்தைக் கொண்டுவரவே அரசியல் சுதந்திரம் வேண்டுகிறோம் என்றால்தானே அதிலே அர்த்தம் இருக்கும். அதற்கு மக்களைத் தயார் செய்வதில் மாதவையா போன்றோருக்கு சிறப்பான இடமிருந்தது.

"மற்ற நாகரிக நாடுகளில்போல மதத்துக்கும் கலியாணத்துக்கும் சம்பந்தமில்லை. மதம் அவரவரைப் பொறுத்தது என்று நமக்குள் ளும் ஆக வேண்டும்" - என்று நாயகன் நாராயணன் மூலம் சொல்லியிருப்பது 'மதச்சார்பின்மை' என்கிற நவீன கோட்பாடு தமிழர்களின் சிந்தனைக்குள்ளும் வந்துவிட்டது என்பதை பறையறிவிக்கிறது. இன்றைக்கு நமது அரசியல் சாசனத்தில் இது பொறிக்கப்பட்டிருக்கிறது என்றால், அன்றைக்கு இவரைப்போன்ற மனிதநேயர்கள், மாமேதைகள் கருத்துலகில் காட்டிய துணிச்சலே காரணமாகும்.

பிராமணர் - பிராமணரல்லாதார் பிரச்சனை குறித்தும் மாதவையா கருத்து தெரிவித்துள்ளார். 1916ல் நீதிக்கட்சி தோன்றிவிட்டது. அதன் பத்திரிகையாகிய 'திராவிடன்' ஏட்டில் 'தமிழர் சூத்திரர்களா?' என்ற தலைப்பில் கட்டுரை ஒன்று வெளிவந்திருந்தது. இதுபற்றி மாதவையா தனது 'பஞ்சாமிர்தம்' ஏட்டில் எழுதினார்:

"அவர் (கட்டுரையாளர்) கூறும் நியாயங்களில் சில, சரித்திர ஆராய்ச்சி முறைக்கு ஒவ்வாவாயினும், காரணகாரியத் தொடர்ச்சி சிலவிடங்களில் முறிபட்டுக் காண்கின்றதாயினும் புருஷ சூக்தக்திலே காணும் 'சூத்திரர்' என்ற பதம் தமிழருக்கு பொருந்தாது என்ற முடிவு சரியெனவே தோன்றுகிறது. அந்த முடிவை நிலைநாட்டுவதோடு கட்டுரையை நிறுத்திவிடாமல் "சூத்திரர்" என்ற பெயருக்குப் பிராமணரே உரியவர்கள் என்று நிலைநாட்டவும் முயன்றிருக்கிறார். படைப்போரில்போல் சொற்போரிலும் இதுவும் ஒரு நல்ல யுக்திதான். இது நிற்க, 'திராவிடன்' ஆசிரியர் துணிவின்படி உண்மையில் சூத்திரராகும் பிராமணரும், தமிழரும் இந்த நாளிலே கவனித்ததற்குரிய பேருண்மை வேறொன்றாகும். அஃதாவது பிறர் ஏவும் பணி செய்து, பிறருக்காக உழைப்போரே சூத்திரர் எனில் இந்தியர் எல்லோரும் இன்று சூத்திரரேயன்றி வேறல்லர்."

ஆதிகாலத்தில் நால்வருணமாயிருந்தாலும், பின்னர் பல நூறு சாதிகளாக உள்பிரிவுகள் ஏற்பட்டிருந்தாலும் காலப்போக்கில் ஷத்திரியர், வைசியரையும், சூத்திரர் என்றே பிராமணர்கள் அழைக்கத் துவங்கினர். இதனால் பிராமணர், சூத்திரர், பஞ்சமர் என்கிற ஒரு முக்கோண நிலை ஏற்பட்டது. இந்த மூன்றுக்குள்ளும் போராட்டம் எழுந்தது. இப்படி பிராமணரல்லாதாரை சூத்திரர் என்று இழிவான தொனியில் அழைத்ததை மாதவையா ஏற்கவில்லை.

அதேநேரத்தில், ஏட்டிக்குப் போட்டியாக பிராமணரை சூத்திரர் என்று நீதிக்கட்சியினர் நிறுவ முயன்றதையும் அழகாகக் கேலி செய்திருக்கிறார். அனைத்திற்கும்மேலே, ஏகாதிபத்தியத்தின் முன்பு இந்தியர்கள் அனைவருமே சூத்திரர்கள்தாம் என்கிற பேருண்மையைக் காணுமாறும் வற்புறுத்தியிருக்கிறார். இந்தச் சரியான நிலைபாட்டை அனைத்து தரப்பினரும் அன்று ஏற்றிருந்தால் தமிழகத்தின் வரலாறே மாறிப்போயிருக்கும்.'

பிராமணர், சூத்திரர், பஞ்சமர் என்கிற முக்கோண வடிவ சமூக அமைப்பில் சூத்திரர்களின் நிலை விசித்திரமாக இருந்தது. தங்களைக் கீழாக நினைக்கும் பிராமணியத்தை எதிர்க்கத் துணிந்த அவர்கள் தாங்கள் கீழாக நினைக்கும் பஞ்சமர்களின் உணர்வுகளை முழுமையாக மதிக்கவில்லை. இந்த நிலையை இன்றும் காண்கிறோம். இதனை அன்றைக்கே சுட்டிக்காட்டியவர் மாதவையா. "பார்ப்பான் உன்னை நடத்தவேண்டுமென்று நீ நினைப்பதுபோல் பறையனை நீ நடத்துகின்றனையோ?" என்று நறுக்கென்று கேட்டிருக்கிறார். இதைக்கேட்கிற உரிமை அவருக்குப் பூரணமாக இருந்தது. அவர் பிராமண குலத்திலே பிறந்திருந்தாலும் பிராமணியத்தை எதிர்த்து வீரச்சமர் புரிந்தவர்.

1925 அக்டோபர் 22 அன்று சென்னைப் பல்கலைக்கழக ஆட்சிமன்றத்தில் பி.ஏ.பட்டப்படிப்பில் தமிழ்மொழியைக் கட்டாயப்பாடமாக்க வேண்டும் என ஈடுபாட்டோடு பேசி அமர்ந்ததும் மூளை ரத்தநாள வெடிப்பால் அங்கேயே காலமானார் மாதவையா. சமூக அக்கறையுள்ளவர்கள் தாய்மொழிப் பற்றாளர்களாகவும் இருந்திருக்கிறார்கள் என்பதை அவரின் வாழ்வும் உணர்த்தி நின்றது.

18

பண்டிதர் அயோத்திதாசர்

தமிழக வரலாற்றில் மறைக்கப்பட்டிருந்து, இன்று மீண்டும் "உயிர்த்தெழுந்திருக்கிற" ஒரு மாமனிதர் பண்டிதர் அயோத்திதாசர். தாழ்த்தப்பட்ட மக்கள் மத்தியிலிருந்தே 1845ல் உதித்தெழுந்த இவரின் சிந்தனைகளும் செயல்பாடுகளும் அந்தக் காலச் சூழலை மனதில் இருத்திப் பார்க்கும்போது மிகுந்த பிரமிப்பைத் தருவதாகும்.

இவரது இயற்பெயர் காத்தவராயன். சித்த மருத்துவத்தில் தேர்ச்சிபெற்ற பின்னர் தனது குருவான அயோத்திதாஸ் கவிராஜ பண்டிதரின் பெயரையே தனக்கும் சூட்டிக்கொண்டார். தமிழில் மிகுந்த புலமை கொண்டிருந்த இவர் பாலி, சமஸ்கிருதம், ஆங்கிலம் முதலான மொழிகளிலும் தேர்ச்சி பெற்றிருந்தார்.

1870 வாக்கில் நீலகிரியில் அத்வைதாந்த சபையை நிறுவிய பண்டிதர் 1891ல் திராவிட மகாஜன சபையைத் தோற்றுவித்தவர்களில் ஒருவராகவும் இருந்தார். இவரது பெருமுயற்சியால் சென்னையில் ஆதிதிராவிடர் குழந்தைகளுக்கான பள்ளிகள் பல துவங்கப்பட்டன. இலவசக் கல்வி, பகல் உணவு போன்றவற்றை அக்குழந்தைகளுக்குப் பெற்றுத் தந்ததிலும் அயோத்திதாசரின் பங்கு குறிக்கத்தக்கதாகும். சாக்கிய பௌத்தர்கள் சங்கம் ஒன்றையும் உருவாக்கினார்.

தமிழ் இலக்கியங்கள் பற்றியும் சித்த மருத்துவம் குறித்தும் விடாது எழுதிவந்த பண்டிதர் அரிய தமிழ் நூல்களைப் பதிப்பிக்கவும் செய்தார். வள்ளுவர், ஔவையார் ஆகியோரின் படைப்புகளுக்கு பௌத்தமார்க்க நோக்கிலிருந்து புதிய விளக்கங்களையும் தந்தார்.

அனைத்திற்கும் மகுடம் வைத்தாற்போல் அமைந்தது அவர் 1907ல் துவக்கிய "ஒரு பைசா தமிழன்" என்கிற வாரப் பத்திரிகை. தமிழக சமூக சீர்திருத்த இயக்கத்தில் இந்த ஏட்டின் பங்கு முக்கியமானதாகும். இந்தப் போராளியின் பணிகளை உணர்த்துகிற ஒரு வரலாற்று ஆவணமாகவும் அந்த ஏட்டின் இதழ்கள் திகழ்கின்றன.

1908 அக்டோபர் 14ந் தேதியிட்ட இதழில் அவர் எழுதியிருப்பது-

"இந்த நாஷனல் காங்கிரசென்னும் கூட்டத்தார் ஆதியில் சேருங்கால் இக்கூட்டமானது சாதிபேதமின்றி, மதபேதமின்றி சகல சாதியாருக்குள்ள குறைகளையும் நமது கருணை தங்கிய ராஜாங்கத்தோருக்கு விளக்கி அக்குறைகளை நீக்குமென்று வெளிவந்தார்கள். இவர்களது சாதிபேதமற்ற, மதபேதமற்ற நன்னோக்கம் மிக்க மேலாயதே என்று கருதி 1891ம் வருஷம் டிசம்பர் மாதம் முதலில் நீலகிரியில் ஓர் கூட்டமியற்றி சாதிபேதமற்ற திராவிடக் கனவான்களை தருவித்து நேஷனல் காங்கிரஸ் கமிட்டியாருக்கு அனுப்பவேண்டிய கருத்துக்களை முடிவு செய்து பொதுநல விண்ணப்பம் என்னும் பெயர் கொடுத்து மேற்கண்டபடி டிசம்பர் மாதம் 21ந்தேதியில் அனுப்பினோம். அதனுள் அடங்கிய கோரிக்கைகள் யாதெனில்...

"இக்கூட்டத்தோரை பறையர் என்று கூறுவதற்கு யாதோர் ஆதரவும் கிடையாது. அப்படி இருந்தும் இவர்களைப் பறையர்கள் என்று கூறுவதுடன் இழிவாகக்கூறி மனம் குன்றச் செய்து வருகின்றார்கள். இவற்றுள் கேவலக் கல்வியும், நாகரிகமுமற்று மிருகச் செயலுக்கு ஒப்பான ஓர் மனிதன் கல்வியிலும் நாகரிகத்திலும் செல்வத்திலும் மிகுந்த ஒருவனைப் பறையன் என்று கூறி இழிவுபடுத்துவதானால் அவன் மனம் குன்றி நாணமடைந்து சீர்கெட்டுப் போகின்றான். ஆதலின் பறையன் என்று இழிவுபடக் கூறுவோரை பழித்தல் அவதூரென்னும் குற்றத்திற்கு ஆளாகும் ஓர் சட்டம் ஏற்படுத்த வேண்டும் என்னும் முதலாம் கோரிக்கையும்,

இக்குலத்து ஏழைக்குடிகள் விருத்தியடையும்படி கல்விச் சாலைகள் பிரத்யேகமாய் அமைத்து, உபாத்தியாயர்களையும் இக்குலத்தோரில் நியமித்து மாணாக்கர்களின் சம்பளங்களையும் அரைபாகம் குறைக்கவேண்டியதென்னும் இரண்டாம் கோரிக்கையும்.

இக்குலத்துப் பிள்ளைகளுள் பிரவேச மெட்ரிகுலேஷன் பரீட்சையில் தேறிய மூன்று பிள்ளைகளுக்கு ஸ்காலர்ஷிப் கொடுக்கவேண்டியது என்னும் மூன்றாம் கோரிக்கையும்,

இங்ஙனம், கல்வியில் தேறினோர்களில் ஒவ்வொருவரை இத்தமிழ் நாட்டிலுள்ள ஒவ்வொரு கவர்ன்மென்ட் ஆபீசுகளிலும் உத்தியோகமளித்து ஆதரிக்க வேண்டும் என்னும் நான்காம் கோரிக்கையும், இவர்கள் கல்வி, நல்லொழுக்கத்திற்குத் தக்கவாறு

எத்தகைய உத்தியோகங்களும் தடையின்றி கொடுத்துவர வேண்டியது என்னும் ஐந்தாவது கோரிக்கையும்,

முனிசிபல் சங்கங்களிலும், கிராம சங்கங்களிலும் இக்குலத்தோரின் கஷ்டநிஷ்டூரங்களை அறிந்து பேசுதற்குச் சகல டிஸ்டிரிக்ட்டுகளிலும் ஜில்லாக்களிலும், ஒருவர் பெருந்தொகையான வரி செலுத்தக்கூடாதவராயினும் கல்வி, நல்லொழுக்கம் கண்டு இக்குலத்தோர் யாரை நியமிக்கின்றார்களோ அவர்களை ஓர் அங்கமாக ஏற்றுக்கொண்டு காரியாதிகளை நடத்த வேண்டும் என்னும் ஆறாம் கோரிக்கையும்,

அக்காலத்துள்ள ஜெயில் கோர்ட் 464வது சட்டத்தில் பறையர்களைச் சகல தாழ்ந்த வேலைகளையுஞ் செய்விக்கலாம் என்று ஏற்படுத்தியிருப்பதை மாற்ற வேண்டும் என்னும் ஏழாவது கோரிக்கையும்,

இத்தேசத்திலுள்ள பொதுவான குளங்களிலும், கிணறுகளிலும் இக்குலத்தோர் யாதாமொரு தடையுமின்றி ஜலம் மொண்டு சுகிக்க வேண்டியதென்னும் எட்டாவது கோரிக்கையும்,

ஆங்கிலே துரைகளிராது இந்துக்கள் உத்தியோகம் செய்யும் ஆபீசுகளிலும், கச்சேரிகளிலும் இக்குலத்தோர் உள்ளுக்கு வரப்போகாது, உட்காரப்போகாது என்னும் தடைகளை அகற்றி இக்குலத்தோரை உள்ளுக்கு வரச்செய்து பிரயாதை உடனுக்குடன் விசாரித்து நீதி அளித்து அனுப்ப வேண்டும் என்னும் ஒன்பதாவது கோரிக்கையும்,

இக்குலத்தோருள் பெருந்தொகையோர் வாசஞ்செய்யும் கிராமங்களில் மணியக்காரன் முனிசிப்பு அலுவல்களில் இவர்களில் பொறுப்பானவர்கள் ஒவ்வொருவரை நியமிப்பதுடன் கலெக்டர் துரையவர்கள் கிராமங்களுக்குள் வருங்கால் நேரில் இவர்களை விசாரித்து நீதி அளிக்க வேண்டும் என்னும் பத்தாவது கோரிக்கையும் குறிப்பித்திருந்தோம்".

பண்டிதர் அயோத்திதாசர் வைத்திருந்த இந்தக் கோரிக்கைகள் 19ஆம் நூற்றாண்டின் இறுதியில் தாழ்த்தப்பட்ட மக்கள் நிலை எதுவாக இருந்தது என்பதை விரிவாக உணர்த்தி நிற்கின்றன. இவற்றின் நியாயத்தன்மையையும் தீர்க்க தரிசனத்தையும் பின்னர் கொண்டுவரப்பட்ட இடஒதுக்கீடு ஆணைகளிலிருந்தும், தீண்டாமை ஒழிப்புச் சட்டங்களிலிருந்தும் புரிந்துகொள்ளலாம். எனினும், அன்றைக்கு இந்தக் கோரிக்கைகளின்பால் இந்திய

தேசிய காங்கிரசின் நிலைபாடு என்னவாக இருந்தது? பண்டிதர் அதையும் கூறியுள்ளார்-

"இக்கோரிக்கைகள் யாவும் அக்காலத்தில் காங்கிரஸ் கமிட்டிக்குக் காரியதரிசியாய் இருந்த ம-அ-அ-ஸ்ரீ எம்.வீரராகவாச்சாரியாரவர்கள் கண்ணுற்று இப்பொதுநல விண்ணப்பம் வந்து சேர்ந்தது, அவற்றை சங்கத்தார் முன்பு வைத்து விவரந் தெரிவிப்போம் என்று பதில் எழுதி இருந்தார். இக்குலத்தோரைப்பற்றிய விண்ணப்பம் இவர்களுக்கு அனுப்பியும், இவர்கள் நமக்கு பதில் அளித்தும் ஏறக்குறைய பதினேழு வருடங்கள் ஆகின்றது. இதுவரையிலும் அவ்விண்ணப்பத்தைப் பற்றியேனும், இக்குலத்தோரின் கஷ்ட நிஷ்டூரங்களைப் பற்றியேனும் இவர்கள் யாதொரு சீர்திருத்தமும் செய்ததில்லை".

காங்கிரசின் நிலை இப்படியென்றால் "சென்னை மஹாஜன சபை" போன்ற அமைப்புகளின் செயல்பாடுகளும் பெரிதும் மாறுபட்டு இல்லை. தனது சொந்த அனுபவத்திலிருந்து எடுத்துரைத்திருக்கிறார் அயோத்திதாசர். 1892ல் மகாசபையின் கூட்டம் சென்னையில் நடந்தபோது நீலகிரியிலிருந்து வந்து கலந்துகொண்டார். அங்கே இந்தப் பிரச்சனை முன்வந்தபோது பறையர்கள் பற்றி சில துரைமார்கள் வேண்டிய அளவுக்குப் பேசி வருவதால் இந்த சபை பேச வேண்டியதில்லை என்று கூறப்பட்டது. இது கேட்டு வேதனையடைந்த அயோத்திதாசர் கூறினார். அவரது மொழிநடையிலேயே அதைக் (ஒரு பைசா தமிழன் 21.10.1908) கேளுங்கள்-

"இக்குலத்தோரைப்பற்றி சில துரை மக்கள் உபகாரஞ் செய்கின்றார்களென்று கூறி தாங்களெல்லோரும் மவுனஞ் சாதிப்பது அழகன்று. உங்களாலேயே இக்குலத்தோர் தாழ்த்தப்பட்டு சீர் குலைந்து இருக்கின்றபடியால் நீங்களே இவர்களை சீர்திருத்தி சுகம் பெறச் செய்ய வேண்டும் என்றேன். அதற்கு சபாநாயகர் இது உள்சீர்திருத்த சங்கமாதலின் இவர்களால் உங்களுக்கு என்ன செய்ய வேண்டும் என்று கேட்டார். யான் சாபநாயகரை நோக்கி ஐயா, உலகத்திலுள்ள சகல சாதியோருக்கும் தெய்வம் பொதுவென்றும், கோவில் பொதுவென்றும் சொல்லக்கேட்டிருக்கிறேன்.

அங்ஙனமிருக்க... இக்குலத்தோரிலுள்ள வைணவ மதத்தோர்களை விஷ்ணுவின் கோவில்களுக்குள்ளும், சைவ மதத்தோரை சிவன் கோவில்களுக்குள்ளும் ஏன் சேர்க்கப்படாது? அப்படி சேர்ப்பதினால் ஒருவருக்கொருவர் அன்பு பாராட்டி

வாழ்க்கை சுகமடைய மாட்டார்களா, மதங்களும் பிரபலமடையாதா என்றோம். எல்லோரும் ஏகமயமாய் நின்று அப்படியே கோவிலுக்குள் சேர்க்கப்படாதென்று கூச்சலிடுங்கால் தஞ்சாவூர் பிரதிநிதி ம-அ-அ-ஸ்ரீ சிவராமசாஸ்திரியாரவர்கள் எழுந்து உங்கள் குலத்தோருக்கு மதுரை வீரசாமி, காட்டேரிசாமி, கருப்பண்ணசாமி கொடுத்திருக்கின்றோம். சிவன் சாமியும், விஷ்ணு சாமியும் உங்கள் குலத்தோருக்கு உரியதல்ல என்று ஆட்சேபித்தார். யாம் அவரை நோக்கி ஐயா, அங்ஙனமிருக்குமாயின் உங்கள் சுவாமிகள் எமக்கு வேண்டாம். இக்குலத்து சிறுவர்களுக்கு கிராமங்கள்தோறும் கல்விச்சாலைகள் வைத்து நான்காவது வகுப்புவரையில் இலவசமான கல்வி கற்பிப்பதற்கும், இக்குலத்து கிராமவாசிகளுக்கு ஆங்காங்கு வெறுமனேயுள்ள பூமிகளைக் கொடுத்து ஆதரிக்க வேண்டும் என்று கருணைதங்கிய ராஜாங்கத்தோருக்கு உதவி கூறுபத்திரம், அதாவது ரெக்கமெண்ட் பத்திரமேனும் கொடுக்கலாகாதோ என்று கோரினோம்".

பின்னாளில் தேசிய இயக்கம் நடத்திய கோவில் நுழைவுப் போராட்டத்தின் பெருமையை இந்த மோதல் எடுத்துரைக்கிறது. தீண்டாமையின் ஒரு கோர வடிவத்தைக் கைவிட உயர் சாதியினர் மறுத்தபோது கல்வியையும் புறம்போக்கு நிலத்தையும் தாருங்கள் என்று அயோத்திதாசர் கேட்பதில் நல்ல சூட்சமம் அடங்கியுள்ளது. இவற்றைத் தரும்போது வெகுவிரைவிலேயே கோவிலையும் திறந்துவிட வேண்டியிருக்கும் என்பதை அந்தப் பண்டிதர் நன்கு புரிந்துவைத்திருக்கிறார்.

தேசிய காங்கிரசும், சென்னை மஹாஜன சபை போன்ற அமைப்புகளும் ஆதிதிராவிடர்களது நலன்களைப் புறக்கணித்த வேளையில் ஏகாதிபத்திய எதிர்ப்புப் போராட்டத்தில் அவர்கள் உற்சாகமாகப் பங்குகொள்ளாததில் விந்தையேதுமில்லை. 1907 முதல் அவர் மறைந்த 1914 வரை பண்டிதர் எழுதியவற்றைப் படித்துப் பார்க்கும்போது சமூக சீர்திருத்தத்தை நடத்திய பிறகே அரசியல் சீர்திருத்தம் வரவேண்டும் என்கிற சிந்தனையோட்டத்திலிருந்து தெளிவாகிறது. "இந்திய தேசம் முழுவதும் அன்பினாலும் அதியூகத்தாலும் ஆளும் வல்லபம் பிரிட்டீஷாருக்குரியதேயன்றி ஏனையோருக்கு ஆகாவாம்" என்கிற தலைப்பில் (ஒரு பைசா தமிழன் 2.11.1910) அவர் ஒரு கோடியில் நின்று எழுதியிருப்பதைக் காலங்காலமாக ஒடுக்கப்பட்டு வந்தோரின் முரட்டுத்தனமான எதிர்வினையாகவே புரிந்துகொள்ள வேண்டியுள்ளது.

இதன்பொருள், தான் சார்ந்த வகுப்புக்காக மட்டுமே போராடியவர் அயோத்திதாசர் என்பதுமல்ல, அனைத்து சாதிகளிலுமுள்ள மாதர்களுக்காக அவர் ஆவேசமாக எழுதியிருப்பதை இப்போது படித்தாலும் எவரின் உள்ளமும் சிலிர்த்துப் போகும். ஏன் அவர் சமூக சீர்திருத்தத்தை முதலில் வைத்தார் என்பதும் புரிந்துபோகும். அதே இதழில் எழுதுகிறார்-

“சாதியினாலும் இத்தேசத்தோர்க்கு சீர்திருத்தமும் சுகமும் உண்டோ, அதுவும் கிடையாது. இச்சாதியாசாரத்தால் இஸ்திரிகளுக்கு ஏதேனும் சுகமுண்டோ, இல்லை. முற்றும் கேடேயாம். அதாவது, ஓர் இஸ்திரீயானவள் விவாகஞ் செய்யப்பட்டு புருஷனுடன் கலந்து வாழினும் கலக்காமல் ஒழியினும் அவள் விருத்தாப்பியமுற்று மரணமடையும் வரையிற் சீர்கெட்டு அலைய வேண்டியதேயாம். புருஷனோ அறுவது வயது செல்லினும் அவன் பிரியம்போல் மாற்றி மாற்றி பெண்களை விவாகம் செய்துகொள்ளலாம்... அருமையாகப் பெற்றெடுத்து சீராட்டிப் பாராட்டி வளர்த்தப் பெண் குழந்தைகளுக்கெல்லாம் சதா துக்கத்தை வளர்த்துவரும் சாதியாசாரமும் ஓர் ஆசாரமோ. இதைக் கட்டியழுவதும் ஓர் கீர்த்தியாமோ, இல்லை... ஆதலின் சுதேசியமென்னும் வெறும் ஆசை கொண்டுள்ளோர் உள்சீர்திருத்தமாம் மதபேத ஊழல்களையும், சாதிபேத ஊழல்களையும் முன்பொழிந்து பின்பு புறச் சீர்திருத்த சுதேசியத்தை நாடுவது அழகாம்”.

பால்ய விவாகத்தை எதிர்த்தும், விதவா விவாகத்தை ஆதரித்தும் வலுவாகக் குரல் கொடுத்திருக்கிறார் அயோத்திதாசர். கணவன் இறந்தபிறகு மனைவியின் தாலியை இறக்குவதற்குக் காரணம் இன்னொரு தாலியை ஏற்றவே என்று நியாயமான தர்க்கவாதம் செய்திருக்கிறார். இறக்கியவர்கள் வெறுங்கழுத்தாகவே விட்டுவிட்ட கொடூரத்தை வன்மையாகச் சாடுகிறார். விதவை களின் சிரசை மொட்டையடித்து அசிங்கப்படுத்தியதையும் கண்டனம் செய்திருக்கிறார். இது பொத்தாம் பொதுவானதாகவுமில்லை. தினசரி நடப்புகளைக் காரணங்காட்டி படிப்போர் மனதில் உறைக்குமாறு எழுதியிருக்கிறார் (ஒரு பைசா தமிழன் 15.2.1911).

“சற்று கவனிப்பீர்களாக. ஜனவரி மாதம் 26ஆம் தேதி வியாழக்கிழமை பகல் 12.12 மணிக்கு திருச்சிராப்பள்ளி ரயில்வே ஜங்ஷன் ஸ்டேஷனில் மதுரையிலிருந்து வந்த வண்டியின் பெண்பிள்ளைகள் பிரிவுக்கு ஒதுங்குங் கக்கூசில் அப்போதுதான் பிறந்து இறந்திருக்கும் ஒரு பெண்குழந்தையைக் கண்டெடுத்தார்கள்.

அதனை ஈன்ற தாய் அகப்படவில்லை. ஆதலின் ஈது சரியான நம்ம நாட்டுப் பிள்ளையா அன்றேல் கைம்மனாட்டி பிள்ளையா என்பதைக் கலைவல்லோர்களே தெரிந்துகொள்ள வேண்டும். பெற்றவளுருப்பிடி தெரியாது. பிரிவில் போட்டுக்கிடப்பது கள்ளப்புருஷனுக்கு ஈன்ற கைம்பெண் பிள்ளையாகும். இத்தகைய கள்ளப் புருஷர்கள் தோணுதற்கும், கைம்பெண்கள் பிள்ளைகளை ஈணுதற்கும், செத்துக்கிடக்கும் அநாதியற்றப் பிள்ளைகளைக் காணுதற்குங் காரணஸ்தர்கள் யாவரெனில், விதவைகளை மறுவிவாகஞ் செய்யலாகாதெனத்தடுத்து அதற்காய் சில திருட்டு சாத்திரங்களையும், குருட்டு சாத்திரங்களையும் வரைந்து வைத்துக்கொண்டு கைம்பெண்களால் வருஷாந்திரம் திதி தட்சணையும், அரிசி, பருப்பும் பெற்று சீவிப்பதற்குத் தோன்றியுள்ளப் பொய்க்குருக்களே ஆவர். அவர்களால் ஏற்படுத்திக்கொண்ட சாத்திரங்களானது அவர்களைப் பின்பற்றியுள்ள பேதை மக்களை வாதிப்பதுமின்றி தங்களையும் தங்கட் குடும்பத்தோரையும் நகைதக்கச் செயலால் நசித்து வருகின்றது".

பிறரை அடிமைப்படுத்துகிறவர்கள் தாங்களும் அடிமைகளா கிறார்கள், பிறரைத் துன்பப்படுத்துகிறவர்கள் தங்களையும் துன்பத்தில் ஆழ்த்திக்கொள்கிறார்கள் என்பதை எடுத்துக்காட்டி சகல மனிதர்களுக்கும் விடுதலை கோருகிற தீரராக அயோத்திதாசர் இங்கே உயர்ந்து நிற்கிறார். பின்னாளில் கிளம்பிய பெரியார் ஈவெராவின் தீவிரச் சிந்தனைகளுக்கு ஏதாவதொரு வகையில் இது உரமூட்டியிருக்கும் என்று நிச்சயம் சொல்லலாம். அந்த எரிமலைக் குமுறல் இப்போதே கேட்கிறது.

அவ்வாறே அம்பேத்கரின் புத்தமத சார்பின் சாயலையும் இப்போதே இவரிடத்தில் காண்கிறோம். "புத்தர் என்னும் இரவு பகலற்ற ஒளி", "மயிலாப்பூரில் பௌத்தாலயம்" எனும் கட்டுரைகளை ஆதாரம் காட்டலாம். அனைத்திற்கும்மேலே திருக்குறளை "திரிக்குறள்" எனும் புத்த நூலாகவே கருதுகிறார். அதிலுள்ள கடவுள் வாழ்த்து "புத்தரது சிறப்புப் பாயிரம்" என்பது இவரின் துணிபு. உண்மையில் அது சமண நுலில் என்றாலும், அதைச் சமயச்சார்பற்றது- பொதுமறை என்பதாகப் பிற்காலத்தவர் பேசியதுபோல பண்டிதர் கருத்துரைக்காதது கவனிக்கத்தக்கது.

19

இரட்டைமலை சீனிவாசன்

செங்கற்பட்டு மாவட்டத்தில் கோழியாளம் என்ற குக்கிராமத்தில் தாழ்த்தப்பட்ட வகுப்பில் 1859 ஜூலை 7ல் பிறந்தவர் சீனிவாசன். தந்தையின் பெயர் இரட்டைமலை. ஆகவே, இரட்டைமலை சீனிவாசன் என அழைக்கப்பட்டார். இவரின் ஏழைக் குடும்பம் பிழைக்க வழி தேடி தஞ்சைக்குச் சென்றது. அங்கு எப்படியோ இவரைப் படிக்கவும் வைத்தது.

அந்தக்காலத்தில் தாழ்த்தப்பட்ட மக்களுக்கு அவ்வளவு எளிதில் கல்வி கிட்டிவிடாது. திண்ணைப்பள்ளியில் சாதி இந்து ஆசிரியர்கள் சொல்லித் தருவதை பிற மாணவர்களிடமிருந்து தள்ளி உட்கார்ந்து இவர் பாடம் கேட்டிருக்கிறார். ஏதோ அந்த அளவுக்கு அந்த ஊரிலே தாராள மனம் படைத்தவர்கள் இருந்திருக்கின்றனர். கோயம்புத்தூரில் தனது பள்ளிப்படிப்பைத் தொடர்ந்திருக்கிறார். தனது 'ஜீவிய சரித்திர சுருக்கம்' என்பதில் சீனிவாசன் கூறியிருக்கிறார்.

"கோயம்புத்தூர் கலாசாலையில் நான் வாசித்தபோது சுமார் 400 பிள்ளைகளில், 10 பேர் தவிர மற்றவர்கள் பிராமணர். சாதி கோட்பாடுகள் மிக கடினமாய் கவனிக்கப்பட்டன. பிள்ளைகளிடம் சிநேகிதத்தால் சாதி, குடும்பம், இருப்பிடம் முதலானவைகளைத் தெரிந்துகொண்டால் அவர்கள் தாழ்வாக என்னை நடத்துவார்கள் என்று பயந்து பள்ளிக்கு வெளியே எங்கேனும் வாசித்துக்கொண்டிருந்துவிட்டு பள்ளி ஆரம்ப மணி அடித்த பிறகு வகுப்புக்குள் போவேன். வகுப்பு கலையும்போது என்னை மாணாக்கர்கள் எட்டாதபடி வீட்டுக்கு கடுகன நடந்து சேருவேன். பிள்ளைகளோடுகூட விளையாடக்கூடாமையான கொடுமையை நினைத்து மனங்கலங்கி எண்ணி எண்ணி இந்த இடுக்கத்தை எப்படி மேற்கொள்வதென்று யோசிப்பேன்."

தமிழ்ச் சமுதாய அவலம் அந்தப் பிஞ்சு உள்ளத்தை என்ன பாடுபடுத்தியிருக்கிறது! கிட்டத்தட்ட ஒருவகையான தலைமறைவுப் படிப்பு! இப்படித்தான் அன்றைக்கு தாழ்த்தப்பட்ட வகுப்பைச் சார்ந்த ஓரிருவர் கல்வி கற்று முன்னேறியிருக்கிறார்கள். எனினும்

சீனிவாசனால் தொடர்ந்து படிக்க முடியவில்லை. குடும்பத்தைப் பீடித்திருந்த வறுமை அவரின் கல்விக்கு வேட்டு வைத்தது. 1882ல் நீலகிரியில் ஓர் ஆங்கிலேய வர்த்தக நிறுவனத்தில் கணக்கராக வேலைக்குச் சேர்ந்தார். உதகையின் சுகந்தமான குளிர் காற்றோடு நவீன ஐரோப்பிய நாகரிகக் காற்றை சுவாசிக்கும் வாய்ப்பை இது அவருக்கு நல்கியது. தியோசாபிகல் சொசைட்டியை நிறுவிய பிளாவட்ஸ்கி அம்மையார் மற்றும் ஆல்கார்ட் ஆகியோரை இங்கே அவர் சந்தித்தார்.

1884ல் சென்னை அடையாறில் தியோசாபிகல் சொசைட்டியின் ஆண்டுவிழா நடைபெற்றது. இதில் சீனிவாசனும் கலந்து கொண்டார். சொசைட்டியில் அவர் ஓர் உறுப்பினரும்கூட. இந்தியாவின் பல பகுதிகளிலிருந்து வந்திருந்த பிரமுகர்களைச் சந்தித்து அளவளாவ அவருக்கு இதுவொரு நல்ல வாய்ப்பாக இருந்தது. இந்தியாவில் அரசியல் இயக்கம் ஒன்று துவங்கப்பட வேண்டிய அவசியம் குறித்து அங்கே கருத்துப் பரிமாற்றம் நடைபெற்றது. இதுபற்றி சீனிவாசன் கூறிய கருத்து பலரை ஆச்சரியப்பட வைத்தது.

“ஷெட்யூல்டு இன மக்கள் வேண்டுவது சமுதாய சுதந்திரம். மனிதனை மனிதனாக மதிக்கும் மனித உரிமை. குறிப்பாக, இந்திய நாட்டிலே இந்தியனாய் வாழ்கின்ற மனிதர்களிடையே அதேநாட்டில் வாழ்கின்ற இந்தியனைப் பார்த்துக் கேட்கும் சுதந்திரம், சமூக, பொருளாதார தகுதியைப் பெறாத நாட்டில் அரசியல் சுதந்திரம் தேவையா? காங்கிரஸ் தேவையா? எனவே, ஷெட்யூல்டு இன மக்களின் முன்னேற்றமான வாழ்விற்கு எவ்விதமான திட்டமும் இல்லாத இந்த ‘அரசியல் அமைப்பில்’ எனக்கு நம்பிக்கை இல்லை.”

1885ல் இந்திய தேசிய காங்கிரஸ் பம்பாயில் துவக்கப்பட்டது. ஆனால், அப்பொழுதே சுதந்திரப் போராட்டம் என்பதில் அடிமட்டத்திலிருக்கிற சாதியினரின் சுதந்திரமும் சேர்ந்திருக்குமா என்கிற நியாயமான சந்தேகம் தமிழர் ஒருவருக்கு எழுந்திருக்கிறது என்பது தெளிவாகிறது. சொந்த நாட்டினரிடமே அடிமைத் தளையை அனுபவித்தவர் அவர். சந்தேகப்பட அவருக்கு உரிமை இருந்தது. இந்த சந்தேகத்தைப் போக்குகிற முயற்சியை அப்பொழுதுதான் உருவாகியிருந்த காங்கிரசால் எடுக்கவும் முடியவில்லை. வெறுப்புற்ற சீனிவாசன் அதிலிருந்து ஒதுங்கியே இருந்தார்.

1887ல் இரங்கநாயகி அம்மையாரை மணந்துகொண்ட சீனிவாசன் 1890ல் சென்னையைத் தனது இருப்பிடமாக்கிக் கொண்டார்.

1891ல் சென்னை, செங்கற்பட்டு பகுதிகளில் இருந்த பறையர் சமூகத்தைச் சேர்ந்த அறிவுஜீவிகளினால் 'திராவிட மகாஜன சபை' உருவாக்கப்பட்டது. இதுவே தாழ்த்தப்பட்ட மக்கள் தங்களுக்கென துவக்கிய முதல் அமைப்பாகும். 1891 டிசம்பரில் இதன் முதல் மாநாடு நடைபெற்றது. இரட்டை மலை சீனிவாசன், பண்டிதர் அயோத்திதாசர் ஆகிய இருவரும் இதற்கு முன்முயற்சி எடுத்தனர். இந்த மாநாட்டின் தீர்மானங்கள் கீழ்வரும் கோரிக்கைகளையும் உள்ளடக்கியிருந்தன.

"கல்வி கற்கக்கூடிய வாய்ப்புகளுக்கு உள்ள சமூகத்தடையை நீக்க வேண்டும். கிராம ஒன்றியங்கள், நகராட்சிகள் ஆகியவற்றில் பிரதிநிதித்துவம் தரவேண்டும். முன்சீப், மணியக்காரர் வேலை தரப்பட வேண்டும். இந்துக்கள் பணிபுரியும் நீதிமன்றங்களில் செல்வதற்கான தடையையும், பொது நீர்நிலைகளைப் பயன்படுத்துவதற்கான சமூகத் தடையையும் நீக்க வேண்டும். பறையர் என்பதைக் கேவலப்படுத்தும் நோக்கில் சொல்வதோ, பறையருக்கு இழிவான சிறு பணிகளைத் தருவதோ கூடாது."

கல்வி, உள்ளாட்சி, நீதித்துறை மற்றும் பண்பாட்டுத் துறையில் அந்த மக்கள் சந்தித்த இழிவுநிலையைப் போக்குவதற்கான ஒரு குறைந்தபட்ச திட்டமாக இது இருக்கிறது. இதை நிறைவேற்றுவதே அன்றைக்குப் பெரிய விஷயமாக இருந்தது. இவை அரசுக்கும், இந்திய தேசிய காங்கிரசுக்கும் அனுப்பிவைக்கப்பட்டன. இந்த திராவிட மகாஜன சபையே பின்னாளில் 'பறையர் மகாஜன சபை' என்று அழைக்கப்பட்டிருக்கிறது. "அதற்கு நானே காரியதரிசியாக இருந்து நடத்தி வந்தேன்" என்று சீனிவாசன் குறிப்பிட்டிருக்கிறார்.

1893 அக்டோபரில் 'பறையன்' என்கிற நான்கு பக்கங்களைக் கொண்ட ஒரு மாதாந்திரப் பத்திரிகையை சீனிவாசன் துவக்கினார். தாழ்த்தப்பட்ட மக்கள் அதனை ஆவலோடு வாங்கியிருக்கிறார்கள். பத்திரிகைக்கு 'பறையன்' என்று பெயர் வைக்கப்பட்டதன் காரணத்தை அவர் கூறியிருக்கிறார்-

"நான்! நான்! என்ற மகா மந்திரத்தை ஜெபித்துக்கொண்டிருப்பவன் தன்னை உணர்ந்து சகலமும் அறியும் ஞானியாகி தலைவனைக் காண்பது போல், நான்! நான்! என்று எவன் ஒருவன் தன்னையும் தன் இனத்தையும் மறுக்காமல், அச்சமும், நாணமும் இல்லாமல் உண்மை பேசி தன் சுதந்திரத்தைப் பாராட்டுகிறானோ அவன்

மதிக்கப்பெற்று இல்வாழ்க்கையில் சம்பத்துள்ளவனாய் நித்திய சமாதானத்துடன் வாழ்வானாகையால் பறையர் இனத்தொருவன் பறையன் என்பவன் நான்தான் என்று முன்வந்தாலொழிய அவன் சுதந்திரம் பாராட்ட முடியாமல் தாழ்த்தப்பட்டு என்றும் தரித்திரனாய் இருப்பான். ஆகையால், பறையன் எனும் மகுடம் சூட்டி ஒரு பத்திரிகையை பிரசுரித்தேன்."

தங்களைத்தாங்களே நொந்துகொண்டு, தங்களது பிறப்பு குறித்து அவமானகரமாக நினைத்துக்கொண்டு, அப்படிப்பட்ட நினைப்பை உயர் சாதியினர் திட்டமிட்டு உருவாக்கினார்கள் என்கிற நினைப்பே இல்லாமல் வாழ்ந்துகொண்டிருந்த அந்த மக்களிடம் தன்னம்பிக்கையை ஊட்டவேண்டியிருந்தது. சென்னையில் 19ம் நூற்றாண்டிலேயே இப்படியொருவர் புறப்பட்டதும், அவர் இப்படியொரு பத்திரிகை ஆரம்பித்து, ஏழு ஆண்டுகள் நடத்தியதும் மிகுந்த முக்கியத்துவம் வாய்ந்தது.

இன்றைக்கு ஐ.ஏ.எஸ். எனச் சொல்லப்படுவதற்கு ஈடானது அன்றைக்கு ஐ.சி.எஸ். எனப்பட்டது. இதற்கான தேர்வு லண்டனில்தான் நடந்து வந்தது. அந்தக்காலத்தில் பிராமணர்கள் கடல் தாண்டக்கூடாது என்றிருந்தது. அதை மீறுகிறவர்களை சாதிப்பிரஷ்டம் செய்து வந்தனர். ஆனால், ஐசிஎஸ் தேர்வில் வெற்றி பெற்றால்தான் அரசில் உயர் பதவிகளில் உட்கார முடியும். ஐ.சி.எஸ்.சும் எழுத வேண்டும், அதேநேரத்தில் ஆசாரத்தையும் காப்பாற்றிக்கொள்ள வேண்டும் என்கிற எண்ணத்தில் ஐசிஎஸ் தேர்வினை இந்தியாவிலும் நடத்தவேண்டும் என்ற கோரிக்கையை படித்த பிராமணர்கள் எழுப்பினர். இந்திய தேசிய காங்கிரசும் இந்தக் கோரிக்கையை ஆதரித்து வந்தது. பிராமணரல்லாதாரோ இந்தத் தேர்வு இந்தியாவில் நடந்தால் பிராமணர்களோடு போட்டியிட்டு வெற்றிபெற முடியாது என நினைத்து அது லண்டனில் மட்டுமே நடத்தப்படவேண்டுமென்று கோரத் துவங்கினர். இதே நிலைபாட்டை சீனிவாசனும் எடுத்திருக்கிறார்.

பறையர் மகாஜன சபை சார்பில் 1893 டிசம்பரில் சென்னையில் கூட்டம் ஒன்றினைக்கூட்டி, அதன் சார்பில் 3,412 பேர் கையொப்பமிட்ட மனு ஒன்றினை ஜெனரல் சர்ஜாஜ் செஸ்னி என்ற பாராளுமன்ற உறுப்பினர் மூலம் பிரிட்டிஷ் மக்களவையில் சமர்ப்பித்தார். அந்த மனுவில்-

"சிவில் சர்வீஸ் பரீட்சையானது ஏக காலத்தில் இந்தியாவிலும், இங்கிலாந்திலும் நடத்தப்படவேண்டுமென்னும் ஏற்பாடானது.

இந்துக்களில் வங்காளிகள், பிராமணர்கள் என்னும் இரு வகுப்பினர்கள் கொள்ளும் உயர் பதவியான உத்தியோக அபேஷையை வெளியிடுவதாகவே தோன்றும்... வெளி ஜில்லாக்களில் மேல் சாதியாரின் பிள்ளைகள் படித்துவரும் கிராம பாடசாலைகளில் பறையரின் பிள்ளைகள் படிக்க இடமற்றிருக்கிறார்கள். உயர்ந்த ஜாதியர் குடியிருந்துவரும் கிராமங்களின் வீதிகளில் கிராமக் கன்றுகாலிகள் நடமாட பாதை வழியிருந்தும் பறையர் நடமாட பாதைவழி கிடையாது. ஊரார் தண்ணீர் மொண்டு கொள்ளும் நீர்நிலைகளில் இவர்கள் தண்ணீர் மொள்ளப்படாது. கிராமக்குடிகள் பல விஷயங்களிலும் இவர்களை ஜனாங்கத்தினின்று அப்புறப்பட்டிருக்கும் குஷ்டரோகிகளைப் போல் எண்ணி வருகிறார்கள். சிவில் சர்வீஸ் பரீட்சை யானது இவ்விதத் தன்மையுள்ளவர்களால் நிரப்பப்படுவதை பறையர் பார்த்து பீதி கொள்வதுமின்றி அவர்கள் தங்களுக்கு இயல்பிலேயே விரோதிகளாயிருக்கிறார்கள் என்றும் காண்கிறார் கள்” என்றும் கூறியிருந்தார். இத்தகைய கோரிக்கைக்கு அன்று பலனும் கிடைத்திருக்கிறது. பறையன் இதழில் (22.9.1894) கீழ்வரும் செய்தி வெளியாகியிருந்தது.

“இந்த மனுவை கருணைமிக்க ஆங்கில நாடாளுமன்றம் அன்புடன் பரிசீலனைக்கு எடுத்துக்கொண்டு ஐசிஎஸ் தேர்வினை இந்தியாவில் நடத்தினால் பிராமணர்கள் மட்டுமே தேர்வு பெற்று உயர் பதவிகளைப் பிடிக்க நேரிடும் என்ற முடிவுக்கு வந்துள்ளது.”

இந்தியச் சமுதாயத்திலிருந்த இந்த வரலாற்று உள்முரண் பாடுகள் ஏகாதிபத்தியத்திற்கு மிகவும் ஏதுவாகிப் போயிருந்தன என்பதை இதுவும் உணர்த்துகிறது. இவற்றை ஏகாதிபத்தியம் பயன்படுத்தாதிருக்க வேண்டுமென்றால் தாழ்த்தப்பட்ட மக்கள்பால் உயர் சாதியினர் சகோதரத்துவம் பாராட்டியிருக்க வேண்டும். ஆனால், அது நடக்கவில்லை. இப்படி மனுக் கொடுத்தவர்களைத் திட்டுகிற வேலைதான் நடந்தது.

அந்தக்காலத்தில் சென்னை மயிலாப்பூரில் உயர் நீதிமன்ற நீதிபதியின் வீட்டருகிலேயே இந்த தெருவுக்குள் ‘பறையர் வரக்கூடாது’ என்று ஒரு விளம்பரப் பலகை இருந்திருக்கிறது. பச்சையப்பன் கல்லூரியிலும் தாழ்த்தப்பட்ட வகுப்பு மாணவர்கள் சேர்க்கப்படுவதில்லை. மேற்கூறப்பட்ட மனுவில் இந்தக் கொடுமைகளும் சுட்டிக்காட்டப்பட்டிருந்தன.

செங்கை மாவட்டத்தில் தர்காஸ் நிலத்தை தாழ்த்தப்பட்ட மக்களுக்குத் தரவேண்டுமென்கிற கோரிக்கையையும் சீனிவாசன் எழுப்பினார். அந்த மாவட்டத்தில் அப்படி நிலமே இல்லை என்று அதிகாரிகள் கைவிரித்துவிட்டாலும் கிருஷ்ணா மாவட்டத்தில் இருப்பதாகக் கூறினார்கள். 1894 ஏப்ரலில் நிலப்போராட்டம் ஒன்று நடந்தது. இதற்கு வழிகாட்டினார் சீனிவாசன். தாழ்த்தப்பட்ட மக்களின் நல்வாழ்விற்கும் நிலச்சீர்திருத்தத்திற்கும் இடையிலான இணைப்பு அன்றைக்கே ஒருவழியாக உணரப்பட்டிருந்திருக்கிறது.

1895 அக்டோபரில் சென்னை விக்டோரியா மண்டபத்தில் தாழ்த்தப்பட்ட மக்களின் மாநாடு ஒன்றினைக் கூட்டினார் சீனிவாசன். வருவாய்த்துறை அலுவலகங்கள், கலெக்டர் அலுவலகம், கிராம அஞ்சல் நிலையம் போன்றவற்றில் தாழ்த்தப்பட்ட மக்கள் துச்சமென நினைத்து நடத்தப்படுவதற்கு அங்கே அவர் கண்டனம் தெரிவித்தார். சாதி இந்துக்கள் இந்த மக்களை மோசமாக நடத்துவதை எதிர்த்தும் அவர் வலுவாக குரல் கொடுத்தார். அவர் கூறினார்:

“நாங்கள் கணக்கிட முடியாத வருடங்களாகக் கொடுமைக்கு உள்ளாக்கப்பட்டிருக்கிறோம். எங்களுடைய கோரிக்கைகள் நியாயமானவை. எதிர்காலத்தில் எங்கள் இனம் சமத்துவமாகவும், சமாதானமாகவும் வாழ எண்ணுகிறது. எங்களுடைய முன்னேற்றத்தில் மற்றவர்கள் குறுக்கிட்டால் நாங்கள் சகித்துக்கொள்ளமாட்டோம். இனிமேலும் நாங்கள் எந்தவிதமான கொடுமைகளையும் ஏற்கமாட்டோம்.”

இதே ஆண்டு டிசம்பர் 6ம் தேதியன்று இந்தியாவின் அப்போதைய கவர்னர் ஜெனரல் எல்ஜின் பிரபு சென்னை வந்தார். பறையன் மகாஜன சபை சார்பில் அவரையும் சந்தித்து கோரிக்கை மனுக்கொடுத்தார் சீனிவாசன். கவர்னர் ஜெனரல் கவர்னர் மாளிகையில் தங்கியிருந்தார். கவர்னர் மாளிகைக்குள் தாழ்த்தப்பட்ட மக்களின் பிரதிநிதிகள் சென்றது அந்தக் காலத்தில் மகா அதிசயமான நிகழ்ச்சி. இதனை சீனிவாசனே விவரித்திருக்கிறார்.

“நாங்கள் நேராகக் கட்டிடத்திற்கு முன்புறம் சென்று வண்டிகளை விட்டு இறங்கி கவர்னர் மாளிகைக்குள் சென்றோம். அங்கே இதற்குமுன் இவ்வின மக்கள் செல்லாத காரணத்தால் தலைமைச் செயலர் அவர்களுக்கு சந்தேகம் ஏற்பட்டது. இம்மாளிகையில் ஆங்கிலோ - இந்தியர்கள், முகம்மதியர்கள், கிறிஸ்தவர்கள்

எட்டு எட்டுப் பேர்கள் கும்பல் கும்பலாக நின்றுகொண்டு காத்திருந்தார்கள். நாங்களும் கும்பலாகச் சேர்ந்து நின்றோம். எங்களைக் கண்ட மற்ற சமூகத்தைச் சார்ந்தவர்கள் வெறுப்பும் சினமும் கொண்டவர்களாகத் தோன்றினார்கள். அவர்களோடு எங்களையும் சமமாக, ஒரு சமத்தவராக அங்கீகரித்து தக்க சமாதானமான நல்மொழி கூறினார் எல்ஜின் பிரபு.”

சமூக முன்னேற்றத்திற்கு கல்வி அவசியம் என்பதையும் சீனிவாசன் நன்கு உணர்ந்திருந்தார். “இவ்வினத்தின் பேரால் பெற்றதைத் தாங்களும் அனுபவித்து, தங்களினத்தவருக்கும் உதவி இனத்தை விருத்தி செய்ய வேண்டும். முன்னேற்றத்திற்கு கல்வியே முக்கிய காரணம்” என்று 1893லேயே “பறையன்” ஏட்டில் எழுதியிருந்தார் அவர். இதே ஆண்டில் வெளியிடப்பட்ட ஓர் அரசாணை தாழ்த்தப்பட்ட மக்களுக்கு கல்வி பெற வாய்ப்பளிக்கக் கூடியதாக இருந்தது. ஆனாலும், நடைமுறைக்கு அது பெரிய அளவில் வந்துவிடவில்லை. சென்னை நகரில்கூட பல பள்ளிகளில் தாழ்த்தப்பட்ட மக்கள் சேர்த்துக்கொள்ளப்படவில்லை. 1898ல் இது விஷயமாக அரசின் கவனத்தை ஈர்த்தார் சீனிவாசன். அதைத் தொடர்ந்து சென்னை நகராட்சியே பள்ளிக்கூடம் நடத்த அரசு உத்தரவு அளித்தது.

இப்படி 19ம் நூற்றாண்டின் இறுதியில் தாழ்த்தப்பட்ட மக்களுக்காகப் பெரும் சேவை செய்திட்ட சீனிவாசன் 1900ல் வெளிநாடு பயணமானார். தென்னாப்பிரிக்காவில் வெகுகாலம் இருந்தார். அச்சமயம் காந்திஜியோடு அவருக்குத் தொடர்பு ஏற்பட்டது. காந்திஜிக்கு திருக்குறளைக் கற்றுத்தந்ததோடு தமிழில் கையெழுத்துப் போடவும் இவரே சொல்லிக் கொடுத்தார் என்றும் ஒரு செய்தி உள்ளது. 1921ல்தான் சீனிவாசன் மீண்டும் இந்தியா திரும்பினார்.

இந்தியா திரும்பிய சீனிவாசன் மீண்டும் இந்த நாட்டின் பொதுவாழ்வில் தீவிரமாக இறங்கினார். குறிப்பாக, தாழ்த்தப்பட்ட மக்களுக்காகச் சேவை செய்யத் துவங்கினார். 1923ல் சென்னை மாகாணத்தின் சட்டசபை உறுப்பினராக சீனிவாசன் நியமிக்கப்பட்டார். அப்பொழுது நீதிக்கட்சி ஆட்சியில் இருந்தது.

சீனிவாசனின் துணைவியார் ரங்கநாயகி அம்மையாரும் சமூக சீர்திருத்த விஷயங்களில் ஆர்வமுடையவராக இருந்தார். தீண்டாமையைத் தடை செய்து சட்டம் ஒன்றைக் கொண்டுவர வேண்டுமென்று அவர் தனது கணவரை வற்புறுத்திவந்தார்.

சீனிவாசனும் 1924ல் சட்ட நிருபண சபையில் தீர்மானம் ஒன்றைக் கொண்டுபோனார். நகரம் அல்லது கிராமத்தினுள் எந்தவொரு பொதுப்பாதையையும் எந்த சமூகத்தைச் சார்ந்தவரும் பயன்படுத்தலாமென்றும் அரசு அலுவலகங்கள் மற்றும் பொது இடங்களுக்குள் எந்த சமூகத்தவரும் போகலாமென்றும், பொது நீர் நிலைகளை எந்த சமூகத்தவரும் பயன்படுத்தலாமென்றும் இந்தத் தீர்மானம் அறிவித்தது. இதனை அரசு ஏற்றுக்கொண்டு 1925ல் ஓர் அரசாணையாக வெளியிட்டது. 1928ல் ரங்கநாயகி அம்மையாரும் மரணமடைந்தார். அவரது கல்லறையில் கீழ்வரும் வாசகம் செதுக்கி வைக்கப்பட்டுள்ளது...

“இவ்வம்மையாரின் கோரிக்கைக்கிணங்கி தாழ்த்தப்பட்ட வகுப்புகளைச் சேர்ந்தவர்கள் பொது ரஸ்தாக்கள், கிணறுகள், பொது இடங்கள், கட்டிடங்கள் முதலியவைகளை உபயோகிக்க பின்வரும் கவர்ன்மென்ட் உத்தரவை தங்கள் பத்தாவான ஸ்ரீனிவாசன் பெற்றனர்.”

இந்த அரசாணை ஏட்டளவில்தான் இருந்தது என்பது உண்மையானாலும் இத்தகையதொரு முயற்சி தாழ்த்தப்பட்ட வகுப்பிலிருந்து தோன்றிய ஒரு குடும்பத்தவரால் செய்யப்பட்டது என்பது முக்கியத்துவம் வாய்ந்தது.

“சர்வகட்சி மகாசபை என்னும் வட்டமேஜை மாநாட்டுக்கு என்னையும், டாக்டர் அம்பேத்கரையும் இந்தியாவில் தாழ்த்தப் பட்டோர் பிரதிநிதிகளாக கவர்ன்மென்டார் தேர்ந்தெடுத்து வரவழைத் திருந்தார்கள். நாங்களிருவரும் நகமும் சதையுமாகவிருந்து உழைத்தோம். 1928-1929ம் வருஷங்களில் நடந்த மகாசபைக்கு நாங்களிருவரும் சென்றிருந்தோம். 1930ம் வருஷம் டாக்டர் மட்டும் மகாசபைக்குப் போனார். என் ஆலோசனையைக் கேட்க இந்தியா இராஜப் பிரதிநிதி கமிட்டிக்கு என்னை அழைத்துக் கொண்டார்கள்” என்று சீனிவாசன் குறிப்பிட்டுள்ளார். ஆக, தாழ்த்தப்பட்ட மக்களின் பிரதிநிதியாக ஒரு தமிழரும் லண்டன் வட்டமேஜை மாநாட்டிற்கு சென்றிருக்கிறார். அங்கு நடந்த ஒரு நிகழ்ச்சியை அவரது வாக்காகவே கேட்போம்:

“ஜார்ஜ் மன்னரையும் இராணியையும் காணும் பொருட்டு வின்சர் காஸ்சல் (Windsar Castle) என்னும் ராஜமாளிகை சபைக்கு இந்தியப் பிரதிநிதிகள் அழைக்கப்பட்டார்கள். என்னுடனும் சக்கரவர்த்தி, சக்கரவர்த்தினி இருவரும் கைகுலுக்கி உபசரித்தார்கள். இப்படியாக மூன்று தடவை நடந்தது.

ராஜமாளிகையில் சிற்றுண்டியும் பரிமாறப்பட்டது. பின்னுமோர் தடவை மன்னவரி டம் சம்பாஷிக்க நேர்ந்தது. தீண்டாமை என்றால் என்னவென்று மன்னர் வினவினார். ‘மேல்சாதியான் என்போன் கீழ் சாதியான் என்போனைத் தீண்டமாட்டான். ஒரு கீழ் சாதியான் தெருவில் விழுந்துவிட்டால் மேல் சாதியான் தூக்கிவிடமாட்டான்’ என்றபோது மன்னவர் திடுக்கிட்டு அசைந்து நின்று ‘அவ்விதம் நடக்க என் ராஜ்யத்தில் விடவேமாட்டேன்’ என்றார். மன்னவர் மாளிகைக்குள் பிரவேசிக்கவும், மன்னரோடு கைகுலுக்கி பேசவுமுண்டான பாக்கியம் நமது சமூகத்தைப் பொருந்தியல்லவா இதர சமூகத்தவரோடு நம்மையும் சமமாக மன்னவர் நடத்தியதனால் ஆங்கிலேய அரசாட்சி எவ்வளவு அன்பும் அருமையானதென்றும் நம்மினம் முன்னேறவும் செய்ததென்றும் விளங்குகிறது.”

நாட்டில் நிலவிய தீண்டாமைக் கொடுமை இந்தியர்களில் ஒரு பகுதியினரை ஏகாதிபத்தியத்தின்பால் தள்ளிவிட்டதைக் காண்கிறோம். சாதி இந்துக்களின் கொடூர ஆதிக்கத்தைக் காட்டிலும் ஏகாதிபத்திய ஆட்சி பரவாயில்லை என்று அவர்களை எண்ண வைத்திருக்கிறது. “ராவ்சாகிப் ஆர்.சீனிவாசன் பறையர். நான் ஒரு தீண்டப்படாதவன்” என்று ஆங்கிலத்தில் எழுதப்பட்ட அட்டை ஒன்றை தனது மேலங்கியில் மாட்டிக்கொண்டு அந்த மாநாட்டில் கலந்து கொண்டார் என்றும் ஒரு செய்தி உள்ளது. அதைப் பார்த்த பிறகுதான் மன்னர் “தீண்டாமை என்றால் என்ன?” என்று கேட்டிருக்கக்கூடும். இந்தியாவிலிருந்த தீண்டாமைக் கொடுமையை இந்தப்படியாக மன்னரின் கவனத்திற்கு கொண்டு போனது அன்று ஒரு பரபரப்பை ஏற்படுத்தியது.

“தாழ்த்தப்பட்ட வகுப்பினருக்கு அரசியல் அதிகாரம் கொடுக்கப்பட்டால்தான் தீண்டாமை என்னும் கொடிய பழக்கம் ஒழியும். சட்டசபையில் எங்களுக்குப் பிரதிநிதித்துவம் அளித்தால் தான் எங்கள் லட்சியங்களை அடைய நாங்கள் போராட முடியும். வயது வந்தோருக்கு வாக்குரிமை வேண்டும் என்பது எங்களது கோரிக்கை” - என்று மாநாட்டில் தமது சமூகத்தினரின் கோரிக்கைகளை முன்வைத்தார் சீனிவாசன். சொத்துள்ள வருக்கே, படிப்புள்ளவருக்கே வாக்குரிமை என்றிருந்த காலத்தில் அவை இரண்டுமில்லாத தாழ்த்தப்பட்ட மக்களிடமிருந்து வயது வந்தோருக்கு வாக்குரிமை என்கிற கோரிக்கை வந்தது மிகவும் இயல்பானதே.

தாழ்த்தப்பட்ட மக்களுக்கு அவர்கள் மட்டுமே வாக்களிக்கிற தனித்தொகுதி தருவது பற்றிய பிரச்சனையில் 1938ல் ஏரவாடா சிறையில் காந்திஜி காலவரையற்ற உண்ணாவிரதம் மேற்கொண்டபோது அதனை முடிவுக்குக் கொண்டுவர சீனிவாசனும் முயன்றார். இதுபற்றி அவர் கூறியிருப்பது:

"சிறைச்சாலையில் (காந்திஜியை) மூன்றுதரம் கண்டேன். வாதாடி வெற்றி பெறுவதை இவர் தவிர்த்து உண்ணா விரதமிருப்பது வீரத்தன்மையையிழந்து இரக்கத்தைத் தேட வேண்டியவரானார் என்பதைக்கண்டு என் மனதிரங்கி புனா ஒப்பந்தத்தில் கையொப்பமிட்டேன்."

காந்திஜி மீது இவருக்கிருந்த அன்பையும், சமூகப் பிரச்சனைகளை சுமுகமாகத் தீர்ப்பதில் இவருக்கிருந்த அக்கறையையும் இது காட்டுகிறது.

தாழ்த்தப்பட்ட மக்களின் விடிவுகாலம் இன்னும் தொலைதூர லட்சியமாகவே இருப்பதுகண்டு நொந்துபோன அம்பேத்கர் புத்த மதத்திற்கு கூண்டோடு மாறுவது என்கிற குறுக்கு வழியின் மூலம் அதைச் சட்டென்று எட்டிவிட முடியுமென்று கணக்குப்போட்டார்.

தனது இந்த எண்ணத்தை 1935ல் வெளிப்படுத்தவும் செய்தார். இது பயன் தராது என்று அன்றே தீர்க்கதரிசனத்தோடு கூறினார் சீனிவாசன். "தாங்களிருக்கும் மதத்தில் இருந்துகொண்டே ஆண்மையான வீரத்துடன் முன்னேற வேண்டுமென்று உடனே தந்தி மூலமாக (அம்பேத்கரிடம்) பிரஸ்தாபித்தேன்" என்று அவர் குறிப்பிட்டிருக்கிறார்.

மத மாற்றம் பயன் தராது என்கிற நிலைபாட்டை 1900லிருந்தே எடுத்துவந்திருக்கிறார் சீனிவாசன். தியோசாபிகல் சொசைட்டியின் ஆல்காட்டுடன் பழகிவந்த அந்த நாளிலேயே அவரும் புத்த மதத்தில் சேர அழைப்பு விடுத்தபோது சீனிவாசன் எதிர்த்து நின்றிருக்கிறார். "சமூகத்தில் பிரிவினை உண்டாகுமென அஞ்சி அவரை பத்திரிகை மூலமாய் தாக்கினேன்" என்று கூறியுள்ளார். ஆக, குருபோல மதித்து வந்தவரையும் இது விஷயத்தில் எதிர்த்துப் போராடத் தயங்கவில்லை. இது சீனிவாசனின் தனித்தன்மையைக் காட்டுகிறது.

அதேநேரத்தில், 1937ல் ராஜாஜி தலைமையிலான காங்கிரஸ் அமைச்சரவை சென்னை மாகாணத்தில் உருவாகிய பிறகு எடுக்கப்பட்ட ஆலயப்பிரவேச நடவடிக்கையைப் பொறுத்தவரை சீனிவாசனுக்கு நிறைய சந்தேகம் இருந்தது.

"இந்த சரித்திரத்தை அச்சிடப்போகும் தறுவாயில் ஆதிதிராவிடர்களைப் பல இடுக்கண்களால் சாதி இந்துக்கள் வாதித்துவரும் பழக்க வழக்கம். மாமூல் என்பவைகளை வேரோடு களைந்தெறிய ஓர் மசோதாவை ராவ்பகதூர் எம்.சி.ராஜா கொண்டுபோனார். இரண்டு சட்டசபைகளும் அதனை அங்கீகரித்திருக்கின்றன. இந்தச் சட்டமும் பிரிட்டிஷ் மலையாளம் ஜில்லா ஆலயப்பிரவேச சட்டமும் பல்லில்லா பாம்புகளையொத்தன. இச்சட்டங்களை மீறினவர்கள் பேரில் சிவில் கோர்ட்டில் தாவா கொடுக்கவேண்டுமாம். சாதி இந்துக்கள் அவைகளைப் பசியால் வருந்தச் செய்து கொன்றுவிடாமல் இவ்வினத்தார் காப்பாற்றினால் சில நாளில் பற்கள் முளைத்துவிடும்" என்று அவர் குறிப்பிட்டிருக்கிறார்.

அன்றையச் சூழலில் இப்படிச் சந்தேகம் எழுந்தது இயல்பே. ஆனால், 1930ல் உப்பு வரியை எதிர்த்து காங்கிரஸ் சத்தியாக்கிரகப் போராட்டம் நடத்திய வேளையில் உப்பு வரி விதிப்பை சீனிவாசன் ஆதரித்து நின்றது வேதனையான விஷயமே. இது விஷயத்தில் பின்னர் அவரே வருத்தப்பட்டிருக்கிறார். அவர் கூறியிருக்கிறார்:

"உப்பு வரியால் வருமானத்தைக்கொண்டு ஏழைக்குடிகளுக்கு உபகாரம் செய்யலாமென்று நான் (உப்பு வரி முற்றிலும் எடுபட வேண்டுமென்கிற தீர்மானத்தை) எதிர்த்தேன். வரி எடுபடவில்லை. அப்படி எடுபடாததால் இந்தியா கவர்ன்மென்டார் சென்னை கவர்ன்மென்டாருக்கு பத்து லட்சத்திற்குமேலாக கொடுக்க வேண்டிய ஏற்பாடிருந்தது. அது ஆதிதிராவிடர்களுக்கு கவர்ன்மென்டார் கொடுப்பார்களென எண்ணினேன். அதை வேறு காரியத்திற்கு சர்க்கார் உபயோகித்துக் கொண்டார்கள்." இதுதான் பிரிட்டிஷ் ஏகாதிபத்தியம்!

பொதுவாக, அயோத்திதாசரைப்போலவே சீனிவாசனும் ஆங்கிலேயே ஆட்சியின் ஆதரவாளராகவே இருந்து வந்திருக்கிறார். அவர்களும் இவரைப் பாராட்டி ராவ்சாஹிப் (1926), ராவ்பகதூர் (1930), திவான்பகதூர் (1936) ஆகிய பட்டங்களை இவருக்கு வழங்கினர். தனது ஜீவிய சரித்திர சுருக்கத்தில் இதனை சீனிவாசனே மகிழ்வோடு கூறியிருக்கிறார். அதன் முடிவுரையிலும் தாழ்த்தப்பட்ட மக்களை "இராஜவிசுவாசிகள்" என்றும் குறிப்பிட்டிருக்கிறார். காங்கிரஸ் தலைமை மீது இவருக்கிருந்த நம்பிக்கையின்மை, பிரிட்டிஷ் ஆட்சியைப் பயன்படுத்திக்கொண்டு அடித்தட்டு மக்களாகிய தாழ்த்தப்பட்ட மக்களுக்கு சில

சலுகைகளைப் பெறுதல் என்பவையே இவரின் செயல்பாடுகளை உந்தித் தள்ளியிருக்கிறது. அந்நிய ஆட்சியாளர்களை ஆதரித்தது என்பது இவரின் சுயநல நோக்கிலிருந்து எழுந்ததல்ல. அதையொரு நடைமுறை உத்தியாக பாவித்திருக்கிறார். இந்த உத்தி சரிதானா என்பதில் கருத்து வேறுபாடு எழலாம். ஆனால், இவரின் குறிக்கோள் குறித்து சந்தேகப்பட முடியாது. அவரின் இறுதிக்காலம் வரை தாழ்த்தப்பட்ட மக்களுக்காகக் குரல் கொடுத்து வந்தார். ஒடுக்கப்பட்ட மக்களிடமிருந்து இப்படியொரு செயலூக்கமிக்க தலைவர் அன்றைக்கே கிளம்பியது வரலாற்று முக்கியத்துவமுடையது.

அதனால்தான் 1939ல் நடைபெற்ற சீனிவாசனின் 80வது பிறந்த தின விழாவில் தாழ்த்தப்பட்டோரின் மற்றொரு தலைவராகிய எம்.சி.ராஜாவோடு, திருவிக, ராஜாஜி போன்ற காங்கிரஸ் தலைவர்கள் எல்லாம் பங்கு கொண்டனர். 1944ல் 85வது பிறந்தநாள் கண்ட சீனிவாசன் 1945 செப்டம்பர் 18 அன்று இந்த மண்ணைவிட்டு மறைந்தார்.

20

நாடார்களின் ஆலய நுழைவுப் போராட்டம்

தலைநகரம் சென்னையில் உயர் சாதியினர் மத்தியில் சமூக சீர்திருத்தச் சிந்தனைகளும், செயல்பாடுகளும் எழுந்துவந்த வேளையில், அயோத்திதாசர், இரட்டைமலை சீனிவாசன் தாழ்த்தப்பட்ட மக்களுக்காகக் குரல் கொடுத்து வந்த வேளையில் தென் தமிழகத்தில் நாடார் சமூகத்தவர் மத்தியில் புதிய விழிப்புணர்வு ஏற்பட்டு வந்தது. கடின உழைப்பும் பெரும் முயற்சியும் உள்ள இந்த மக்கள் இந்தக் காலத்தில் வர்த்தகத்தின் மூலம் பொருளாதாரத் துறையில் மேம்பட்டு வந்தனர். ஆனால், சமூகத்துறையில் பழைய நிலையே நீடித்திருந்தது. கிட்டத்தட்ட தாழ்த்தப்பட்ட சாதியினராகவே நடத்தப்பட்டு வந்தனர். தென்கோடியில் முன்பு வைகுண்ட சுவாமிகள் இயக்கம் இந்து சமயத்துக்குள் சமத்துவம் தேடமுடியாமல் தனி சமயப் பாதை காட்டியது. இப்பொழுதோ இந்து சமயத்துக்குள்ளேயே இதர சாதி இந்துக்களுக்கு சமேதர்களாய்த் தங்களை நிலைநிறுத்திக்கொள்ளப் போராடத் துணிந்தனர் நாடார் சமூகத்தினர். அதனுடைய வெளிப்பாடாய் அமைந்தது ஆலய நுழைவுப் போராட்டம்.

1817 சென்னை மாகாணத்தின் ஆங்கிலேய அரசு "அறக்கட்டளைகள் மற்றும் சொத்துப் பறிமுதல் சட்டம் எண் *VII*" என்பதை நிறைவேற்றியது. இதன்படி பொது அறக்கட்டளைகள் ரெவின்யூ போர்டின் அதிகாரத்தில் வைக்கப்பட்டன.

இதன் நோக்கம் கோவில் நிலங்கள் மற்றும் நிதியில் மோசடி நடப்பதைத் தடுப்பதாகும். வைதீகர்கள் மற்றும் கோவில் தர்மகர்த்தாக்கள் மத்தியில் இந்தச் சட்டத்திற்குக் கடும் எதிர்ப்பு இருந்து வந்தது. *1863*ல் இந்தச் சட்டம் ரத்து செய்யப்பட்டு அதனிடத்தில் "மத அறக்கட்டளைகள் சட்டம் எண் *XX*" என்பது நிறைவேற்றப்பட்டது. இதன்படி கோவில் அறக்கட்டளைகள் ரெவின்யூ போர்டின் அதிகாரத்திலிருந்து நீக்கப்பட்டு அதனிடத்தில் மீண்டும் தர்மகர்த்தாக்கள் நியமிக்கப்பட்டனர். தர்மகர்த்தாக்கள் என்றதும் மீண்டும் உயர் சாதியினரே கோவில் நிர்வாகத்தை ஆக்கிரமித்துக் கொண்டனர். கோவில் நுழைவைப் பொறுத்தவரை ஏற்கெனவே இருந்துவந்த கட்டுப்பாடுகள் தொடர்ந்தன.

இந்து சனாதனக் கொள்கைப்படி பிராமணர்களில் பட்டர்கள் எனப்படுவோரே கர்ப்பகிரகத்திற்குள் போகலாம். இதர பிராமணர்கள் அர்த்தமண்டபம் வரை போகலாம். சூத்திரர்கள் மகாமண்படம் வரை போகலாம். தீண்டப்படாதாரும், நாடார்களும் கோவிலுக்குள்ளேயே நுழையக்கூடாது. வெளியில் நின்று கோபுரத்தை மட்டும் தரிசிக்கலாம். இது வெறும் மத அனுஷ்டானம் அல்ல; சமுதாயத்திலிருந்த கறாரான சாதீய படிநிலை முறை கோவிலுக்குள்ளும் கொண்டுபோகப்பட்டிருக்கிறது. இதனை மாற்றுவது என்பது சமுதாயப் படிநிலை முறையையே மாற்றுவதன் அடையாளமாகப் போகும். ஆகவே, இது காலம்காலமாகக் கவனமாகப் பராமரிக்கப்பட்டு வந்தது. எனினும், இதனை மீறி தங்களின் உரிமையை நிலைநாட்டிக் கொள்ள செயலில் இறங்கினர் நாடார் சமூகத்தினர்.

திருச்செந்தூரிலுள்ள சுப்பிரமணிய சுவாமி கோவிலுக்குள் அன்றைக்கு நாடார்கள் நுழைய முடியாது. கோவிலுக்கு வெளியே இருந்து தேங்காய் உடைத்து சாமி கும்பிட்டுவிட்டுச் செல்வர். 1872ல் இதனை மீறி ஏழு நாடார்கள் கோவிலுக்குள் நுழைந்தனர். கோவில் நிர்வாகம் இவர்கள் மீது வழக்கு தொடுத்தது. டோபி, பார்பர் போன்ற இதர கீழ்சாதியினருக்கு கொடிமரம் வரை செல்ல அனுமதி இருக்கும்போது நாடார்கள் நுழைந்ததால் கோவிலின் புனிதம் கெட்டுவிடாது என்று சொல்லி அவர்களை விடுதலை செய்துவிட்டார் நீதிபதி. அதன்பின் கோவிலுக்குள் நுழைந்து கொடிமரத்தின் அருகே நின்று சாமி கும்பிடும் உரிமை நாடார்களுக்கு கிடைத்தது. இது முதல் வெற்றியாகக் கருதப்பட்டது.

மதுரை மீனாட்சியம்மன் கோவிலுக்குள் நுழையவும் முயற்சி நடந்தது. 1874ல் மூக்க நாடார் என்பவர் கோவிலுக்குள் நுழைந்து கிளி மண்டபம்வரை சென்றுவிட்டார். அடையாளம் கண்டுகொண்ட கோவில் பணியாட்கள் அவரைக் கொன்றுவிட்டனர். பணியாட்கள் மீது நாடார்கள் கிரிமினல் வழக்கு தொடுத்தனர். வழக்கை விசாரித்த நீதிபதி கோவிலுக்குள் நுழைய நாடார்களுக்கு உரிமை இல்லை என்று தீர்ப்பளித்துவிட்டார்.

ஸ்ரீவில்லிபுத்தூர் தாலுகாவில் உள்ள திருத்தங்கலில் இருக்கும் சுப்பிரமணிய சுவாமி கோவிலுக்குள் நுழையவும் ஒரு போராட்டம் நடந்தது. 1876-78ல் இது நிகழ்ந்தபோது அந்தக் கோவிலுக்குள் நாடார்கள் நுழைய ஸ்ரீவில்லிபுத்தூரிலிருந்த மாவட்ட முன்சீப் தடை உத்தரவு போட்டார். ஆனால், கோவிலைச் சுற்றியுள்ள

தெருக்களில் ஊர்வலமாகப் போகலாம் என்று அனுமதியளித்தார்.

1890ல் திருச்சுழியில் உள்ள பூமிநாதர் கோவிலுக்குள்ளும், மீண்டும் மதுரை மீனாட்சியம்மன் கோவிலுக்குள்ளும் செல்ல நாடார்கள் முயன்றனர். அதற்காக அவர்களுக்கு தண்டம் விதிக்கப்பட்டது.

ராமநாதபுரம் மாவட்டத்திலுள்ள கமுதியில் ஒரு மீனாட்சி சுந்தரேஸ்வரர் கோவில் உள்ளது. கோவிலுக்குள் நுழைய அனுமதி கேட்டு 1885லேயே நிர்வாகத்திடம் விண்ணப்பம் போட்டனர் நாடார்கள். கோவில் நிர்வாகமோ காணிக்கையை உயர் சாதியினர் மூலம் கொடுத்துவிடச் சொன்னது. இப்படிப் பதிவாள் மூலம் காணிக்கை செலுத்த மறுத்த நாடார்கள் கோவிலுக்குள் நுழைய உரிமை கேட்டனர். நிர்வாகம் இதனை மறுத்ததோடல்லாமல், இதர அனைத்து சாதியினரையும் நாடார்களை பகிஷ்கரிக்க வைத்தது. 1897ல் இந்த பகிஷ்காரம் முடிவுக்கு வந்ததும் இருளப்ப நாடார் என்பவர் தலைமையில் 56 நாடார்கள் காவடி எடுத்துக்கொண்டு, இரவில் கோவிலுக்குள் நுழைந்தனர். பூசாரியை பூஜை செய்யச் சொன்னார்கள். அவர் மறுக்கவே, அங்கிருந்த முருகன் சிலைக்கு மாலை அணிவித்து, சூடம் கொளுத்தி, தேங்காய் உடைத்தனர். பின்னர் மீனாட்சி சுந்தரேஸ்வரர் சன்னதிக்கும் சென்றனர்.

கோவில் நிர்வாகம் இருளப்ப நாடார் உள்ளிட்ட 15 பேர் மீது கிரிமினல் வழக்கு தொடுத்தது. கீழ்க்கோர்ட்டில் நாடார்களுக்கு எதிராகத் தீர்ப்பளிக்கப்பட்டது. கோவிலுக்குள் நுழைய நாடார்களுக்கு உரிமை இல்லையென்பதும், கோவிலை மீண்டும் சுத்தம் செய்யும் சடங்கிற்காக ஐநூறு ரூபாய் நாடார்கள் தரவேண்டும் என்பதும் தீர்ப்பு. நாடார்கள் ஹைகோர்ட் சென்றனர். அங்கும் வெற்றி கிட்டவில்லை. இங்கிலாந்திலிருந்த பிரிவு கவுன்சிலுக்கு மேல்முறையீடு செய்தனர். அங்கும் வெற்றி கிட்டவில்லை. மனுநீதியே சட்டரீதியாக இருந்த கொடுமையை நாடார் சமூகத்தினர் அனுபவித்தனர்.

சிவகாசியில் உள்ள விஸ்வநாத சுவாமி ஆலயத்தின் தர்மகர்த்தாக்களில் ஒருவர் 1895ல் தனது பதவியை ராஜினாமா செய்தார். அந்த இடத்தை தங்களுக்குத் தருமாறு கோவில் நிர்வாகக் குழுவிடம் விண்ணப்பம் செய்தனர் நாடார்கள். ஆனால், அந்தக் கோரிக்கையை நிர்வாகக்குழு மறுத்துவிட்டது. சிருங்கேரி சங்கராச்சாரியாரின் ஆணையின்படியே மறுக்கப்பட்டதாகக் கூறப்பட்டது.

இதைத்தொடர்ந்து அடுத்த நான்கு ஆண்டுகாலம் நாடார்களுக்கும் இதர சாதி இந்துக்களுக்குமிடையே புகைச்சல்கள் எழுந்தவண்ணம் இருந்தன. 1898ல் அந்தக் கோவிலுக்குள் நுழைய நாடார்கள் முயன்றனர். அவர்களைத் தடுக்க கோவில் கதவுகள் மூடப்பட்டன. பூட்டை உடைத்துத் திறந்துகொண்டு உள்ளே போய் சுவாமி தரிசனம் செய்தனர் நாடார்கள். இதைத் தொடர்ந்து புகைச்சல் அதிகமானது. இருதரப்பிலும் ஆங்காங்கே மோதல்கள் நடந்தன. முடிவில் 1899ல் அங்கே பெரும் கலவரம் வெடித்தது. பல உயிர்கள் பலியாயின. பல்லாயிரம் ரூபாய் மதிப்புள்ள சொத்துக்கள் நாசமாயின.

இந்தச் சூழலில்தான் 1910ல் "நாடார் மகாஜன சங்கம்" உருவாக்கப்பட்டு மேனாட்டுக் கல்வியிலும் வர்த்தகத் துறையிலும் மேலும் ஈடுபாடு காட்டப்பட்டது. சமூக ரீதியில் ஒடுக்கப்பட்ட சாதியினர் விழிப்புணர்வு பெற்று தங்களின் உரிமைகளை நிலைநாட்ட முயன்றபோது அவர்களுக்கு அப்பகுதியிலிருந்த உயர் சாதியினரிடமிருந்து ஆதரவு கிடைக்காத மோசமான நிலையே அந்த மக்களை சாதிய ரீதியில் ஓர் அமைப்பாகத் திரள வேண்டிய சூழலை உருவாக்கியிருக்கிறது.

இன்னொரு விஷயம், உயர் சாதியினரின் சமூக சீர்திருத்தம் என்பது அவர்களுக்குள்ளேயே நடத்தவேண்டியதாயிருக்க ஒடுக்கப்பட்ட சாதியினரின் சீர்திருத்தமோ உயர் சாதியினரிடமிருந்து தங்கள் உரிமையைப் போராடிப் பெற வேண்டியதாக இருந்தது. அதனாலேயே முன்னது மிகவும் சாத்வீகமாகவும், பின்னது அவ்வப்போது பெரும் மோதலை எழுப்பும் போராட்டமாகவும் நடந்தது.

21

பத்தொன்பதாம் நூற்றாண்டு சமூக சீர்திருத்தம்

- ஒரு கணிப்பு

19ம் நூற்றாண்டில் தமிழகத்தில் நிலவிய சமூக நிலையையும், அங்கே எழுந்த சமூக சீர்திருத்தத் தலைவர்களையும், இயக்கங்களையும் இதுவரை விரிவாகக் கண்டோம். இதனையொரு கணிப்பாகத் தொகுத்துப் பார்த்தால் கீழ்வரும் முடிவுகளுக்கு வரலாம் -

1. நவீன சமூக சீர்திருத்தச் சிந்தனைகளைத் தமிழகத்தில் முதன்முதலில் அறிமுகப்படுத்தியவர்கள் கிறிஸ்தவ போதகர்களே. நிலப்பிரபுத்துவத்தைவிட உயர்ந்த முதலாளித்துவ சமூகம் பிறந்திருந்த ஐரோப்பாவிலிருந்து வந்ததால் இது அவர்களுக்கு சாத்தியமானது.
2. உயர் சாதியினர், இடைத்தட்டு சாதியினர் மற்றும் அடித்தட்டு சாதியினர் என்று மூன்றிலிருந்தும் சமூக சீர்திருத்தச் செம்மல்கள் கிளம்பினர். முன்னதற்கு ஜி.சு. ஐயர், அ.மாதவையா, அடுத்ததற்கு வள்ளலார், வேதநாயகம், மூன்றாவதற்கு வைகுண்ட சுவாமிகள், அயோத்திதாசர், இரட்டைமலை சீனிவாசன் ஆகியோரை எடுத்துக்காட்டுகளாய் கூறலாம். ஆனால், மக்கள் தொகையில் கணிசமாக இருந்த வன்னியர், முக்குலத்தோர் எனப்படுகிற மக்களிடமிருந்து அன்று குறிப்பிடத்தக்க சமூக சீர்திருத்த தலைவர்கள் தோன்றவில்லை. அதேபோன்று மாதர்களிடமிருந்தும் தலைவர்கள் தோன்றவில்லை. மாதர் விடுதலைக்கான குரலும் முற்போக்கான ஆண்களிடமிருந்தே பிறந்தது.
3. உயர் சாதிகளிலிருந்து வந்த தலைவர்கள் இயல்பாகவே தங்கள் சமூகத்திலிருந்த பால்ய விவாகம், விதவைப் பிரச்சனை, வெளிநாட்டுப் பயணத்திற்குத் தடை, தாசிகளின் உறவு, சம பந்தி போஜனத்திற்குத் தடை போன்ற பிரச்சனையில் அதிக அக்கறை காட்டியுள்ளனர்.
4. இடைத்தட்டு சாதிகளிலிருந்து வந்த தலைவர்கள் அவர்களுக்கு மேலிருந்த சாதியினர் காட்டிய பாரபட்சங்களைக் கண்டு வெதும்பி இருக்கின்றனர். இதன் காரணமாய் இறைவனின் முன் அனைவரும் சமம் என்கிற கோட்பாட்டிற்கு

அழுத்தம் கொடுத்திருக்கிறார்கள். கொல்லாமை, புலால் உண்ணாமை போன்றவற்றைக் கடைப்பிடிப்பதன் மூலம் உயர் சாதியினருக்கு இருந்த அந்தஸ்தை எட்டிவிட முடியுமென்று நினைத்திருக்கிறார்கள்.

5. இந்த இருதரப்பாரும் வைதீகர்களிடமிருந்து கடும் எதிர்ப்பைச் சந்தித்தாலும் அவர்களது இயக்கம் சாத்வீகமானதாகவே இருந்தது. உயர் சாதியினரைப் பொறுத்தவரை அது அவர்களுக்குள்ளேயே நடத்த வேண்டியதாக இருந்தது. இடைத்தட்டினரைப் பொறுத்தவரை மக்கள் தொகையில் குறைவானவர்களாகவும் தங்களுக்குக் கீழே பெருவாரியான அடித்தட்டு மக்களைக் கொண்டிருந்தவர்களாகவும் இருந்த காரணத்தால் இவர்களது இயக்கமும் சாத்வீகமானதாகவே இருந்தது.

6. நாடார்கள் போன்ற அடித்தட்டு சாதியினரிடமிருந்து கிளம்பிய இயக்கம் மோதல் போராட்டமாகத் திகழ்ந்தது. காரணம், அவர்கள் தங்கள் உரிமைகளைப் பிறரிடமிருந்து போராடிப் பெற வேண்டியிருந்தது. மேலும், அந்த அளவுக்கு அவர்கள் சமூக ரீதியில் கொடுமையாக ஒடுக்கப்பட்டிருந்தனர்.

7. அடித்தட்டு மக்களிடம் சமூக விழிப்புணர்ச்சி ஏற்படுவதற்கு அவர்களின் பொருளியல் வாழ்வில் ஏற்படும் முன்னேற்றம் அடிப்படைக் காரணமாக அமைந்திருக்கிறது. உதாரணம். நாடார் சமூகத்தவரின் இயக்கம்.

8. 19ம் நூற்றாண்டில் சமூக சீர்திருத்த இயக்கமானது பொதுவாக சமயம் சார்ந்ததாகவே இருந்தது. இதிலே நான்கு வகைகள் இருந்தன -

   அ. கிறிஸ்தவ மத மாற்றம் ஆ. சமயங்கள் கடந்தது என்று புதிய சமயப் பிரிவுகளை உருவாக்குதல். உதாரணம் - வைகுண்டசுவாமி, இராமலிங்கர், இந்து மதத்தை சீரமைத்தல். உதாரணம்-பிரம்ம சமாஜம், தியோசாபிகல் சொசைட்டி. ஈ. இந்து மதத்தில் உயர் சாதியினருக்கு இருந்த உரிமைகளைக்கேட்டு அடித்தட்டு சாதியினரும் போராடுதல். உதாரணம்-நாடார்களின் ஆலய நுழைவுப் போராட்டம்.

9. இந்த சமயச்சார்பு காரணமாக இவற்றின் சமூக சீர்திருத்தச் சாரத்தை ஒழித்து சமயத் தோற்றத்தை மட்டும் தூக்கிப் பிடிக்க இவற்றின் பிற்காலத்திய சீடர்களுக்கு வாய்ப்பு கிடைத்தது. வைகுண்ட சுவாமிகள் இயக்கத்திற்கும், வள்ளலார் கண்ட இயக்கத்திற்கும், தியோசாபிகல் சொசைட்டிக்கும் தற்போது

ஏற்பட்டுள்ள கதியை நினைத்துக்கொண்டாலே போதும்.

10. வேதநாயகம், ஜி.சு.ஐயர், தேசிய சமூக மாநாடு, அ.மாதவையா போன்றோரின் சமூக சீர்திருத்தம் தேசியம் மற்றும் இலக்கியம் சார்ந்ததாக இருந்தது. இதுவே வளரும் உண்மையாக, 20ம் நூற்றாண்டில் வீரியம் பெறப்போகும் நடப்பாக அமைந்தது.
11. சமூக சீர்திருத்தத்திற்காக ஏகாதிபத்திய ஆட்சியைப் பயன்படுத்திக்கொள்வது என்பது 19ம் நூற்றாண்டிலேயே நடந்திருக்கிறது. உதாரணம் - அயோத்திதாசர், இரட்டைமலை சீனிவாசன். இதன் சாதக பாதகங்களை உணர்ந்துகொள்ள முடியும்.
12. முற்றிலும் சாதி வேறுபாடு நோக்காத கலப்புத் திருமணம், கல்வி மற்றும் அரசுப் பணிகளில் வகுப்புவாரி பிரதிநிதித்துவம் (இட ஒதுக்கீடு), நிலச்சீர்திருத்தம், தொழில் வளர்ச்சி போன்ற சமூக சீர்திருத்தத்திற்குத் தேவையான அடிப்படைப் பிரச்சனைகளை 19ம் நூற்றாண்டு தலைவர்கள் அனேகமாக எழுப்பவில்லை எனலாம். இதன் விளைவாய் இவர்களின் இயக்கங்கள் பொதுவாக மேம்போக்கானதாகவே இருந்தன.
13. நிகரமாய்ப் பார்த்தால் 19ம் நூற்றாண்டு சமூக சீர்திருத்தம் என்பது ஒரு துவக்கமே. உடன்கட்டை ஏறல் நின்றது. கல்வி பரவலாகத் தொடங்கியது. பெண் கல்வி ஆரம்பமானது. பால்ய விவாகம் கூடாது என்கிற சிந்தனை பிறந்தது. விதவா மணத்திற்கு அச்சாரம் போடப்பட்டது. வர்ணாஸ்ரமம் எனப்பட்ட பிராமணியத்தின் மீது நேர்முக மற்றும் மறைமுகக் கண்டனம் எழுந்தது. உரிமைகளுக்காக அடித்தட்டு சாதியினர் களம் காண்பது என்பதும் ஆரம்பமானது. ஆனால், அடிப்படையான அல்லது பெரிய அளவுக்கான மாறுதல்களை இந்த சமூக சீர்திருத்த இயக்கங்கள் கொண்டுவந்துவிடவில்லை. தீண்டாமை தொடர்ந்தது. வர்ணாஸ்ரமத்தின் சகல “கல்யாண” குணங்களும் நீடித்தன. சமூக ரீதியில் பிராமணரல்லாதார்களின் நிலைமை மோசமாகவே இருந்தது. பஞ்சமர் எனப்பட்டவர்களின் நிலையோ சொல்லத் தரமன்று - அதில் எவ்வித மாறுதலும் இல்லை. பால்ய விவாகமும் விதவைத் தனமும் தொடரவே செய்தன. பெண் கல்வி பெருகவில்லை. மாதர் விடுதலை என்பது தொலைதூரக் கனவாகவே இருந்தது.

22

இருபதாம் நூற்றாண்டின் துவக்கத்தில் தமிழகம்

19ம் நூற்றாண்டின் இறுதியில் தமிழகத்தின் பொருளியல் வாழ்வில் ஒரு புதிய அத்தியாயம் துவங்கியிருந்தது. இங்கே முதலாளித்துவத்தின் ஆலைமுறை ஆரம்பமாகியிருந்தது. குறிப்பாகப் பஞ்சாலைகள் வரத்துவங்கின. பம்பாயின் பார்சி ஒருவரால் 1874ல் சென்னையில் முதல் பஞ்சாலை அமைக்கப்பட்டது. 1878ல் பின்னி குடும்பத்தினர் பக்கிங்காம் ஆலையைத் துவக்கினர். ஹார்வி குடும்பத்தினர் அடுத்து வந்தனர். பாபநாசம், தூத்துக்குடி, மதுரை ஆகிய நகரங்களில் பஞ்சாலைகளை ஏற்படுத்தினர். இத்துறையில் இறங்கிய மூன்றாவது ஐரோப்பிய குடும்பம் ஸ்டேன்ஸ் ஆகும். இவர்கள் 1890ல் "கோயம்புத்தூர் ஸ்பின்னிங் அண்ட் வீவிங் மில்லை"த் துவக்கினர்.

20ம் நூற்றாண்டின் துவக்கத்தில் தமிழர்கள் சிலரும் பஞ்சாலை அமைக்க முன்வந்தனர். ஜி.குப்புசாமி நாயுடுவால் 1910ல் கோயம்புத்தூரில் லஷ்மி மில் துவக்கப்பட்டது. அங்கேயே நாட்டுக்கோட்டை செட்டியார் ஒருவரால் காளீஸ்வரா மில் ஆரம்பிக்கப்பட்டது. மதுரையில் 1921ல் கருமுத்து தியாகராஜ செட்டியார் மீனாட்சி மில்லைத் துவக்கினார். 1925ல் மதுரையின் மற்றொரு நாட்டுக்கோட்டை செட்டியார் குடும்பத்தினரால் மகாலெட்சுமி மில் ஆரம்பிக்கப்பட்டது. கோயம்புத்தூரிலோ கோவிந்தசாமி நாயுடு குடும்பம், ரங்கசாமி நாயுடு குடும்பம், குப்புசாமி நாயுடு குடும்பம் என்கிற மூன்று குடும்பத்தினர் வரிசையாகப் பஞ்சாலைகளை ஏற்படுத்தினர். 1932 - 1939 காலத்தில் கோயம்புத்தூர் மற்றும் அதன் சுற்றுவட்டாரத்தில் 23 பஞ்சாலைகள் துவக்கப்பட்டன. இதே காலத்தில் தமிழகத்தின் இதர பகுதிகளிலும் 8 மில்கள் ஆரம்பிக்கப்பட்டன. இவை பெரும்பாலும் நாயுடு, கவுண்டர், செட்டியார் சமூகங்களைச் சார்ந்தவர்களால் துவக்கப்பட்டன.

பஞ்சாலைக்கு அடுத்து 19ம் நூற்றாண்டில் ஆரம்பிக்கப்பட்ட ஆலைத் தொழில் என்பது சர்க்கரை ஆலைகள் ஆகும். பாரி

மற்றும் பின்னி குடும்பத்தினர் இதில் புகுந்தனர். பின்னியால் தாக்குப்பிடிக்க முடியாது தங்களுடையதை பாரிக்கு விற்றுவிட்டனர். அவர்கள் இதில் நிலைத்துவிட்டனர். கடலூர், நெல்லிக்குப்பம், கள்ளக்குறிச்சி, ராணிப்பேட்டை, குலசேகரபட்டினம் ஆகிய ஊர்களில் சர்க்கரை ஆலைகள் நிறுவப்பட்டன. இவற்றில் சில பின்னர் நொடித்துப்போனாலும் 20ம் நூற்றாண்டின் ஆரம்பத்தில் இத்துறையில் பாரி கம்பெனியே ஏகபோகமாய்த் திகழ்ந்தது.

பஞ்சாலை, சர்க்கரை ஆலை தவிர வேறுசில துறைகளிலும் ஆலைகள் எழுந்தன. ஆனால், குறிப்பிட்டுச் சொல்லும்படியாக இல்லை. அதனால்தான் நகர்ப்புற மக்களின் எண்ணிக்கை பெரிய அளவுக்கு கூடவில்லை. 1901ல் தமிழகத்தின் மொத்த மக்கள் தொகையில் நகர்ப்புற மக்களின் தொகை 14 சதவீதமாகவே இருந்தது. 1931ல்கூட அது 18 சதவீதம்தான். இவர்களில் ஆலைத் தொழிலாளர்களின் எண்ணிக்கை மிக மிகக் குறைவே. 1951ல் கூட நகர்ப்புற உழைக்கும் மக்களில் ஆலைத் தொழிலாளர்கள் 6 சதவீதம் பேரே என்பதை மனதில் இருத்தினால் இதனைப் புரிந்து கொள்ளமுடியும்.

இருந்தபோதிலும் முதலாளித்துவ உற்பத்தி முறை தமிழகத்திற்குள் வந்துவிட்டதை இந்த ஆலைகளும், அவற்றில் பணியாற்றிய தொழிலாளர்களும், மெல்ல மெல்ல நகர்ப்புற மக்களின் எண்ணிக்கை உயர்ந்ததும் உணர்த்தி நின்றன.

முதலாளித்துவ உற்பத்தி முறை என்றால் நிலப்பிரபுத்துவத்திலிருந்து அடிப்படையில் மாறுபட்டது என்று பொருள். உழைப்பைச் சுதந்திரமாக விலைக்கு வாங்குவது ஒன்றையே குறிக்கோளாகக்கொண்ட இந்த முறையில் உழைப்பாளியின் பிறப்பு இரண்டாம்பட்சமாகிறது. உழைப்பாளர் தாராளமாக வேலைக்குக் கிடைப்பது என்பதும் இதன் முன்தேவையாகிறது. அதாவது, நிலப்பிரபுத்துவத்தின் சாதிய - ஆணாதிக்க கட்டுமானத்தை தகர்ப்பதற்கான புதிய பொருளாதார அடித்தளம் அமைக்கப்படுவதைச் சுட்டுகிறது.

ஆனால் இப்படி பொருளியல் வாழ்வில் ஓர் அடிப்படை மாற்றம் நிகழத் துவங்கிய உடனேயே மேற்கட்டுமானமாகிய சமூக அமைப்பில் அது தானியங்கி முறையில் நல்ல மாறுதல்களைக் கொண்டுவந்துவிடுவதில்லை. இங்கேதான் சமூக சீர்திருத்த இயக்கங்களின் முக்கியமான பங்களிப்பு உள்ளது. ஆனால், முந்தைய காலத்தைவிட இப்பொழுது இவர்களின் பணி சற்று

எளிதாக இருக்கும். காரணம் முந்தைய சமுதாய அமைப்பாகிய நிலப்பிரபுத்துவத்தின் பொருளியல் அஸ்திவாரமே இப்பொழுது ஆட்டங்கண்டுவிட்டது.

பொருளியல் வாழ்வில் இப்படியொரு சாதகமான சூழல் எழுந்து வந்தாலும் 20ம் நூற்றாண்டின் துவக்கத்தில் சமூக வாழ்வு பரிதாபமாகத்தான் இருந்தது.

1901ம் ஆண்டு மக்கள் கணக்கெடுப்பு அறிக்கை சென்னை மாகாணத்தில் அன்று நிலவிய சாதியம் குறித்து கீழ்வருமாறு கூறியுள்ளது "ஒரு மனிதனின் சாதி அவனது வாழ்வை ஆரம்பம் முதல் இறுதிவரை பாதிக்கிறது. அவனது வேலையை இதுவே அடிக்கடி தீர்மானிக்கிறது. அதுவே அவனது இருப்பிடத்தை தீர்மானிக்கிறது - பல கிராமங்களில் சாதிவாரியாகத் தெருக்கள் அமைந்துள்ளன. அவனது நண்பர்கள் வட்டத்தையும், திருமணம் புரியக்கூடிய எல்லையை நிர்ணயிக்கக்கூடிய சமூக அந்தஸ்தினையும் அவனது சாதியே தீர்மானிக்கிறது. அப்படியே அவனது உணவை, அவனது பானத்தை, அவனது பெயரை, அவனும் அவனது குடும்பப் பெண்மணிகளும் அணியக்கூடிய உடையைக்கூட அவனது சாதி தீர்மானிக்கிறது".

20ம் நூற்றாண்டின் ஆரம்பத்தில் இருந்த சமுதாயச் சித்திரம் இதுதான். இதே மக்கள் கணக்கெடுப்பு சென்னை மாகாணத்திலிருந்த சாதிகளை 350 சாதிகளாகத் தொகுத்து அதனைப் பத்து பிரிவுகளாக வகுத்திருக்கிறது. அவை வருமாறு: 1. பிராமணர்கள், 2. ஷத்திரியர்கள், 3. வைஸ்யர்கள், 4. நல்ல சூத்திரர்கள், 5. பிராமணர்களைத் தங்களின் குடும்பப் புரோகிதர்களாக வழக்கமாக அமர்த்துகிற, தொட்டால் லேசான அளவில் தீட்டுப்படுகிற சூத்திரர்கள், 6. பிராமணர்களைத் தங்களின் குடும்பப் புரோகிதர்களாக எப்போதாயினும் அமர்த்துகிற, தொட்டால் தீட்டுப்படுகிற சூத்திரர்கள், 7. பிராமணர்களைத் தங்களின் குடும்ப புரோகிதர்களாக அமர்த்தாத, தொட்டால் தீட்டுப்படுகிற சூத்திரர்கள், 8. தொடாமலேயே தீட்டுப்படுகிற ஆனால் மாட்டுக்கறி சாப்பிடாத சாதியினர், 9. மாட்டுக்கறி சாப்பிடுகிற ஆனால், தொட்டால் மட்டுமே தீட்டுப்படுகிற சாதியினர், 10. மாட்டுக்கறி சாப்பிடுகிற ஆனால் தொடாமலேயே தீட்டுப்படுகிற சாதியினர்.

புரோகிதம், தீண்டாமை, மாட்டுக்கறி உணவு - எனும் மூன்று தகுதிகளைக்கொண்டு நால்வருணத்திற்கு அப்பாற்பட்ட

அனைத்து அடித்தட்டு சாதியினரும் பிரிக்கப்பட்டிருந்த அந்தக் கோலத்தைக் காணலாம். 19ம் நூற்றாண்டில் நடந்த சமூக சீர்திருத்த இயக்கங்களுக்குப் பிறகும் நிகர நிலைமை இதுதான்!

பாமர மக்களிடம் மட்டுமல்ல, சமுதாயத்தின் படித்த பிரமுகர்கள் மத்தியிலும் சாதியமே கோலோச்சி வந்தது. 1901ல் கல்கத்தாவில் நடைபெற்ற காங்கிரஸ் மாநாட்டில் முதன்முதலாகப் பங்கு கொண்டார் காந்திஜி. அங்கு தனக்கு ஏற்பட்ட அனுபவம் குறித்து தனது "சத்திய சோதனை"யில் இவ்வாறு அவர் எழுதியுள்ளார்.

"இங்கேயும் கணிசமான அளவுக்கு தீண்டாமை என்பதை நான் நேருக்கு நேர் சந்தித்தேன். பிறருடையதிலிருந்து தமிழர்களின் சமையலறை வெகு தொலைவில் இருந்தது. தமிழ்ப் பிரதிநிதிகளைப் பொறுத்தவரை அவர்கள் சாப்பிடும்போது பிறர் பார்த்துவிட்டாலே தீட்டாகிப்போய்விடும். எனவே (பிரதிநிதிகள் தங்கியிருந்த) கல்லூரி வளாகத்திற்குள்ளேயே தடுப்புகளால் அடைக்கப்பட்டிருந்த தனி சமையலறை அமைக்கப்பட்டிருந்தது. அங்கே மூச்சுத் திணறவைக்கும் ஒரே புகை. அதற்குள்ளேயே சமையலறை, சாப்பாட்டு அறை, கை கழுவுமிடம் என அனைத்தும் இருந்தன. யாரும் நுழைய முடியாத ஒரு பாதுகாப்பு அறை. என்னைப் பொறுத்தவரை இது வர்ணதர்மத்தின் மோசமான வடிவமாகத் தெரிந்தது. காங்கிரஸ் பிரதிநிதிகளுக்கிடையே இப்படித் தீண்டாமை நிலவுமானால் இவர்கள் இருக்கும் பகுதிகளில் இது எந்த அளவுக்கு இருக்கும் என்று ஒருவரால் ஊகிக்க முடியுமென்று எனக்கு நானே கூறிக்கொண்டேன். அந்தச் சிந்தனை எழுந்தபோது பெருமூச்சுவிட்டேன்".

சென்னையிலிருந்து சென்ற காங்கிரஸ் பிரதிநிதிகள் நடந்து கொண்ட லட்சணத்தைப் பார்த்தாலே 20ம் நூற்றாண்டின் துவக்கத்திலும் தமிழகம் எப்படி இருந்தது என்பது தெளிவாகிறது. இதற்கு சாட்சியாக காந்திஜியே இருக்கிறார்!

மாதர் நிலையிலும் பெரிய முன்னேற்றமில்லை. பால்ய விவாகமும் அதனால் ஏற்பட்ட விதவைத்தனமும் தொடரவே செய்தன. 1911 மக்கள் கணக்கெடுப்பு அறிக்கையின்படி

"சென்னை மாகாணத்தின் இந்துக்கள் மத்தியில் 5 வயதிற்கும் கீழே 673 விதவைகள் இருந்தனர். அவர்களில் 31 பேருக்கு இன்னும் ஒரு வயதுகூட ஆகவில்லை. 5 வயதிற்கும் 10 வயதிற்கும் இடையில் 4072 விதவைகள் இருந்தனர். 10 வயதிற்கும், 15 வயதிற்கும் இடையில் 18,323 விதவைகள் இருந்தனர். மொத்தத்தில்

15 வயதுக்குக்கீழே 23,068 விதவைகள் இருந்தனர். அன்றைக்கு சென்னை மாகாணத்தில் 15 வயதுக்குக்கீழே இருந்த மொத்த விதவைகள் 24,447 பேர். அதில் இந்துக்கள் மட்டும் 23,068".

"இந்து சமூகம்" என்று பெருமையோடு பேசப்பட்ட சமூகம் இப்படித்தான் கேவலமான நிலையில் இருந்தது. இது உண்மையில் பெண்களின் தொழுவமாக இருந்தது. சொல்லப்போனால் ஆடு, மாடுகளைவிடக் கேவலமான நிலையில் அவர்கள் வைக்கப் பட்டிருந்தனர். ஆடு, மாடுகளுக்காயினும் ஜோடி சேருகிற உரிமை இருந்ததே! இந்தப் பெண்களுக்கு அதுவும் கிடையாதே - அவர்கள் குழந்தைப் பருவத்திலேயே விதவைகள்!

இத்தகைய சமூக - பொருளாதார சூழலை மனதில் இருத்திக் கொண்டுதான் 20ம் நூற்றாண்டின் சமூக சீர்திருத்த இயக்கங்களையும் அவற்றின் பிதாமகர்களது சிந்தனைகளையும், செயல்பாடுகளையும் ஆராய வேண்டும்.

23

சமூக சீர்திருத்த கவி பாரதி

இருபதாம் நூற்றாண்டு பிறந்துவிட்டதை இயந்திரகதியில் நாட்காட்டி காட்டியிருக்கும். அதனை உணர்வுபூர்வமாக வெளிப்படுத்தியவர் மகாகவி பாரதியார். அவரை சுதந்திரப் போராட்ட கவி என்பார்கள் தேசியவாதிகள். ஞானக் கவி என்பார்கள் வேதாந்தவாதிகள். அடிப்படையில் அவர் ஒரு சமூக சீர்திருத்தக் கவி என்பதற்கு அன்றைக்கும் அழுத்தம் தரப்படவில்லை. இன்றைக்கும் தரப்படவில்லை.

பாரதியின் பொதுவாழ்வே சமூக சீர்திருத்தச் செம்மல் ஜி.சுப்பிரமணிய ஐயரின் "சுதேசமித்திரன்" பத்திரிகையில் உதவி ஆசிரியராகத்தான் துவங்கியது. அது நடந்தது 1904ல். அது முதல் இறுதி வரை ஜி.சு.ஐயர் மீது பெரிதும் மதிப்பு வைத்திருந்தார் பாரதி. "சந்திரிகையின் கதை" என்கிற தனது முற்றுப்பெறாத நாவலில் ஜி.சு.ஐயரை ஒரு கதாபாத்திரமாக - விதவை மறுமணத்திற்கு உதவி செய்கிற கதாபாத்திரமாக-அறிமுகப்படுத்தி அவருக்கு மரியாதை செய்திருக்கிறார்.

ஜி.சு.ஐயர் நடத்திய சென்னை இந்து சமூக சீர்திருத்தச் சங்கத்தின் உறுப்பினராகவும் இருந்தார். இதனை "இந்து" ஏட்டிற்கு எழுதிய கடிதம் ஒன்றில் அவரே தெரிவித்திருந்தார். இது நிகழ்ந்த விவரம் வருமாறு:

1904ல் சர்.சி.சங்கரன் நாயர் என்பவர் தனது சொற்பொழிவு ஒன்றில் "பிரிட்டிஷ் அரசு சமத்துவம், சகோதரத்துவம் எனும் அடிப்படையில் அமைந்தது. இந்தக் கொள்கைகளை முழுமையாகவும், வெளிப்படையாகவும் நாம் ஒப்புக்கொள்ளாத வரை பிரிட்டிஷ் சாம்ராஜ்யத்தின் சட்டமன்றங்களில் உட்கார நாம் அழைக்கப்பட மாட்டோம்" என்று குறிப்பிட்டிருந்தார். இதனை எதிர்த்து வாசகர் ஒருவர் "இந்து" ஏட்டில் எழுதினார். அவரை எதிர்த்து, சங்கரன் நாயரை ஆதரித்து பாரதி அதே ஏட்டில் கீழ்வருமாறு எழுதினார் - "சிறந்த அறிவாளியான அந்தச் சமூக சீர்திருத்தவாதி கூறவந்தது மிகத் தெளிவானது. தேசிய

உணர்வு இன்றி அரசியல் விடுதலை இல்லை. சாதி உணர்வு இருக்குமிடத்தில் தேசிய உணர்வுக்கு இடமில்லை. எல்லா சமுதாய அமைப்புகளிலும் இந்த சாதி அமைப்பு இருப்பதாக சிலர் நம்மை நம்பச் சொல்கிறார்கள். பிறர் நலனுக்கு உழைக்கும் பறையரை பிராமணருக்குத் தாழ்ந்தவர் என இந்த அதிசயமான சாதி அமைப்பு வைத்துள்ளது. இங்கிலாந்தில் செருப்பு தைப்பவரின் மகன் உரிய தகுதி பெற்றால் பிரதம மந்திரியாக வரமுடியும் என்பதைப் பற்றி எவரேனும் சந்தேகப்பட முடியுமா? ஆனால் இந்தியாவில் (பஞ்சமரை விடுங்கள்) ஒரு சூத்திரர் சமஸ்கிருத சாஸ்திரங்களில் இணையற்ற பெரும் புலமையுடன் விழுமிய ஒழுக்கமும் பக்தியும் பெற்றிருந்தாலும்கூட சிருங்கேரி சங்கராச்சாரியாரைப் பார்க்க நினைப்பதே துரோகமாகக் கருதப்படவில்லையா? மனிதர்கள் வேண்டுமென்றே கண்களை மூடிக்கொள்கிறார்கள். மலைக்கும் எலி வளைக்கும் இடையே உள்ள வேற்றுமையை அறிய மறுப்பதேன்? இங்கிலாந்து எங்கே? பாவம்! இந்தியா எங்கே? தேசிய காங்கிரசில் இந்தியாவின் சிறந்த புதல்வர்கள் உயர் பொறுப்பில் இருக்கிறார்கள். இவர்களுடைய லட்சியங்கள் மிக உயர்ந்தவை என்பதை நான் ஒப்புக்கொள்கிறேன். ஆனால், குழந்தைப் பருவத்திலேயே விதவையாகிவிட்டவளை என்றென்றும் துன்பத்தில் ஆழ்த்திக் கண்டனம் செய்யும் கல்நெஞ்சுக்காரர்கள் விழிப்புற்ற மக்களை வழிநடத்துவார்கள் என்று எவரேனும் உண்மையில் நம்பமுடியுமா? முடியாது. சமூக சீர்திருத்தம் இல்லாமல் அரசியல் சீர்திருத்தம் என்பது ஒரு கனவு, கற்பனை. ஏனென்றால் அரசியல் விடுதலையை சமூக அடிமைகள் ஒருபோதும் உண்மையாகப் புரிந்துகொள்ள முடியாது. நமது சமூக மாநாடுகள் வெற்றி பெற்றாலொழிய அல்லது வெற்றியடையும் வரை நமது தேசிய காங்கிரஸ் என்பது வெறும் புழுதி வெளித்தோற்றமே".

இந்தக் கடிதத்தின் இறுதியில்தான் "சென்னை இந்து சமூக சீர்திருத்த சங்கத்தின் உறுப்பினர்" என்று குறிப்பிட்டு கையெழுத்திட்டுள்ளார் பாரதி. அகில இந்திய அளவில் சமூக சீர்திருத்தத்திற்காக காங்கிரஸ் தேசியவாதிகள் நடத்தி வந்த சமூக மாநாடுகள் வெற்றி பெற வேண்டும் என்றும் விழைந்திருக்கிறார். ஆக, அன்றைய சமூக சீர்திருத்த இயக்கத்தில் தன்னை இணைத்துக் கொண்டிருக்கிறார் பாரதி. சமூக சீர்திருத்தம் பற்றிய ஜி.சு.ஐயரின் அன்றைய கருத்துக்களை அப்படியே எதிரொலித்திருக்கிறார். அப்பொழுது பாரதிக்கு வயது 22தான் என்பதை எண்ணிப்

பார்க்கும்போது அந்த இளம் மனது சமூக அநீதிகள் குறித்து கொந்தளித்துப் போயிருந்திருக்கிறது என்பதை உணர முடிகிறது. அதனால்தான் சமூக சீர்திருத்தம் செய்துமுடித்த பிறகுதான் அரசியல் சுதந்திரம் கைகூடும் என்று அன்றைக்கு கணக்குப் போட்டிருக்கிறார் பாரதி.

ஆனால், விரைவிலேயே இந்தக் கருத்தோட்டத்திலிருந்து அவர் மாறிவிட்டார். திலகரின் தீவிரவாத அரசியல் தேசியவாதிகள் பலருக்கும் அன்று பெரும் நம்பிக்கையைக் கொடுத்தது. 1905ல் காசி காங்கிரசுக்குச் சென்று வந்த பாரதியும் திலகரை தனது அரசியல் குருவாக வரித்துவிட்டார். தீவிர தேசியவாதத்திற்கு இடையூறின்றி சமூக சீர்திருத்தத்தைக் கொண்டுசெல்ல வேண்டும் என்கிற முடிவிற்கு வந்தார். அன்றைக்கு ஜி.சு. ஐயர் தேசியப் பிரச்சனையில் மிதவாதியே. அவரின் அரசியல் நிலைபாடும் இவரின் தீவிரவாதமும் ஒத்துப்போகவில்லை. எனவே ஜி.சு.ஐயரின் ஒப்புதலோடு பாரதி சுதேசமித்திரனிருந்து விலகிக் கொண்டார். 1906 முதல் இந்தியா பத்திரிகைக்கு பொறுப்பாசிரியர் ஆனார்.

இந்தக் கட்டத்தில் "இந்தியன் சோஷல் ரிபார்மர்" பத்திரிகையில் அதன் ஆசிரியர் நடராசன் (ஜி.சு.ஐயர் குழுவைச் சார்ந்தவர்) காங்கிரஸ் தலைமைக்கு சமூக சீர்திருத்தத்தில் பற்றில்லாத திலகர் ஏற்றவர் அல்லர் என்று எழுதினார். இதனைக் கண்டித்து பாரதி இந்தியாவில் எழுதினார்- "ஆசார (சமூக) திருத்தக்காரர்களின் கோட்பாடுகள் சரியா, தப்பா என்பதைப் பற்றி நாம் இங்கு விவரிக்க வேண்டியது அவசியமில்லை. அவர்கள் கோட்பாடுகள் சரியென்றும் திலகரின் கொள்கைகள் தப்பென்றுமே வைத்துக்கொள்வோம். அதிலிருந்து திலகர் ராஜதந்திர விஷயங்களில் வழிகாட்ட உரிமை பெற்றவரல்லவென்று வாதாடுவது மூடத்தன்மையல்லவா? மத விஷயங்களிலும், ஆசார விஷயங்களிலும் மாறுபாடு இருக்குமானால் அதிலிருந்து ராஜநீதி விஷயங்களிலும் ஒற்றுமையிருக்கக்கூடாதென்று உறுதியாய்ப் போய்விட்டதா?"

அரசியல் துறையில் திலகரின் தலைமையை ஏற்றுக்கொண்ட பாரதி சமூக விஷயங்களில் அவரை வழிகாட்டியாகக் கொள்ளவில்லை. அதனை வெளிப்படுத்தியவர், அதேநேரத்தில் ஏகாதிபத்திய எதிர்ப்பில் அனைவரும் ஒன்றுபட வேண்டுமென்று ஏங்கியிருக்கிறார். இப்படியொரு சரியான நிலைபாட்டை

எடுத்தவர் எந்தச் சூழலிலும் சமூக சீர்திருத்தச் சிந்தனைகளைக் கைவிடவில்லை. திலகரின் அரசியல் தலைமையை 1906ல் ஏற்றுக்கொண்ட பாரதி மாதர் விடுதலைக்காகவென்றே துவக்கப்பட்ட "சக்ரவர்த்தினி" என்ற பத்திரிகைக்கும் தொடர்ந்து ஆசிரியராக இருந்தார் என்பது இதனை உறுதிப்படுத்துகிறது. அவ்வளவு ஏன், அவரது கவிதைகளே சாட்சியம் கூறும், 1907ல் வெளிவந்த "வந்தேமாதரம் என்போம்" என்ற பாடல் தேசிய விடுதலையையும், சமூக நீதியையும் அழகுறப் பிணைத்தது, அதன் முதல் சரணமே,

"சாதி மதங்களைப் பாரோம் - உயர்
ஜன்மம் இத்தேசத்தில் எய்தினராயின்
வேதியர் ஆயினும் ஒன்றே - அன்றி
வேறு குலத்தினர் ஆயினும் ஒன்றே!"

என்று பிரகடனம் செய்தது. இங்கே வர்ணாஸ்ரமம் திட்டவட்டமாக நிராகரிக்கப்பட்டிருக்கிறது. அதேநேரத்தில் இந்த சாதிப் பிரச்சனையைக் காரணம் காட்டி அந்நிய ஆட்சி தொடர்வதையும் அது ஏற்கவில்லை.

"ஆயிரம் உண்டிங்கு சாதி - எனில்
அன்னியர் வந்து புகலென்ன நீதி? - ஓர்
தாயின் வயிற்றிற் பிறந்தோர் - தம்முட்
சண்டை செய்தாலும் சகோதரர் அன்றோ?
சண்டை செய்தாலும் சகோதரர் அன்றோ? "

இப்படி உள்நாட்டுப் பிரச்சனையிலிருந்து வெளிநாட்டவரை விலக்கி வைத்தவர், தம் மக்களுக்கு சமத்துவம் புகட்டவும், ஒற்றுமையை வலியுறுத்தவும் தவறவில்லை.

"ஒன்றுபட்டால் உண்டு வாழ்வு - தம்மில்
ஒற்றுமை நீங்கில் அனைவர்க்கும் தாழ்வே
நன்றிது தேர்ந்திடல் வேண்டும் - இந்த
ஞானம் வந்தாற் பின் நமக்கெது வேண்டும்?"

இப்படி சமூக நீதியின் அடிப்படையில் ஏகாதிபத்திய எதிர்ப்பு சக்திகளின் ஒற்றுமையை வேண்டி நின்றவர் பாரதி. தேசவிடுதலை வேண்டி உணர்ச்சிமயமான, வீரச்சுவை பொருந்திய கவிதைகளை யாத்தபோதே சமூக அவலங்கள் குறித்தும் அவர் சிந்திக்கத்

தவறவில்லை. 1908ல் வெளிவந்த "ஸ்வராஜ்யம் வேண்டுமென்ற பாரதவாஸிக்கு ஆங்கிலேய உத்தியோகஸ்தன் கூறுவது" என்கிற பாணியில் அமைந்த பாடலில்,

"சாதிச் சண்டை போச்சோ? - உங்கள்

சமயச் சண்டை போச்சோ?

நீதி சொல்ல வந்தாய் - கண்முன்

நிற்கொணாது போடா"

என்று சமுதாயப் பிரச்சனைகள் எப்படி அரசியல் விவகாரத்திற்குள் குறுக்கும் நெடுக்குமாய் ஓடுகிறது என்று காண்பித்தார். அந்நியனுக்கு நீதி புகட்டும்போது தங்களது அநீதிகளை நம்மவர்கள் களைந்திட முயலவேண்டும் என்றும் சொல்லாமல் சொன்னார்.

இதற்கெல்லாம் மகுடம் வைத்ததுபோல் எழுந்தது. 1909ல் வெளிவந்த "சுதந்திரப் பள்ளு". பள்ளு இலக்கியம் என்பது தமிழின் முதல் தலித் இலக்கியம். "முக்கூடற் பள்ளு" இதற்கு நல்ல எடுத்துக்காட்டு. சமுதாயத்தின் கடைசிப்படியிலே இருத்தப்பட்டிருந்த "பள்ளர்கள்" எனப்பட்ட தலித் மக்களே அதில் நாயகர், நாயகிகள். அவர்கள் வாய் மூலமாகவே அவர்களின் வாழ்வு விவரிக்கப்படும். இந்த வடிவத்தைக் கையிலே எடுத்து அதனைப் புத்தம் புதிதாகப் புதுக்கிக் காட்டியவர் பாரதி. "பள்ளர் களியாட்டம்" போடுவதாக பாரதி தன் மனக் கண்ணில் கண்டார். "ஆடுவோமே-பள்ளுப் பாடுவோமே ஆனந்த சுதந்திரம் அடைந்துவிட்டோமென்று" அவர்கள் பாடுவதாக பாட்டு அமைத்தார். அரசியல் சுதந்திரம் என்று சொல்லவில்லை! ஆனந்த சுதந்திரம்! அதற்கு முதல் சரணத்திலேயே கச்சிதமான விளக்கமும் கொடுத்தார்.

"பார்ப்பானை ஐயரென்ற காலமும் போச்சே - வெள்ளைப்

பரங்கியைத் துரையென்ற காலமும் போச்சே - பிச்சை

ஏற்பாரைப் பணிகின்ற காலமும் போச்சே - நம்மை

ஏய்ப்போருக்கு ஏவல் செய்யும் காலமும் போச்சே."

பாரதி காலத்தில் வர்ணாஸ்ரம எதிர்ப்புக்கு மட்டும் முக்கியத்துவம் கொடுத்தவர்கள் உண்டு. ஏகாதிபத்திய எதிர்ப்புக்கு மட்டும் முக்கியத்துவம் கொடுத்தவர்கள் உண்டு. இரண்டுக்கும் முக்கியத்துவம் கொடுத்து ஒரு கவிஞர் உண்டென்றால் அது பாரதியே!

இன்னும் புரியாத நபர்களுக்காக அடுத்த சரணத்தில் "எங்கும் சுதந்திரம் என்பதே பேச்சு - நாம் எல்லோரும் சமம் என்பது உறுதியாச்சு" என்றார். அவரது லட்சிய சுதந்திரம் என்பது வெளிநாட்டு ஆதிபத்தியம் நொறுங்குவது மட்டுமல்ல, உள்நாட்டு சாதிய ஆதிபத்தியமும் நொறுங்கிச் சமத்துவம் தருவது.

அரசியல் சுதந்திரம் என்பதும் சமூக சீர்திருத்தம் என்பதும் ஒன்றையொன்று சார்ந்து நின்றன. ஒன்றையொன்று வலுப்படுத்தி வந்தன. பிரிட்டிஷ் ஏகாதிபத்தியத்தை விரட்டி அடிக்க வேண்டுமென்றால் மக்களைத் திரட்டவேண்டியிருந்தது. மக்களைத் திரட்டவேண்டுமென்றால் அவர்கள் சந்தித்து வந்த சமூக அவலங்கள் குறித்து தேசியவாதிகள் உரியநிலை எடுக்க வேண்டியிருந்தது. இல்லையெனில் "சுதந்திரத்தினால் எங்களுக்கு என்ன பயன்?" என்கிற அடித்தட்டு மக்களின் வினாவுக்கு பதில் இல்லாமல் போய்விடுகிறது. அதற்கு உரிய விடை கொடுத்து, அவர்களைக்கொண்டே பெறப்படும் சுதந்திரமும் முழு சமூக நீதி கிடைக்க உதவ வேண்டும். அந்த ஆனந்த சுதந்திரத்தைத்தான் தனது தொலைதூர லட்சியமாகக் கொண்டிருந்தார் பாரதி. இந்தப் பார்வை அந்த மகாகவியின் கடைசிக் காலம் வரை தொடர்ந்தது.

புதுச்சேரி அஞ்ஞாதவாசம் முடித்து தமிழகம் திரும்பி 1920ல் மீண்டும் சுதேசமித்திரன் பத்திரிகையில் சேர்ந்தபின் "ஆசாரத் திருத்த மகாசபை" என்ற தலைப்பில் பாரதி கட்டுரை ஒன்று எழுதினார். அதில் கூறினார் -

"ஆசாரத் திருத்த மகாசபையின் விஷயமோ அப்படியில்லை; இதில் நம்மவர்கள் செய்யும் தீர்மானங்களை நிறைவேற்ற வேண்டியவர்களும் நம்மவரேயன்றிப் பிறரில்லை. அதிகாரிகளின் தயவு வேண்டியதில்லை. இங்கிலீஷ் பார்லிமெண்டின் கருணையும் அவசியமில்லை. இதில் நாமே வரங்கேட்டு, நாமே வரங்கொடுக்க வேண்டும். அப்படியிருந்தும் இந்த ஆசாரத் திருத்தக் கூட்டத்தாரின் பிரயத்தனங்களைக் காட்டிலும் குறைவான பயன் எய்தியிருப்பதை நோக்கும்போது மிகவும் வருத்தமுண்டாகிறது".

பாரதியார் இங்கு குறிப்பிடும் "ஆசாரத் திருத்த மகாசபை" என்பது காங்கிரஸ் கூட்டத்தையொட்டி நடத்தப்பட்டு வந்த சமூக மாநாடே ஆகும். சென்னை மாகாணத்தைப் பொறுத்தவரை மாகாண காங்கிரஸ் மாநாட்டைத் தொடர்ந்து இதுவும் நடத்தப்பட்டிருக்கிறது. 1920 ஜூன் 21ம் தேதியன்று திருநெல்வேலியில் "மாகாணத்து ராஜரீக மஹா ஸபை கூடுவதை

அனுசரித்து அதே பந்தலில் ஆசார ஸபையும் நடக்கும்'' என்று பாரதியே குறிப்பிட்டிருக்கிறார். அது இருபத்திரண்டாவது வருஷக் கூட்டம் என்றும் அவர் அழைப்பிதழை ஆதாரம் காட்டிக் கூறியிருக்கிறார். அப்படியெனில், சமூக சீர்திருத்தம் தொடர்பாக தேசியவாதிகள் ஆண்டுதோறும் கூடிப் பேசியிருக்கிறார்கள். இது நல்ல செய்தியே. ஆனால் வெறும் பேச்சாகவே இருந்திருக்கிறது. ஆண்டுதோறும் கூடி சமூக சீர்திருத்தம் வேண்டி தீர்மானங்கள் போட்டிருக்கிறார்களே தவிர, அவற்றை நடைமுறைப்படுத்துவார் அதிகம் இல்லை. அதனைத்தான் பாரதி வருத்தத்தோடு அந்தக் கட்டுரையில் குறிப்பிட்டிருக்கிறார்: ``ஆசாரத்திருத்த மஹா சபையில் பேசுவோராவது உண்மையிலேயே, தாம் பேசும் கொள்கையின்படி நடப்பவரா என்பதை நிச்சயித்து அறிந்துகொள்ள வேண்டும்'' என்று புத்தி புகட்டியிருக்கிறார். எனினும் இந்த மாநாட்டின் முக்கியத்துவத்தை பாரதி குறைத்து மதிப்பிடவில்லை. கட்டுரையை முடிக்கும்போது ``நமது தேச முன்னேற்றத்தின் பரம ஸாதனங்களில் ஒன்றாகிய இந்த ஆசாரத் திருத்த மஹா சபையின் விஷயத்தில் நம்மவர் ஆண், பெண் அனைவரும் நம்மால் இயன்ற வகைகளில் எல்லாம் உதவி புரிந்து மிகவும் அதிகமாக உற்சாகம் காட்டுவார்கள் என்று நம்புகிறேன்'' என்று தமிழ் மக்களுக்கு வேண்டுகோள் விடுத்திருக்கிறார்.

அவருடைய கடைசிக்கால கட்டுரைகளில் மட்டுமல்ல, அனேகமாக அவரின் கடைசிக் கவிதையாக இருக்கும் எனப்படுகிற "பாரத சமுதாயம் வாழ்கவே" என்கிற அந்தப் புகழ்பூத்த படைப்பிலும் சமத்துவச் சிந்தனையே - சமூக சீர்திருத்தமே மேலோங்கி நிற்பதைக் காணமுடியும்:

"எல்லாரும் ஓர் குலம் எல்லாரும் ஓரினம்
எல்லாரும் இந்திய மக்கள்
எல்லாரும் ஓர் நிறை எல்லாரும் ஓர் விலை
எல்லாரும் இந்நாட்டு மன்னர்!"

24

பாரதி காட்டிய பாதை

இருபதாம் நூற்றாண்டின் ஆரம்பத்தில் வர்ணாஸ்ரமத்தை நிராகரிப்பதே கடினமாக இருந்தது. பிறரையும் அதனை நிராகரிக்கச் செய்வதோ மகா மகாக் கடினமாக இருந்தது. பிறப்பிலே ஏற்றத் தாழ்வு கற்பிக்கும் கொடூரத்திலிருந்து தன்னைத்தானே முழுமையாக விடுவித்துக்கொண்டவர் பாரதி. ஆனால், பிறரையும் அப்படி விடுவிக்க அவர் தனது மூளையைப் போட்டுக் கசக்கியிருக்கிறார். அன்றைய சூழலை மனதிற்கொண்டு தற்காலிகத் தீர்வுகளையும், தனது உன்னதமான மனோதர்மத்திற்கு ஏற்ப நிலையான தீர்வுகளையும் அவர் சொல்லியிருக்கிறார்.

புதுச்சேரியிலிருந்து திரும்பி வந்த பிறகு பாரதி எழுதிய கட்டுரைகள் பலவற்றில் சாதிப் பிரச்சனை விவாதிக்கப்படுகிறது. அப்பொழுதும் அவருக்கு வயது 35 அல்லது 36தான். அப்பொழுதே ஒரு முதிர்ந்த ஞானியாய் இந்தச் சிக்கலான பிரச்சனையின் திறவுகோலைத் தேடி அவர் அலைந்திருக்கிறார். இந்தக் கட்டத்தில் - சரியாகச் சொன்னால் 1916ல் - தென்னிந்திய நல உரிமைச் சங்கம் எனப்பட்ட “நீதிக்கட்சி” உருவாகிவிட்டது. பிராமணர் - பிராமணரல்லாதார் பிரச்சனை ஒரு சமூகப் பிரச்சனை என்பதைத்தாண்டி அரசியல் பிரச்சனையாகவும் உருவாகிவிட்டது. இன்னொருபுறம் காங்கிரசுக்குள் “திலகர் யுகம்” முடிந்து “காந்தி யுகம்” துவங்கிவிட்டது. அவர் அரசியல் பிரச்சனைகளை மட்டும் பேசுகிற தலைவராக இல்லை. பல சமூகப் பிரச்சனைகளையும் முன்வைக்கிற “மகாத்மா”வாக ஆகியிருந்தார். இந்தச் சூழலும் பாரதியை சாதிப் பிரச்சனை பற்றி ஆழமாகச் சிந்திக்கவைத்தது.

இன்றைக்கு தலித் மக்கள் எனப்படுகிற பஞ்சமர்கள் பற்றிய பாரதியின் சிந்தனைகளை முதலில் நோக்குவோம். “பஞ்சமர்” என்ற தலைப்பிலேயே ஒரு கட்டுரை எழுதியிருக்கிறார் பாரதி. அதிலே அவர் கூறினார்-

“லண்டனிலிருந்து மந்திரி மாண்டேகு வருவதற்கு முந்தி நமது தேசத்து பஞ்சமரையெல்லாம் ஒன்றுசேர்த்து விடுதலைக் கட்சியில்

சேர்க்கவேண்டும் என்று சில சீர்திருத்தக்காரர்கள் சொல்லுகிறார்கள். மிஸ்டர் மாண்டேகு வந்தாலும் சரி, வராவிட்டாலும் சரி. நமது நாட்டுப் பறையரை உயர்ந்த நிலைமைக்குக் கொண்டுவருவது நம்முடைய கடமை.”

பிரிட்டிஷ் ஏகாதிபத்தியம் முன்மொழிந்த மாண்டேகு - செம்ஸ் போர்டு சீர்திருத்தத்தையொட்டி பஞ்சமர் பிரச்சனை எழுந்திருக்கிறது. எங்கே அவர்களை தேசியவாதிகளின் எதிரிகள் பயன்படுத்திக்கொள்வார்களோ என அஞ்சி அவர்களைத் தம்மோடு சேர்த்துக்கொள்ள வேண்டும் என்று சிலர் சொல்லியிருக்கிறார்கள். பாரதியோ குறுகிய அரசியல் நோக்கோடு இதனை அணுகாமல் அவர்களை “உயர்ந்த நிலைமைக்குக் கொண்டுவருவது நம்முடைய கடமை” என்று கருதியிருக்கிறார். உயர்த்துவது என்றால் எப்படி? அதற்கும் வழிவகை கூறியிருக்கிறார்.

“அடுத்த நவம்பர் மாதம் பட்டணத்தில் பறையரை உயர்த்த வேண்டுமென்கிற நோக்கத்துடன் மகா சங்கம் நடத்தப்போவதாகக் கேள்விப்பட்டு மிகவும் சந்தோஷமடைந்தேன்”.

அனேகமாக இந்த “மகா சங்கம்” இரட்டைமலை சீனிவாசன் போன்றோர் துவக்கிய சங்கத்தைக் குறிக்கலாம். “பறையர்”என்கிற சொல் குறித்து அதே தலைப்பில் ஆய்வு செய்திட்ட மற்றொரு கட்டுரையில் “மேற்படி கூட்டத்தாரால் சென்னையில் நடத்தப்படும் சபைக்கு “பறையர் மஹாசபை” என்று பெயர் வைத்திருப்பதைக் காண்க” என்று பாரதி கூறியிருப்பதிலிருந்தும் இதனை ஊகிக்கலாம். ஆக, பஞ்சமர்கள் உய்ய அவர்கள் தங்களைத் தாங்களே ஒன்றுதிரட்டிக்கொள்ள வேண்டும் என்று எண்ணியிருக்கிறார் பாரதி. சாதியம் மலிந்த சூழலில் ஒடுக்கப்பட்ட சாதியினர் ஒன்றுதிரள்வது சாதியம் ஆகாது. மாறாக, அதிலிருந்து விடுபடும் ஒரு முயற்சியாக இருக்கும் என்று கருதியிருக்கிறார் பாரதி.

அதேநேரத்தில் பஞ்சமர்களின் உயர்வுக்காக இதரர்கள் செய்ய வேண்டிய உதவிகளையும் அவர் வலியுறுத்தியிருக்கிறார். தனது “பஞ்சமர்” கட்டுரையில், சிதம்பரத்திற்கு அருகேயுள்ள ஒரு கிராமத்தில் பறையர் பிள்ளைகளுக்காகப் பள்ளிக்கூடம் திறந்த சகஜாநந்தரையும், சென்னையில் இதே பணியைச் செய்த தியோசாபிகல் சொசைட்டியினரையும், அன்னிபெசண்ட் அம்மையாரையும் பெயர்கள் குறிப்பிட்டுப் பாராட்டியிருக்கிறார்.

பஞ்சமர்களைக் கை தூக்கிவிடும் இந்தப் பணியில் இந்து மடாதிபதிகள் கவனம் செலுத்தாமல், அவர்களைக் கிறிஸ்தவப்

பாதிரியார்கள் மத மாற்றம் செய்கிறார்களே என்று மட்டும் புலம்பிக்கொண்டிருந்ததையும் பாரதி சாடினார். "இந்துக்களின் கூட்டம்" என்ற கட்டுரையில் அவர் எழுதினார்-

"பஞ்சமருடன் பந்தி போஜனம் செய்யவேண்டுமென்றாவது, சம்பந்தங்கள் செய்யவேண்டுமென்றாவது மேற்படி ரத்னசாமி முதலிய தர்மிஷ்டர்கள் விரும்பவில்லை. ஹிந்துக்களுக்குள் இதர வகுப்பினர் பந்தி போஜனம், சம்பந்தங்கள் இல்லாதிருக்கும் வரை பஞ்சமரும் அப்படியே இருக்கலாமென்று ஸ்ரீரத்னசாமி சொல்லுகிறார். ஆனால், பஞ்சமரின் சேரிகளிலே கிறிஸ்தவப் பாதிரிகள் பள்ளிக்கூடங்கள் முதலியன வைப்பதுபோல நமது குருக்கள் ஏன் செய்யவில்லை? அவர்களுக்கு இந்து மதோபதேசம் செய்யும் கடமை யாரைச் சேர்ந்தது? அதற்கு மேற்படி மடாதிபதிகள் என் ஆளனுப்பவில்லை?"

இங்கே குறிப்பிடப்படும் ஸ்ரீரத்னசாமி என்பவர் "அகண்ட பாரத ஹிந்து சபை"யின் செயலாளர். சென்னை மாகாணத்தில் நடைபெற்ற மதமாற்றத்தைக் கண்டித்து அவர், "இந்து" ஏட்டிற்கு எழுதியிருந்தார். அதற்குப் பதில் அளிக்கும் வகையில்தான் பாரதி இந்தக் கட்டுரையை எழுதினார். கச்சிதமான கேள்விக்கணைகளை இதில் தொடுத்திருக்கிறார். பஞ்சமர்கள் மதம் மாறக்கூடாது என்கிறவர்கள், அவர்களுக்காக இதுவரை என்ன செய்தார்கள் என்று கேட்டிருக்கிறார். "நீங்களும் எதுவும் செய்யமாட்டீர்கள்! செய்பவர்களையும் திட்டுவீர்கள்! இது என்னப்பா நியாயம்?" என்று குத்தாமல் குத்தியிருக்கிறார். பஞ்சமர்கள் பிரச்சனையை மதமாற்றம் தீர்க்கப் போவதில்லைதான். ஆனால், அவர்கள் அப்படி மாறுவதற்குக் காரணம் இந்து மடாதிபதிகளின் வர்ணாஸ்ரமச் சிந்தனையே என்பதைப் பளிச்சென எடுத்துக்காட்டியிருக்கிறார் பாரதி.

இந்தச் சூழலில்தான் சாதி ஒழிப்புக்கான பல வழிகள் குறித்து சிந்தித்திருக்கிறார் பாரதி. நால்வருணத்தை ஏற்றுக்கொள்வது, ஆனால் கறாரான பிறப்பினால் மட்டும் அதை வகுத்திடாமல் குணநலன்களையும் - செயல்பாடுகளையும் கணக்கில்கொண்டு வரையறை செய்வது என்பது ஒருவழி. "பிராமணன் யார்?" என்ற கட்டுரையில் இதனையே "நமது தேசம் முன்போல கீர்த்திக்கு வரவேண்டுமானால் உண்மையான வகுப்புகள் ஏற்பட வேண்டும். பொய் வகுப்புகளும் போலிப் பெருமைகளும் நசிக்க வேண்டும். இது நம்முடைய வேத சாஸ்திரங்களின் கருத்து"

என்ற வார்த்தைகளில் கூறியிருக்கிறார் பாரதி. இந்தப் புதிய வியாக்கியானம் கோட்பாடு ரீதியில் நவீனமாகத் தெரிகிறதே தவிர, நடைமுறைக்கு வரும்போது அது தனது பழைய குணத்தையே பெற்றுவிடும் அபாயம் உடையது. இதை உணர்ந்திருந்ததாலேயோ என்னவோ, மற்றொரு மாற்று வழியையும் சொல்லுகிறார் பாரதி. அது என்னவெனில், அனைவரையும் 'பிராமணர்கள்' என ஆக்கிவிடுவது! இதோ பாரதியின் கூற்று-

"இந்தியா முழுவதையும் பிராமண தேசமாக செய்துவிட்டால் நல்லதென்பது என்னுடைய அபிப்பிராயம். எந்த சாதியாக இருந்தாலும் சரி, அவன் மாமிசப் பட்சணத்தை நிறுத்தும்படி செய்து, அவனுக்கு ஒரு பூணூல் போட்டு, காயத்ரி மந்திரம் கற்பித்துக் கொடுத்துவிட வேண்டும். பிறகு அவன் பிராமணனாகவே கருதப்பட வேண்டும். இதுதான் விவேகானந்தர் சொல்லிய உபாயம். கூடியவரை நல்ல உபாயமும்கூட. ஆனால், மேல்வகுப்பினர் தம்முடைய உயர்வை மறந்து கீழ்வகுப்பினருடன் கலத்தல் இதனினும் சிறந்த உபாயமாகும்."

"சாதிக் குழப்பம்" என்ற கட்டுரையில் உள்ள இந்த வழிமுறை காரியசாத்தியமில்லாதது. இந்திய மக்கள் அனைவரும் சைவர்கள் ஆவது என்பது நினைத்துக்கூடப் பார்க்க முடியாத விஷயம். அதுமட்டுமல்ல, அனைவரும் "பிராமணர்கள்" என்றால் அந்தச் சொல்லுக்கே அர்த்தமில்லாமல், தேவையில்லாமல் போய்விடுகிறது. பிறகு எதற்கு தொடர்ந்து அவைகளை "பிராமணர்கள்" ஆக்க வேண்டும்? இதுவும் பாரதியின் நெஞ்சில் இருந்திருக்கிறது. அதனால்தான் இறுதியாக இதனினும் "சிறந்த உபாயம்" ஒன்றைச் சொல்லியிருக்கிறார். அதுதான் "கீழ்வகுப்பினருடன் கலத்தல்!" இதுபற்றி அவர் இங்கே விவரிக்கவில்லை.

ஆனால், புதுச்சேரியில் இருந்த காலத்தில் - அதாவது 1917ல் அவர் எழுதிய "கடற்பாலத்தில் வர்ணாஸ்ரம சபை" என்கிற கட்டுரையில் சாதியம் ஒழிய கலப்புத் திருமணம் தேவை என்பதை இலக்கிய ரீதியில் கூறியிருக்கிறார். இந்தக் கட்டுரையில் மீன் பிடித்துக்கொண்டிருக்கும் ஒருவரைப் பார்த்து "இந்தச் செம்படவன் மகன் படித்து சாஸ்திரத் தேர்ச்சியடைந்து பிரமஞானியாகிவிட்டால் அவனுக்கு என் பெண்ணை விவாகம் செய்து கொடுப்பேன். அதில் தோஷமில்லை" என்று சேஷய்யங்கார் என்பவரைச் சொல்லவைக்கிறார். ஒரு சிறுகதை பாணியில் அமைந்த அதன் உச்சகட்டம் இதோ-

"இவர் பேசிக்கொண்டிருக்கும்போதே எங்கள் பக்கத்தில் ஒரு கிழவன் வந்து நின்றான். அவனுக்கு சுமார் அறுபது வயதிருக்கும் போல தோன்றிற்று. ஆனால், திடகாத்திரமுடையவன். அவன் சேஷய்யங்காருடைய பிரசங்கத்தை மிகவும் ஜாக்கிரதையாகக் கேட்டுக்கொண்டு வந்தான். சேஷய்யங்கார் சொல்லும் வார்த்தைகளில் ஒன்றிரண்டை கேட்டுப் புன்சிரிப்புச் சிரித்தான். ஓரிரண்டு வார்த்தைகள் அவன் முகத்திலே கோபக்குறி விளைவித்தன. நான் அவனைக் கையினால் சமிக்ஞை காட்டி என்னருகே வரும்படி சொன்னேன். சமீபத்தில் வந்தான். 'நீ என்ன சாதி?' என்று கேட்டேன். 'பறையன்' என்றான். இதைக் கேட்டவுடன் சக்கரவர்த்தி சேஷய்யங்கார் திரும்பிப் பார்த்தார்."

செம்படவன் மகன் படித்து முடித்து ஞானியானால் தனது மகளை மணமுடித்துத் தரத் தயார் என்ற ஐயங்கார், அதுவே 'பறையன்' மகன் என்றால் என்ன செய்வார்? என்கிற வினாவைத் தொக்கி நிற்கச் செய்து தனது படைப்பை முடித்திருக்கிறார் பாரதி. முழு சீர்திருத்தம் என்பது வாயளவில் இருக்க முடியாது. அது கடைக்கோடியில் வைக்கப்பட்ட சாதியாரோடும் மணவினை நடத்துவதில்தான் இருக்க முடியும் என்று அக்காலத்திற்கு மிகப் புதுமையான கருத்தை, அக்கால மனிதர்களுக்கு மிகவும் அதிர்ச்சி தரத்தக்க கருத்தை பவ்வியமாக முன்வைத்துவிட்டார்.

சாதிப் பிரச்சனையில் இந்த அளவுக்கு விரிந்த மனத்தோடு அன்று சிந்தித்த, எழுதிய, பிரச்சாரம் செய்த ஒரு மனிதநேயச் செல்வர் பாரதி. மிக உயர்ந்த குலமாகக் கருதப்பட்ட பிராமணக் குலத்திலிருந்து உதித்த ஒருவர் இப்படி சாதியத்தை ஒழிக்கக் குரல் கொடுத்தது வரலாற்று முக்கியத்துவமுடையது. சுய சாதி மறுப்பை, சுய சாதி விமர்சனத்தை வலுவாக முன்வைத்த முதல் கவிஞரும் இவரே. தனக்கிருந்த சூழலால் தனக்கு கிடைத்த ஞானத்தை பிறருக்காக-அடித்தட்டு சாதியினருக்காக- பயன்படுத்திய பண்பாளர், பேராண்மையாளர் பாரதி. ஒடுக்கப்பட்ட சாதியினருடன் தன்னை ஐக்கியப்படுத்திக்கொண்ட உண்மையான தன்னல மறுப்பாளர். இதுதான் கனகசுப்புரத் தினத்தை பாரதிதாசன் ஆக்கியது.

பிராமண, ஷத்திரிய, வைசிய, சூத்திர நால்வருணங்கள், அப்புறம் பஞ்சமர் என்று கூறப்பட்டாலும், சென்னை மாகாணத்தைப் பொறுத்தவரை இந்து சமூகமானது பிராமணர், சூத்திரர், பஞ்சமர் என்று நடைமுறையில் மூன்று வகையாகவே பிரிந்து நின்றது. பஞ்சமர் தவிர்த்த பிராமணரல்லாத அனைவரையும் சூத்திரர் என்று

பிராமணர்கள் காலப்போக்கில் பாவிக்கத் துவங்கியிருந்தனர். இது ஒரு முக்கோணப் போராட்டத்திற்கு வழி வகுத்தது. இந்தப் போராட்டத்தில் பாரதியின் அனுதாபம் பஞ்சமர்கள்பாலும் இருந்தது. சூத்திரர்கள்பாலும் இருந்தது.

வேளாளர் குலத்தை வைசியர் எனக் கூறாமல் "சற்சூத்திரர்" என்று சென்னை மாகாண அரசு குறிப்பிட்டபொழுது கனகசபை பிள்ளை என்பவர் 1908ல் "வருண சிந்தாமணி" எனும் நூலை வெளியிட்டார். இந்த நூலிற்கு பாரதி பாயிரம் தந்தார். அது இப்படித் துவங்கியது:

"செந்தன்மை பூண்டொழுகுத் திறத்தானே
அறவோர்தம் சிறப்பு வாய்ந்த
அந்தணர் அப்பிரம நிலை அறிகு நாரே
பிராமணர் என்றளவின் நூற்கள்
சந்ததமும் கூறியதைத் தேராமே
பிறப்பு ஒன்றாற் தருக்கி நாமே
எந்த நெறியுடைய பிறர் எனினும் அவர்
சூத்திரர் என்று இகழ்கின்றே மால்."

பிராமணரல்லாதார் அனைவரும் சூத்திரர்கள் என்று அழைக்கப்பட்ட கொடுமையை இதில் பாரதியார் கண்டித்திருக் கிறார். சமூக ரீதியில் அவர்கள் இழிவாக நடத்தப்பட்டதுகண்டு அவர் குமுறியிருக்கிறார். அ.மாதவையாவும் இந்தப்படியாகவே சிந்தித்ததை ஏற்கெனவே கண்டோம்.

புதுச்சேரியிலிருந்து திரும்பிய பாரதி தனது மனைவியின் ஊராகிய கடையத்தில் சிலகாலம் தங்கியிருந்தார். அங்குள்ள பிராமணரல்லாதாருடன் அவர் மிகுந்த நேசபாவத்துடன் பழகினார். அவர்களது இல்லங்களுக்குச் சென்று உணவருந்தினார். இதெல்லாம் அந்தக் காலத்தில் மிகப் பெரிய விஷயங்கள். அங்கே சங்கரன் பிள்ளை என்பவர் பாரதியின் நண்பரானார். அவர் பாரதியிடம் செய்தி ஒன்றைக் கூறினார். அதாவது, உள்ளூர் பள்ளிக்கூடத்தில் நாடார் சமூகத்தைச் சார்ந்த இரண்டு பிள்ளைகளைச் சேர்த்ததால் அதன்பின் ஒரு பிராமணப்பிள்ளைகூட அந்தப் பள்ளிக்கூடத்துக்கு வரவில்லை என்பதாகும். இதனைக் கேட்டு பாரதி மிகவும் நொந்து போய்விட்டார். தனது வெந்த உள்ளத்தை பின்னர் அவர் ஒரு கட்டுரையாக வடித்திருக்கிறார்.

"எழுத்துத் தெரிந்த சூத்திரனை மிகவும் தொலைவில் விலக்கிவிட வேண்டும் என்கிற வினோத விதியொன்று மனுஸ்மிருதியிலே காணப்படுகிறது" என்று கூறி அதனைத் "தொழிலாளர்" என்ற கட்டுரையில் கண்டித்திருக்கிறார் பாரதி. அவ்வளவு ஏன்?

"சூத்திரனுக்கு ஒரு நீதி தண்டச்

சோறுண்ணும் பார்ப்புக்கு வேறொரு நீதி

சாத்திரஞ் சொல்லிடுமாயின் - அது

சாத்திரமன்று சதியென்று கண்டோம்"

என்று பிரகடனப்படுத்திய மாகவிஞன் அல்லவா அவர்!

இப்படி சூத்திரர்களுக்காகக் குரல் கொடுத்த பாரதியின் காலத்திலேயே நீதிக்கட்சி வந்துவிட்டது. பிராமணரல்லாதார் இயக்கம் எழுந்துவிட்டது. இவை பற்றிய பாரதியின் கணிப்புகள் மிகவும் சுவாரஸ்யமானவை. முதலில் அவரின் எழுத்துகளிலேயே அவற்றைப் படித்துக்கொள்வோம்.

1. "சென்னைப் பட்டணத்தில் நாயர் கட்சிக் கூட்டமொன்றில் பறையரைவிட்டு இரண்டு, மூன்று பார்ப்பனரை அடிக்கும்படி தூண்டியதாகப் பத்திரிகைகளில் வாசித்தோம். ராஜாங்க விஷயமான கொள்கைகளில் அபிப்பிராய பேதமிருந்தால் இதை சாதிபேதச் சண்டையுடன் முடிச்சுப்போட்டு அடிபிடிவரை கொண்டுவருவோர் இந்த தேசத்தில் இந்து தர்மத்தின் சக்தியை அறியாதவர்கள்" (பஞ்சமர்).

2. "இந்து பிராமணரல்லாதார் கிளர்ச்சி காலகதியில், தானே மங்கி அழிந்துவிடுமென்று நிச்சயிப்பதற்கும் போதிய காரணங்களிருக்கின்றன. முதலாவது, இதில் உண்மையில்லை. உண்மையாகவே இந்தியாவில் சாதி பேதங்கள் இல்லாமல் செய்துவிட வேண்டுமென்ற ஐக்கிய புத்தியுடையோரில் மிகச் சிலரே இந்தக் கிளர்ச்சியில் சேர்ந்திருக்கிறார்கள். பெரும்பாலும் சர்க்கார் அதிகாரங்களையும், ஜில்லா போர்டு, முனிசிபாலிட்டி, சட்டசபை முதலியவற்றில் கௌரவ ஸ்தானங்களையும், தாமே அடைய வேண்டுமென்ற ஆவலுடையவர்களே இக்கிளர்ச்சியின் தலைவராக வேலை செய்து வருகிறார்கள்."

3. "பிராமணரல்லாதார் என்றொரு வகுப்பு இந்தியாவில் கிடையவே கிடையாது. ஒன்றோடொன்று சம்பந்தம், பந்தி போஜனம் செய்துகொள்ள வழக்கப்படுத்தாத ஆயிரக்கணக்கான வகுப்புகள் இந்துக்களுக்குள்ளே நெடுங்காலமாக இருந்து

வருகின்றன. இவற்றுள் பிராமணர் ஒரு வகுப்பினர். இங்ஙனம் வகுப்புகளாகப் பிரிந்திருத்தல் குற்றமாயின் அக்குற்றம் பிராமணரை மாத்திரமே சார்ந்ததாகாது. எல்லா வகுப்பினரையும் சாரும்."

4. "உண்மையாகவே இந்தியாவில் சாதி பேதங்கள் இல்லாமல் சமத்துவக் கொள்கை வெற்றியடைய வேண்டுமென்றால், அதற்கு ஸ்வராஜ்ய ஸ்தாபனமே சரியான உபாயம். ஸ்வராஜ்யம் கிடைத்தால் சட்டசபைகளில் எல்லா சாதி மேதாவிகளும் கலந்திருப்பார்களாதலால், அந்த சபைகளின் மூலமாக இந்தியாவில் முதலாவது ராஜரீக வாழ்வில் சமத்துவக் கொள்கையை நிறுத்திவிடலாம். பிறகு சமூக வாழ்விலும் அக்கொள்கை, தானே பரவிவிடும். இதைவிட்டுப் பொய்யும் புலையுமாக திராவிடர்க ளென்றும், ஆரியரென்றும் உள்ள பழைய சொற்களுக்குப் புதிய அபாண்டமான அர்த்தங்கள் கற்பித்துக்கொண்டு வீண் சண்டைகள் வளர்ப்பதனால், இந்து சமூகத்துக்கே கெடுதி விளையக்கூடும். எந்த வகுப்புக்கும் அனுகூலம் ஏற்படாது" (சாதி பேத விநோதங்கள்).

"நாயர் கட்சி" என்று இங்கு பாரதி குறிப்பிடுவது நீதிக்கட்சி யையே. டாக்டர் டி.எம்.நாயர் அக்கட்சியின் ஸ்தாபகர்களில் ஒருவர். அக்கட்சி பிராமணர்களுக்கு எதிராக வன்முறையில் இறங்கியதைப் பாரதி வன்மையாகக் கண்டித்திருக்கிறார். சாதிய ஒடுக்கு முறையினை பிராமணர்கள் மட்டுமல்லாது இதர உயர் சாதியினரும் பிரயோகித்து வந்ததை மிகச் சரியாகச் சுட்டிக்காட்டியிருக்கிறார். நீதிக்கட்சிக்காரர்களுக்கு சாதியத்தை முற்றிலுமாக எதிர்க்கும் நோக்கம் கிடையாது, அது உண்மையில் பிராமணரல்லாத உயர் சாதியினரின் கட்சி என்பதைச் சொல்லாமல் சொல்லியிருக்கிறார். "திராவிடர்", "ஆரியர்" என்கிற சொற்களுக்கு அன்றைக்கே வரலாற்றுபூர்வமற்ற அர்த்தங்கள் கொடுக்கப்படத் துவங்கியிருப்பதையும் கச்சிதமாக எடுத்துக்காட்டியிருக்கிறார்.

இவையெல்லாம் சரிதான். ஆனால், "பிராமணரல்லாதார் என்றொரு வகுப்பு இந்தியாவில் கிடையவே கிடையாது" என்று கூறியிருக்கிறார் பாருங்கள். அதுவொரு சாதுரியமான வாதமே தவிர, அதில் சாரம் இல்லை. அரசியல் - சமூக வாழ்விலும் அரசுப் பணிகளிலும் அன்று பிராமணர்கள் ஆதிக்கம் செலுத்தியதால் அதற்கடுத்த படியிலிருந்த பிராமணரல்லாத உயர் சாதியினர் போரிடத் துவங்கினர். அவர்கள் தங்களுக்காகத்தான் போராடினார்கள், தங்களுக்கு கீழிருந்தவர்களுக்காகப் போராடவில்லைதான். ஆனால், தங்களுக்கு மேலிருந்தவர்களை எதிர்த்துப் போராடியதும்

முக்கியத்துவமுடையதே. சமூக நீதிக்கான போராட்டம் அப்படித்தான் துவங்க முடியும். பிராமணியத்தை எதிர்க்கக்கூடிய ஆற்றல் அதற்கடுத்த படியிலிருந்த பிராமணரல்லாதவரிடம்தான் இருக்க முடியுமே தவிர, அடியில் நசுங்கிக் கிடந்த பஞ்சமர்களிடம் அன்று இல்லை... இருக்க முடியாது.

பிராமணரல்லாதாரின் போராட்டத்திலிருந்த இந்த நியாயத்தன்மையை பாரதியால் பார்க்க முடியாமல் போனதற்கு முக்கிய காரணம் அவர்கள் ஏகாதிபத்திய ஆட்சியை எதிர்க்க முன்வராததுதான். பிராமணியத்தை எதிர்க்கிறோம் என்ற பெயரில் அவர்கள் பிரிட்டிஷ் ஏகாதிபத்தியத்துடன் உறவாட ஆரம்பித்தனர். இதுகண்டு கொந்தளித்துதான் அவர்களைச் சாடினார் பாரதி. “பிசாசே ஆனாலும் அதற்குரியதைக் கொடுத்துவிடு” என்று ஒரு பழமொழி உண்டு. ஏகாதிபத்தியத்தை அவர்கள் ஆதரித்தாலும், பிராமணரல்லாதவர்களுக்கு அரசுப் பணிகளில், கல்வித்துறையில் போதிய வாய்ப்பு தரப்பட வேண்டும் என்கிற அவர்களின் கோரிக்கையை தேசியவாதிகள் ஆதரித்திருக்க வேண்டும். அதைவிடுத்து பதவி ஆசையுடையவர்கள் என்று நிந்தித்து பயன் என்ன? காங்கிரசில் ஒரு பகுதியினரும் அப்படிப்பட்டவர்கள்தாம் என்கிற உண்மை வேறு இருந்தது.

பாரதியைப் பொறுத்தவரையிலோ அரசியல் சுதந்திரம் கிடைத்துவிட்டால் சமூக சுதந்திரம் “தானே பரவிவிடும்” என்று மனமாற நம்பியிருக்கிறார். அப்படியெல்லாம் அதை முடித்தால் இது தானாக முடியும் என்று வாழ்க்கை இல்லை. இரண்டையும் அக்கம்பக்கமாகச் செய்ய வேண்டியிருந்தது. இதனை தேசியவாதிகள் உணராமல் போனதுதான் பின்னாளில் பெரியாரை நீதிக்கட்சியின்பால் தள்ளியது என்பதைப் பார்க்கப்போகிறோம்.

அதேநேரத்தில், சாதியத்திற்கும் பொருளியல் வாழ்விற்குமுள்ள தொடர்பு குறித்து பொதுவான கருத்தோட்டம் பாரதிக்கு இருக்கவே செய்தது. ஏற்கெனவே கூறப்பட்டுள்ள “சாதிக் குழப்பம்” கட்டுரையில் கீழ்வருமாறும் கூறியுள்ளார்.

“இந்தியாவில் விசேஷக் கஷ்டங்கள் இரண்டு. பணமில்லாதது ஒன்று. சாதிக் குழப்பம் இரண்டாவது... பெரும்பாலும் தாழ்ந்த சாதியர்களே அதி ஏழைகளாக இருக்கிறார்களென்பது மறுக்கமுடியாத விஷயம். உழைப்பும் அவர்களுக்குத்தான் அதிகம். அதிக உழைப்பு நடத்தி வரும் வகுப்பினருக்குள்ளே அதிக வலுவு ஏற்படும் அநீதி உலகம் முழுதிலுமிருக்கிறது எனினும்,

நம்முடைய தேசத்தைப்போல் இத்தனை மோசமான நிலைமை வேறெங்குமில்லை.”

தேசத்தின் இரண்டு அடிப்படைப் பிரச்சனைகளை இங்கே அடையாளம் காட்டிய பாரதி, இரண்டும் ஒன்றோடு ஒன்றாய் பின்னிக்கிடப்பதையும் எடுத்துக்காட்டியிருக்கிறார். 19ம் நூற்றாண்டிலும் நிலைமை இதுதான். இங்கே வருணங்களே வர்க்கங்களாக இருந்தன. ஆனால், 20ம் நூற்றாண்டின் துவக்கத்தில் பல வருணங்களிலிருந்தும் தொழிலாளர்கள் என்கிற புதிய வர்க்கம் மெல்ல, மெல்ல எழுந்து நின்றது. இதனையும் கூர்ந்து கவனித்திருக்கிறார் பாரதி. வேறொரு கட்டுரையில் அவர் கூறியிருந்தார்:

“முதலாளி, தொழிலாளி எனும் கக்ஷிபேதமே நமது நாட்டுக்குப் புதிது. நூலாசிரியரும் வீதி பெருக்குவோரும் ஓரினமாகச் சேர்ந்து வைசியருக்கு விரோதமாகப் போராடுதல் நமது தேசத்தில் நேற்றுவரை நினைக்கொணதாதோர் செய்தியாக இருந்தது. இன்று ஸாத்யமாகிவிட்டது. இது ஐரோப்பிய தொழில் முறைகளும், கொள்கைகளும் நம்முடைய தேசத்தில் பரவுவதால் ஏற்படும் இன்றியமையாத விளைவாகும்.”

வருணங்கள் சாதிகள் என்ற வடிவத்தில் நீடிக்கும்போதே புதிய வர்க்கங்கள் உருவாகத் தொடங்கின. பழைய உண்மைக்குள்ளிருந்தே புதிய உண்மை பிறந்தது. முதிர்ந்த பழைய உண்மையும் புதிதாய்ப் பிறந்த புதிய உண்மையும் அக்கம்பக்கமாய் இருந்தன. இரண்டையும் கணக்கில்கொண்டு ஒரு புதுப்பாதை காண வேண்டிய திருப்புமுனையில் தமிழகம் நின்றது. இதனைக் கோடிகாட்டினார் பாரதி. இதனை ஆழமாய் ஆராயும்முன் அவர் காலம் அகாலமாய் முடிந்துபோனது.

25

மாதர் விடுதலைக்கு பத்து அம்சத் திட்டம்

மாதர் விடுதலையில் தனது இளமைக்காலந் தொட்டே வெகு அக்கறை காட்டியவர் பாரதி. சென்னைக்கு வந்து சுதேசமித்திரனில் துணை ஆசிரியராகப் பொறுப்பேற்ற அந்த 1904 காலத்திலேயே மாதர்களுக்கென்றே துவக்கப்பட்ட "சக்கரவர்த்தினி" ஏட்டிற்கும் ஆசிரியராகத் திகழ்ந்தவர் பாரதி. 1905ல் கல்கத்தா அருகில் உள்ள டம்டம் எனுமிடத்தில் விவேகானந்தர் இயக்கத்தைச் சார்ந்த நிவேதிதா அம்மையாரைச் சந்தித்த பிறகு பெண்ணுரிமை இயக்கத்தின் முக்கியத்துவம் குறித்து அவர் மேலும் தெளிந்தார். "ஐயா! மாதர்களை இருட்டிலே தள்ளிவிட்டு, அவர்கள் அறியாமல் நீங்கள் மேலான நிலைமைக்கு வந்துவிட முயல்வது வீண் முயற்சி. அது எப்போதும் நடக்கமாட்டாது'' என்றார். இந்த வசனத்தை ஒவ்வொரு தேசாபிமானியும் மனதிலே பதித்துக்கொள்ளும்படி விரும்புகிறோம்" என்று பாரதியே "இந்தியா"ஏட்டில் (9.2.1907) எழுதியிருக்கிறார்.

பெண் கல்வியில் முதலில் இறங்கியவர்கள் கிறிஸ்தவ போதகர்களே என்பதைக் கண்டோம். இதனை பாரதி உணர்ந்திருந்தார். "இந்தியா" ஏட்டில் (29.9.1906) இதுபற்றி இவ்வாறு எழுதியிருந்தார்...

"ஐய்யோ! எத்தனை வருஷங்களாக 'பெண் கல்வி வேண்டும்', 'பெண் கல்வி வேண்டும்' என்று கூச்சலிட்டதெல்லாம் நமது பெண்கள் பாதிரிப் பள்ளிக்கூடத்திற்குப்போய் பைபிள் வாசித்துக்கொண்டு வரும்பொருட்டாகத்தானா? வருங்காலத்தில் இந்தப் பெண்களா தாய்மாராகி நமது சாதி (Nation)க்கு காப்புத் தெய்வங்களாக இருக்கப்போகிறார்கள்? இதில் கிறிஸ்தவர்களைப் பழி கூறுகிறவர் மூடன். குற்றமெல்லாம் நம்மவர்களின் பேரிலேயே இருக்கிறது. கிறிஸ்தவ குருமார்கள் மத அபிவிருத்திக்கு முக்கிய துணையாகக் குழந்தைப் பள்ளிக்கூடங்கள் வைத்து நடத்துகிறார்கள். நமது குருமார்கள் என்ன செய்கிறார்கள்? இவர்கள் நிலைமையை நினைக்கும்போதே வெட்கமாயிருக்கிறது. குருமார் இப்படியிருப்பதால் சாதாரண ஜனங்கள் அவர்களுடைய

காரியங்களை நமது பொறுப்பாக்கிக் கொள்வது கடமையாகிறது. இந்த விஷயத்தில் நம்மவர்கள் சர்வ ஜாக்கிரதையுடன் வேலை செய்ய வேண்டும். ஒவ்வொரு கிராமத்திலும் ஒரு பெண் பாடசாலை ஏற்படுவது நமது தேசாபிமான விருத்திக்கு முதல்படி என்று சொல்லலாம்.”

பஞ்சமர்கள் விஷயத்தில் இந்து மடாதிபதிகள் பாராமுகமாக இருந்ததை எப்படிக் கண்டித்தாரோ, அதேபோன்று அவர்கள் மாதர் விஷயத்தில் இருந்ததையும் கண்டிக்க அவர் தயங்கவில்லை. அவரது நெஞ்சம் எப்பொழுதும் ஒடுக்கப்பட்ட மாந்தருக்காகவே துடித்தது. தாங்களும் மாதர்களுக்கு கல்வி புகட்டாமல், அதைச்செய்த பாதிரியார்களையும் குறைசொல்லி வந்த வைதீகர்களின் போக்கு பாரதிக்கு பெரும் எரிச்சலைத் தந்தது. கிறிஸ்தவ போதகர்கள் இந்தியப் பெண்களுக்கு கல்வி வழங்கியது பற்றி அவருக்கு இருந்த ஒரே ஐயப்பாடு எல்லாம் எங்கே அவர்கள் சுதேசிய எதிர்ப்பை விதைத்துவிடுவார்களோ என்பதுதான். சுதேசிய உணர்வை வளர்க்க பெண் கல்வியை நாமே நமது பெண்களுக்கு வழங்க வேண்டும் என்பது அவரது அவா. எனவே, அவர் எழுதினார்-

“பெண்கள் கல்வி கற்றுத் தேர்ந்து தங்கள் நாயகர்களுக்கு உதவியும் அவர்கள் காரியங்களிலும் சுதேசாபிமானம் நிலையிடும் விதத்திலும் உதவிபுரிய வேண்டும்” (“இந்தியா” 5.1.1907). இதையே இன்னும் சற்று விரிவாக அடுத்து (“இந்தியா” 16.3.1907) எழுதினார்.

“சந்திரன் வேண்டும் என்று அழும் குழந்தைகளைப்போல ‘ஸ்வராஜ்யம் வேண்டும்’ என்று முணுமுணுத்துக் கொண்டிருப்ப தால் நமக்கு சுயாதீனம் வந்துவிடாது. இதற்குப் பல வழிகள் இருந்தபோதிலும், அவற்றிலே ஸ்திரீகளின் நிலைமையை உயர்த்த வேண்டுவது முக்கியமானதொன்று. தேசபக்திச் சிந்தனை குழந்தைகளுக்கு தாய்ப்பாலுடன் ஒத்தே ஊட்டப்பெறும் வண்ணமாக ஸ்திரீகளுக்கு தேசாபிமான பயிற்சி கொடுக்க வேண்டும்.” எந்தவொரு சமூகப் பிரச்சனையையும் அன்றைய ஆகப்பெரும் பிரச்சனையாக இருந்த தேச சுதந்திரப் போராட்டத்தோடு பிணைத்துப் பார்க்கிற பாரதியின் கண்ணோட்டத்தை இங்கும் தரிசிக்க முடிகிறது.

ஏகாதிபத்தியத்தால் குறிவைக்கப்பட்டு புதுச்சேரியில் அல்லல் மிகுந்த வாழ்வை நடத்திவந்த வேளையிலும் மாதர் விடுதலையைப் பாரதி மறக்கவில்லை. “பெண் விடுதலைக்குத் தமிழ்ப் பெண்கள்

செய்யத்தக்கது யாது?" என்ற தலைப்பில் கட்டுரை ஒன்றை எழுதி பெண்கள் கூட்டத்தில் அதனைத் தனது புதல்வி தங்கம்மாளைக் கொண்டு வாசிக்க வைத்தார். அதிலே "பெண் விடுதலைக்காக இந்த க்ஷணத்திலேயே தர்ம யுத்தம் தொடங்குங்கள்" என்கிற அறைகூவல் இருந்தது. "தர்மயுத்தம்" என்றது ஆணாதிக்கத்தை எதிர்த்து வீட்டுக்குள்ளேயே காந்திய வழியிலான சத்தியாக்கிரகம் ஆகும். தென்னாப்பிரிக்காவில் வெள்ளையர்களை எதிர்த்து காந்திஜி பயன்படுத்திய ஆயுதத்தை உள்நாட்டில் ஆண்மக்களின் அடாவடித்தனங்களை எதிர்த்துப் பயன்படுத்துமாறு பாரதி வழி சொல்லிக்கொடுத்தார்.

புதுச்சேரியில் இருந்த காலத்தில் (1914-15) பாடியதுதான் அந்தப் புகழ்பெற்ற 'பெண்கள் விடுதலைக் கும்மி.' அது இந்தியப் பெண்களின் கொள்கைப் பிரகடனம் எனலாம்.

"கற்பு நிலையென்று சொல்ல வந்தார் இரு
கக்ஷிக்கும் அஃது பொதுவில் வைப்போம்
வற்புறுத்திப் பெண்ணைக் கட்டிக் கொடுக்கும்
வழக்கத்தை தள்ளி மிதித்திடுவோம்
பட்டங்கள் ஆள்வதும் சட்டங்கள் செய்வதும்
பாரினிற் பெண்கள் நடத்த வந்தோம்
எட்டும் அறிவினில் ஆணுக்கிங்கே பெண்
இளைப்பில்லை காண் என்று கும்மியடி"

ஆணுக்கும் கற்பு வேண்டும் என்பதே முன்னறியாப் புதுக்கோரிக்கை. பலதார மணம் என்பது பாரதி காலத்திலும் சர்வசாதாரணமாக இருந்து வந்தது. ராமனின் பெருமை பற்றி பேசும்போது ஒருதார மணத்தை சிலாகித்துக் கொள்வார்களே தவிர, பொது ஒழுக்கத்தின் ஒரு முக்கியக் கூறாக அது இந்து சமூகத்தில் இருந்ததே இல்லை. இந்து தர்ம சாஸ்திரக்காரர்களும் சரி, மடாதிபதிகளும் சரி, அதனை வற்புறுத்தியதே இல்லை. ஐரோப்பாவிலிருந்து வந்த கிறிஸ்தவ போதகர்கள்தான் முதன்முதலில் பலதார மணத்தை எதிர்த்துப் பிரச்சாரம் செய்தார்கள். தங்கள் மதத்தில் பலதார மணத்திற்கு இடமேயில்லை என்று அவர்கள் திட்டவட்டமாகச் சொன்னார்கள். அதேநேரத்தில் விவாகரத்துக்கும் தங்கள் மதத்தில் இடமுண்டு என்றார்கள். அடித்தட்டு சாதியினர் கிறிஸ்தவத்திற்கு மாறியதற்கு இதுவும் ஒரு காரணமாகும். அவர்களைப் பொறுத்தவரை ஏற்கெனவே இந்தப் பழக்கம் இருந்ததால் அவர்களுக்கு இது பெரிய பிரச்சனையாக இல்லை.

உயர் சாதிக்கார ஆண்களுக்கு கிறிஸ்தவ போதகர்களின் பிரச்சாரம் வேம்பாய் கசந்ததற்கு இதுவும் ஒரு காரணமாகும்.

பாரதியோ இங்கே தனித்து நிற்கிறார். அவர் மதமாற்றத்தை விரும்பவில்லை. அதேநேரத்தில் ஆணாதிக்கத்தையும் ஆதரிக்க வில்லை. எனவே, கற்பு என்பதை இருபாலருக்கும் பொதுவாக்கி தனது சமூகத்தை சீர்திருத்த முனைகிறார்.

மணவாழ்வில் சமத்துவம் நாடியது ஒரு புதுமை என்றால் பொதுவாழ்விலும் சமத்துவம் நாடியதை ஒரு சமூகப்புரட்சி என்றே சொல்லலாம். பாரதி காலத்தில் பெண்களுக்கு படிப்பு இல்லை என்பது மட்டுமல்ல, ருதுவாவதற்கு முன்பே திருமணம் செய்து கொடுத்துவிடுவார்கள். அதற்குப் பின்பு ‘படிதாண்டாப் பத்தினி’களாக வீட்டுக்குள்ளேயே முடங்கிக் கிடக்க வேண்டும். குறிப்பாக, உயர் சாதிப் பெண்களின் நிலை இதுதான். அடித்தட்டு சாதிப் பெண்கள் படி தாண்டுவார்கள். எதற்கு என்றால், படிக்க அல்ல! கூலி வேலை பார்க்க! இத்தகைய சூழலில் பெண்கள் ‘பட்டங்கள் ஆள்வது’ பற்றி-அதாவது பல்கலைக்கழகப் பட்டங்கள் பெறுவது பற்றி - பெண்கள் ‘சட்டங்கள் செய்வது’ பற்றி - அதாவது எம்எல்ஏ, எம்.பி. ஆவது பற்றி - பாரதி பாடியிருக்கிறார் என்றால் எவ்வளவு பெரிய துணிச்சல் இருக்க வேண்டும். அன்று அவர் போட்ட விதைதான் இன்று ஓரளவுக்காகிலும் பலன் கொடுத்துள்ளது.

இதற்கெல்லாம் உச்சம் அந்தக் கடைசி வரிகள். பெண் கல்வியை ஆதரித்த வேதநாயகம் பிள்ளைகூட அறிவுத்துறையில் பெண்கள் ஆண்களுக்கு சமதை ஆகமுடியாது என்றுதான் கருதியிருந்தார் என்பதைக் கண்டோம். இயற்கையிலேயே பெண், ஆணுக்கு ஒருபடி கீழ்தான் என்று ஆண், பெண் சகலமும் நம்பி வந்த காலமது. ஏதோ அறிவியல் ரீதியாக நிரூபிக்கப்பட்ட உண்மை போன்று அதை எடுத்துக்கொண்டிருந்தார்கள். பாரதியோ தனது பகுத்தறிவுத் திறத்தால் ‘எட்டும் அறிவினில்’ ஆணுக்குப் பெண் குறைந்தவளல்ல என்கிறார். எட்டும் அறிவினில் எனும்போது எதிர்கால அறிவுத் திறனையும் உள்ளடக்கிச் சொல்லியிருக்கும் பாங்கு வியக்கத்தக்கது.

இதேகாலத்தில் பாடிய இன்னொரு கவிதை ‘புதுமைப்பெண்’. இதிலே இதே சமத்துவச் சிந்தனைகள் பீறிட்டுக் கிளம்பியுள்ளன.

“நாணும் அச்சமும் நாய்கட்கு வேண்டுமாம்
ஞான நல்லறம் வீர சுதந்திரம்

பேணு நற்குடிப் பெண்ணின் குணங்களாம்"

என்று நற்குடிப் பெண்ணுக்கு புதிய இலக்கணம் வகுத்துவிட்டார். அச்சம், மடம், நாணம், பயிர்ப்பு எல்லாம் நாய்களுக்கு எறியப்பட்டுவிட்டது. பெண்களுக்கோ 'ஞான நல்லறம் வீர சுதந்திரம்' வழங்கப்பட்டுவிட்டது. இதற்கு கீழ்வரும் வியாக்கியானம் தரப்பட்டுவிட்டது.

"உலக வாழ்க்கையின் நுட்பங்கள் தேரவும்
ஒது பற்பல நூல்வகை கற்கவும்
இலகு சீருடை நாற்றிசை நாடுகள்
யாவுஞ் சென்று புதுமை கொணர்ந்திங்கே
திலக வாணுதலார் நங்கள் பாரத
தேசம் ஓங்க உழைத்திடல் வேண்டுமாம்
விலகி வீட்டிலோர் பொந்தில் வளர்வதை
வீரப் பெண்கள் விரைவில் ஒழிப்பாராம்"

'படி தாண்டாப் பத்தினிகளை' வீட்டுப் பொந்தின் படி தாண்ட மட்டும் சொல்லவில்லை. உலக நாடுகளுக்கெல்லாம் விஜயம் செய்யச் சொன்னார். அங்குள்ள புதுமைகளையெல்லாம் இங்கு கொணர்ந்து பாரத தேசம் ஓங்க பணியாற்றச் சொன்னார். இன்றைக்கு ஒரு கவிஞன் இதைப் பாடினால் அது புதுமையில்லை. அன்றைக்கு - பிராமண ஆண்களும் கடல் தாண்டக்கூடாது என்றிருந்த காலத்தில் - இதை முழங்கினார் பாருங்கள். அதுதான் அதிசயம்! அற்புதம்! காலம்தான் எது புதுமை என்பதைத் தீர்மானிக்கிறது என்பதற்கு இதுவொரு நல்ல எடுத்துக்காட்டு!

ஒரு பிரபலமான அறிவுஜீவியாகக் கருதப்பட்ட சீனிவாச சாஸ்திரியார் தனது புதல்வியை ருதுவான பிறகு திருமணம் செய்து கொடுத்தார். அன்றைக்கு இதுவே ஒரு பெரிய விஷயம். குழந்தை மணம்தான் அன்றைக்கு வழக்கிலிருந்தது. பாரதிக்கு திருமணம் ஆகும்போது அவருக்கு வயது 12, செல்லம்மாவுக்கு வயது 7. குழந்தை மணத்தின் கொடுமையை அவரே அனுபவித்திருந்தார். இதனைத் தனது சுயசரிதையில் உள்ளக் குமுறலோடு இப்படி பாடியுமிருந்தார்:

"பால் அருந்து மதலையர் தம்மையே
பாதகக் கொடும் பாதகப் பாதகர்
மூலத்தோடு குலங்கெடல் நாடிய
மூட மூட நிர்மூடப் புலையர் தாம்
கோலமாக மணத்திடைக் கூட்டும் இக்

கொலை எனுஞ் செயல் ஒன்றினை உள்ளவும்
சாலவின்னும் ஓராயிரம் ஆண்டு இவர்
தாதராகி அழிகெனத் தோன்றுமே"

எத்தனை பாதகர், எத்தனை மூடர் போட்டிருக்கிறார் பாருங்கள். இப்படியொரு திட்டு வேறு யாரையும் அவர் திட்டியதில்லை. குழந்தை மணம் செய்விப்போரை கொலைகாரர்கள் என்றே சாடிவிட்டார். இத்தகையதொரு சூழலில்தான் சீனிவாச சாஸ்தி ரியார் ருதுவானதற்குப் பிறகு தனது புதல்விக்குத் திருமணம் செய்கிறார். இதனைப் பாராட்டி பாரதி, சுதேசமித்திரனுக்கு ஒரு கடிதம் (7.7.1916) எழுதினார். "குழந்தைக் கல்யாணம் வேதோக்த மென்றும், தெய்வக் கட்டளையென்றும் இவர் நம்பவில்லை. இடைக்காலத்தில் நம் சாதியார் அறிவும், தைரியமும், சக்தியும் இழந்துவிட்ட பிறகு வந்து நுழைந்த அசம்பாவித வழக்கங்களில் இதுவும் ஒன்று என்பது ஸ்ரீசாஸ்திரியாரின் கொள்கை. இந்தக் கொள்கையை நமது நாட்டில் எத்தனையோ ஜனங்கள் மனதிற்குள்ளேயே அங்கீகாரம் செய்துகொண்டிருக்கிறார்கள். இங்ஙனம் ஒப்புக்கொண்ட பிறகும் புதிய சீர்திருத் தத்தை நடைமுறையிலே கொண்டுவருவதற்கு தைரியமில்லை" என்று அன்றைய தமிழகத்தின் பொதுவான நிலையை எடுத்துக்காட்டி, அதிலே சாஸ்திரியின் செயல் தனித்து நிற்பதைப் பாராட்டியிருக்கிறார்.

மாதர் விடுதலை பற்றி பாரதிக்கு ஒரு ஒட்டுமொத்தமான பார்வை இருந்தது. ஏதோ போகிறபோக்கில் சொல்லிச் சென்ற விஷயமல்ல இது. அன்றைய தமிழகத்தில் மாதர் விடுதலைக்குச் செய்ய வேண்டிய உடனடிச் செயல்கள் என்று அவர் மிக அழகாகத் தொகுத்துக் கொடுத்திருக்கிறார். அது வருமாறு:

"பெண்களுக்கு விடுதலை கொடுப்பதில் இன்னும் முக்கியமான ஆரம்பப் படிகள் எவையென்றால்-

1. பெண்களை ருதுவாகு முன்பு விவாகம் செய்து கொடுக்கக்கூடாது.
2. அவர்களுக்கு இஷ்டமில்லாத புருஷனை விவாகம் செய்து கொள்ளும்படி வற்புறுத்தக்கூடாது.
3. விவாகம் செய்துகொண்ட பிறகு அவள் புருஷனைவிட்டு நீங்க இடங்கொடுக்க வேண்டும். அதன்பொருட்டு அவளை அவமானப்படுத்தக்கூடாது.
4. பிதுராஜிதத்தில் பெண் குழந்தைகளுக்கு சம பாகம் கொடுக்க வேண்டும்.

5. புருஷன் இறந்த பின்பு ஸ்த்ரீ மறுபடி விவாகம் செய்துகொள்வதை தடுக்கக்கூடாது.

6. விவாகமே இல்லாமல் தனியாக இருந்து வியாபாரம், கைத்தொழில் முதலியவற்றால் கௌரவமாக ஜீவிக்க விரும்பும் ஸ்த்ரீகளை யதேச்சையான தொழில் செய்து ஜீவிக்க இடம் கொடுக்க வேண்டும்.

7. பெண்கள் கணவனைத் தவிர வேறு புருஷனுடன் பேசக்கூடாதென்றும், பழகக்கூடாதென்றும், பயத்தாலும், பொறாமையாலும் ஏற்படுத்தப்பட்ட நிபந்தனையை ஒழித்துவிட வேண்டும்.

8. பெண்களுக்கும் ஆண்களைப்போலவே உயர்தரக் கல்வியின் எல்லாக் கிளைகளிலும் பழக்கம் ஏற்படுத்த வேண்டும்.

9. தகுதியுடன் அவர்கள் அரசாட்சியில் எவ்வித உத்தியோகம் பெற விரும்பினாலும் அதைச் சட்டம் தடுக்கக்கூடாது.

10. தமிழ்நாட்டில் ஆண்மக்களுக்கே ராஜரீக சுதந்திரம் இல்லாமல் இருக்கையிலே, அது பெண்களுக்கு வேண்டுமென்று இப்போது கூறுதல் பயனில்லை. எனினும் சீக்கிரத்தில் தமிழருக்கு சுயராஜ்யம் கிடைத்தால் அப்போது பெண்களுக்கும் ராஜாங்க உரிமைகளிலே அவசியம் பங்கு கொடுக்க வேண்டும். சென்ற வருஷத்து (1917) காங்கிரஸ் சபையில் தலைமை வகித்தவர் மிஸஸ் ஆனிபெஸண்டு என்ற ஆங்கிலேய ஸ்த்ரீ என்பதை மறந்து போகக்கூடாது.''

பாரதியின் இந்த பத்து அம்சத் திட்டம் அவர் காலத்தில் மகாப் புதுமையானது. 19ம் நூற்றாண்டின் எந்த சமூக சீர்திருத்தவாதியும் இந்த அளவுக்கு தீவிரமான சீர்திருத்தத்தை முன்வைத்ததில்லை. குறிப்பாக சொத்தில் சம உரிமை, விவாகமே இல்லாமல் தனித்து வாழ்வது, அரசியலில் பங்கேற்பது போன்றவை சென்ற நூற்றாண்டு மனிதர்களால் சிந்தித்துக்கூடப் பார்க்க முடியாத விஷயங்களாக இருந்தன. பாரதியோ புதிய யுகம் பிறந்துவிட்டதையும், அதன் ஓங்கார நாதமாக, தான் இருப்பதையும் இந்தக் கோரிக்கைகளின் மூலம் வெளிப்படுத்திவிட்டார்.

கடந்த நூற்றாண்டிலேயே கன்னி விதவைகளுக்குத் திருமணம் செய்விக்க சமூக சீர்திருத்தவாதிகள் பெரும் முயற்சி செய்துவந்ததைப் பார்த்தோம். அவர்களும் சாந்தி முகூர்த்தம் செய்விக்கப்பட்டு பின்பு விதவையான பெண்களின் மறுமணம் குறித்து அழுத்தமாகப் பேசமுடியவில்லை. பாரதியோ கன்னி விதவைகள், கன்னி

கழித்த விதவைகள் என்று பேதப்படுத்தவில்லை என்பதை நோக்க வேண்டும். "புருஷன் இறந்த பின்பு ஸ்த்ரீ மறுபடி விவாகம் செய்துகொள்வதைத் தடுக்கக்கூடாது" என்று கோரிக்கை வைத்திருக்கிறார். இதைச் சொல்ல மகா துணிச்சல் வேண்டும். அந்தத் துணிச்சல் அன்றைக்கு இருந்த பெரும் தலைவர்களாம் விவேகானந்தர் மற்றும் காந்திஜியிடம்கூட இல்லை. இதனைச் சுட்டிக்காட்டவும் பாரதி தயங்கவில்லை.

"மாதர்களைப் பற்றி ஸ்வாமி விவேகானந்தரின் அபிப்ராயம்" என்ற பாரதியின் நீண்ட கட்டுரை 1920ம் ஆண்டு சுதேசமித்திரன் அனுபந்தத்தில் வெளிவந்தது. அதில் "வேறுபல சாதாரண ஸந்யாசிகளைப்போல ஸ்வாமி விவேகானந்தர் மாதர்களைக் குறித்து தாழ்வான, கெட்ட அபிப்ராயங்களுடையவரல்லர்" என்று இதர இந்து சந்நியாசிகளிடமிருந்தும் இவரைத் தரம் பிரித்தே பார்க்கிறார். அதே நேரத்தில் "ஸ்வாமி விவேகானந்தர் இந்தியாவில் சீர்திருத்தக் கக்ஷியிலே சேர்ந்தால் தம்முடைய மடத்துக் கொள்கைகள் பரவ இடமிராதென்ற எண்ணத்தாலும், இயற்கையிலேயே தமக்குள்ள ஸந்யாஸப் பைத்தியத்தாலும் கைம்பெண்களுக்கு விவாகம் நடத்தி வைக்கவேண்டுமென்ற விஷயத்தில் மிகவும் அசிரத்தையுடன் பேசுகிறார்" என்றும் சுட்டிக்காட்டியிருக்கிறார்.

மேல் சாதியாருக்குள்ளே ஆண்களின் தொகையைக் காட்டிலும் பெண்களின் தொகை அதிகமாக இருந்ததால்தான் அந்த சாதிப் பெண்களுக்கு இரண்டாங் கணவன் கிடையாதென்று விதி செய்யப்பட்டிருந்தது என்று விவேகானந்தர் எழுதியிருந்தார். இதுகண்டு பாரதி கடுங்கோபம் அடைந்திருக்கிறார். அவர் நறுக்கென்று எழுதினார் -

"விவேகானந்தர் மஹாநீசத்தனமான வழக்கமொன்றுக்குத் தம்மையறியாமலேயே பொய் முகாந்தரங் கூறத் தலைப்பட்ட இடத்தில் முக்கியமான விஷயமொன்றை மறந்து போய்விட்டார். அதாவது, ஸ்மிருதிகள் எழுதப்பட்ட காலத்தில் ஜனஸங்கியைக் கணக்கு (மக்கள் தொகைக் கணக்கெடுப்பு) கிடையாதென்பதை அவர் மறந்து போய்விட்டார். ஜனஸங்கையா விதவைகள் ஒரு நேரந்தான் சாப்பிடலாமென்று விதித்தது? கைம்பெண் முகத்தில் விழிப்பதும், வீதியில் செல்லும்போது ஒருவனுக்குக் கைம்பெண் எதிர்ப்படுவதும் அபசகுனமென்று ஜனஸங்கையா தீர்மானித்தது? ஜனஸங்கையாம்! நொண்டிக்கதை!"

சமூக சீர்திருத்தத்தில் விவேகானந்தரிடமிருந்த தடுமாற்றங்களை அல்லது மிதவாதத்தை 19ம் நூற்றாண்டின் இறுதியில் ஜி.சுப்பிரமணிய ஐயரும் அவரது நண்பர்களும் அடையாளங் காட்டினர் என்றால், 20ம் நூற்றாண்டில் அந்தப் பணியை பாரதி செய்திருக்கிறார்.

"இந்தியாவில் விதவைகளின் பரிதாபகரமான நிலைமை" என்ற கட்டுரையில் காந்திஜியை பாரதி விமர்சித்திருக்கிறார். "ஆண் மக்கள் புனர் விவாகம் செய்துகொள்வதில்லை என்று விரதம் பூணுதலே விதவைகளின் தொகையைக் குறைக்கும் அருமருந்தாகும்" என்று காந்திஜி கூறியிருந்தார். இதன் உட்பொருள் என்னவெனில் வயதான ஆடவரே மறுமணம் செய்துகொள்கிறார்கள் என்றும், எனவேதான் இளம் வயதிலேயே பெண்கள் விதவையாகிறார்கள் என்பதும் ஆகும். இதனை மறுத்து பாரதி எழுதினார்-

"இந்தியாவில் ஆண்களுக்கும், பெண்களுக்கும் சராசரி 25ம் பிராயத்தில் மரணம் நேருகிறது என்பதை ஸ்ரீமான் காந்தி மறந்துவிட்டார். எனவே, இளம் பிராயமுடைய பலரும் மனைவியரை இழந்துவிடுகிறார்கள். ஸ்திரீ விதவைகளின் தொகையைக் குறைக்க வழிகேட்டால் ஸ்ரீமான் காந்தி 'புருஷ விதவை'களின் (அதாவது, புனர் விவாகமின்றி வருந்தும் ஆண் மக்களின்) தொகையை அதிகப்படுத்த வேண்டுமென்கிறார். பால்ய விதவைகள் புனர் விவாகம் செய்துகொள்ளலாமென்று ஸ்ரீமான் காந்தி சொல்லுகிறார். ஆனால் அதைக்கூட உறுதியாகச் சொல்ல அவருக்கு தைரியம் இல்லை; மழுப்புகிறார். எல்லா விதவைகளும் மறுமணம் செய்துகொள்ள இடம் கொடுப்பதே இந்தியாவில் மாதருக்குச் செய்யப்படும் அநியாயங்கள், எல்லாவற்றிலும் பெரிதான இந்த அநியாயத்திற்குத் தகுந்த மாற்று. மற்றப் பேச்செல்லாம் வீண் கதை".

விவேகானந்தரின் 'நொண்டிக் கதை', காந்திஜியின் 'வீண் கதை' ஆகியவற்றை நிராகரித்து விதவைகள் அனைவருக்கும் மறுமணம் செய்ய உரிமை வழங்க வேண்டும் என்று தைரியமாக முழக்கமிட்ட முதல் தமிழ்க் கவி பாரதி. மாதர் விடுதலை விஷயத்தில் இதுவரை தோன்றியிருந்த அனைத்து சமூக சீர்திருத்தவாதிகளின் நியாயமான வாரிசாயும், அனைத்து சமூக சீர்திருத்தங்களின் முற்றிக் கனிந்த ஞானப்பழமாயும் திகழ்ந்தவர் பாரதி.

இவரின் இந்தத் துணிச்சல் வைதீகர்களை நடுங்க வைத்தது. இவரைக்கண்டு பயங்கொள்ள வைத்தது. 1921ல் பாரதி இந்த மண்ணைவிட்டு மறைந்தார். அவருடைய இறுதிக் காலத்தில் அவருடன் நெருங்கிப் பழகியவர்கள் சிலரே. அவரது இறுதி

ஊர்வலத்தில் பங்கு கொண்டவர்கள் அதனினும் சிலரே. அவர்களில் ஒருவர், தொழிலாளி வர்க்கத் தலைவரான வி.சக்கரைச் செட்டியார். பாரதியின் அரசியல் வாழ்க்கை வரலாறு குறித்து 1922லேயே கட்டுரை எழுதியவர் இவர். பாரதி தனது இறுதி மூச்சை வாங்கியபோது அருகில் இருந்தவர் தென்னிந்தியாவின் முதல் கம்யூனிஸ்டாகிய ம.சிங்காரவேலர் என்றொரு செய்தியும் உள்ளது. பாரதி ஏந்தியிருந்த சமூக மறுமலர்ச்சிக் கொடியினை கீழே விட்டுவிடாமல் உயர்த்திப் பிடிக்க அவரின் நியாயமான அடுத்த வாரிசுகள் அங்கே இருந்திருக்கின்றனர்.

பாரதியின் சமூக சீர்திருத்தச் சிந்தனைகளைக் கீழ்வருமாறு தொகுத்துக் கூறலாம்:

1. தனது பொது வாழ்வை சமூக சீர்திருத்தவாதியாகத் துவங்கிய பாரதி சமூக சீர்திருத்தங்கள் வெற்றி பெற்றாலொழிய அரசியல் சுதந்திரம் கிட்டாது என்று ஆரம்பத்தில் நினைத்தார்.
2. விரைவிலேயே அரசியல் சுதந்திரத்திற்கு முன்னுரிமை கொடுப்பவராக மாறினார். எனினும், சமூக சீர்திருத்த விஷயங்களையும் விடாது பிரச்சாரம் செய்து வந்தார்.
3. சாதிப் பிரச்சனை தீருவதற்கான வழி குறித்து ஆழ்ந்து சிந்தித்து வந்தார். அதற்காக உடனடி, நிரந்தரத் தீர்வுகளைப் பரிந்துரைத்தார்.
4. பிராமண குலத்தில் பிறந்த இவர் சுயசாதி மறுப்பை - விமர்சனத்தை வலுவாக முன்வைத்தார்.

அவரின் தலையாய அனுதாபம் பஞ்சமர்பாலும், சூத்திரர்பாலும் இருந்தது.

6. அதேநேரத்தில் "பிராமணரல்லாதார் இயக்கம்" என்பதை அவர் ஏற்கவில்லை. இதனை நடத்திய நீதிக்கட்சி ஏகாதிபத்திய ஆதரவுக் கட்சியாக இருந்ததே அவரின் நிராகரிப்புக்கு முக்கியக் காரணமாக இருந்திருக்கிறது.
7. பழைய வருண அமைப்பிலிருந்து ஒரு புதிய வர்க்க அமைப்பு மெல்ல மெல்ல துளிர்விட்டுக் கொண்டிருந்ததை முதன் முதலில் அடையாளங்கண்டு சொன்ன தமிழ்க் கவி இவர்.
8. மாதர் விடுதலை விஷயத்தில் இதுவரை தமிழகம் காணாத வகையில் தீவிரமான சீர்திருத்தச் சிந்தனைகளை முன்வைத்தார். இதற்காக விவேகானந்தர், காந்திஜியோடுகூட முரண்பட அவர் தயங்கவில்லை.

26

நீதிக்கட்சி

இருபதாம் நூற்றாண்டில்தான் சமூக சீர்திருத்தமானது முழுக்க முழுக்க அரசியல் சார்ந்ததாக ஆனது. காங்கிரஸ் இயக்கம், திராவிட இயக்கம், கம்யூனிஸ்ட் இயக்கம் எனும் முப்பெரும் அரசியல் இயக்கங்கள் கொடி கட்டிப் பறந்தன. அவற்றின் ஊடாகவே சமூக சீர்திருத்தங்களை நிறைவேற்றுகிற முயற்சிகள் தீவிரமாக எழுந்தன. இதனை விரிவாய் ஆராயும்முன் இந்த நூற்றாண்டின் ஆரம்பத்திலிருந்த தமிழக அரசியல் சூழலைப் புரிந்து கொள்வோம்:

தனது ஆதிக்கத்திற்கு எழுந்த இயல்பான எதிர்ப்பை 19ம் நூற்றாண்டின் ஆரம்பத்திலேயே அடக்கி ஒடுக்கிவிட்டது ஆங்கிலேய ஏகாதிபத்தியம். அதற்குப் பிறகு ஒரு நூற்றாண்டு காலம் தமிழகத்தில் குறிப்பிடத்தக்க ஏகாதிபத்திய எதிர்ப்பு எழுச்சி ஏதும் ஏற்படவில்லை என்பதை ஏற்கெனவே குறிப்பிட்டுள்ளோம். எதிர்ப்பு 20ம் நூற்றாண்டின் துவக்கத்தில்தான் ஏற்பட்டது.

காங்கிரசில் திலகரின் கை ஓங்கியதும் அதன் பிரதிபலிப்பு தமிழகத்திலும் கேட்டது. 1907ல் பிபின் சந்திரபால் எனும் தீவிரவாதத் தலைவர் சென்னை வந்தார். தனது எழுச்சி உரைகளால் படித்த தமிழர்கள் நெஞ்சில் சுதந்திரக் கனலை மூட்டினார். இது கண்டு அச்சமுற்ற ஆங்கில ஏகாதிபத்தியம் அவரைக் கைது செய்தது. இதனை எதிர்த்துத் தமிழர்களும் களம் கண்டனர். குறிப்பாகத் தென் தமிழகத்தில் வ.உ.சி. ஒரு மாபெரும் போராட்டத்தை நடத்தினார். இதற்காகவும், அவரின் இதர ஏகாதிபத்திய எதிர்ப்பு நடவடிக்கைகளுக்காகவும் 1908ல் கைது செய்யப்பட்ட வ.உ.சி., 1912 வரை சிறையில் வாடினார்.

இதற்கிடையில் 1911ல் மணியாச்சி சந்திப்பில் ஆஷ் துரையை வாஞ்சிநாதன் சுட்டுக் கொன்று, தன்னையும் மாய்த்துக் கொண்டான்.

1915ல் அன்னி பெசன்ட் அம்மையார் "ஹோம்ரூல்" இயக்கத்தைத் துவக்கியிருந்தார். அவர் இந்தியாவிற்கு பூரண சுயராஜ்யம் கேட்காவிட்டாலும் பிரிட்டிஷ் ஆட்சிக்கு உட்பட்ட ஒருவகை

சுயராஜ்யத்தைக் கோரியிருந்தார். இதற்கே 1917ல் அவர் கைது செய்யப்பட்டு, மக்கள் எதிர்ப்பின் காரணமாக அதே ஆண்டில் விடுதலை செய்யப்பட்டிருந்தார். அவரது அழைப்பின் பேரில் 1918ல் சென்னை வந்த திலகர் நகரத்தில் பல பொதுக்கூட்டங்களில் முழங்கினார்.

குதிரைக்கு சவுக்கடியும் கொடுத்து கொள்ளும் கொடுப்பதுபோல சில மேம்போக்கான அரசியல் சீர்திருத்தங்களை இந்தியாவில் இந்தக் கட்டத்தில் பிரிட்டிஷ் ஆட்சியாளர்கள் கொண்டுவர முயன்றனர். இது தமிழகத்தின் படித்த மாந்தரிடையே பரபரப்பை ஏற்படுத்தியது. வரப்போகிற சீர்திருத்தங்களின் பலன்கள் யாருக்குக் கிடைக்கப் போகிறது என்கிற ஆவலாதி இங்கே ஏற்பட்டுவிட்டது.

ஏற்கெனவே குறிப்பிட்டிருந்தபடி 20ம் நூற்றாண்டின் துவக்கத்திலும் வர்ணாஸ்ரமமே இங்கே மேலோங்கியிருந்தது. இதன் காரணமாய் கல்வித் துறையிலும், அரசுப் பணிகளிலும் பிராமணர்களே நிறைந்திருந்தனர். தென்னிந்தியாவின் மக்கள் தொகையில் வெறும் மூன்று சதவீதத்தவராயிருந்த பிராமணர்கள் சமூக, கலாச்சாரத் துறைகளிலோ அந்த விகிதாச்சாரத்திற்கு சம்பந்தமில்லாத வகையில் பெருவாரியான எண்ணிக்கையில் இடம் பெற்றிருந்தனர். அரசியலிலும் இதே நிலைதான். காங்கிரசிலும் சரி, ஹோம்ரூல் இயக்கத்திலும் சரி... தமிழகத்தைப் பொறுத்தவரை அவர்களே தலைமை தாங்கினர். கீழ்வரும் சில புள்ளி விவரங்கள் இந்த உண்மையை உணர்த்தும் -

1915ல் சென்னை மாகாணத்தில் கல்வி கற்றோர் தொகை 8 சதவீதம்தான். ஆனால் பிராமணர்களில் 75 சதவீதத்தவர் கல்வி கற்றவராயிருந்தனர். இதே காலத்தில் பல்கலைக்கழகத்தில் மொத்தம் பதிவு செய்யப்பட்ட பட்டதாரிகளான 650 பேரில் 452 பேர் பிராமணர்களாக இருந்தனர். 124 பேர் பிராமணரல்லாத இந்துக்களாக இருந்தனர். 1913ல் இருந்த மொத்தம் 128 நிரந்தர மாவட்ட முன்சீப்புகளில் 93 பேர் பிராமணர்களாகவும், 25 பேர் பிராமணரல்லாத இந்துக்களாகவும் இருந்தனர். மாகாண அரசுப் பணிகளைப் பொறுத்தவரை 1916ல் 100 பெரிய பதவிகளில் பிராமணர்கள் இருந்தார்கள் என்றால், 29லேயே பிராமணரல்லாத இந்துக்கள் இருந்தனர். இதே காலகட்டத்தில் அகில இந்திய காங்கிரஸ் கமிட்டிக்கு சென்னை மாகாணத்திலிருந்து தேர்ந்தெடுக்கப்பட்ட 16 பேரில் 15 பேர் பிராமணர்களாக இருந்தனர்.

ஆக, ஒரு விசித்திரமான நிலை எழுந்தது. ஆங்கில சாம்ராஜ்ய அரசு இயந்திரத்தின் பிரதான அங்கமாகவும் பிராமணர்கள் இருக்க... அதனை எதிர்க்கக்கூடிய அரசியல் இயக்கமாம் காங்கிரசின் தலைமையிலும் அதே சாதியினரே இருந்தனர். ஐரோப்பியக் கல்வி முறை இவர்களுக்கே அதிகம் கிட்டிய காரணத்தால் இத்தகைய இரட்டைத்தன்மை நிலவியது. இது, இவர்களுக்கு அடுத்தபடியாக சமுதாய ஏணியிலிருந்த பிராமணரல்லாத உயர் சாதியினரை அச்சமுற வைத்தது. புதிதாக வருகிற சீர்திருத்தத்தின் பயன்கள் எங்கே பிராமணர்களுக்கே போய்விடுமோ என்கிற பயத்தில் அவர்கள் அமைப்பு ரீதியாகத் திரளத் துவங்கினர்.

இந்த அடிப்படைச் சூழலுக்கு மத்தியில் சில உடனடிக் காரணங்களும் சேர்ந்துகொண்டன. டாக்டர் டி.எம்.நாயர் காங்கிரசில் இருந்தவர். 1890 முதல் காங்கிரஸ் மாநாடுகளில் பங்கு கொண்டிருந்தவர். டில்லியிலிருந்த இந்தியா சட்டசபைக்கு 1916ல் நடந்த தேர்தலில் அவர் ஒரு வேட்பாளராகப் போட்டியிட்டார். அவரைத் தேர்ந்தெடுக்க வேண்டியவர்கள் சென்னை மாகாண சட்டசபை உறுப்பினர்கள். இங்கே அவரைக் காங்கிரஸ் கைவிட்டது. தானொரு பிராமணரல்லாதார் என்கிற காரணத்தினால்தான் தனக்கு அநீதி இழைக்கப்பட்டதாக அவர் கருதினார். ஏற்கெனவே திராவிடச் சங்கம் ஒன்றை நிறுவி, பிராமணரல்லாதாருக்காகப் பாடுபட்டு வந்த சி.நடேச முதலியார், நாயரோடு இணைந்தார். இருவரும் மற்றொரு பிராமணரல்லாதார் தலைவராகத் திகழ்ந்த தியாகராய செட்டியாருடன் சேர்ந்தனர்.

1916 நவம்பரில் சென்னையில் இவர்களோடு இன்னும் பலரும் கூடி 'தென்னிந்திய நல உரிமைச் சங்கம்' (South Indian Liberal Federation) என்கிற அரசியல் கட்சியை நிறுவினர். எனினும், இப்பெயரால் அது அழைக்கப்படுவதைக் காட்டிலும் அதன் ஆங்கில ஏடாகிய 'ஜஸ்டிஸ்' (Justice) என்பதாலேயே அழைக்கப்பட்டது. தமிழில் அது நீதிக்கட்சி எனப்பட்டது.

1916 டிசம்பரில் இக்கட்சியின் சார்பில் அதன் செயலாளர் தியாகராயர் ஒரு விரிவான அறிக்கை வெளியிட்டார். அது பிராமணரல்லாதாரின் சுதந்திர சாசனம் என்று கூறப்பட்டது. இக்கட்சியின் பிரதான நோக்கத்தை அந்த அறிக்கையிலிருந்தே தெள்ளத் தெளிவாகப் புரிந்துகொள்ளலாம் - "கல்வித் துறையில் பிராமணரல்லாதார் எந்நிலைமையில் இருந்தாலும் பெருவாரியான பூஸ்திதி உடையவர்கள் பிராமணரல்லாதாரே.

நாட்டின் செல்வ நிலைமையை உயர்த்தப் பாடுபடுபவர்களும் அவர்களே. சமூக வாழ்வில் அவர்களுக்கு அந்தஸ்தும் மதிப்பும் பாமர மக்களிடையே அபாரமான செல்வாக்கும் இருந்து வருகிறது. இவ்வளவு பெருமை வாய்ந்த பிராமணரல்லாதாருக்கு சர்க்கார் மதிப்பும் ஆதரவும் அளிக்க வேண்டாமா?”

அறிக்கை ஒரு விஷயத்தை தெளிவாக ஒப்புக்கொள்கிறது. பொருளாதார ரீதியில் பிராமணரல்லாதார் உயர்ந்தே இருக்கிறார்கள். ஆனால், அரசியல் - சமூக ரீதியில் அதற்கு இணையான ஏற்றம் இல்லை. இந்த முரண்பாட்டை நீக்குவதே அவர்களின் நோக்கம். “பிராமணரல்லாதார்” எனப்படுவோர் யார் என்பதையும் அறிக்கை திட்டவட்டமாகக் கூறியிருக்கிறது.

“செட்டி, கோமுட்டி, முதலி, நாயுடு ஆகிய வகுப்பார் கல்வியில் முன்னணியில் நிற்கிறார்கள். மற்ற வகுப்பாரும் விரைவில் முன்னேறி வருகிறார்கள். பின்னணியில் நிற்பவர்கள்கூட ஏனையோரொப்ப முன்னணியில் வர அரும்பாடுபட்டு வருகிறார்கள். பிராமணப் பெண்களுக்கும் விசேஷமாக பிராமண விதவைகளுக்கும் கல்விப் பயிற்சியளிக்க கல்வி இலாகா அதிகாரிகள் விசேஷ சலுகைகள் காட்டி வந்தாலும் நாயர் போன்ற பிராமணரல்லாத வகுப்புப் பெண்கள் பிராமணப் பெண்களைவிட மிகுந்த பயிற்சியுடையவர்களாக இருந்து வருகிறார்கள். எல்லாத் துறைகளிலும் பிராமணரல்லாதார் இடம் பெற்று ஆடம்பரமின்றி நாட்டின் செல்வ, சதாசார வளர்ச்சிக்கு உதவி புரிந்து வருகிறார்கள். எனினும் அரசியல் அதிகாரமும் உத்தியோகச் செல்வாக்கும் பிராமணர்களிடம் இருந்துவருவதனால் பிராமணரல்லாதார் முன்னேற முடியாமல் தவிக்கிறார்கள்”.

ஆக, விஷயம் இதுதான். நீதிக்கட்சி என்பது பிராமணரல்லாத உயர் சாதியினருக்காக அவர்களால் நடத்தப்படுகிற அவர்களது கட்சியாகவே பிறப்பெடுத்தது. அரசியல் அதிகாரத்தையும் உத்தியோக செல்வாக்கையும் தங்களுக்காக வென்றெடுப்பதே அவர்களது குறிக்கோள். இப்படியொரு குறுகிய நோக்குடன் இது துவக்கப்பட்டிருந்ததால் இவர்கள் இயல்பாகவே ஆங்கிலேய ஏகாதிபத்திய ஆட்சிக்கு அனுசரணையாகவே நடந்துகொண்டார்கள். தங்கள் கையில் அரசியல் அதிகாரம் வரும்வரை தேசத்தின் சுதந்திர லட்சியத்தையே ஒத்திப் போடலாம் என்றார்கள். எனினும், பிராமணரல்லாத உயர் சாதியினருக்கும் மேலாக அன்று இருந்து வந்த பிராமணர்களின் ஆதிக்கத்தை இவர்கள் எதிர்க்க முன்

வந்ததால் அன்றைக்கு இந்தக் கட்சிக்கு ஒரு முக்கியத்துவம் கிடைத்தது. இதனது "வகுப்புவாரி பிரதிநிதித்துவம்" என்ற கோரிக்கையில் ஒரு ஜனநாயகத் தன்மை இருந்தது. இது பிராமணரல்லாத படித்த மாந்தரை ஈர்த்தது.

இந்தச் சூழலில் வருகிறது, வருகிறது எனச் சொல்லப்பட்ட அரசியல் சீர்திருத்தம் வந்தேவிட்டது. மாண்டேகு - செம்ஸ்போர்டு சீர்திருத்தம் எனப்பட்ட அதில், முக்கியமான அதிகாரங்கள் எல்லாம் ஏகாதிபத்தியத்தால் நேரடியாக நியமிக்கப்படுகிற ஆங்கிலேய கவர்னரிடமே இருக்க, கல்வி, சுகாதாரம் போன்ற விஷயங்களே உள்ளூர் மந்திரிகளிடம் ஒப்படைக்கப்பட்டன. இதனடிப்படையில் 1920ல் மாகாண சட்டசபைக்குத் தேர்தல் நடந்தது. சொத்துள்ளவருக்கும் படித்தவருக்குமே வாக்குரிமை. அப்போது சட்டசபை பகிஷ்காரத்தை காங்கிரஸ் நடத்தி வந்ததால் தேர்தலில் பங்கு கொள்ளவில்லை. இத்தேர்தலில் நீதிக்கட்சி வெற்றி பெற்றது. 1923ல் நடைபெற்ற தேர்தலிலும் இக்கட்சியே வெற்றி பெற்றது. 1926 வரை தொடர்ந்து சென்னை மாகாணத்தில் நீதிக்கட்சி ஆட்சியிலிருந்தது.

நீதிக்கட்சி ஆட்சி என்பது பிரிட்டிஷாருக்கு முழு ஒத்துழைப்பு நல்கிய ஆட்சியாகவே இருந்தது. எனினும், ஒரு சில சமூக சீர்திருத்த நடவடிக்கைகளும் எடுக்கப்பட்டன. உதாரணமாக, 1. உள்ளாட்சி மன்றப் பணிகளிலும் கல்வி நிலையங்களிலும் பிராமண ரல்லாதாருக்கு இட ஒதுக்கீடு தருகிற 1921 மற்றும் 1922ம் ஆண்டு வகுப்புவாரி பிரதிநிதித்துவ ஆணைகள் பிறப்பிக்கப்பட்டன. 2. 'பணியாளர் நியமன வாரியம்' (Staff Selection Board) என்பது 1924ல் அமைக்கப்பட்டது. இதுவே 1929ல் பப்ளிக் சர்வீஸ் கமிஷனாக மாறியது. இந்தியாவிலேயே இதுவே இத்தகைய முதல் அமைப்பாகும். 3. ஆண்களை போல பெண்களுக்கும் வாக்குரிமை அளிக்கப்பட்டது. 4. 1921ல் இந்து அறநிலையப் பாதுகாப்புச் சட்டம் நிறைவேற்றப்பட்டது. முக்கியமான கோவில்கள் அரசின் கண்காணிப்பின்கீழ் கொண்டுவரப்பட்டன. இது வைதீகர்களுக்கு பெரும் எரிச்சலைத் தந்தது. 5. சென்னைப் பல்கலைக்கழக சீரமைப்புச் சட்டம் நிறைவேற்றப்பட்டது. 6. மருத்துவப் பட்டப் படிப்பிற்கு சமஸ்கிருதம் கட்டாயப் பாடமாக இருந்து வந்ததை அகற்றியது.

27

பெரியார்

ஈரோட்டில் 1879ம் ஆண்டு செப்டம்பர் 17ல் ஒரு வசதியான குடும்பத்தில் பெரியார் பிறந்தார். இளமையிலேயே பொது வாழ்வில் அக்கறை காட்டினார். 1908 முதல் - அதாவது 29வது வயது முதல் - காங்கிரஸ் மாநாடுகளில் பங்கேற்று வந்தார். 1917ல் நீதிக்கட்சிக்குப் போட்டியாக 'சென்னை மாகாணச் சங்கம்' (Madras Presidency Association) என்கின்ற ஓர் அமைப்பை காங்கிரசிலிருந்த பிராமணரல்லாதார் ஏற்படுத்தினர். இதற்கு உத்வேகம் தந்தவர் தமிழ்த் தென்றல் திருவிக. இதற்கு தலைமை தாங்கியவர்கள் திவான் பகதூர் பி.கேசவ பிள்ளை, வ.உ.சி., டாக்டர் பி.வரதராஜுலு நாயுடு, சக்கரைச் செட்டியார் போன்றோர். இந்த அமைப்பின்பால் ஈர்க்கப்பட்ட பெரியார் இதன் துணைத் தலைவர்களுள் ஒருவராகவும் தேர்ந்தெடுக்கப்பட்டார். 1919ல் ஈரோட்டில் அதன் இரண்டாவது மாநாடு நடைபெற்றபோது அதன் வரவேற்புக் குழுத் தலைவராகப் பணியாற்றினார்.

இந்த அமைப்பின் நோக்கம் சென்னை மாகாணத்து பிராமணரல்லாதாரின் ஏகப்பிரதிநிதி, தானே என்கிற நீதிக் கட்சியின் தோற்றத்தை மறுப்பதாகும். காங்கிரசுக்குள் இருந்து கொண்டே பிராமணரல்லாதாரின் நியாயமான கோரிக்கைகளை முன்வைக்க முடியும் என நிரூபிப்பதாகும்.

மாண்டேகு - செம்ஸ்போர்டு சீர்திருத்தத்தின் அடிப்படையில் அமையவிருந்த சென்னை மாகாண சட்டசபையில் பிராமணரல்லாதாருக்கு போதிய பிரதிநிதித்துவம் கோருவது இந்த அமைப்பின் உடனடிக் குறிக்கோளாக இருந்தது. இதற்கென உருவாக்கப்பட்ட அரசுக் குழுக்களில் இச்சங்கத்தின் சார்பில் மனுக்கள் கொடுக்கப்பட்டன. அதில் பிராமணரல்லாதாருக்கு நியாயம் வழங்குமாறு வேண்டுகோள் விடுக்கப்பட்டிருந்தது. அதே நேரத்தில் பிராமணர்கள் மீதான வன்மமும் இந்தச் சங்கத்திற்கு இல்லாதிருந்தது. அதாவது, தேசிய இயக்கத்தில் அனைத்து சாதியினரும் ஒன்றிணைந்து நின்றுகொண்டே வரலாற்று ரீதியாக பாதிக்கப்பட்டிருந்த பகுதியினருக்கு நியாயம் தேட முடியும்

என்கிற நம்பிக்கையின் வெளிப்பாடாக இந்தச் சங்கம் இருந்தது. 1919ல் அரசின் கூட்டுப் பொறுக்குக் குழுவிடம் சங்கம் சமர்ப்பித்த ஓர் அறிக்கை கீழ்வருமாறு குறிப்பிட்டது.

"வகுப்புவாத யுத்தத்தை மூட்டிவிடாமல் பிராமணரல்லாதாரின் நலன்களைப் பாதுகாப்பதே சங்கத்தின் நோக்கமாகும்".

அன்றைய தமிழகத்தின் துர்பாக்கியம் என்னவென்றால், இத்தகைய நன்னோக்குடைய அமைப்பு 1920க்குப் பிறகு இயங்காமல் போனதுதான். சென்னை மாகாண சட்டசபையில் எந்தெந்த வகுப்பாருக்கு எத்தனை எத்தனை இடங்கள் எனத் தீர்மானித்த "மெஸ்டன் தீர்ப்பு"(Meston Award) அந்த ஆண்டில் வெளிவந்தது. அதன் அடிப்படையில் அதே ஆண்டில் தேர்தல் நடந்ததும் சென்னை மாகாணச் சங்கம் முடங்கிப் போனது. சங்கத்தின் தலைவராக இருந்த கேசவ பிள்ளை நீதிக் கட்சியோடு கைகோர்த்துக் கொண்டார். மற்றவர்கள் தாய் ஸ்தாபனமாகிய காங்கிரசின் பணிகளில் இறங்கிவிட்டனர். பெரியாரும் அவர்களில் ஒருவர்.

ஜாலியன் வாலாபாக் படுகொலையைத் தொடர்ந்து காந்திஜி விடுத்த அறைகூவலுக்கிணங்க சேலம் நகராட்சித் தலைவராக இருந்த ராஜாஜியும், ஈரோடு நகராட்சித் தலைவராக இருந்த பெரியாரும் 1920ல் தத்தம் பதவிகளை ராஜினாமா செய்தனர். அது முதல் தேசிய இயக்கத்தில் தீவிரமாக இறங்கினார் பெரியார்.

அதேநேரத்தில் வர்ணாஸ்ரமக் கொடுமையினால் ஏற்பட்டிருந்த அசமத்துவத்தைப் போக்க வகுப்புவாரி பிரதிநிதித்துவம் வேண்டும் என்பதையும் பெரியார் உணர்ந்திருந்தார். எனவே, இதற்காகக் காங்கிரசுக்குள் விடாது போராடத் துவங்கினார். 1919ல் திருச்சியில் நடைபெற்ற மாகாண மாநாட்டில் வகுப்புவாரி பிரதிநிதித்துவத்திற்கு ஆதரவான தீர்மானத்தை விஷயாலோசனைக் குழுவில் நிறைவேற்றும்படி செய்தனர் வ.உ.சி.யும் பெரியாரும். ஆனால், பொது மாநாட்டில் அதனை நிராகரித்துவிட்டார் தலைமை தாங்கிய எஸ்.சீனிவாச ஐயங்கார்.

1920ல் நெல்லையில் நடைபெற்ற மாகாண மாநாட்டிலும் விஷயாலோசனைக் குழுவில் இதே தீர்மானத்தை பெரியார் முன்மொழிந்தார். வ.உ.சி., வழிமொழிந்தார். இந்தத் தீர்மானம் "பொது நலனுக்கு எதிரானது" என்று கூறப்பட்டு பொது மாநாட்டில் கைவிடப்பட்டது.

1921ல் தஞ்சையில் மாகாண மாநாடு கூடியபோது பிராமண ரல்லாதார் கூட்டம் ஒன்றும் நடத்தப்பட்டது. கூட்டத்திற்குத் தலைமை தாங்கியவர் சக்கரைச் செட்டியார். வகுப்புவாரி பிரதிநிதித்துவத்தை வலியுறுத்த ஒரு குழு அமைக்கப்பட்டது. அதில், பெரியார், தென்னகத்தின் முதல் கம்யூனிஸ்டாகிய சிங்காரவேலர், திரு.வி.க., சக்கரைச் செட்டியார், வரதராஜுலு நாயுடு ஆகியோர் இடம் பெற்றிருந்தனர். 1923ல் நடைபெற்ற மாகாண மாநாட்டில் இந்தத் தீர்மானத்தைக் கொண்டுபோனவர் வரதராஜுலு நாயுடு. அங்கும் அது நிறைவேறவில்லை. அடுத்து நடைபெற்ற சேலம் மாநாட்டிலும் இதனைக் கிடப்பில் போட வழிவகுத்தார் ராஜாஜி.

1924ல் தமிழ்நாடு காங்கிரஸ் கமிட்டிக்கு தலைவரானார் பெரியார். 1925ல் காஞ்சிபுரத்தில் காங்கிரஸ் மாநாடு நடைபெற்றபோது பிராமணரல்லாதார் மாநாட்டையும் பெரியார் அங்கே நடத்தினார். அதில் சிங்காரவேலர், வரதராஜுலு நாயுடு, எஸ்.முத்தையா முதலியார் போன்றோரோடு ஆர்.கே.சண்முகம் செட்டியார் போன்ற நீதிக் கட்சியினரும் பங்கு கொண்டனர். தேர்தலில் காங்கிரஸ் பங்குகொண்டால் மொத்த இடங்களில் 90 சதவீதம் பிராமணரல்லாதாருக்கு ஒதுக்கப்பட வேண்டுமென்றும், அதில் மூன்றிலொரு பங்கு ஒடுக்கப்பட்ட வகுப்பினருக்கு (Deperssed Classes) தரப்பட வேண்டுமென்றும் இந்தக் கூட்டத்தில் தீர்மானம் நிறைவேற்றப்பட்டது. அதாவது, பஞ்சமர்கள் எனப்பட்டவர்களுக் காகவும் பெரியார் கூட்டிய கூட்டம் குரல் கொடுத்திருக்கிறது.

காங்கிரஸ் மாநாட்டில் கீழ்வரும் தீர்மானத்தைக் கொண்டு போனார் பெரியார்.

“இந்துக்களில் உள்ள பல்வேறு வகுப்பாரிடையே கசப்புணர்வு குறைந்து பரஸ்பர நம்பிக்கை ஏற்படுவது நாட்டின் முன்னேற் றத்திற்கு அவசியமானதால் பிராமணர்கள், பிராமணரல்லாதார் மற்றும் ஒடுக்கப்பட்ட வகுப்பினரின் மக்கள் தொகை பலத்திற்கேற்ப சட்டசபையிலும் இதர அமைப்புகளிலும் பிரதிநிதித்துவம் இருக்க வேண்டுமென இந்த மாநாடு தீர்மானிக்கிறது”.

இந்தத் தீர்மானம் விஷயாலோசனைக் குழுவிலேயே தோற்கடிக்கப்பட்டது. தீர்மானம் முறைப்படி இல்லையென்று கூறி பொது மாநாட்டில் அதன் மீதான விவாதத்தையும் தடுத்துவிட்டார் மாநாட்டுத் தலைவர் திருவிக. இதனால் வெறுப்புற்ற பெரியார் மாநாட்டிலிருந்து வெளியேறினார்.

ஒரு தேசிய இயக்கமானது சமுதாயத்தின் பல்வேறு பிரிவினரின் நியாயமான உரிமைகளை பிரதிபலிப்பதாக இருக்க வேண்டும். காங்கிரஸோ அப்படியில்லை. தேசியம் என்ற பெயரில் அது சமூக நீதியைப் புறக்கணித்தது. நாட்டு விடுதலையையும் சமூக விடுதலையையும் ஒன்றுக்கொன்று முரணாகச் சித்தரித்தது. அது நடைமுறையில் வர்ணாஸ்ரமத்திற்கு ஆதரவான நிலை எடுத்துவிட்டது. இதுதான் பெரியார் போன்ற உண்மையான தேச பக்தர்களையும் அது இழக்கக் காரணமாக அமைந்தது.

வகுப்புவாரிப் பிரதிநிதித்துவ பிரச்சனை மட்டுமல்ல, சேரன்மகாதேவி குருகுலப் பிரச்சனையும் பெரியாரின் நெஞ்சை வாள் கொண்டு அறுத்து வந்தது. வ.வே.சு.ஐயர் அரசியலில் தீவிரவாதியாய் இருந்து பிறகு மிதவாதியாய்ப் போனவர். ஆனால், தீவிரவாதியாய் இருந்த காலத்திலும் சரி, மிதவாதியாய் மாறிய காலத்திலும் சரி வர்ணாஸ்ரமச் சிந்தனையிலிருந்து முழுவதுமாய் விடுபடாதவராயிருந்தார். 1922ல் கல்லிடைக்குறிச்சியில் குருகுலம் ஒன்றை ஆரம்பித்தார். பின்னர் அதனை சேரன்மாதேவிக்கு மாற்றினார். காங்கிரஸ் நிதியோடு நடத்தப்பட்ட அந்த குருகுலத்தில் பிராமணர்களுக்கும், பிராமணரல்லாதாருக்கும் தனித்தனியாக உணவு பரிமாறப்பட்டது. அப்போது தமிழ்நாடு காங்கிரஸ் கமிட்டியின் செயலாளராக இருந்த பெரியாரிடம் பலரும் இதுபற்றிப் புகார் செய்தனர். புகார் உண்மைதான் என்பதை உறுதி செய்து கொண்ட பெரியார் கொந்தளித்துப் போனார். காங்கிரஸ் நிதியோடு நடத்தப்படுகிற ஒரு கல்வி நிலையத்தில் இப்படியொரு கொடுமை நடக்கக்கூடாது என்று அவர் நியாய ஆவேசத்தோடு போராடினார். ஆனால் வ.வே.சு.ஐயரும் இதனை ஏற்கவில்லை. தமிழ்நாடு காங்கிரஸ் கமிட்டியிலிருந்த பல தலைவர்களும் ஏற்கவில்லை. விஷயம் காந்திஜி வரை போனது. அவராலும் ஓர் உறுதியான நிலை எடுக்க முடியவில்லை. காங்கிரசுக்குள் சனாதனம் அந்த அளவுக்கு வேர் விட்டிருந்தது. இதனால் எல்லாம் வெறுப்புற்ற பெரியார் காங்கிரசை விட்டு வெளியேறினார். 1925ல் அவர் ஆரம்பித்த “குடியரசு” ஏடு அவரின் சுயமரியாதை இயக்கத்தின் தோற்றத்தைப் பிரகடனப் படுத்துவதாக அமைந்தது.

28

சுயமரியாதை இயக்கமும் சாதிப் பிரச்சனையும்

காங்கிரஸ் தலைவர்களின் வர்ணாஸ்ரம ஆதரவுப் போக்கே பெரியாரை அங்கிருந்து வெளியேற்றியது என்றால், அதுவே அவர் சுயமரியாதை இயக்கம் கண்டதற்கும் அடிப்படைக் காரணமாகும். வகுப்புவாரி பிரதிநிதித்துவம் என்கிற ஒரு திட்டவட்டமான கோரிக்கை-வர்ணாஸ்ரமத்தில் எழுந்த அசமத்துவத்தை ஓரளவு போக்கக்கூடிய ஒரு திட்டவட்டமான கோரிக்கை-20ம் நூற்றாண்டின் துவக்கத்தில்தான் வலுவாக எழுந்தது. தேசிய இயக்கம் எனப்பட்ட காங்கிரஸ் இதனை உளப்பூர்வமாக ஆதரித்துக் குரல் கொடுத்திருக்க வேண்டும். அதுவோ அதனை வகுப்புவாதம் என்று முத்திரை குத்தியது. அதுமட்டுமல்ல, இதனால் 'தகுதி - திறமை' பாதிக்கப்படும் என்றும் கண்ணீர் வடித்தது. ஆங்கிலேய ஆட்சியை எதிர்க்கப் புறப்பட்டவர்கள் அதன் தகுதி, திறமைப் பற்றிக் கவலைப்பட்டது பெரியாரை மேலும் வெறுப்படைய வைத்தது. அவர் வகுப்புவாரி பிரதிநிதித்துவக் கோரிக்கையை மேலும் மேலும் பற்றத் தொடங்கினார்.

1926 தேர்தலில் காங்கிரசானது சுயராஜ்யக் கட்சி என்ற பெயரில் போட்டியிட்டது. தேர்தலில் நீதிக்கட்சி தோற்று சுயராஜ்யக் கட்சி வெற்றி பெற்றிருந்தாலும் அது ஆட்சி அமைக்க மறுத்துவிட்டது. இந்த நிலையில் சுயேச்சையான சுப்பராயன் தலைமையில் அரசு அமைந்தது. இதற்கு ஆரம்பத்தில் சுயராஜ்யக் கட்சியினர் ஆதரவு அளித்து வந்தனர். ஆனால் இடையில் தங்களின் ஆதரவை திரும்பப் பெற்றுக்கொண்டனர். அந்த நிலையில் அதற்கு நீதிக்கட்சி ஆதரவு தரத் தொடங்கியது. இந்தச் சுப்பராயன் அமைச்சரவையில் ஓர் அமைச்சராக இருந்த முத்தையா முதலியார்தான் 1928ல் ஓர் உருப்படியான வகுப்புவாரி பிரதிநிதித்துவ ஆணையைக் கொண்டுவந்தார். தனது பொறுப்பின் கீழிருந்த பத்திரப் பதிவுத் துறையில் இதனை அவர் நடைமுறைப்படுத்தினார். இதன்படி 12 இடங்கள் இருக்குமானால் பிராமணர்களுக்கு 2, பிராமணரல்லாத இந்துக்களுக்கு 5, தாழ்த்தப்பட்டோருக்கு 1, முகம்மதியர்களுக்கு 2, ஐரோப்பிய ஆங்கிலோ இந்தியர்கள் அடங்கிய கிறிஸ்தவர்களுக்கு 2 என்று அது பகிர்ந்தளிக்கப்பட்டது.

இந்த வகுப்புவாரி பிரதிநிதித்துவ ஆணையைப் பெரியார் உற்சாகத்தோடு வரவேற்றார். மறுபுறத்திலோ காங்கிரஸ் பத்திரிகையான சுதேசமித்திரன் 'வகுப்புவாதம் தலைக்கேறி விட்டதா?' என்ற தலைப்பில் ஆணையைக் கண்டித்து கடுமையானதொரு தலையங்கம் எழுதியது. சமூக சீர்திருத்தச் செம்மல் ஜி.சுப்பிரமணிய ஐயரால் துவக்கப்பட்ட இந்த ஏடு இப்படிக் கேவலப்பட்டுப் போயிருந்தது. இதற்குப் பதிலடி தரும் வகையில் குடியரசில் பெரியார் எழுதினார். சமூக நீதிப் பிரச்சனையில் காங்கிரசுக்கும், பெரியாருக்குமிடையில் இடைவெளி மேலும் மேலும் அதிகமாகி வந்ததை இது குறித்தது.

தனது சுயமரியாதை இயக்கத்தை வலுப்படுத்த முனைந்தார் பெரியார். அதன் முதல் மாகாண மாநாடு 1929 பிப்ரவரியில் செங்கற்பட்டில் நடைபெற்றது. அந்த மாநாட்டில் சாதிப் பிரச்சனை குறித்து நிறைவேற்றப்பட்ட தீர்மானங்கள் முக்கியமானவை. இதுவரை எழுப்பப்படாத புதுமையான கோரிக்கைகள். இதோ அவை -

"1. இந்தியாவின் வருங்காலத்து அரசியல் திட்ட அமைப்பில் வகுப்புவாரி பிரதிநிதித்துவம் ஒப்புக்கொள்ளப்பட வேண்டுமென்ற கொள்கையை வற்புறுத்துகிறது.

2. மக்கள் பிறவியினால் உயர்வு, தாழ்வு உண்டென்ற கொள்கையை இம்மாநாடு அடியோடு மறுப்பதுடன் அதை ஆதரிக்கும் மதம், வேதம், சாஸ்திரம், புராணங்களையெல்லாம் பொதுஜனங்கள் பின்பற்றக்கூடாதென்றும், வருணாசிரமமென்ற கொடுமையான கட்டுப்பாட்டையும் சமுதாய முறையில் காணப்படும் பிராமணர், ஷத்திரியர், வைசியர், சூத்திரர், பஞ்சமர் முதலிய ஆட்சேபகரமான பிரிவுகளையும் ஏற்றுக்கொள்ளக்கூடாதென்றும், மனித நாகரிகத்திற்கும் தேச முன்னேற்றத்திற்கும் தடையான தீண்டாமை என்பதை ஒழித்து எல்லாப் பொது ரஸ்தாக்கள், குளங்கள், கிணறுகள், பாடசாலைகள், சத்திரங்கள், தண்ணீர்ப் பந்தல்கள் முதலிய பொது ஸ்தாபனங்களைத் தட்டுத் தடங்கலின்றி அனுபவிக்கச் சகல ஜனங்களுக்கும் சம உரிமை கொடுக்க வேண்டுமென்றும் தீர்மானிக்கிறது.

3. மக்கள் தங்கள் பெயர்களோடு சாதி அல்லது வகுப்பைக் காட்டுவதற்காகச் சேர்க்கப்படும் பட்டங்களை விட்டுவிட வேண்டுமென்று இம்மாநாடு பொதுஜனங்களைக் கேட்டுக் கொள்கிறது.

4. சாதி அல்லது சமயப் பிரிவுகளைக் காட்டும் குறிகளை யாரும் அணிந்து கொள்ளக் கூடாதென்றும் கேட்டுக்கொள்கின்றது.

5. இனிமேல் சர்க்கார் தர்காஸ்து நிலம் கொடுப்பதெல்லாம் தாழ்த்தப்பட்டவர்கள் என்பவர்களுக்கும் மற்றும் நிலமில்லாதவர்களுக்கும் கொடுக்கப்பட வேண்டுமென்றும், அதிலும் இப்போது தீண்டாதோர் எனப்படுவோருக்கு விசேட சலுகை காட்டி நிலங்களைப் பண்படுத்தி பயிர் செய்ய பண உதவி செய்ய வேண்டுமென்றும், மற்ற வகுப்பு சிறுவர், சிறுமிகளின் அந்தஸ்தைப் பெறும் வரைக்கும் தீண்டப்படாதார் என்று சொல்லப்படுபவர்களின் சிறுவர்-சிறுமிகளுக்கு பள்ளிக்கூடங்களில் புத்தகம், உடை, உண்டி முதலியவற்றை இலவசமாய் அளிக்க வேண்டுமென்றும் இம்மாநாடு கேட்டுக் கொள்கிறது.

6. வகுப்புவாதம், பேதம் காண்பிக்கப்படுகிற எல்லா ஹோட்டல்களையும், காபி கிளப்புகளையும் இந்த மாநாடு கண்டிப்பதுடன், இவ்வித விஷமத்தனமான பேதங்களுள்ள ஹோட்டல்களுக்கும், காபி கிளப்புகளுக்கும் அவ்விடத்திலுள்ள அதிகாரிகள் லைசென்ஸ் கொடுக்கக்கூடாதென்றும் கேட்டுக்கொள்கிறது.

7. ரயில்வே அதிகாரிகள் தங்கள் வசத்திலும், மேற்பார்வையிலும் உள்ள சாப்பாட்டுச் சாலைகளிலும், சிற்றுண்டிச் சாலைகளிலும் சாதி, மதம், வகுப்பு, நிறம் முதலியவற்றைப் பொறுத்து எவ்வகையிலும் வேற்றுமையாகப் பிரயாணிகளைப் பாராட்டமலிருப்பதற்குரிய நடவடிக்கைகளை உடனே கைக்கொள்ளுமாறும், இவ்விழிவான வேற்றுமையை ஒழிக்க ரயில்வே ஆலோசனைக் கமிட்டியினர்களும் இந்திய சட்டசபை மெம்பர்களும் ஏற்பாடுகள் செய்யுமாறும் இம்மாநாடு கேட்டுக்கொள்கிறது".

நீதிக்கட்சியானது பிராமணரல்லாத உயர் சாதியினரின் இயக்கமாக அடிப்படையில் இருக்க, பெரியாரின் சுயமரியாதை இயக்கமோ பிராமணரல்லாத அனைவரின் உரிமைக் குரலாகத் துவங்கியது. அதனால்தான் வகுப்புவாரி பிரதிநிதித்துவக் கோரிக்கையோடு தீண்டாமையை எதிர்த்தும் குரல் கொடுத்திருக்கிறது. பிராமணரல்லாத உயர் சாதியினரின் கோரிக்கைகளோடு தாழ்த்தப்பட்ட மக்களின் தனிக் கோரிக்கைகளையும் அந்த மாநாடு எழுப்பியிருக்கிறது. அந்தக் காலத்தில் "பிராமணாள் காபி கிளப்" என்று இருக்கும். அங்கே பிராமணர்களுக்கு மட்டுமே உணவு பரிமாறப்படும். மற்றவர்கள் உள்ளேயே

நுழைய முடியாது. ரயில்வே கேண்டீன்களில்கூட இப்படி அவமரியாதையான பிரிவினை இருந்தது. இதனை எதிர்த்தும் அன்றைக்கு வன்மையாகக் குரல் கொடுத்தது பெரியாரின் சுயமரியாதை இயக்கம். அதுமட்டுமல்ல, ஒட்டுமொத்தமாக சாதி அமைப்பையே ஒழித்துக்கட்டுவதும் அவரின் நோக்கமாக இருந்தது. சாதிப் பெயரைச் சேர்க்காதே எனும் அவரின் பிரகடனம் அதன் அறிகுறியே.

மாநாடு கூட்டினோம், தீர்மானங்கள் போட்டோம், பிறகு மறந்து போனோம் - என்று விட்டுவிடுகிறவர் அல்லர் பெரியார். இந்தத் தீர்மானங்களை மக்கள் மத்தியில் பிரபலப்படுத்த அல்லும் பகலும் பாடுபட்டார். ஊர் ஊராகச் சென்று பிரச்சாரம் செய்தார். குடியரசு பத்திரிகையில் விடாது எழுதி வந்தார். இதனால் சனாதனிகளின் கடும் வெறுப்புக்கும், கோபத்துக்கும் ஆளானார். "சூனாமானாக்கள்" என்ற பெரியாரின் ஆதரவாளர்கள் அன்றைக்குக் கிண்டலாக அழைக்கப்பட்டனர். ஆனாலும் அவரது பணி தொடர்ந்தது. அவரது பிரச்சாரப் பாணிக்கு 1929 செப்டம்பரில் திருச்சியில் அவர் பேசிய பேச்சு நல்ல உதாரணமாகும் -

"எல்லோருக்கும் உயர்ந்த சாதியான் என்று கூறிக்கொள்ளுகிறவர் ஷத்திரியரை வைசியனுக்குமேல் உயர்ந்தவனென்றும், வைசியனைச் சூத்திரனுக்கு மேலானவனென்றும் பாகுபடுத்திக் கூறினாலும் அவன் இந்த இரண்டு பேரையுமே ஒரே கண்ணுடன் பார்த்து, ஒரே முறையில்தான் நடத்துகிறான். ஆகவே, இந்த மூன்று பேர்வழிகளுக்குள் அவனுக்கு யாதொரு வித்தியாசமுமில்லை. இரயில்வே முதலிய சிற்றுண்டிச் சாலைகளுக்கும், சாப்பாட்டு விடுதிகளுக்கும் சென்று பார்ப்போர் இதை உணருவதில்லையா? அங்கே சாப்பிடுவதற்கு இரண்டு பாகங்கள் தானிருக்கின்றன. ஒன்றில் பார்ப்பான் சாப்பிடுவதற்கும், மற்றொன்றில் ஷத்திரியன், வைசியன், சூத்திரன் ஆகிய எல்லோரும் சாப்பிடுவதற்குமே இருக்கின்றன. ஆகவே, இதில் என்ன வித்தியாசத்தைக் காண்கிறீர்கள்? உண்மையில் அவன் மட்டும் உயர்ந்தவனாகவும், மற்ற மூன்று பேரும் அவனுக்கு ஒரே முறையில் தாழ்ந்திருப்பதாகவேதானே அவ்வறைகள் உணர்த்துகின்றன? பிறகு எதற்காக நீங்கள் 'நான் ஷத்திரியன், நான் வைசியன், நான் வேளாளன்' என்று உயர்வு, தாழ்வு பேசுகிறீர்கள்? இதெல்லாம் உங்களை ஒற்றுமையில்லாதிருக்கச் செய்யும் சூழ்ச்சிமுறை என்பதை நீங்கள் உணர வேண்டாமா?"

அன்றிருந்த சமூகச் சூழலை அப்படியே சித்தரித்துக் காட்டி பிராமணரல்லாதாரின் ஒற்றுமையை-உயர் சாதி வெறியை எதிர்க்க - கட்ட முனைந்தார் பெரியார். அதேநேரத்தில் பிராமணரல்லாத உயர் சாதியினரிடம் இருக்கக்கூடிய உயர்வு, தாழ்வு மனப்பான்மையையும் சுட்டிக்காட்ட அவர் தயங்கவில்லை. தீண்டாமையை எதிர்த்து அவர் செய்த பிரச்சாரமும் எளிமையானது. அதேநேரத்தில் நெஞ்சைத் தொடக்கக்கூடியது. அதே உரையில் இன்னொரு பகுதி -

“சாதியின் கொடுமையால் நாற்றமெடுத்த மலத்தைவிட மனிதன் கேவலப்படுத்தப்படுகிறான். இது உண்மை, வாய்ப்பேச்சுக்காக நான் சொல்லவே இல்லை. எப்படி என்றால், மல உபாதைக்குச் சென்றவன் அந்த பாகத்தை மட்டுமே ஒரு சொம்புத் தண்ணீரைக் கொண்டு சுத்தம் செய்கிறான். மலத்தைக் காலில் மிதித்து விட்டால் அந்தக் காலை மட்டும் தண்ணீரைவிட்டுக் கழுவி விட்டால் அந்தக் குற்றம் போய்விடுவதாகக் கருதப்படுகிறது. ஒரு மனிதனை மற்றொரு மனிதன் தொட்டுவிட்டால் அவனைத் தொட்டதால் ஏற்பட்ட தோஷம் தன்னுடைய உடலை உச்சி முதல் உள்ளங்கால் வரை குளிர நனையக் குளித்தாலொழிய போவதில்லை என்கிறார்கள். ஆகவே மலத்தைவிட மனிதன் எவ்வளவு கேவலமாக மதிக்கப்படுகிறான் என்பதைப் பாருங்கள்”.

ஆண்டுதோறும் சுயமரியாதை இயக்க மாநாட்டை மாகாணத்தின் பல்வேறு நகரங்களில் நடத்திப் பலரின் கவனத்தையும் ஈர்த்தார். 1930ல் ஈரோட்டில் மாநாடு, 1931ல் விருதுநகரில் மாநாடு என்று அவரின் பயணம் நடைபெற்றது. இந்த மாநாடுகளிலும் செங்கற்பட்டு மாநாட்டின முக்கிய தீர்மானங்கள் மீண்டும் உறுதிசெய்யப்பட்டதோடு மதம் பற்றியும் சில தீர்மானங்கள் நிறைவேற்றப்பட்டன. அவை வருமாறு-

1. “வணங்குவோருக்கும், வணங்கப்படுவதற்கும் மத்தியில் தரகரையோ, பூசாரியையோ ஏற்படுத்துவது சுயமரியாதைக்கு விரோதமென்றும் தெய்வ வணக்கத்திற்கு பணச் செலவு அனாவசியமென்றும் இம்மாநாடு கருதுகிறது. பூசாரிகளுக்கு தற்காலம் விடப்பட்டிருக்கும் மானியங்களை ரத்து செய்ய வேண்டுமென்றும் இம்மாநாடு தீர்மானிக்கிறது.

2. கோவில்கள், மடங்கள் ஆகியவைகளின் வருமானங்களை படிப்பு, சுகாதாரம் அபிவிருத்திக்காகச் செலவிடுவதுதான் மேல் என்றும், புதிதாக மடங்களும், வேத பாடசாலைகளும்,

அன்னசத் திரங்களும் கட்டுவது அனாவசியமென்றும் இம்மாநாடு கருதுகிறது".

மதம் பற்றிய பெரியாரின் விமர்சனம் அது வர்ணாஸ்ரம அமைப்பை நிலைநிறுத்த உதவி வருகிறது என்பதிலிருந்துதான் புறப்பட்டது. இதுவே பின்னாடி பலப்பட்டு பலப்பட்டு மத மறுப்பாக, கடவுள் மறுப்பாக உருவெடுத்தது.

மாநாடுகளில் நிறைவேற்றப்பட்ட தீர்மானங்களை நடைமுறை உண்மைகளாக்கிட மாகாண அரசைப் பயன்படுத்துவதிலும் அவர் குறியாக இருந்தார். அப்போதிருந்த சுப்பராயன் அமைச்சரவை யோடு அவருக்கு நெருங்கிய தொடர்பு இருந்தது. செங்கற்பட்டு மற்றும் ஈரோட்டு மாநாடுகளுக்கு சுப்பராயன் அழைக்கப்பட்டு பெருமைப்படுத்தப்பட்டார். பெண்கள், தாழ்த்தப்பட்டோர் சிறுபான்மை மதத்தோர் ஆகியோருக்கு உள்ளாட்சி அமைப்புகளில் தேர்தல் மூலம் இடம் அளித்தது. தாழ்த்தப்பட்ட வகுப்பைச் சேர்ந்த தலைவர்களான சகஜானந்தர், வி.ஐ.முனுசாமி பிள்ளை ஆகியோரை தேவஸ்தான கமிட்டி உறுப்பினர்களாக்கியது, தாழ்த்தப்பட்ட மக்களின் பிள்ளைகளைச் சேர்க்க மறுக்கும் பள்ளிகளுக்கு உதவித் தொகை நிறுத்தப்பட்டது போன்ற சுப்பராயன் அமைச்சரவை எடுத்த நடவடிக்கைகளைப் பெரியார் உற்சாகத்தோடு வரவேற்றார்.

1929 இறுதியில் நடைபெற்ற தேர்தலில் நீதிக்கட்சி வெற்றி பெற்றது. 1930ல் பி.முனுசாமி நாயுடு தலைமையில் அமைச்சரவை அமைந்தது. இந்த அமைச்சரவையின் செயல்பாடு குறித்து பெரியாருக்கு கடும் அதிருப்தி இருந்தது. 1933ல் குடியரசில் அவர் எழுதினார் -

"தோழர்கள் சுப்பராயன், முத்தையா முதலியார் ஆகியவர்கள் காலத்தில் பார்ப்பனரல்லாதவர்களுக்கென்றும், தாழ்த்தப்பட்ட வர்களுக்கென்றும் அரசியலில் என்ன காரியங்கள் செய்யப்பட்ட னவோ அதற்குமேல் நாளதுவரை ஒரு இம்மியளவாவது முற்போக்கு ஏற்பட்டது என்று சொல்ல முடியாத நிலையிலேயே இருந்து வருகிறது".

ஆக, குருட்டுத்தனமாக ஓர் அரசை ஆதரிப்பது அல்லது எதிர்ப்பது என்கிற நிலைபாட்டை அவர் அன்றைக்கு எடுக்கவில்லை. சமூக சீர்திருத்தத்திற்கு அது உதவுகிறதா, இல்லையா என்கிற அளவுகோலை வைத்தே அவரின் ஆதரவும் எதிர்ப்பும் இருந்து வந்தது.

அதேநேரத்தில், சமூக சீர்திருத்த இயக்கத்திற்கு அரசை மட்டும் அவர் நம்பியிருக்கவுமில்லை. விரிவான பிரச்சாரத்தில் மட்டுமல்லாது நேரடி நடவடிக்கைகளிலும் அவர் இறங்கினார். "ஈ.வெ.ராமசாமி நாயக்கர்" என்றதிலிருந்த "நாயக்கர்" என்கிற சாதிப் பெயரை அவர் 1927ல் கைவிட்டார். 1928ல் குடியரசு ஏட்டில் இப்படி சாதிப்பட்டத்தைத் துறந்தவர்களின் பட்டியல் வெளிவந்தது. "பிராமணர்கள் மட்டுமே இங்கே சாப்பிட முடியும்" என்கிற அறிவிப்புப் பலகையோடு திருச்சியில் நடத்தப்பட்டுவந்த ஒரு ஹோட்டலுக்கு கி.ஆ.பெ.விசுவநாதன் போன்ற சுயமரியாதைக்காரர்கள் 1927ல் கடும் எதிர்ப்புத் தெரிவித்ததைத் தொடர்ந்து பிராமணர், பிராமணரல்லாதார் இருசாராருக்கும் உணவளிக்க ஹோட்டல் நிர்வாகம் முன்வந்தது.

மதுரை மீனாட்சியம்மன் கோவில், திருவண்ணாமலை கோவில் ஆகியவற்றில் 1927ல் கோவில் நுழைவுப் போராட்டம் நடத்தப்பட்டது. 1929ல் ஈரோட்டில் இத்தகையதொரு இயக்கம் நடத்தப்பட்டது.

ஆதிதிராவிடர் (தாழ்த்தப்பட்ட மக்கள்) மாநாடுகள் பலவற்றிலும் பெரியார் கலந்துகொண்டார். 1929ல் கள்ளக்குறிச்சியில் நடைபெற்ற அத்தகைய மாநாட்டில் பெரியார் இவ்வாறு பேசினார் - "உங்களைப் (ஆதிதிராவிடர்கள்) போலவே பிராமணரல்லாதவர்களில் பெரும்பகுதியினர் பிராமணர்களினால் சமூக அவமரியாதைகளுக்கு ஆளாகியுள்ளனர். பிராமணர்களுக்கு நாம் அனைவருமே தீண்டத்தகாதவர்கள்தாம். எனவே, மீறுங்கள், நிராகரியுங்கள். பிராமணர்கள் மற்றும் பிராமணியத்தோடு மோதுங்கள்". பிராமணியத்திற்கு எதிராக பிராமணரல்லாதார் அனைவரையும் ஒன்றுபடுத்துகிற முயற்சியை இங்கு காணலாம். இது இயல்பாகவே தாழ்த்தப்பட்ட மக்களின்பால் பிராமணரல்லாத உயர் சாதியினர் கடைப்பிடிக்கிற தீண்டாமை விவகாரத்தையும் எழுப்பியது.

நீதிக்கட்சியின் சமூகக் கட்டுமானமானது பிராமணரல்லாத உயர் சாதியினரைக் கொண்டிருந்ததால் அது பெரிய அளவிற்கு இது விஷயத்தில் ஏதும் செய்யவில்லை. சுயமரியாதை இயக்கத்திற்கும் கூட இதிலே சிக்கல் இருந்தது. எனவே, அதனாலும் பெரிய அளவுக்கு நடைமுறை வெற்றிகளை ஈட்ட முடியவில்லையாயினும் சில மாற்றங்களைக் கொண்டுவர முடிந்தது. அந்தக் காலத்தில் ராமனாதபுரம் மாவட்டத்தில் தனியார் பஸ்களில் தாழ்த்தப்பட்ட

மக்கள் அனுமதிக்கப்படவில்லை. "ஆதிதிராவிடர்களுக்கு டிக்கெட் கொடுக்கப்படமாட்டாது" என்று பயணச் சீட்டிலேயே போட்டிருந்தார்கள். இதனைக் கைவிடாவிட்டால் அந்த பஸ்களுக்கான லைசன்ஸ் ரத்து செய்யப்படும் என்று அந்த மாவட்ட போர்டு தலைவராக இருந்த டபிள்யூ.பி.ஏ.சவுந்திரபாண்டியனார் ஒரு சுற்றறிக்கை அனுப்பினார். இவர் நீதிக்கட்சித் தலைவர்களில் ஒருவராக இருந்தாலும் சுயமரியாதை இயக்கத்தைத் தீவிரமாக ஆதரித்து வந்தார்.

பிராமணிய எதிர்ப்பின் ஒரு வடிவாக சுயமரியாதை திருமணங்கள் நடந்தன. குடியரசில் ஒரு துணை ஆசிரியராக இருந்த சாரநாதன் என்கிற பிராமணருக்கும், லட்சுமி என்கிற தேவதாசி குடும்பப் பெண்ணுக்கும் 1925ல் பெரியார் முன்னிலையில் திருமணம் நடந்தது. இதிலே வழக்கமான சடங்குகள் இல்லை. முதல் சுயமரியாதைத் திருமணமாக இது இருக்கலாம். அதே ஆண்டில் காரைக்குடியில் முருகப்பா என்கிற நாட்டுக்கோட்டைச் செட்டியார் மரகதவல்லி என்கிற தங்க ஆசாரி வகுப்பிலே பிறந்த பெண்மணியை மணந்தார். ஆரம்ப கட்டத்தில் சாதி வித்தியாசம் பாராத திருமணங்கள் என்பதைவிட பிராமணப் புரோகிதர்களை அழைத்து நடத்தாத திருமணங்கள் என்பதற்கே அழுத்தம் கொடுக்கப்பட்டது. அதற்கே அதிக வாய்ப்பு இயல்பாக இருந்தது. இதன் மூலம் திருமணங்களிலிருந்த பிராமணமயத் தன்மைக்கும், சமஸ்கிருதமயத் தன்மைக்கும் முற்றுப்புள்ளி வைக்க ஒரு நல்ல துவக்கம் செய்யப்பட்டது. 1930களில் பிராமணப் புரோகிதர் இல்லாத, மதச்சடங்குகள் இல்லாத திருமணங்கள் மட்டுமல்ல, தாலிகூட இல்லாத திருமணங்கள் நடக்கத் துவங்கின. விருதுநகரில் பெரியார் தலைமையில் மாணிக்கவாசகம் நாடாருக்கும், நாகரத்தினம்மாளுக்கும் இத்தகைய திருமணம் நடைபெற்றது. தென்னந்தியாவிலேயே முதன்முதலாக நடந்த முழுமையான சுயமரியாதைத் திருமணம் என்று பெரியார் இதனை அழைத்தார்.

அன்றைய சென்னை மாகாணத்தின் ஒரு பகுதியில் இன்னும் ஜமீன்தாரி முறை இருந்தது. அவ்வாறே இனாம்தாரி முறை என்பதும் இருந்தது. இனாம்தாரி முறை என்றால், பிராமணர்களுக்கு தானமாகக் கொடுக்கப்பட்ட நிலமாகும். ஜமீன் பகுதிகளிலிருந்த குத்தகைதாரர்களை வெளியேற்றுவதைத் தடுக்கும் நோக்கத்துடன் சில சட்டத் திருத்தங்கள் நிறைவேற்றப்பட்டிருந்தன. இவற்றை இனாம் பகுதிகளிலிருந்த குத்தகைதாரர்களுக்கும் நீட்டிக்க

பி.முனுசாமி நாயுடு ஒரு திருத்த மசோதா கொண்டுவந்தார். அது 1933 இறுதியில் சட்டமன்றத்தில் நிறைவேறவும் செய்தது. ஆனால், இதற்கு இனாம்தாரர்களிடமிருந்து கடும் எதிர்ப்பு கிளம்பியது. அவர்கள் மாநில கவர்னரை வற்புறுத்தியதின் பேரில் அந்த மகானுபாவர் மசோதா சட்டமாகவிடாமல் தனது ரத்து அதிகாரத்தைப் பயன்படுத்திவிட்டார். பின்னர், மாகாண அரசு அந்த மசோதாவில் சில திருத்தங்களைச் செய்தது. அதன்படி இனாம் கிராமங்களில் தொடர்ச்சியாக பன்னிரண்டு ஆண்டுகள் நிலத்தை வைத்திருப்போருக்கு குத்தகைதாரர் உரிமை வழங்க வழி செய்யப்பட்டிருந்தது. இது இனாம்தாரர்களின் உரிமையைப் பறிமுதல் செய்யும மசோதா என்று கூறி அதற்கு வைசிராய் ஒப்புதல் தர மறுத்துவிட்டார். இந்த மசோதாவிற்கு இனாம்தாரர்களிடமிருந்து வந்த எதிர்ப்பு குறித்து அப்போது முதலமைச்சர் பொறுப்பிலிருந்த பொப்பிலி அரசர் வெளியிட்ட அறிக்கை குடியரசில் வெளியானது -

“இனாம் குடிகள் மசோதாவை காங்கிரஸ் கட்சியைச் சேர்ந்த ரங்காவும், இந்தியன் எக்ஸ்பிரஸ் ஆசிரியர் சந்தானமும் மற்றும் காங்கிரஸ் சமதர்மிகளும் ஆதரிக்கின்றார்கள். சத்தியமூர்த்தி போன்ற காங்கிரஸ் பார்ப்பனர்களும், வெங்கட்ராம சாஸ்திரியார் போன்ற மிதவாதப் பார்ப்பனர்களும் அந்த மசோதாவைக் கவிழ்க்க இப்பொழுது சூழ்ச்சி செய்துகொண்டே இருக்கின்றனர். அம்மட்டோ? தேசியப் பத்திரிகைகள் என்று கூறிக்கொள்ளும் ஹிந்து, சுதேசமித்திரன் முதலிய பத்திரிகைகளும் அவர்களுக்கு பக்கபலமாகவே இருக்கின்றன”.

ஆக, பிராமணர்களில் வைதீகர்கள் மட்டுமே இதனை எதிர்த்திருக்கிறார்கள். அவர்களை எதிர்த்தும், பொப்பிலி அரசை ஆதரித்தும் நின்றது பெரியாரின் சுயமரியாதை இயக்கம். முடிவில் 1936ல் இந்தச் சட்டம் நிறைவேற்றப்பட்டது. அதே ஆண்டு விஜயவாடாவில் நடைபெற்ற ஆந்திர மாநில இனாம் ரயத்துகள் (விவசாயிகள்) மாநாடு இச்சட்டத்தினை ஒரு வரப்பிரசாதம் எனப் போற்றி வரவேற்றது. இனாம் கிராமங்களில் விவசாயிகளுக்கு சில உரிமைகள் கிடைத்தன என்பது ஒரு பொருளாதார சீர்திருத்தமாக மட்டுமல்லாது, ஒரு சமூக சீர்திருத்தமாகவும் இருந்தது. பிராமணியத்தின் ஒரு கூறினை இது தகர்த்தது.

29

சுயமரியாதை இயக்கமும் மாதர் விடுதலையும்

சுயமரியாதை இயக்கம் பிறந்தபோதே அது மாதர் விடுதலைக்கான கோரிக்கைகளையும் உள்ளடக்கியிருந்தது. 1929ல் செங்கற்பட்டில் நடைபெற்ற முதல் மாகாண மாநாட்டிலேயே இது தொடர்பாக சில முக்கிய தீர்மானங்கள் நிறைவேற்றப்பட்டன. அவை வருமாறு:

1. "பெண்களின் கல்யாண வயது பதினாறுக்கு மேற்பட்டிருக்க வேண்டுமென்றும், மனைவி, புருஷன் இருவரில் ஒருவருக்கொருவர் ஒத்துவாழ இஷ்டமில்லாதபோது தம்முடைய கல்யாண ஒப்பந்தத்தை ரத்து செய்துகொள்ள உரிமை இருக்க வேண்டுமென்றும், விதவைகள் மறுவிவாகம் செய்துகொள்வதற்கு உதவி செய்யவேண்டுமென்றும், கல்யாணம் செய்து கொள்ள விரும்பும் ஆண்களும், பெண்களும் சாதி மத பேதமின்றி தங்கள் தங்கள் மனைவி, புருஷர்களைத் தேர்ந்தெடுத்துக்கொள்ள பூரண உரிமை அளிக்கப்பட வேண்டுமென்றும் அதற்கேற்றவாறு கல்யாணச் சடங்குகள் திருத்தப்பட வேண்டுமென்றும், கல்யாணம் முதலிய சடங்குகள் சொற்ப பணச் செலவில் நடத்தப்பட வேண்டுமென்றும், எக்காரணத்தை முன்னிட்டும் ஒரு நாளைக்கு மேலாவது, ஒரு விருந்துக்கு மேலாவது நடத்தக்கூடாதென்றும் தீர்மானிக்கிறது.

2. பள்ளிக்குப் போகத்தக்க சிறுமிகளுக்கு ஆரம்பக் கட்டாயக் கல்வி மாத்திரம் பொது நிதிகளிலிருந்து போதிக்கப்பட வேண்டுமென்றும் தீர்மானிக்கிறது.

3. பெண்களுக்கு ஆண்களைப்போலவே சமமாகச் சொத்துரிமைகளும், வாரிசு பாத்தியதைகளும் கொடுக்கப்பட வேண்டுமென்றும், பெண்களும், ஆண்களைப்போலவே எந்தத் தொழிலையும் மேற்கொண்டு நடத்தி வருவதற்கு அவர்களுக்குச் சம உரிமையும், அவகாசமும் கொடுக்கப்பட வேண்டுமென்றும் தீர்மானிக்கிறது.

4. பள்ளிக்கூட உபாத்தியாயர்கள் வேலையில் பெண்களே அதிகமாக நியமிக்கப்படுவதற்குத் தக்க ஏற்பாடு செய்ய

வேண்டுமென்றும், ஆரம்பக் கல்வி கற்றுக்கொடுக்கும் உபாத்தியா யர் வேலைக்குப் பெண்களையே நியமிக்க வேண்டுமென்றும் தீர்மானிக்கிறது".

பாரதியாரைத் தொடர்ந்து மாதர் விடுதலை குறித்து புதுமையான, விரிவான கோரிக்கைகளை முன்வைத்தது பெரியாரின் சுயமரியாதை இயக்கமே. பாரதியார் கிட்டத்தட்ட ஒரு தனி மனிதராக இருந்து இத்தகைய சிந்தனைகளை விதைக்க முனைந்தார். பெரியாரின் இயக்கமோ இவற்றைப் பரவலாக மக்களிடையே கொண்டு சென்றது. அரசையும் இவற்றின்பால் செயல்படத் தூண்டியது.

செங்கற்பட்டு மாநாட்டிற்கு முன்பே பெண்களின் திருமண வயதை பதினான்கு என நிர்ணயிக்கும் மசோதா ஒன்று சென்னை சட்டமன்றத்தில் சமர்ப்பிக்கப்பட்டது. இதனை நீதிக்கட்சியின் தலைவர்களில் ஒருவரான ஏ.பி.பாத்ரோ எதிர்த்தார். இது கண்டு பெரியார் கொதித்துப்போய் 1928ல் குடியரசில் அவரைக் கடுமையாக விமர்சித்து தலையங்கம் எழுதினார். இதே காலத்தில் டில்லி மத்திய சட்டசபையில் சாரதா மசோதா எனப்பட்ட பெண்களின் திருமண வயது பற்றிய மசோதா மீதும் விவாதம் நடைபெற்று வந்தது. இந்த மசோதாவிற்கு சென்னை மாகாணத்திலிருந்து சென்ற காங்கிரஸ் சுயராஜ்யக் கட்சியின் பிரதிநிதிகள் எதிர்ப்பு தெரிவித்தனர். அவர்களையும் இதே தலையங்கத்தில் ஒரு பிடிபிடித்தார்-

"அம்மசோதாவிற்கு விரோதமாய்ப் பேசிய தமிழ்நாட்டுப் பிரதிநிதியும் இந்து வர்ணாஸ்ரமப் பிரதிநிதியும் ஆகிய திரு. எம்.கே.ஆச்சாரியார் அவர்களின் போக்கைச் சற்று கவனிப்போம். திரு ஆச்சாரியார் அவர்கள் இச்சட்டத்தை எதிர்த்துப் பேசுகையில் 'பால்ய விவாகமில்லாவிட்டால் உண்மையான கற்பு என்பது சாத்தியமில்லை' என்றும், 'பெண்களின் வாழ்க்கை நாசமடைந்து விடும்' என்றும், 'குடும்ப வாழ்க்கை துக்கமயமாகி சதா ஆபத்துக்குள்ளாகிவிடும்' என்றும், 'புருஷர்களுக்கு சிறைத்தண்டனை அளித்து விடுவதால் பெண்கள் நடத்தையும் அதிகக் கேவலமாக மாறிவிடும்' என்றும், 'பால்ய விவாகம் இருந்தாலொழிய வாழ்க்கையில் உண்மையான ஒழுக்கம் ஏற்படுவது அசாத்தியம்' என்றும் பேசி இருக்கின்றதாக தெரியவருகின்றது. இதே யோக்கியர்தான் மூன்று வருடங்களுக்கு முன் திருச்சியில் கூடிய காங்கிரஸ் கமிட்டி கூட்டத்தில் ஒரு பார்ப்பனரல்லாத பையனுடன் ஒரு பார்ப்பனப் பையன் ஒருவேளை சாப்பிட்டால் ஒரு மாதம் பட்டினியிருப்பேன்' என்று சொன்னவர்".

மாதர் விடுதலை விஷயத்தில் பெரியார் பிற்போக்காளர்கள் அவர்கள் நீதிக்கட்சியிலிருந்தாலும் சரி, காங்கிரசிலிருந்தாலும் சரி. கிஞ்சித்தும் தயக்கமின்றி சாடினார். பெண்களின் வயதைப் பதினான்கு ஆக்கவே அன்று வைதீகர்கள் எதிர்த்து வந்த நிலையில் இவரின் சுயமரியாதை இயக்கமோ பதினாறு ஆக்கவேண்டுமென்று குரல் கொடுத்து வந்தது. செங்கற்பட்டு மாநாட்டில் மட்டுமல்ல, ஈரோடு மாநாட்டிலும் இத்தகைய தீர்மானம் போடப்பட்டது.

இந்தியாவின் பிற பகுதிகளைப்போல சென்னை மாகாணத்திலும் தேவதாசி முறை என்ற சட்டப்பூர்வமான, சமய அங்கீகாரம் பெற்ற விபச்சார முறை காலங்காலமாய் இருந்து வந்தது. இதனை ஒழித்துக்கட்ட டாக்டர் முத்துலெட்சுமி ரெட்டியார் மசோதா ஒன்றை சட்டசபையில் முன்மொழிந்தார். இதனை காங்கிரஸ் தலைவர்களான சத்தியமூர்த்தி ஐயரும், முத்தரங்க முதலியாரும் கடுமையாக எதிர்த்தனர். ஆனால், பெரியாரோ இதனை மிகுந்த உற்சாகத்தோடு வரவேற்றார். அப்போது ஆட்சியிலிருந்த நீதிக்கட்சி இந்த மசோதாவை பெரியாருக்கு அனுப்பி, அவரின் கருத்தைக் கேட்டது. இது தொடர்பாக 1930ல் குடியரசில் பெரியார் எழுதினார்-

“ஒரு நாட்டில் நாகரிகமுள்ள அரசாங்கமாவது அல்லது நாட்டின் சுயமரியாதையையோ, பிரஜைகளுடைய ஒழுக்கத்தையோ, நலத்தையோ கோரின அரசாங்கமாவது ஒன்று இருந்தால் இந்த இழிவான கெட்ட பழக்கம் கடவுள் பேராலும், மதத்தின் பேராலும், சமூகத்தின் பேராலும், தேசிய வழக்கத்தின் பேராலும் இருந்து வர ஒரு க்ஷணநேரமும் விட்டுக்கொண்டு வந்திருக்காதென்றே சொல்லுவோம்... எப்படியானாலும் அடுத்த சட்டசபைக் கூட்டத்திலாவது இச்சட்டம் நிறைவேறாமல் போகுமேயானால் சர்க்காரின் யோக்கியத்திலும் ஜஸ்டிஸ் கட்சியாரின் சுயமரியாதையிலும் தெருவில் போகின்றவனுக்குக் கூட மதிப்பும், நம்பிக்கையும் இருக்காதென்றே சொல்லுவோம்”.

ஈரோட்டில் நடைபெற்ற சுயமரியாதை மாநாட்டிலும் இதற்கான தீர்மானம் நிறைவேற்றப்பட்டது. இந்த மாநாட்டில் ‘மாதர் மாநாடு’ என்று ஒன்று தனியாகவும் நடைபெற்றது. அதில் கீழ்வரும் தீர்மானங்களும் நிறைவேற்றப்பட்டன -

1. “சிறுவயதுப் பெண்குழந்தைகளை தேவடியாள்களாகத் தயாரித்து பொதுவில் ஆடவும், பாடவும்விட்டுப் பொருள் சம்பாதிப்பதற்காகத் தயாரிக்கும் வழக்கத்தை இம்மாநாடு கண்டிப்பதோடு இந்திய சட்டசபையில் திரு.ஜெயகர் கொண்டு

வந்திருக்கும் பொட்டுக்கட்டும் வழக்கம் (தேவதாசி முறை) மறுப்பு மசோதாவையும், சென்னை சட்டசபையிலிருக்கும் டாக்டர் முத்துலட்சுமி அவர்களின் மசோதாவையும் முழுமனதாய் ஆதரித்து அவை சீக்கிரம் சட்டமாக ஆக்கப்பட வேண்டுமென்றும் வேண்டுகிறது.

2. கடவுளின் பேரால் பொட்டுக் கட்டியுள்ள தேவதாசி சகோதரிகள் தங்கள் பொட்டை அறுத்தெறிந்துவிட்டு மனதிற்கிசைந்த ஒரு கணவனை மணந்துகொள்ள வேணுமாய் இம்மாநாடு தீர்மானிக்கிறது".

விதவை மணத்தில் பெரும் அக்கறை எடுத்துக்கொண்டவர் பெரியார். சுயமரியாதை இயக்கம் தொடங்கப்பட்ட ஆரம்ப காலத்திலிருந்தே விதவைகளின் பரிதாப நிலை குறித்து ஆவேசமாகப் பேசிவந்தார். 1929ல் சென்னை பிரம்ம சமாஜக் கட்டிடத்தில் அவர் ஆற்றிய உரை இதற்கு நல்ல எடுத்துக்காட்டு.

"மனிதனுக்கு தன் பெண்ஜாதி சமீபத்தில் இல்லாத காலங்களில் போக இச்சை ஏற்பட்டால் உடனே போக மாதர்களைக்கொண்டு அவ்விச்சையை தணிக்க வேண்டியதும், மிருகங்களுக்கு ஏற்படும் தினவை தீர்த்துக்கொள்ள மைதான வெளியில் சொரிக்கல் நட்டு வைக்க வேண்டியதும் 32 தர்மங்களில் இரண்டு தர்மங்களாகக் கொண்டு கோவில்களில் தாசிகளை வைத்தும் கிராமங்கள் தோறும் நத்தங்களில் சொரிக்கல் நட்டுவைத்தும் இருக்கிறார்கள். ஆனால், இப்பேர்ப்பட்ட ஜீவகாருண்ய அறிவு நமது பெண் மக்களிடம் மாத்திரம் ஏன் காட்ட முடியாமல் போய்விட்டது என்பதை நினைக்கும்போது ஜீவகாருண்யப் புரட்டும், 32 தர்மங்களின் புரட்டும் நன்றாய் விளங்கும்".

தர்க்கவாதமும், மனிதநேயமும் அருமையாய்க் கலந்து நிற்கும் பிரச்சாரம் இது. இந்தப் பாணியில் பாமரருக்கும் புரியும் வகையில் விதவை மணத்தை ஆதரித்துப் பேசி வந்தார் பெரியார். 1931ல் விருதுநகரில் நடைபெற்ற சுயமரியாதைப் பெண்கள் மாநாட்டில் "விதவை விவாகத்தை இம்மாநாடு ஆதரிக்கிறது" என்றும் தீர்மானம் நிறைவேற்றப்பட்டது.

விதவை மணத்திற்கே கடும் எதிர்ப்பு இருந்த அந்தக் காலத்தில் பெண்களுக்கு விவாகரத்து உரிமை என்பது எப்படி நாராசமாக இருந்திருக்கும் என்பதை ஊகித்துக்கொள்ளலாம். ஆனால், பெரியாரோ செங்கல்பட்டு மாநாட்டிலேயே இதனை வலியுறுத்தித் தீர்மானம் போட்டது மட்டுமல்லாது, குடியரசு ஏட்டிலும் இதனை

ஆதரித்து எழுதிவந்தார். 1929 இறுதியில் அவர் தீட்டிய தலையங்கம் அன்றைய சூழலை அப்படியே படம் பிடித்துக் காட்டியது -

"சமீபத்தில் சென்னையில் நடந்த ஸ்திரீகள் மகாநாட்டில் நிறைவேற்றப்பட்ட தீர்மானங்களை வாசகர்கள் அறிந்திருக்கலாம். அவைகளில் முக்கியமாக இரண்டு தீர்மானங்கள் மாத்திரம் அதிகமான விவாதத்திற்குக் காரணமாயிருந்தன. ஆண்களைப் போலவே பெண்களுக்கும் சரிசமமான ஒழுக்க முறைகள் ஏற்படுத்த வேண்டும் என்பது ஒன்று. 'கல்யாணமான பெண்கள் தகுந்த காரணமிருப்பின் தங்களுக்கிஷ்டமானபோது தங்கள் விவாகத்தை ரத்து செய்துகொள்ளலாம்' என்பது இரண்டு. இந்த இரண்டு தீர்மானங்களும் பெரிய படித்த மனிதர்கள் என்பவர்களையும், பெண்கள் விடுதலைக்காகப் பாடுபடுகிறவர்கள் என்பவர்களையும் சரியான பரீட்சை பார்த்துவிட்டது என்றே சொல்வோம். நமது தென்னிந்தியாவிலுள்ள பத்திரிகைகள் எல்லாம் ஒன்றுவிடாமல் விவாகரத்து தீர்மானத்தைக் கண்டித்துவிட்டன".

பெரியார் குறிப்பிட்ட பத்திரிகையில் நீதிக்கட்சியின் ஆங்கில ஏடாகிய 'ஜஸ்டிஸ்'சும் ஒன்று. ஆனாலும், அதை விமர்சிக்கவும் பெண்களின் விவாகரத்து உரிமையை உயர்த்திப் பிடிக்கவும் பெரியார் தயங்கவில்லை. அவர் தொடர்ந்து எழுதினார்-

"விவாகரத்து சட்டமாவது பெண்கள் சமூகத்திற்கு ஒரு இன்றியமையாத பாதுகாப்புக் கருவி என்பது நமது முடிவான அபிப்ராயம். புருஷனுக்கும், மனைவிக்கும் பரஸ்பர அன்பும், சமமான வாழ்க்கையும் ஏற்படவேண்டுமானால் இருவருக்கும் தனித்தனியாக உரிமையிருந்தால்தான் முடியும். இப்போதிருக்கும் இந்திய சமூகத்திலுள்ள மணவாழ்க்கையானது பல வழிகளிலும் பெண் மக்களுக்குப் பாதகமான முறையிலேயே நடைபெற்று வருகிறது. ஒரு புருஷன் தனக்குத் தேவையில்லாதபோது தனது மனைவியை விவாகரத்து செய்ய உரிமை அளித்திருக்கும் நமது சட்டமானது பெண்களுக்கு அதே உரிமையைக் கொடுக்காமலிருப்பது வருந்தத்தக்க விஷயமாகும். இந்த உரிமை மனிதனுக்கு இருப்பதால் எல்லாப் புருஷர்களும் இதே வேலையாகவா இருக்கிறார்கள் என்றுதான் கேட்கிறோம். ஆகவே, இதே உரிமையைப் பெண்மக்களுக்கும் அளிக்க வேண்டியது நியாயமும், கிரமமும் ஆகும் என்பதை இன்னும் ஏன் ஆண்மக்களில் சிலர் அறியவில்லை என்பதுதான் நமக்கு விளங்கவில்லை. இந்த விவாகரத்து தீர்மானத்தை வைதீகப்

பத்திரிகைகள்தான் கண்டித்தனவென்றால், நமது `ஜனநாயக' தினசரியான `ஜஸ்டிஸ்' பத்திரிகையும் கண்டித்ததுதான் நமக்கு விளங்கவில்லை. எது எப்படியாயினும், இந்தத் தீர்மானத்தின் அவசியத்தை நமது சுயமரியாதை இயக்கத்து அன்பர்கள் நன்கு அறிவார்களாகையால் இம்மாதிரி சமத்துவமான நோக்கமுடைய விஷயங்களில் எவ்வளவு எதிர்ப்பு இருந்தாலும் அதற்காக நாமோ, நமது இயக்கத்தைச் சேர்ந்தவர்களோ சகல கடமையினின்றும் பின்வாங்க மாட்டோம் என்பதை மாத்திரம் உறுதி கூறுகிறோம்''.

செங்கற்பட்டு மாநாட்டிலேயே பெண்களுக்கு ‘சமமாகச் சொத்துரிமைகளும், வாரிசு பாத்தியதைகளும்’ கொடுக்கப்பட வேண்டுமென்று தீர்மானம் போட்ட பெரியார் தொடர்ந்து இதனை வலியுறுத்திப் பேசியும் எழுதியும் வந்தார். 1930ல் குடியரசில் அவர் எழுதிய ஒரு துணைத் தலையங்கம் குறிப்பிடத்தக்கது. சென்னையில் நடந்த ஒரு கூட்டத்தில் பங்குகொண்ட உபந்நியாசகர் நாராயண குரூப் மற்றும் மாஜி அட்வகேட் ஜெனரல் டி.ஆர். வெங்கிடராம சாஸ்திரியார் ஆகியோர் பெண்களுக்கு சொத்துரிமை தருவதை வரவேற்றிருந்தனர். இது கண்டு பூரிப்போடு அவர்களை அந்தத் தலையங்கத்தில் பெரியார் பாராட்டியுள்ளார். நல்ல கருத்து யாரிடமிருந்து வந்தாலும் - பிராமணரோ, பிராமணரல்லாதாரோ யாரிடமிருந்து வந்தாலும் - அதனைப் பெரியார் வரவேற்கத் தயங்கியதில்லை என்பதை இது உணர்த்துகிறது. தொடர்ந்து எழுதினார் -

‘‘உண்மையான சுதந்திரம் பெண்களுக்கு ஏற்படவேண்டுமானால் வாழ்வில் - அதாவது ஒரு பெண்ணும், ஆணும் வாழ்க்கைத் துணைகளாய் வாழும் வாழ்க்கையில் - இருவருக்கும் ஒரே மாதிரியான ஒழுக்கமும், கட்டுப்பாடும் இருக்கும்படி வாழ்க்கையையும் இது சம்பந்தமான அரசியல் சட்டங்களையும் திருத்திக்கொண்டாலொழிய உண்மையான சுதந்திரம் ஏற்படவே முடியாது. மக்கள் மனத்திலும் இயற்கையிலேயே பெண்கள் பலவீனர்களாகவும் ஆண்களுடைய சம்ரஷணையிலும் இருக்கும்படியாக படைக்கப்பட்டிருக்கின்றார்கள் என்கிற உணர்ச்சி அடியோடு மாறியுமாக வேண்டும். அந்த உணர்ச்சி ஆண்களுக்கு மாத்திரமில்லாமல் இன்றைய நிலையில் பெண்களுக்கே பெரிதும் முதலில் மாறவேண்டியது இருக்கின்றது. ஏனெனில், அவர்களை அழுத்தி அடிமைப்படுத்திய கொடுமையான பலமானது பெண்கள் தாங்கள் மெல்லியலார்கள் என்றும், ஏதாவது ஒரு ஆணின் காப்பில்

இருக்க வேண்டியவர்களென்றும் தங்களையே கருதிக்கொள்ளும்படி செய்துவிட்டது. ஆதலால், அது முதலில் மாற வேண்டியது அவசியமாகின்றது. ஆகவே, அவர்களது சுதந்திரமின்மைக்கு சொத்துரிமை இல்லாததோடு தங்களின் அடிமையுணர்ச்சியும், பயமும் காரணமாயிருப்பதால் வாழ்க்கை யில் உள்ள ஒவ்வொரு துறையிலும் அவ்வடிமை உணர்ச்சியும் பயமும் அடியோடு மறையும்படியாகவும் பார்த்துக்கொள்ள வேண்டியது பெண்கள் விடுதலைக்குப் பாடுபடுபவர்களின் முக்கிய கடமை என்பதை ஞாபகப்படுத்துகின்றோம்".

மாதர் விடுதலை பற்றி பெரியாரின் இந்தக் கருத்துக்கள் அன்றைக்கு மிகப் புதுமையானவை என்றால், இன்றைக்கும்கூட இவை ஒரு மகா சாசனமாக இருப்பது - இன்றைக்கும் ஒரு மகத்தான லட்சியமாக இருப்பது எண்ணி எண்ணி வியக்கத்தக்கது ஆகும்.

30

நீதிக்கட்சித் தலைவர் பெரியார்

சமூக சீர்திருத்தத்திற்காகவே தனி இயக்கம் - சுயமரியாதை இயக்கம் - கண்ட பெரியார் இதற்கும் அரசியலுக்கும் இடையில் எத்தகைய தொடர்பு இருக்கவேண்டும் என்பது குறித்து 1930களின் ஆரம்பத்தில் முடிவெடுக்க முடியாமல் இருந்தார். அப்பொழுது அவர், சோவியத் நாடு சென்று திரும்பியிருந்தார். தென்னிந்தியாவின் முதல் கம்யூனிஸ்டாகிய சிங்காரவேலரோடு அவருக்கு வலுவான உறவு ஏற்பட்டிருந்தது. சமதர்மம் குறித்து சிங்காரவேலர் எழுதிய கட்டுரைகள் குடியரசில் வெளிவந்துகொண்டிருந்தன. ஜீவா போன்றதோர் சுயமரியாதை இயக்கத்தில் உற்சாகமாய்ப் பணியாற்றிக் கொண்டிருந்தனர். இதன் முத்தாய்ப்பாய் சிங்காரவேலர் தயாரித்திருந்த சுயமரியாதை இயக்க சமதர்மக் கட்சியாரின் உத்தேசத் திட்டம் 1932 இறுதியில் குடியரசில் வெளியிடப்பட்டது. அது பற்றி விவாதித்து முடிவெடுப்பதற்காக ஈரோட்டில் பெரியார் இல்லத்தில் சுயமரியாதை இயக்க முன்னணிச் செயல்வீரர்களின் கூட்டம் நடைபெற்றது. அதில் சுமார் 300 பேர் கலந்து கொண்டனர். சுயமரியாதை இயக்கத்தை சமூக சீர்திருத்த இயக்கமாக மட்டும் நடத்துவதா அல்லது அரசியல் இயக்கமாகவும் நடத்துவதா என்பது குறித்து கருத்து வேறுபாடுகள் எழுந்துவிட்டன.

அரசியல் - பொருளாதாரத் துறையிலும் இறங்குவது என்பதில் ஆரம்பத்தில் பெரியார் உறுதியாக இருந்தார். ஈரோடு திட்டம் எனப்பட்ட சிங்காரவேலரின் திட்டத்தை ஆதரித்தார். 1933ல் திருப்பத்தூரில் நடைபெற்ற வட ஆற்காடு ஜில்லா சுயமரியாதை மாநாட்டில் பெரியார் பேசினார்-

“பொருளாதாரத் துறையிலும், அரசியல் துறையிலும் வேலை செய்யாமல் சமூக முற்போக்கு எப்படி ஏற்படும்? ஒரு சமூகத்திற்கு பொருளாதாரமும், அரசியலும் அவசியமானது அல்லவா? இந்த இரண்டையும் விட்டுவிட்டுச் செய்யும் முற்போக்குக்காக நமது சுயமரியாதை இயக்கம் தேவையே இல்லை. சும்மா அலங்காரமாக, வேடிக்கையாக புராண முட்டாள்தனத்தையும்

பார்ப்பனச் சூழ்ச்சியையும் பேசிக் காலம் கழிப்பது மாத்திரமே சுயமரியாதை இயக்கம் என்றால், அது அழிந்து போவதே மேலான காரியம் என்று சொல்லுவேன்''.

ஆனால், அப்பொழுதும் எத்தகைய அரசியல் - பொருளாதாரத் திட்டம் என்பதில் ஒரு தெளிவான நிலைபாட்டிற்கு அவர் வந்திருந்தார் என்று கூற முடியாது. சுயமரியாதை இயக்கத்தின் வர்க்கக் கட்டுமானம் காரணமாக தீவிரமான - பொதுவுடைமை நோக்கிலான - அரசியல், பொருளாதாரத் திட்டத்திற்கு அவரது நண்பர்களிடமிருந்தே எதிர்ப்பு கிளம்பியது. மறுபுறம் காங்கிரஸ் அரசியலா, நீதிக்கட்சி அரசியலா எனத் தீர்மானிப்பதிலும் குழப்பம் இருந்தது.

“இன்றைய ஆட்சிமுறை ஏன் ஒழிய வேண்டும்?'' எனும் தலைப்பில் குடியரசில் தலையங்கம் ஒன்று வெளியானது. இதற்காக 1933 இறுதியில் பெரியார் கைது செய்யப்பட்டார். கோவைச் சிறையில் அடைக்கப்பட்டார். அங்கே ஏற்கெனவே ராஜாஜியும் இருந்தார். இருவரும் சந்தித்தனர். அந்தச் சந்திப்பு குறிப்பு “தமிழர் தலைவர்'' எனும் நூலில் சாமி சிதம்பரனார் கீழ்வருமாறு கூறியுள்ளார் - “கட்சி வேற்றுமையால் நெடுநாள் பிரிந்திருந்த இரு நண்பர்களும் இப்பொழுது சிறைத் தோழர்களாயினர். இருவரும் கலந்து வேலை செய்ய ஒரு பொது வேலைத் திட்டம் போட்டனர். அது காந்தியாருக்கு அனுப்பப் பட்டது. அதில் எண்ணிக்கைக்குத் தகுந்தபடி அரசியல் பிரதிநிதித்துவமும், உத்தியோகமும் கொடுக்கப்பட வேண்டுமென்று இருந்ததால் 'காந்தியார் ஒப்புக்கொள்ள மறுத்துவிட்டார்' என்று பிறகு திரு. ராஜகோபாலாச்சாரியார் சொல்லிவிட்டார்''.

காங்கிரஸ் மீண்டும் தவறு செய்தது. வகுப்புவாரி பிரதிநிதித்துவம் என்கிற நியாயமான கோரிக்கையை அது ஏற்கவில்லை. இது மீண்டும் பெரியாரை காங்கிரசைவிட்டுத் தூர விலக்கி வைத்தது. இதற்கிடையில் 1934 மத்தியில் இந்தியாவில் கம்யூனிஸ்ட் கட்சி சட்டப்பூர்வமாகத் தடை செய்யப்பட்டது. சிங்காரவேலரின் கொள்கைகளை எதிர்த்துவந்த பெரியாரின் நண்பர்களுக்கு இது வசதியாகப் போனது. அவர்கள் பெரியாரை சிங்காரவேலரிடமிருந்து மேலும் பிரித்தெடுத்தனர். இப்பொழுது மிஞ்சியது நீதிக்கட்சியே.

1934 செப்டம்பரில் நீதிக்கட்சிக்கு 'வேலைத் திட்டம்' ஒன்றை அனுப்பி வைத்தார் பெரியார். அதை ஏற்றுக்கொண்டால் அதோடு இணைந்து பணிபுரிவதாகக் கூறினார். ஆரம்பத் தயக்கங்களுக்குப்

பிறகு நவம்பரில் அத்திட்டத்தை நீதிக்கட்சி ஏற்றுக்கொண்டது. அதில் பல்வேறு பொருளாதாரக் கோரிக்கைகளோடு கீழ்வரும் சமூக சீர்திருத்த அம்சங்களும் இடம் பெற்றிருந்தன.

1. "குறிப்பிட்ட காலத்திற்குள் சகல மக்களுக்கும் ஆரம்பக் கல்வியுண்டாகும்படி செய்துவிட வேண்டும்.

2. மனித சமூகத்தில் இருந்துவரும் தீண்டாமையையும் பிறவி காரணமாக உள்ள வேறுபாட்டுக் கொடுமைகளையும், மூட நம்பிக்கைகளையும் அடியோடு ஒழித்துவிட வேண்டும்.

3. அரசியல் உத்தியோகங்கள் இந்த மாகாணத்தில் உள்ள எல்லா வகுப்பார்களுக்கும் அவரவர்கள் ஜனத்தொகைகளுக்குத் தக்கபடியும் அரசியல் நோக்கத்திற்குத் தக்கபடியும் கிடைக்கும் படியாகச் செய்ய வேண்டும்".

தீண்டாமை ஒழிப்பு விஷயத்தை நீதிக்கட்சியினரும் ஏற்கச் செய்வதில் பெரியார் குறியாய் இருந்ததை மனதில் கொள்ளலாம் என்றாலும், இதை அக்கட்சித் தலைவர்கள் பெயரளவிற்கே ஏற்றுக்கொண்டிருப்பர் எனக் கூறுவது தவறாகாது. நீதிக்கட்சித் தலைவர்கள் பெரியாரின் திட்டத்தை அன்றைக்கு ஏற்றுக் கொண்டதற்கு ஒரு முக்கியக் காரணம் அப்போது இந்திய சட்டசபைக்குத் தேர்தல் வந்திருந்தது. அதே நவம்பரில் நடந்த அந்தத் தேர்தலில் பெரியாருடைய சுயமரியாதை இயக்கத்தின் ஆதரவு இருந்தும் நீதிக்கட்சி படுதோல்வியடைந்தது. ஆனாலும் பெரியார் தொடர்ந்து நீதிக்கட்சியையே ஆதரித்து வந்தார். 1937 ஆரம்பத்தில் சென்னை மாகாண சட்டசபைக்கான தேர்தல் வந்தது. இதிலும் நீதிக்கட்சியை ஆதரித்துப் பிரச்சாரம் செய்தார். ஆனாலும் இந்தத் தேர்தலிலும் அது படுதோல்வியடைந்தது. காங்கிரஸ் பெரும் வெற்றி பெற்றது. அதே ஆண்டில் ராஜாஜி மந்திரிசபை அமைந்தது.

நீதிக்கட்சி தோல்வியடைந்ததை தனது இயக்கத்திற்கு ஒரு சாதகமான சூழல் என்று பெரியார் கணித்தார். வெற்றி பெற்ற நீதிக்கட்சி தனது முற்போக்கான திட்டங்களை உளப்பூர்வமாக ஏற்காது என்றே அவர் நினைத்தார். அவரது கணிப்பு சரியானது என்பது விரைவில் நிரூபணம் ஆனது. நீதிக்கட்சிக்காரர்களுக்கு இனி பெரியாரைவிட்டால் தங்களுக்கு வேறு கதியில்லை என்கிற உணர்வு வந்தது.

இந்த சமயத்தில் இந்தியைக் கட்டாயப் பாடமாக்கினார் ராஜாஜி. சமஸ்கிருதத்திற்கும், இந்திக்குமிடையே நெருங்கிய உறவு

இருந்ததால் பிராமண மாணவர்கள் எளிதில் இந்தியைக் கற்றுக் கொள்வார்கள் என்றும், மற்றவருக்கு அது பெரும் இடையூறாக இருக்கும் என்றும் நம்பினார் பெரியார். எனவே, கட்டாய இந்தி எதிர்ப்பு என்பதை பிராமணிய எதிர்ப்பின் ஒரு வடிவமாக அவர் கண்டார். 1937 ஆகஸ்டில் குடியரசில் அவர் எழுதிய தலையங்கம் கூறியது -

"இந்தி கட்டாயப் பாடமாக ஆகும் பட்சத்தில் கண்டிப்பாகப் பார்ப்பனரல்லாத பிள்ளைகள் 100க்கு 90க்குமேல் தேர்ச்சியில் தவறிவிடுவதோடு பார்ப்பனப் பிள்ளைகள் 100க்கு 100 தேர்ச்சி பெற உதவியாயிருக்கும். ஆகவே, பார்ப்பனரல்லாத பிள்ளைகளை மேல் படிப்பில்லாமல் அழுத்தத்தான் இந்தி ஒரு நல்ல சாதனமாகுமே தவிர, மனித வாழ்க்கைக்கோ, அறிவுக்கோ தமிழர்களுக்கு எந்த விதத்திலும் இந்தி இன்றியமையாததாகாது".

இத்தகைய சிந்தனையோடு அவர் இந்தி எதிர்ப்புக் கிளர்ச்சிக்கு தலைமை தாங்கினார். அன்றைக்கு தமிழகத்தில் பெரும் போராட்டங்கள் எழுந்தன. 1938 டிசம்பரில் பெரியாரைக் கைது செய்தது ராஜாஜி அரசு. அதே மாதம் இறுதியில் சென்னையில் நடந்த நீதிக்கட்சி மாநாடு பெரியாரைத் தனது தலைவராக ஒரு மனதாகத் தேர்வு செய்தது. 1939ல் சிறையிலிருந்து வெளியே வந்த பெரியார் நீதிக்கட்சியை வழிநடத்தத் தொடங்கினார். சுயமரியாதை இயக்கம் எனப்பட்டது முடிவுக்கு வந்தது எனலாம். ஆனால் 1940 முதல் நீதிக்கட்சி பெரியாரின் பூரணக் கட்டுப்பாட்டிற்குள் வந்தது. அதன் தெளிவான அடையாளமாய் 1944 சேலம் மாநாட்டில் நீதிக்கட்சி எனப்பட்டது 'திராவிடர் கழகம்' என்று மாற்றப்பட்டது. அதாவது, நீதிக்கட்சியைப் பெரியார் ஜீரணம் செய்துவிட்டார்.

பெரியாரது சுயமரியாதை இயக்கத்தின் சாதனைகளாகக் கீழ் வருபவனவற்றைக் கூறலாம் -

1. வர்ணாஸ்ரமத்தின் வரலாற்று ரீதியான கொடுமையைச் சரிப்படுத்த ஓரளவுக்கு உதவக்கூடிய வகுப்புவாரி பிரதிநிதித்துவத்திற்காகக் குரல் கொடுத்தது. அதன் நியாயத்தன்மையை மக்களிடையே பிரபலப்படுத்தியது.
2. பொதுவான சாதி எதிர்ப்புப் பிரச்சாரத்தையும் மேற்கொண்டது.
3. தாழ்த்தப்பட்ட மக்களுக்கு இழைக்கப்பட்ட தீண்டாமை உள்ளிட்ட கொடுமைகளை எடுத்துச்சொல்லி மக்களின் மனசாட்சியைத் தட்டி எழுப்பியது.

4. பெயர்களுக்குப் பின்னால் உள்ள சாதிப் பட்டங்களைத் துறக்கத் தூண்டியது.
5. ‘பிராமணாள் காபி கிளப்’ என்ற பிராமணியத்தின் பட்டவர்த்தமான அநீதியை அப்புறப்படுத்தப் போராடியது.
6. வர்ணாஸ்ரமத்தை எதிர்ப்பதற்காக அதற்குத் துணையாக வரும் மதம், புராணங்களை எதிர்த்துக் குரல் கொடுத்தது.
7. சுயமரியாதைத் திருமணங்களை நடத்தியது.
8. இனாம்தாரி கிராமத்தில் இருந்த விவசாயிகளுக்கு ஆதரவாகக் குரல் கொடுத்தது.
9. மாதர்களின் திருமண வயதை உயர்த்தப் போராடியது.
10. தேவதாசி முறையை ஒழிக்க நடந்த முயற்சிகளுக்கு துணை செய்தது.
11. விதவை மணத்தை ஆதரித்துப் பிரச்சாரம் செய்தது.
12. பெண்களுக்கும் விவாகரத்து உரிமை வேண்டுமென்று கோரிக்கை வைத்தது.
13. பெண்களுக்கும் ஆண்களுக்கும் சமமாகச் சொத்துரிமையும் வாரிசு உரிமையும் வேண்டுமென்று போராடியது.

எனினும், சமூகச் சீர்திருத்தத்திற்காக உருவாக்கப்பட வேண்டிய அரசியல் - பொருளாதார அடித்தளத்தை அமைப்பதற்கான போராட்டத்திலிருந்து பெரியார் விலகிக்கொண்டார் என்கிற கசப்பான உண்மையும் 1930களின் பிற்பகுதியில் எழுந்தது என்பதை மனதில் கொள்ளவேண்டியுள்ளது. சுதந்திரப் போராட்டத் திலிருந்து அவர் விலகிக்கொண்டதும், சிங்காரவேலருடனான தனது சித்தாந்த உறவை நிறுத்திக்கொண்டதும் இதனைத் தெளிவாக உணர்த்தின.

31

சிங்காரவேலர்

1860 பிப்ரவரி 18ல் சிங்காரவேலர் சென்னையில் ஓரளவு வசதியுள்ள மீனவர் குடும்பம் ஒன்றில் பிறந்தார். 1894ல் பி.ஏ. பட்டதாரியான இவர் 1907ல் உயர் நீதிமன்ற வழக்கறிஞராக ஆனார். இடைப்பட்ட காலத்தில் பல்வேறு விஷயங்கள் குறித்துப் படித்தார், சிந்தித்தார், சிறு சிறு பிரசுரங்களை வெளியிட்டார். "இந்தியன் சோஷியல் ரிபார்மர்" ஏட்டின் 1899 மே 28 இதழில் கீழ்வரும் செய்திக்குறிப்பு உள்ளது-

"சென்ற வியாழக்கிழமை அன்று புத்தர் பிரான் மறைவின் 2443ம் ஆண்டு விழா ம.சிங்காரவேலு அவர்கள் இல்லத்தில் நடந்தது. நிகழ்ச்சியை ஸ்வாமி இராமகிருஷ்ணானந்தா அவர்கள் துவக்கி வைத்தார். பின்னர் ம.சிங்காரவேலு பேசினார். ஸ்வாமி விவேகானந்தரின் படைப்புகளினின்று பல பகுதிகளை எடுத்துரைத்தார். அத்துடன் பார்க்லி, அடால்ப் தாமஸ், மோனியர் வில்லியம்ஸ் ஆகியோர் நூல்களிலிருந்தும் சில விஷயங்களை எடுத்துரைத்தார். புத்தபிரானின் வாழ்வைப் பற்றியும், அவரது போதனைகளைப் பற்றியும் தமிழில், தான் எழுதி அச்சிட்டு வெளியிட்டுள்ள சிறு நூல்களினின்று சில பகுதிகளையும் படித்தார். நூல்களின் பிரதிகளும் தரப்பட்டன. பண்டித அயோத்தியாதாஸ் அவர்களும், பேராசிரியர் லஷ்மி நரசு அவர்களும் பேசினார்கள்".

வர்ணாஸ்ரமத்தை எதிர்த்த புத்தர் பெருமானின் நினைவுநாள் அனுஷ்டிப்போடுதான் சிங்காரவேலரின் பொது வாழ்வு தொடங்கியிருக்கிறது. அப்பொழுதே ஐரோப்பிய சிந்தனையாளர்களின் படைப்புகளோடு அவருக்குப் பரிச்சயம் இருந்தது. அனைத்திற்கும்மேலே அன்றைய சமூக சீர்திருத்தவாதிகளாகிய அயோத்தியாதாஸ், லஷ்மி நரசு ஆகியோரோடும் அவருக்குத் தொடர்பு இருந்தது.

தமிழ்த்தென்றல் திரு.வி.க.வும் தனது "வாழ்க்கைக் குறிப்புகள்" எனும் சுயவரலாற்று நூலில் அந்தக் காலத்தில் சிங்காரவேலர் நடத்திய இந்த வித்தியாசமான கூட்டங்கள்

பற்றி குறிப்பிட்டிருக்கிறார். ஒரு கூட்டத்தில் சிங்காரவேலர், திருஞானசம்பந்தர் எலும்பைப் பெண்ணாக்கினார் என்கிற அதீத கற்பனையை மறுத்ததையும், இன்னொரு கூட்டத்தில் டார்வினின் பரிணாமக் கொள்கைகளை விளக்கியதையும் திருவிக சுட்டிக் காட்டியுள்ளார். அந்தக் காலத்தில் அறிவு ஜீவிகள் ஆங்கிலத்தில் பேசுவர். சிங்காரவேலரோ டார்வினின் கொள்கையைத் தமிழில் எடுத்துரைத்திருக்கிறார். இதையும் குறிப்பிட்டுள்ள திருவிக, அது முதற்கொண்டு தானும் டார்வினையுடைய தத்துவத்தின்பால் ஈர்க்கப்பட்டதாகக் கூறியுள்ளார்.

ஆக, ஒரு பகுத்தறிவுச் சிந்தனையாளராக 19ம் நூற்றாண்டிலேயே திகழ்ந்திருக்கிறார் சிங்காரவேலர். 1907க்கு முந்தைய காலத்தில் அவர் இங்கிலாந்து சென்றிருக்கிறார். அங்கே லண்டனில் ஆறு மாதங்களுக்குமேல் தங்கியிருக்கிறார். அங்கு நடைபெற்ற உலக புத்த மாநாட்டிலும் பங்கேற்றிருக்கிறார். இதுவும்கூட அவரின் இதயக் கதவுகளை விசாலமாகத் திறந்துவிட்டிருக்க வேண்டும்.

நீதிக்கட்சிக்கு மாற்றாக காங்கிரசிலிருந்த பிராமணரல்லாதார் "சென்னை மாகாணச் சங்கம்" துவக்கியது பற்றி ஏற்கெனவே குறிப்பிடப்பட்டுள்ளது. இதன் சார்பாக 1918ல் தஞ்சாவூரில் மாநாடு ஒன்று நடைபெற்றது. பொதுக்கூட்டங்களில் தமிழர்கள் தமிழில்தான் பேச வேண்டும் என்கிற தீர்மானம் அங்கே நிறைவேற்றப்பட்டது. இதனை வழிமொழிந்து பேசியவர் திருவிக. சிங்காரவேலரின் தமிழ்ப் பேச்சு இதற்கு அடியுரமாக இருந்திருக்க வேண்டும். "இத்தகைய மாநாடு ஒன்றில் சிங்காரவேலுவைச் சந்தித்தது நினைவில் உள்ளதென" பெரியார் தங்களிடம் கூறியதாக சிங்காரவேலு "தென்னிந்தியாவின் முதல் கம்யூனிஸ்ட்" என்கிற தங்களின் நூலில் கூறியுள்ளனர் கே.முருகேசனும், சி.எஸ்.சுப்பிர மணியமும். அப்படியெனில், பிராமணரல்லாதாரின் வகுப்புவாரி பிரதிநிதித்துவக் கோரிக்கையில் உள்ள நியாயத்தன்மையை அன்றைக்கே அங்கீகரித்திருக்கிறார் சிங்காரவேலர்.

இதற்கடுத்து வந்த காலம்தான் சுதந்திரப் போராட்ட இயக்கத்தில் பேரலை எழுந்த காலமாகும். ஜாலியன் வாலாபாக் படுகொலையைத் தொடர்ந்தும், காந்திஜியின் அறைகூவலின் காரணமாகவும் தேசத்தில் மக்கள் இயக்கங்கள் வெடித்துக் கிளம்பின. இவற்றில் எல்லாம் சிங்காரவேலர் ஆழ்ந்த அக்கறை காட்டினார். இதே காலகட்டத்தில் கம்யூனிஸ்டாகவும் மலர்ந்தார். தென்னிந்தியாவின் முதல் கம்யூனிஸ்டாக உருவாகி

இந்த இயக்கத்தின் வழிகாட்டியாக ஆனார். சோவியத் புரட்சி இந்தத் தமிழனை ஈர்த்தது. அந்தப் புரட்சியின்பால் கவரப்பட்ட இதர தமிழர்களோடும் நட்பு பாராட்ட வைத்தது. பாரதியின் பாடல்களைப் பாடிக்காட்ட சிங்காரவேலரின் வீட்டிற்கு பாரதியின் புதல்வியார் சகுந்தலா செல்வாராம். சிங்காரவேலரும் பாரதியின் பாடல்களை தம் பேரப்பிள்ளைகளுக்கு கற்பிப்பாராம். ஏற்கெனவே கூறப்பட்டுள்ளதுபோல் பாரதி மரணமடைந்தபோது பக்கத்தில் சிங்காரவேலர் இருந்திருக்கிறார்.

1919 - 20லேயே கம்யூனிஸ்டாக வெளிப்படதுவங்கிவிட்ட சிங்காரவேலர் சமூக சீர்திருத்த விஷயங்களிலும் தொடர்ந்து அக்கறை செலுத்தி வந்தார். ஆங்கில ஏகாதிபத்தியத்தின் அடக்குமுறை கோரத்தாண்டவமாடிய அந்தக் காலத்தில் “ஹிந்துஸ்தான் தொழிலாளர் - விவசாயிகள் கட்சி” என்கிற சட்டபூர்வ வெகுஜனக்கட்சி ஒன்றைத் துவக்கத் திட்டமிட்டார் சிங்காரவேலர். 1923ல் அதற்கான கொள்கை அறிக்கை ஒன்றையும் தயாரித்தார். அதில் பல்வேறு அரசியல் - பொருளாதார அம்சங்களோடு கீழ்வரும் சமூக சீர்திருத்த கோரிக்கைகளும் அடங்கியிருந்தன -

1. “வரதட்சணை ஒழிப்பு.
2. 16 வயது வரை ஆண், பெண்குழந்தைகளுக்கு இலவசக் கட்டாயக் கல்வியும், இலவச உணவும்.
3. தீண்டாதோருக்குச் சம அரசியல், மத உரிமைகளைச் சட்ட வாயிலாகக் கொடுத்துப் பாதுகாப்பளித்தல்.
4. சட்டத்தினால் தீண்டாமையை ஒழிக்க நடவடிக்கை மேற்கொள்ளப்படும்.
5. நாட்டின் நிர்வாக, சட்ட, மத அமைப்புகளின் ஒடுக்கப்பட்ட வகுப்பாருக்கு சம உரிமை அளித்தல்.
6. தாய்மைக்காலப் பாதுகாப்பு
7. அனைவருக்கும் வாக்குரிமை”.

இந்த நோக்கிலிருந்து மத்திய, மாகாண அரசுகளின் செயல்பாடுகளையும் சிங்காரவேலர் கவனித்து வந்தார். அந்தக் காலத்தில் முக்கியமான இந்துக் கோவில்கள் எல்லாம் பிராமணர், முதலியார், பிள்ளைமார் போன்ற உயர் சாதியினர் வசமே இருந்தன. தர்மகர்த்தாக்கள் என்ற பெயரில் அவற்றிற்குச் சொந்தமான சொத்துக்களையும் இவர்களே ஆண்டு வந்தனர்.

இந்த நிலையில் 1925 பிப்ரவரியில் அப்போதிருந்த நீதிக்கட்சி அமைச்சரவை "ஹிந்து மத பரிபாலனச் சட்டம்" என்பதைக் கொண்டு வந்தது. இதன் நோக்கம் முக்கியமான கோவில்கள் மற்றும் அறக்கட்டளைகளின் சொத்துக்களை அரசின் கண்காணிப்பின் கீழ் கொண்டுவருவதாகும். இதனை அன்றைய காங்கிரஸ் தலைவர்கள் பலர் எதிர்த்தனர். ஆனால், பெரியார், ஈவேரா, திருவிக, பி.வரதராஜுலு போன்றோர் ஆதரித்தனர். அவர்களோடு சேர்ந்து சிங்காரவேலரும் இதனை ஆதரித்தார். திருவிக நடத்திய "நவசக்தி" தமிழ் வார ஏட்டில் (13.2.1925) இதுபற்றி சிங்காரவேலர் கட்டுரை ஒன்றையும் எழுதினார். அதில் அவர் கூறினார்-

"தருமஸ்தாபனங்களின் மீது அரசாங்க ஆதிக்கம் இருக்க வேண்டுமா என்பதைப் பற்றி இப்பொழுது சட்டசபைக்குள்ளும் அதற்குப் புறம்பாகவும் பெரிய சச்சரவு நடைபெற்று வருகிறது. சிலர் வேண்டுமென்கின்றனர். சிலர் வேண்டாமென்கின்றனர். ஆனால், சுயராஜ்ய அரசாங்கத்தில் இந்தத் தருமஸ்தாபனங்கள் எந்த நிலையிலிருக்கும் என்பதை இவர்கள் அறிவிக்க வேண்டும். ஜனப் பிரதிநிதிகளுடைய தீர்மானமே அமலுக்கு வரக்கூடியதாயுள்ள சுயராஜ்யத்தையே நாம் விரும்புகிறோம். ஹிந்து மதத்திற்கு ஆபத்து வந்துவிட்டது என்பது சரியான காரணமாகாது. உடன்கட்டை யேறுதல் எனும் வழக்கம் ஒழிக்கப்பட்ட காலத்திலும் இந்தக் கூச்சலே எழுந்தது. விதவா விவாகச் சட்டம் போன்ற சட்டங்கள் நிறைவேற்றப்பட்ட காலத்திலும் இத்தகைய கூச்சல்களே எழுந்தன. லட்சக்கணக்கான ரூபாய் மதிப்புள்ள சொத்துக்களை சரியான நிர்வாகத்திற்குட்படுத்தக்கூடிய இந்த சட்டத்திற்கு விரோதமாக ஏன் கிளர்ச்சி செய்ய வேண்டும்? ஆதலின் இந்த தரும பரிபாலன சட்டம் பல வழிகளில் நன்மை தரக்கூடியதென்று ஜனங்களிடையே சென்று பிரச்சாரம் செய்வது தமிழ்நாட்டுத் தலைவர்களுடைய கடமையாகும்".

நீதிக்கட்சி ஏகாதிபத்திய ஆதரவுக்கட்சியாக இருந்தபோதிலும் அதனது அரசு எடுத்த ஒரு சமூக சீர்திருத்த நடவடிக்கையை வரவேற்க சிங்காரவேலர் கிஞ்சித்தும் தயங்கவில்லை.

1925 நவம்பரில் காஞ்சிபுரத்தில் தமிழ்நாடு காங்கிரசின் மாநில மாநாடு நடைபெற்றது. இந்த மாநாட்டில் தேசியக் கொடியை ஏற்றி வைத்தவர் சிங்காரவேலர்.

பாலக்காடுக்கு அருகிலுள்ளகல் பாத்தியில் தங்கள் தெருக்களில் தாழ்த்தப்பட்டோர் நடக்கக்கூடாது என்று பிராமணர்கள்

விதித்திருந்த தடையைக் கண்டிக்கும் தீர்மானத்தைப் பெரியாருடன் சேர்ந்து சிங்காரவேலரும் இந்த மாநாட்டில் ஆதரித்துப் பேசினார். கீழ்வரும் அந்தப் பேச்சு குடியரசில் (29.11.1925) வெளிவந்தது. "பிராமணர்கள், பிராமணரல்லாத இந்துக்களில் சிலரைத் தெருக்களில் அனுமதிக்காதது பெருத்த அக்கிரமமேயாகும். இவர்கள் உள்ளவரையும் நம் நாடு முன்னேற்றமடையாது. இந்த மூட பிராமணத்துவம் ஒழிந்தால்தான் சுயராஜ்யம் கிடைக்கும். பிராமணர்களை நாம் கேட்டுக்கொள்வதெல்லாம் சாதி கௌரவத்தை விட்டுவிடுங்கள் என்பதுதான். ஜப்பானில் சாதி கர்வம் ஒழிந்து தீண்டாமை ஒழிக்கப்பட்டதால்தான் அந்நாடு முன்னேற்றமடைந்தது. பிராமணர்கள் தங்களுடைய வகுப்பு அகம்பாவத்தை விட்டுவிட்டாலன்றி நாட்டின் அடிமைத்தனம் நீங்காது. ஓ பிராமணர்களே! நீங்கள் எங்களைச் சமமாய் நினைக்கிற தினமே இந்தியாவுக்கு சுயராஜ்யம் கிடைக்கும் தினமென திண்ணமாய்ச் சொல்லுகிறேன்".

ஏற்கெனவே குறிப்பிட்டுள்ளபடி இந்தக் காஞ்சிபுரம் மாநாட்டையொட்டி பெரியார் கூட்டிய பிராமணரல்லாதார் மாநாட்டிலும் சிங்காரவேலர் கலந்துகொண்டிருந்தார்.

காஞ்சிபுரம் காங்கிரஸ் மாநாட்டில் வகுப்புவாரி பிரதிநிதித்துவ தீர்மானம் நிராகரிக்கப்பட்ட கோபத்தில் பெரியார் காங்கிரசை விட்டே வெளியேறினார். இது குறித்து சிங்காரவேலர் அப்போது என்ன கருதினார் என்பதை அறியமுடியவில்லை. காங்கிரசுக்குள் இருந்துகொண்டுதான், சுதந்திரப் போராட்டத்தில் ஈடுபட்டுக் கொண்டுதான் சமூக சீர்திருத்தத்தில் கவனம் செலுத்த வேண்டும் என்பதே சிங்காரவேலரின் கருத்தாக இருந்திருக்கும் என்று கூறலாம். அதே ஆண்டு டிசம்பரில் கான்பூரில் நடைபெற்ற காங்கிரஸ் மாநாட்டில் சிங்காரவேலர் பங்குகொண்டது இதனை உணர்த்துகிறது.

1920லேயே சோவியத் யூனியனின் தாஷ்கெண்ட்டில் இந்திய கம்யூனிஸ்ட் கட்சி துவக்கப்பட்டிருந்தாலும், 1921 - 22ல் சென்னை, பம்பாய், கல்கத்தா, லாகூர் போன்ற நகரங்களில் முதல் கம்யூனிஸ்ட் குழுக்கள் உருவாகியிருந்தாலும் 1925ல்தான் ஓர் அகில இந்திய கம்யூனிஸ்ட் மாநாடு இந்தியாவில் நடைபெற்றது. அந்த ஆண்டு கான்பூரில் இந்திய தேசிய காங்கிரசின் மாநாடு நடைபெற்றபோது அதற்கு வந்திருந்த கம்யூனிஸ்டுகள் தனியாகக் கூடி இந்த மாநாட்டினை நடத்தினர். இதற்குத் தலைமை தாங்கியவர்

சிங்காரவேலர். தனது தலைமையுரையை சென்னையிலேயே அச்சடித்து வந்து கான்பூர் மாநாட்டில் வினியோகித்தார். அதில் "நமது உடனடி நோக்கங்கள்" என்கிற உப தலைப்பில் "எல்லா அரசியல், பொருளாதார உறவுகளிலும் சாதி, சமயம் அல்லது பிரிவு பற்றிய எல்லா வேற்றுமைகளையும் ஒழிப்பது" என்பதும் இடம் பெற்றிருந்தது. அத்தோடு, "கம்யூனிசமும் ஒடுக்கப்பட்ட வகுப்பினரும்" என்கிற உப தலைப்பில் தீண்டாமைப் பிரச்சனை பற்றி சற்று விரிவாக ஆராயப்பட்டிருந்தது. அந்தப் பகுதி இதோ-

"முதலில் தீண்டாமைப் பிரச்சனையை நாம் ஆராய்வோம். அப்பிரச்சனை பற்றிய நம் கட்சியின் நிலை குறித்து என் கருத்தைக் கூறுகிறேன். கம்யூனிச நோக்கிலிருந்து பார்க்கும்போது தீண்டாமைப் பிரச்சனையானது முற்றிலும் ஒரு பொருளாதாரப் பிரச்சனை என்பதைத் தெளிவாகப் புரிந்துகொள்ள வேண்டும். இவ்வகுப்பினர் ஆலயங்களிலும், குளங்களிலும், தெருக்களிலும் அனுமதிக்கப்படுகிறார்களா என்பது நமது சுயராஜ்யப் போராட்டத்துடன் தொடர்புள்ள பிரச்சனையன்று. சுயராஜ்யம் வரும்போது இந்தச் சமூக, மதக் கட்டுப்பாடுகள் தாமாகவே வீழ்ச்சியடையும். கம்யூனிஸ்டுகளுக்கு சாதியோ, சமயமோ, இதர அத்தகைய பிரிவினைகளோ கிடையாது. இந்துக்கள் அல்லது முஸ்லிம்கள் அல்லது கிறிஸ்தவர்கள் அவற்றைப் பற்றி எத்தகைய சொந்தக் கருத்துக்களையும் கொண்டிருக்கலாம். தீண்டாமைப் பிரச்சனையானது இந்திய வெகுஜன மக்களின் பொருளாதார அடிமைத்தனத்தோடு அடிப்படையாகப் பிணைந்துள்ளது. அவர்களின் பொருளாதார அடிமைத்தனத்திற்கு முடிவு கட்டப்பட்டவுடனேயே தீண்டாமை எனும் இந்த சமூக அவலம் மறையத்தான் செய்யும். நிலவுடைமையில் உள்ள ஏற்றத்தாழ்வே கோடிக்கணக்கான ஒடுக்கப்பட்ட இவ்வகுப்பினரின் அடிமைத்தனத்திற்கு தலையாய காரணமாகும். கோவில்கள், குளங்கள், சாலைகள் இவற்றைப் பயன்படுத்தும் உரிமை மட்டுமே சமூகத்தில் இந்த அவலநிலையில் உள்ளவர்களை அவர்களின் வளமார்ந்த சகோதரர்களுக்கு நிகராக உயர்த்திவிடாது. தீண்டாமைப் பிரச்சனையானது அடிப்படையில் ஒரு விவசாயப் பிரச்சனையாகும். இந்தப் பொருளாதார அடிமைத்தனத்திலிருந்து இவர்களை விடுவிக்காமல் தீண்டாமை ஒழிப்பு பற்றிய பேச்சு நேர்மையற்றதாகும். நமது சகோதரர்களைத் தீண்டத்தகாதவர்கள் என இரக்கமற்ற முறையில் நடத்தப்படுகிற அநீதி குறித்து மாறுதல் வேண்டாதார் (சட்டசபை பகிஷ்காரத்தை தொடர வேண்டும் என்ற

காங்கிரஸ் ஒரு பிரிவினர்) பெரிதாகப் பேசுகிறார்கள். ஆனால் அவர்கள் இந்த மக்களின் பட்டினி குறித்தும், வறுமையில் வாடும் அவர்களின் இல்லங்கள் குறித்தும் பேசுவதை கவனமாகத் தவிர்த்து விடுகிறார்கள். இந்திய சீர்திருத்தவாதியின் முதலாளித்துவ மனப்பான்மைக்கு இதுவொரு நல்ல உதாரணம். சமூக அநீதிகள் குறித்து பிரமாதமாகப் பேசும் இவர்கள் கோடிக்கணக்கான விவசாயத் தொழிலாளர்களை நாட்டின் முதலாளிகள் பொருளாதார அழிவில் தள்ளியிருப்பது பற்றி மவுனம் சாதிக்கிறார்கள். இந்த துர்பாக்கியமான மக்களை சமூக அழிவிலிருந்து கடைத்தேற்றும் ஒரே அறிவுபூர்வமான வழி அவர்களை, அவர்களது வசதிமிக்க சோதரர்களின் பொருளாதார நிலையின் அளவிற்கு உயர்த்துவது தான். இதை விடுத்து தீண்டாமை ஒழிப்புப் பற்றி மட்டும் பேசுவது என்பது நேர்மையற்றது, நகைப்பிற்கிடமானது. எனவே, கம்யூனிஸ்டுகளாகிய நாம் ஒடுக்கப்பட்ட வகுப்பாரின் பொருளாதார உரிமைகளை வலியுறுத்த வேண்டும். இவர்களது வாழ்க்கைச் செலவுக்கான ஊதியம் வழங்கப்பட வேண்டும். அதன் மூலமாகக் குறைந்தபட்சம் இந்த வாழ்க்கையை தாங்கிக்கொள்ளக்கூடியதாக ஆக்க வேண்டும் என்று நாம் வலியுறுத்தவேண்டும்.

சிங்காரவேலரின் தலைமையுரை சமூக சீர்திருத்தம் குறித்து அவரும், அவரைப்போன்ற இதர கம்யூனிஸ்டுகளும் அன்றைக்கு எப்படிச் சிந்தித்தார்கள் என்பதைத் தெளிவாக எடுத்துக் காட்டுகிறது. "தீண்டாமைப் பிரச்சனையானது அடிப்படையில் ஒரு விவசாயப் பிரச்சனையாகும்" என்று கூறியிருப்பது ஆழ்ந்த பொருளுடையதாகும், சமூகப் பிரச்சனைகளின் அஸ்திவாரத்தைச் சரியாக அடையாளம் காட்டுவதாகும். இதையே "நிலவுடைமையில் உள்ள ஏற்றத்தாழ்வே கோடிக்கணக்கான ஒடுக்கப்பட்ட இவ்வகுப்பாரின் அடிமைத்தனத்திற்கு தலையாய காரணமாகும்" என்கிற வார்த்தைகளில் இன்னும் தெளிவாகக் குறிப்பிட்டிருக்கிறார். இப்படி நோயின் முதல் நாடியை ஆய்வு செய்தவர் சிங்காரவேலரே. முந்தைய சமூக சீர்திருத்தவாதிகள் இவ்வளவு துல்லியமாக இதனைக் கண்டறிந்து கூறியதில்லை. சிங்காரவேலர் காலத்திய சமூக சீர்திருத்தவாதிகளும் பொருளியல் வாழ்வுக்கும் சமூக அநீதிகளுக்குமிடையிலான தொடர்பு குறித்துப் பேச மறுத்திருக் கிறார்கள். அதைச் சாடவும் சிங்காரவேலர் தயங்கவில்லை. இது தமிழக சமூக சீர்திருத்த வரலாற்றில் ஒரு திருப்புமுனையாகும்.

அதேநேரத்தில், சிங்காரவேலரின் சிந்தனைகளில் குறைபாடுகளும் இல்லாமல் இல்லை. தீண்டாமை எதிர்ப்புப் பிரச்சனையானது "சுயராஜ்யப் போராட்டத்துடன் தொடர்புள்ள பிரச்சனையன்று" என்று கூறியிருப்பது ஆச்சரியம் அளிக்கிறது. "சுயராஜ்யம் வரும்போது இந்தச் சமூக, மதக் கட்டுப்பாடுகள் தாமாகவே வீழ்ச்சியடையும்" என்ற அவரின் வார்த்தைகளில் அரசியல், பொருளாதார விடுதலை அடைந்தால் சமூக விடுதலை தானாக வந்துவிடும் என்கிற தவறான கண்ணோட்டம் - மார்க்சியத்தை மேலோட்டமாக பிரயோகிக்கிற சிந்தனை - வெளிப்பட்டு நிற்கிறது. இத்தகைய பொருளாதாரவாதம் சமூக சீர்திருத்த விஷயங்களில் உழைப்பாளி வர்க்கம் தீவிரமாகத் தலையிடுவதை தடுத்திடும் அபாயம் உடையது... இன்றைக்கும் உடையது. அன்றைக்கோ இன்னும் அதிக அபாயமாக இருந்தது. காரணம், ஆங்கில ஏகாதிபத்தியம் இந்தியர்களிடையேயிருந்த இந்த சமூக ஏற்றத்தாழ்வுகளைக் காரணம் காட்டியே தனது ஆதிக்க ஆட்சியை நியாயப்படுத்தி வந்தது. ஏகாதிபத்திய எதிர்ப்புப் போராட்டத்தில் ஒடுக்கப்பட்ட வகுப்பாரையும் ஈர்க்க, அவர்கள் மீதான சமூக அநீதிகளை எதிர்த்த போராட்டத்தையும் அக்கம்பக்கமாக நடத்த வேண்டியிருந்தது.

1925 இறுதியில் சிங்காரவேலர் இத்தகைய நிலைபாட்டை எடுத்திருந்தாலும் விரைவிலேயே இதிலிருந்து அவர் விலகி விட்டதாகத் தெரிகிறது. பெரியார் கண்ட சுயமரியாதை இயக்கத்தோடு அவர் கொண்டிருந்த நெருக்கமான உறவு இதனை உணர்த்துகிறது.

32

சிங்காரவேலரும் சுயமரியாதை இயக்கமும்

1927-1928ல் தென்னிந்திய ரயில்வே தொழிலாளர்களின் மாபெரும் வேலைநிறுத்தப் போராட்டம் நடைபெற்றது. ஆட்குறைப்பை எதிர்த்து நடந்த போராட்டம் இது. இதற்குத் தலைமை தாங்கியவர் சிங்காரவேலர். இதனை ஆதரித்து வந்தவர் பெரியார். காங்கிரசில் பெரியார் இருந்த காலத்திலேயே அவரோடு நட்பு பாராட்டி வந்த சிங்காரவேலர் இக்காலத்தில் அவரோடு மேலும் நெருங்கினார். தொழிலாளர்களை ஆதரித்துக் கூட்டம் நடத்தியதற்காகப் பெரியார் கைது செய்யப்பட்டார். எனினும் வழக்கு விசாரணையின்போது அவர் மீதான குற்றச்சாட்டு அரசால் கைவிடப்பட்டது. 1928 ஜூலையில் சிங்காரவேலரைக் கைது செய்தது அரசு. அந்த மாத இறுதியில் வேலைநிறுத்தம் முடிவுக்கு வந்தாலும் சிங்காரவேலர் மீதான வழக்கை விடாது நடத்தியது அரசு. 68 வயதான முதியவர் என்றும் பார்க்காமல் அவருக்குப் பத்தாண்டு கடுங்காவல் தண்டனை வழங்கப்பட்டது. பின்னர் உயர் நீதிமன்றத்தில்தான் தண்டனை குறைக்கப்பட்டது. 1930 ஆகஸ்டில் சிங்காரவேலர் விடுதலையானார்.

இதற்கிடையில் பெரியாரின் சுயமரியாதை இயக்கம் வளர்ந்து வந்தது. மறுபுறம் அவருக்கும், காங்கிரசுக்கும் இடையிலான பிளவு வலுத்து வந்தது. சிறையிலிருந்து வெளியே வந்த சிங்காரவேலர், பெரியாரின் இயக்கத்தில் மிகுந்த ஆர்வம் காட்டினார். அதன் நியாயத்தன்மையை உணர்ந்திருந்தார். காங்கிரசும் அதனை உணர வேண்டுமென்று விரும்பினார். 1931ல் மதுரையில் நடந்த தமிழ்நாடு காங்கிரசின் அரசியல் மாநாடு பற்றி குடியரசில் (21.6.1931) "தமிழ் மாகாண மகாநாட்டினுடைய யோசனைக் குறைவு" என்ற தலைப்பில் கட்டுரை ஒன்றை எழுதினார். அதில் கூறினார்-

"இப்போது சாதி இல்லாத அரசின்கீழ் சாதியுடையோர் ஆளப்பட்டு வருகின்றமையால் ஏறக்குறையப் பொதுவாக நடத்தப்பட்டு வருகின்றார்கள். இந்த நிலைமை மாறி சாதி வித்தியாசமுடையவர்களின் ராஜாங்கம் ஏற்படுமேயாகில் வேறுபட்ட பல சாதியார்கள் எவ்விதம் ஒற்று வாழ்வார்கள்?

அந்தந்த சாதியாரின் மனப்பான்மை எப்படி ஒற்றுமைப்படும்? சாதி வருணாசிரமத்தில் மூழ்கிக் கிடப்பவனுக்கு அதிகாரம் வந்தால் அதற்கு அந்நியப்பட்டவர்களை எவ்விதம் நடத்துவான்? சாதி, மத வித்தியாசங்கள் முற்றிலும் ஒழிந்தால்தான் நமது இந்தியாவுக்குச் சுதந்திரத் தகுதியாகுமென்று சொல்ல வரவில்லை என்றாலும், இந்திய சுதந்திரத்தைக் கோரும் பெரியோர் இந்தக் கஷ்டங்களைத் தீர்க்க யோசிப்பதோடு இவைகளுக்குச் சரியான பரிகாரம் தேட வேண்டும். பூரண சுயராஜ்யத்தை விரும்புவோரும் அதற்கு முயற்சிப்போரும் சாதி மதத்தை விட்டொழித்தோம் என்று பிரசித்தப்படும் வரை தேச மக்கள் அவர்கள்மேல் பூரண நம்பிக்கை வைக்கமாட்டார்கள் என்பது திண்ணம்".

சமூக சீர்திருத்த விஷயங்களும் சுதந்திரப் போராட்டமும் பின்னிப் பிணைந்திருக்கின்றன என்பதை இங்கே வன்மையாகச் சுட்டிக்காட்டியிருக்கிறார் சிங்காரவேலர். வர்ணாஸ்ரமத்தில் பாதிக்கப்பட்டுள்ள மக்கள் தேசியத் தலைவர்கள் மீது நம்பிக்கை வைத்து, அவர்கள் பின்னால் வரவேண்டுமென்றால், சாதிப் பிரச்சனையில் ஒரு சரியான நிலைபாட்டைக் காங்கிரஸ் எடுக்க வேண்டும் என்று சுட்டிக்காட்டியிருக்கிறார். 1925 கான்பூர் கம்யூனிஸ்ட் மாநாட்டில் அவர் ஆற்றிய தலைமையுரையிலிருந்து இது மாறுபட்டிருப்பதையும் உணரலாம்.

1931 ஆகஸ்டில் விருதுநகரில் சுயமரியாதை இயக்கத்தின் மூன்றாவது மாகாண மாநாடு நடைபெற்றது. இதில் பங்கு கொள்ளுமாறு சிங்காரவேலர் அழைக்கப்பட்டார். ஆனால் உடல்நலக்குறைவு காரணமாக அவரால் அதில் கலந்துகொள்ள முடியவில்லை. அதேநேரத்தில் மாநாட்டில் நிறைவேற்றப்பட்ட தீர்மானங்களை வரவேற்று குடியரசில் (30.8.1931) அவர் ஒரு கட்டுரை எழுதினார். அதில் அவர் குறிப்பிட்டார் -

"சாதி என்பது நமது இந்திய தேசத்தில் மட்டும் பிறந்த ஒரு ஸ்தாபனம். இதை ஒழிக்காமல் சகோதரத்துவம் வெறுஞ்சொல்லே. காங்கிரஸ்காரர்கள் ஆயினும், சுயமரியாதைக்காரர்கள் ஆயினும் இதை ஒழிக்காதவரை இவர்கள் நடிப்பெல்லாம் வேஷம் எனக் கொள்ளல் வேண்டும். தீண்டாமை ஒழிய வேண்டும் என்று சொல்லிக்கொண்டு பூணூலையும், சந்தியாவந்தனத்தையும் வைத்துக்கொண்டிருத்தல் வஞ்சனை அல்லாது வேறில்லை. இந்தக் கபட நாடக சூஸ்திரம் போகாமல் காங்கிரஸ்காரர்கள் பொதுஜனத் தலைவர்கள் என்று சொல்லிக்கொள்வது பெரும் பித்தலாட்டம்

ஆகும். இதனை சுயமரியாதையோர் வற்புறுத்துவது உண்மையே. தீண்டாமையை விட்டவர்கள் ஏன் ஆச்சாரியார்கள் எனவும், ஐயர், ஐயங்கார்கள் எனவும் அழைக்கச் சம்மதிக்க வேண்டும்? சாதியை உண்மையில் ஒழித்தோம் என்பார்களாயின் ஜப்பான் தேசத்தில் சாமுரே பிரபுக்கள் தங்கள் சாதியை பகிரங்கமாக ஒழித்தெறிந்த விதமாக பூணூலையும் அர்த்தமில்லா வர்ணாசிரமங்களையும் ஏன் ஒழித்தெறியல் ஆகாது? இதைச் செய்யும்வரை தீண்டாமை நீங்க வேண்டும் என்பது மதிமயக்கே! இந்த நோக்கையும் சுயமரியாதை மாநாடு வற்புறுத்தியது முக்கிய விஷயமே".

வர்ணாஸ்ரம எதிர்ப்பில் காங்கிரஸ் தலைவர்கள் அக்கறை காட்டாத போக்கை இங்கே கம்யூனிஸ்டு சிங்காரவேலர் வன்மையாகக் கண்டனம் செய்திருப்பது ஒரு முக்கியமான வரலாற்றுச் செய்தியாகும். சுதந்திரம் வந்தால் எல்லாம் சரியாகப் போகும். அதுவரை சமூக சீர்திருத்த விஷயங்களை ஒத்திப் போடலாம் என்கிற பார்வை இங்கே இல்லை. மாறாக, இரண்டையும் இணைத்து நடத்தவேண்டியதன் அவசியத்தை நடைமுறையில் காட்டியிருக்கிறார் சிங்காரவேலர். அதே நேரத்தில் சுயமரியாதைக்காரர்களின் கருத்தோட்டத்திலும், செயல்பாட்டிலும் உள்ள ஒரு முக்கிய ஊனத்தைச் சுட்டிக்காட்டவும் அவர் தவறவில்லை. அதே கட்டுரையில் அவர் கூறினார்-

"அறிவுக்கு ஆதாரமாகிய விஷயங்கள் குறித்து நமது சுயமரியாதைக்காரர் எவ்வளவு ஊக்கத்துடன் உழைத்து வருகின்றாரோ, அவ்வளவு மன விசாலத்துடன் சீல ஆசாரம், பொருளாதாரம் முதலிய முக்கிய விஷயங்களைக் குறித்தும் பாடுபட வேண்டுமாய் நமது தோழர்களை வேண்டிக்கொள்ளுகிறோம். 'உண்டி கொடுத்தோர் உயிர் கொடுத்தாரே' என்றதையும் கவனித்தல் வேண்டும். அறிவை அந்தகார இருளில் இருந்து நீக்குவதைப் போல் உயிரையும் தாங்கொணா பசிப்பிணியிலிருந்து நீக்க வேண்டும். உணவு இன்றி அறிவு விளங்காது. ஆகையால், உணவே உயிருக்கும், அதில் தோன்றும் அறிவுக்கும் ஆதாரம். ஆதலின் முப்பத்தைந்து கோடி மக்கள் இனிது உண்டு, உடுத்தி, வாழ்வதற்கு வேண்டிய ஆதாரங்களை சுயமரியாதைப் பெரியோர் கண்டெடுத்து அளிப்பார்கள் என நம்புகின்றோம்".

சமூக அநீதிகள் அகலப் போராடும்போதே அதன் அடிவேராகிய பொருளாதார அடிமைத்தனம் ஒழியவும் பாடுபட வேண்டும் என்று அறிவுரை கூறியிருக்கிறார் சிங்காரவேலர். இந்த இரண்டையும்

சரியான முறையில் இணைத்துக்காட்டி ஒரு கம்யூனிஸ்டுக்குரிய தனித்தன்மையை நிலைநிறுத்தியிருக்கிறார்.

சிங்காரவேலரின் சிந்தனைகள் பெரியாரைப் பெரிதும் ஈர்த்தன. அவர் மூலமாக சோவியத் நாடு பற்றியும் அவர் நிறைய அறிந்து கொண்டார். அதன் விளைவாக அந்த தேசத்தைக் காண வேண்டும் என்கிற ஆவலும் அவருள் பிறந்தது. முடிவில் சிங்காரவேலரின் தோழரும் இங்கிலாந்திலிருந்த கம்யூனிஸ்டுமாகிய சக்லத்வாலாவின் உதவியுடன் பெரியாரின் ஐரோப்பிய - ரஷ்ய சுற்றுப்பயணம் அமைந்தது. இங்கிலாந்தில் சக்லத்வாலாவை நேரில் சந்தித்தும் உரையாடினார் பெரியார். 1931 டிசம்பர் 13ல் பெரியார் சென்னையில் கப்பல் ஏறினார். அவரோடு மற்றொரு சுயமரியாதைக்காரர் எஸ். ராமநாதனும் சென்றிருந்தார். 1932 நவம்பரில்தான் பெரியார் ஈரோடு திரும்பினார்.

இந்த இடைப்பட்ட காலத்தில் சிங்காரவேலர் பல சுயமரியாதை மாநாடுகளில் பங்கேற்றார், அந்த இயக்கத்தின் ஏடாகிய குடியரசில் நிறைய எழுதினார். சுயமரியாதை இயக்கத்திற்கு ஒரு புதிய சித்தாந்த வழித்தடத்தைப் போட்டுகொடுத்தார் எனலாம். தமிழகத்தில் மார்க்சிய சிந்தனைகளை பெருந்திரள் மக்களிடம் கொண்டுசெல்ல சுயமரியாதை இயக்கத்தை நன்கு பயன்படுத்திக் கொண்டார் எனலாம். சமூக சீர்திருத்த இயக்கத்திற்கும், கம்யூனிஸ்டு இயக்கத்திற்கும் இடையே உரிய இணைப்பை உருவாக்கினார் எனவும் கூறலாம்.

1931 டிசம்பர் 26ல் சென்னை சுயமரியாதை மாநாட்டைத் துவக்கி வைத்து சிங்காரவேலர் பேசினார். அதில் அவர் குறிப்பிட்டார்-

“புத்தர் காலத்திலிருந்தே சாதியை ஒழிக்க வேண்டுமென்ற முயற்சி இருந்து வந்தது, ஒழிந்தபாடில்லை. மகமதியர்களாலும் சாதியை ஒழிக்க முடியவில்லை. கிறிஸ்தவர்களாலும் முடியவில்லை. இரத்தத்தை உறிஞ்சும் அட்டை போல் இந்துஜன சமூகத்தைப் பிடித்த நமது தேச சாதிக் கலப்பு மணத்தால் ஒழியுமென்று சிலர் கருதுகின்றார்கள். ஆனால், கலப்பு மணம் செய்துகொண்டவர்கள் தனிப்பட்ட ஒரு சாதியாகின்றார்கள். இந்த விதங்களால் இன்னும் சாதிகள் வளர்ந்து வருகின்றன. இது எப்படி ஒழியுமென்று எண்ணுகிறீர்கள்? எனக்கோர் வழி தோன்றுகின்றது. பகுத்தறிவை உயர்தரக் கல்வி மூலமாக வளரச் செய்யவேண்டுமென்பது இதிலும் கஷ்டமிருக்கிறது. சென்ற ஐம்பது ஆண்டுகளாக உயர்தரக் கல்வியில் தேர்ச்சியடைந்து வரும் பிராமணர்கள்

சாதியை விட்டபாடில்லை. நமது ராஜ கோபாலச்சாரியும், சத்தியமூர்த்தியும் பூணூலைக் கழற்றி எறிந்தார்களா? இல்லை என்றால் எங்கே உயர்தரக் கல்வியின் பயன்? ஆனால், உங்கள் இயக்கம் உண்மையானால் சுயமரியாதைக் கட்சியோர் சாதியை முற்றும் விட்டொழிக்க வேண்டும். பிராமணர்கள் தங்கள் சாதியை விடாவிட்டாலும் சுயமரியாதையைச் சேர்ந்த முதலியார், நாயுடு, பிள்ளை, செட்டியார் முதலியவர்கள் பகிரங்கமாக சாதியை விட்டொழித்தோமென விளம்பரப்படுத்த வேண்டும்".

சாதி என்கிற இந்த தேசத்தின் அவமானத்தை ஒழிப்பதில் ஒரு கம்யூனிஸ்டுக்கு இருக்கக்கூடிய அக்கறையை சிங்காரவேலர் இந்தப் பேச்சில் வெளிப்படுத்தியிருக்கிறார். இது விஷயத்தில் காங்கிரசின் மீது அவருக்கு நம்பிக்கையில்லை. சுயமரியாதை இயக்கத்தின் மீது அவருக்கு ஒரு நம்பிக்கை. அதே நேரத்தில் தாங்கள் கொண்ட கொள்கைக்கு அவர்கள் உண்மையாக இருக்கவேண்டுமென்றும், அங்குள்ள பிராமணரல்லாத உயர் சாதியினர் பகிரங்கமாக சாதியை விட்டொழிக்க வேண்டுமென்றும் அறைகூவல் விடுத்திருக்கிறார்.

வர்ணாஸ்ரமத்தால் ஏற்பட்ட ஏற்றத்தாழ்வை ஒழிக்க வகுப்புவாரி பிரதிநிதித்துவம் ஓரளவு பயன்படும் என்பதையும் சிங்காரவேலர் அங்கீகரித்திருக்கிறார். இதேபேச்சில் அவர் குறிப்பிட்டார்-

"சாதி மத வித்தியாசத்தால்தான் என்ன சுயராஜ்யத்தை அளிப்பதென்று பிரிட்டிஷாருக்கே சந்தேகமாயிருக்கிறது. வகுப்புவாரி பிரதிநிதித்துவ சுயராஜ்யமா அல்லது பொது பிரதிநிதித்துவ சுயராஜ்யமா? இதன் விஷயத்தில் காங்கிரஸ் நடவடிக்கை மதில்மேல் கருடனேபோல் இருந்து வருகிறது. காந்தியாருக்கு சாதியும் வேண்டும், மதமும் வேண்டும். ஆனால் ஆறு கோடி மகமதியர்களுக்கு வகுப்புவாரி பிரதிநிதித்துவம் கொடுக்கலாம். மற்ற ஆறு கோடி தாழ்த்தப்பட்டவர்களுக்கு இந்துக்களுடன் பொதுவாக பிரதிநிதித்துவம் வேண்டுமாம். தாழ்த்தப்பட்டவர்களுக்குத் தனிப்பட வேண்டாவாம். இது என்ன சூழ்ச்சி?"

தாழ்த்தப்பட்ட மக்களுக்கான இட ஒதுக்கீடு தொடர்பாக அன்று அம்பேத்காருக்கும், காந்திஜிக்குமிடையே கடுமையான கருத்து வேறுபாடுகள் இருந்தன. அதிலே காந்திஜியின் நிலைபாட்டை சிங்காரவேலர் ஆதரிக்கவில்லை என்பது இதிலிருந்து நன்கு புலப்படுகிறது.

சாதி ஒழிப்புக்கான வழிமுறை குறித்து ஆராய்ந்திட்ட சிங்காரவேலர் அதற்கும் பொருளியல் வாழ்வுக்குமுள்ள தொடர்பைக் குறிப்பிட இங்கும் மறந்திடவில்லை. உண்மையில் அதுவே இவரது பேச்சின் முத்தாய்ப்பாக இருந்தது -

"உங்கள் கட்சிப் பெரியோர் பகுத்தறிவை உங்கள் இயக்கத்திற்கு ஆதாரமெனக் கூறுகிறார். இந்தப் பகுத்தறிவை உபயோகிப்பீர்களானால் சமதர்மமே. அதாவது மதமற்ற, சாதி வேற்றுமையற்ற, பொருளாதார வேற்றுமையற்ற தருமமே நமது நாட்டையும், மற்ற நாடுகளையும் காப்பாற்றவல்ல இயக்கமாகும். இந்த இயக்கத்தை சான்றோர்களைக்கொண்டு நன்றாகத் தெரிந்துகொள்ளுங்கள். அதனைப் பரவச் செய்ய வேண்டிய தொழில் முறைகளை அறியுங்கள். தோழர்களே! ஒன்று சேருங்கள்!"

சுயமரியாதைச் சிந்தனையையும், சமதர்ம சித்தாந்தத்தையும் அதாவது சமூகசீர்திருத்தத்தையும், பொருளாதார சமத்துவத்தையும் இணைக்க வேண்டும் என்கிற இவரின் விருப்பம் இங்கே வலிமையாக முன்வைக்கப்பட்டுள்ளது. இதுவே பின்னாளில் சுயமரியாதை சமதர்மக் கட்சிக்கு அடித்தளமாய் அமைந்தது.

சென்னை மாநாட்டைத் தொடர்ந்து சேலம் ஜில்லா சுயமரியாதை மாநாட்டிற்கு சிங்காரவேலர் தலைமை தாங்கி உரையாற்றினார். அந்த நீண்ட உரை குடியரசு (7.5.1932) இதழில் வெளிவந்தது. அதில் சுயமரியாதை இயக்கம் பற்றி கீழ்வரும் வருணனை உள்ளது- "உங்களுடைய சுயமரியாதை இயக்கம் இந்திய சமூக சீர்திருத்தங்கள் யாவையும் கொள்ளத்தக்க இயக்கம் என்றே எண்ணத் தகும். இந்த இயக்கத்தைப்போன்று எந்த ஓர் இயக்கமும் இவ்விதமாக நமது சமூக ஊழல்களை வேர் களைய ஒரே காலத்தில் எழுந்ததை அறியோம். உங்களுடைய இயக்கத்தை One of the most Comprehensive Social Reformers Organ.

(மிகவும் விரிவானதொரு சமூக சீர்திருத்த அமைப்பு) என்று கூறக்கூடும்").

இந்தக் கண்ணோட்டத்தோடே அவர்கள் மத்தியில் தாழ்த்தப் பட்ட மக்களின் துயரங்கள் குறித்து அழுத்தமாகப் பேசினார்- "நமது தீண்டாதார் தங்கள் மானசீக சமத்துவத்தை உணராமலே தங்கள் கேவல வாழ்க்கையை நடத்தி வருகின்றனர். இவர்களுடைய வாழ்க்கை நிச்சயமில்லாத வாழ்க்கையாகவே இருந்து வருகிறது. நாளுக்கு நாள் இவர்களுடைய வாழ்க்கை குறைவடைந்தே

வருகின்றது. அங்குமிங்கும் ஓர் எம்.சி.ராஜா, அம்பேத்கர், வாசுதேவ பிள்ளை, சுவாமி சகஜானந்தர் பொருளாதாரத்தில் உயர்வு பெற்று தோன்றுகிறார்களே ஒழிய, இந்தக் கூட்டத்தாரில் இருபது பேர்கூட சொத்துரிமை பெற்றவர்கள் இல்லை. தாழ்த்தப்பட்டோர் வம்சத்தில் உதித்த இரண்டொரு முதலாளிகளால் தங்களுக்கு எதுவும் கூடிவரப் போவதில்லை. தாங்களே, தங்கள் தனிவாக்குரிமையால் மனுஷனுக்கு அத்தியாவசியமாக வேண்டிய அனுகூலங்களைப் பெற வேண்டும்".

அத்தோடு, சமூக அநீதிகளின் அஸ்திவாரம் பொருளாதார ஏற்றத்தாழ்வில் உள்ளது என்பதை இங்கும் எடுத்துக்காட்ட அவர் தவறவில்லை-

"பறையனுக்கும், பார்ப்பானுக்கும் உள்ள சமூக வித்தியாசம் போகவேண்டுமெனில் முதலில் அவர்களுக்குள் ஏற்பட்டுள்ள பொருளாதார வித்தியாசத்தை ஒழியச் செய்ய வேண்டும். இதைச் செய்யாவிடில் தீண்டாமையை ஒழிக்க எந்த அரசாங்கத்தாலும், எந்த காங்கிரஸ்காரராலும், எந்த மிதவாதிக் கட்சியாலும், எந்த சமூக சீர்திருத்தக்காரராலும் முடியாது என அறிக".

இப்படி சுயமரியாதை இயக்கத்திற்கு ஓர் அரசியல்-பொருளாதார பரிமாணத்தை சிங்காரவேலர் சேர்த்துக்கொண்டிருந்த வேளையில், பெரியார் தனது ஐரோப்பிய, ரஷ்யப் பயணத்தை முடித்துக்கொண்டு ஈரோடு வந்து சேர்ந்தார். அவரது ரஷ்ய அனுபவம் அவரை வெகுவாக உற்சாகப்படுத்தியிருந்தது. இங்கே சிங்காரவேலர் செய்திருந்த பிரச்சாரமும் பலனளித்திருந்தது. இரண்டும் இணையவும் சுயமரியாதை இயக்கம் சமதர்ம சமுதாயம் படைப்பதற்கான ஓர் அரசியல் இயக்கமாகவும் மாற்றப்பட வேண்டும் என்கிற ஆவல் பெரியாருக்கு ஏற்பட்டது. அதற்கான அரசியல் பிரிவை ஏற்படுத்துவதற்கான திட்டம் ஒன்றைத்தயாரிக்குமாறு அவர் சிங்காரவேலரைக் கேட்டுக் கொள்ள, கரும்பு தின்னக் கூலியா என்று அவரும் அத்தகைய திட்டம் ஒன்றைத் தயாரித்தளித்தார். "சுயமரியாதை இயக்க சமதர்மக் கட்சியாரின் உத்தேசதிட்டம்" எனப்பட்ட அந்தத் திட்டம் குடியரசில் (25.12.1932) வெளியிடப்பட்டது. அத்தோடு, "மற்றொரு தோழரால் அனுப்பப்பட்ட சுயமரியாதைக் கட்சியின் அடிப்படையான கொள்கை" எனப்பட்டதும் அதே இதழில் வெளியிடப்பட்டது. பிந்தியதில் அதிதீவிரமான அரசியல், பொருளாதாரத் திட்டங்கள் முன்வைக்கப்பட்டிருந்தன. உதாரணமாக - "பிரிட்டிஷ் முதலிய

எவ்வித முதலாளித்தன்மை கொண்ட ஆட்சியிலிருந்தும் இந்தியாவைப் பூரண விடுதலை அடையச் செய்வது. தேசத்தின் பேரால் கொடுக்கப்பட வேண்டிய கடன்களையெல்லாம் ரத்து செய்வது, எல்லாத் தொழிற்சாலைகளையும், ரயில்வேக்களையும், பாங்கிகளையும், கப்பல் படகு நீர்வழிப் போக்குவரத்துச் சாதனங்களையும் பொது மக்களுக்கு உரிமை ஆக்குவது. எந்தவிதமான பிரதி பிரயோஜனமும் கொடுபடாமல் தேசத்தில் உள்ள எல்லா விவசாய நிலங்களையும் காடுகளையும் மற்ற ஸ்தாவர சொத்துக்களையும் பொது ஜனங்களுக்கு உரிமை ஆக்குவது".

அதாவது, அடிமைப்பட்டிருந்த இந்தியாவிற்கு ஒரு சோசலிசப் புரட்சித் திட்டம் கொடுக்கப்பட்டிருக்கிறது. அன்றைய இளம் கம்யூனிஸ்ட் இயக்கத்திற்கு இருந்த அதிதீவிரவாதப் போக்கு இப்படி காலத்திற்கு ஒவ்வாத கொள்கையாக வெளிவந்திருக்கிறது.

அதேநேரத்தில் "சிங்காரவேலரால் அனுப்பப்பட்ட" திட்டம் என்பதில் காரியசாத்தியமான சமூக சீர்திருத்த அம்சங்கள் இடம் பெற்றிருந்தன. உதாரணமாக - "கோவில், பிரார்த்தனை இடங்கள் முதலிய மத ஸ்தாபனங்களின் சொத்துக்கள் - வரும்படி ஆகியவைகளைப் பொது ஜனங்களின் தொழில், கல்வி, சுகாதாரம், வீட்டு வசதி, அனாதைப் பிள்ளைகள், விடுதி ஆகியவைகளுக்குப் பயன்படுத்த அனுமதி பெற வேண்டும். இந்திய சமூகத்தில் ஜாதி, மத, பிரிவு முதலியவைகளைக் குறிக்கக்கூடிய குறிப்புகள் எதையும் பொது ஆதாரங்களிலிருந்து (ரிக்கார்டுகளிலிருந்து) எடுத்துவிடுவதற்கும், அம்மாதிரிப் பட்டம் உடையவர்களைப் பொது வேலைகளில் இடம் பெறாமல் இருக்கும்படி செய்வதற்கும் அனுமதி பெறுதல்".

இந்தக் கொள்கைத் திட்டம் இரண்டுமே ஈரோட்டில் கூட்டப்பட்ட சிறப்புக் கூட்டத்தில் விவாதிக்கப்பட்டு - சிலரின் எதிர்ப்புக்கிடையே - ஏற்கப்பட்டன. "திருத்தப்பட்டபடியான" கொள்கை மற்றும் திட்டம் குடியரசில் (1.1.1933) வெளியிடப்பட்டது. அதில் பெரிய திருத்தம் ஏதுமில்லை. இங்கே மேற்கோள் காட்டப்பட்டுள்ள அந்த அதிதீவிரமான அரசியல், பொருளாதாரக் கொள்கையும் காரிய சாத்தியமான சமூக சீர்திருத்தத் திட்டமும் அப்படியே அவற்றில் இடம் பெற்றுள்ளன. ஈரோட்டில் பெரியார் இல்லத்தில் நடைபெற்ற இந்தக் கூட்டத்தில் சிங்காரவேலரும் கலந்து கொண்டார். திட்டத்தை விளக்கிப் பேசினார். சிங்காரவேலர்

- பெரியார் உருவாக்கிய இந்தத் திட்டம் "ஈரோடு திட்டம்" என்று பின்னாளில் அழைக்கப்பட்டது.

காலத்திற்கு ஒவ்வாத அதிதீவிர அரசியல், பொருளாதாரக் கொள்கை இயல்பாகவே சுயமரியாதை இயக்கத்திற்குள் முரண்பாடுகளை விளைவித்தது. அந்த இயக்கத்தின் வர்க்கக் கட்டுமானமும் இதற்கு நேர் எதிரிடையாக இருந்தது. ஆனால், அதற்காக நீதிக்கட்சியை நோக்கி நெருங்கிச் சென்றது மட்டுமல்லாது, சுதந்திரப் போராட்ட இயக்கத்தில் கடைசிவரை பெரியார் பங்கு கொள்ளவேயில்லை. அதிலிருந்து ஒதுங்கியே இருந்துவிட்டார். அன்றைக்கு கம்யூனிஸ்ட் இயக்கம் எடுத்த அதிதீவிரவாதப் போக்கு என்கிற தவறுக்கு பெரியாரின் இந்தத் தவறு பதிலாகாது. சுதந்திரப் போராட்டத்தையும் சமூக சீர்திருத்த இயக்கத்தையும் இணைக்கிற ஒரு வழிமுறையை அவர் கண்டிருந்தால் வரலாறு மாறியிருக்கும். துர்பாக்கியவசமாக அது நடக்கவில்லை. இதனால், தமிழகத்தில் காங்கிரசே பிரதான அரசியல் - சமூக சக்தியாக வளர்ந்தது.

மறுபுறம் சிங்காரவேலரின் நிலைபாடு என்னவாக இருந்தது? பெரியாரும் அவரது இயக்கமும் நீதிக்கட்சியை நெருங்கிச் சென்றதை சிங்காரவேலர் ஏற்கவில்லை. நீதிக்கட்சி ஏகாதிபத்திய ஆதரவுக் கட்சி என்பதை அவர் அழுத்தமாகச் சுட்டிக்காட்டி வந்தார். இது விஷயத்தில் உறுதியான நிலை எடுக்காமல் பெரியார் தடுமாறுவதுகண்டு அவர் வேதனைப்பட்டார். சமதர்மக் கொள்கையைக் கிஞ்சித்தும் ஏற்றுக்கொள்ளாத, தேச விடுதலையில் சிறிதும் அக்கறையில்லாத சில நீதிக்கட்சித் தலைவர்களைக்கொண்டு, பெரும் பணக்காரர்களைக் கொண்டு சுயமரியாதை இயக்க மாநாடுகள் நடத்தப்படுவதையும் அவர் கண்டித்தார். குடியரசில் *(8.10.1933)* அவர் எழுதினார்-

"தொழிலாளி கூட்டத்திற்கு ஒரு முதலாளியைத் தலைமையாக வைப்பது நண்டைச் சுட்டு நரியைக் காவல் வைப்பதையொக்கும். ஆதலின் சமதர்மக் கூட்டங்களுக்குச் சமதர்மியைப் பொறுக்கி தலைவராக அங்கீகரித்தல் வேண்டும். சுத்த சமதர்மி கிடைக்காவிடின் சமதர்மிகளே தலைமை வகித்துக்கொள்ளல் வேண்டும். பெரும் பெயரால் உலகம் மயங்கப்போவதில்லை".

இங்கு நீதிக்கட்சியின் பெருந்தனக்காரர்களையே சிங்காரவேலர் குறிப்பிட்டிருக்கிறார் என்பதில் ஐயமில்லை. அதுமட்டுமல்ல, பெரியாருக்கும் நேரடியாக அவர் ஏட்டின் மூலமாகவே வேண்டுகோள் விடுத்தார் -

"நமது தலைவர் அவர்களுக்கு ஒரு விண்ணப்பம். இயக்கம் பிளவுபடுமென்று தயங்குவது அதைரியமாகும். காலத்தை எதிர்நோக்க வேண்டுமே ஒழியபின் பார்க்கலாகாது. பின் நோக்கியவர்கள் கல்லாகவோ, சாம்பலாகவோ சபிக்கப்பட்டவர் கள் என்ற கதையை மறக்கலாகாது. எதிர்காலம் நமதல்ல. இளைஞர்களுடையதே".

எனினும் ஏற்கெனவே கூறியதுபோல பெரியார் நீதிக்கட்சியுடனான உறவையே பலப்படுத்தி வந்தார். சுதந்திரப் போராட்டத்தின் முக்கியத்துவம், பொருளாதார சமத்துவ லட்சியம் ஆகியவற்றைப் புறக்கணித்தே வந்தார். இதனால், வெறுப்புற்ற ஜீவா போன்ற சுயமரியாதை சமதர்மிகள் பெரியாரை மேலும் மேலும் விமர்சிக்கத் தொடங்கினர். 1935 அக்டோபரில் நடந்த திருச்சி மாவட்ட சுயமரியாதை மாநாட்டில் ஜீவா பேசிய பேச்சு குடியரசில் (27.10.1935) வெளிவந்தது. அது வருமாறு -

"பாழாய்ப்போன தேர்தல் காரணமாகச் சுயமரியாதை வீரர்கள் பெரிய மலை உச்சியிலிருந்து கீழே தரைக்கு வந்துவிட்டார்கள். பிராமணியத்தை ஒழித்து அதனை வேரறுத்துத் தூளாக்கிக் காற்றில் பறக்கவிட வேண்டுமென்று எண்ணுகிறவர்களில் நான் முதலானவன். சமயத்தைக் காக்கும் மத விஷயத்தில் நடுநிலைமை வகிக்கும், அரசாங்கத்தினரிடம் தாங்கி நிற்கும் காங்கிரஸ், ஜஸ்டிஸ் கட்சியாரின் திட்டத்திற்கும் சுயமரியாதைத் திட்டத்திற்கும் எவ்வளவோ வித்தியாசம் இருக்கின்றது. சமதர்மக் கொள்கையை நிலைநிறுத்த வேண்டும். பிராமணியத்திற்கு அடிப்படையான சாஸ்திரம், பகவத் கீதை, கோவில், மதம், கடவுள் முதலியன யாவும் ஒழிய வேண்டும். சமதர்மம் நிலைநாட்டப்பட வேண்டும். சமதர்ம முறையில் ராஜாங்கம் ஏற்படுத்திப் பொருளாதார சமதர்ம இயக்கத்தை நிலைநிறுத்த வேண்டும்".

காங்கிரஸ் மற்றும் நீதிக்கட்சி ஆகிய இரண்டிலுமிருந்து வேறுபட்ட, ஒரு தனித்துவமான இயக்கமாக சுயமரியாதை இயக்கத்தை நடத்த வேண்டும். அது உண்மையில் சுயமரியாதை சமதர்ம இயக்கமாக இருக்க வேண்டும் என்பதே ஜீவாவின் கருத்தோட்டமாக இருந்திருக்கிறது. பெரியார் இதனை ஏற்கவில்லை. பெரியாரின் நிலைபாட்டை ஜீவா ஏற்கவில்லை. முடிவு, ஜீவா போன்ற சுயமரியாதை சமதர்மிகள் பெரியாரின் இயக்கத்திலிருந்து வெளியேறினர். அவர்கள் "சுயமரியாதை சமதர்மக் கட்சி"யை உருவாக்கினர். இவர்களுக்கு உறுதுணையாக சிங்காரவேலர் இருந்தார்.

பெரியாருடன் கொள்கை முரண்பாடு ஏற்பட்ட காலத்தில் சிங்காரவேலர் "புதிய உலகம்" என்ற ஏட்டில் நிறைய எழுதி வந்தார். 1935 மே மாதத்திலிருந்து அவர் எழுதிய எழுத்துக்கள் ஜீவா போன்றோருக்கு வழிகாட்டியது. இந்த ஏட்டைப் பாவேந்தர் பாரதிதாசன் புகழ்ந்து பாடியிருப்பது குறிக்கத்தக்கது-

"நல்லறிவும் பெருநோக்கும் கேட்பீராயின்
நம்தோழன் சிங்காரவேலன் கண்ட
வெல்லு தமிழ்ப் புதுஉலகம் என்னும் மாத
வெளியீட்டை வாசித்தல் வேண்டும் என்போம்
புல்லறிவின் தூக்கத்தில் பேசும் பேச்சைப்
புது உலகில் எவ்விடத்தும் கண்டோமில்லை
இல்லையெனில் இந்நாட்டில் விஞ்ஞானந்தான்
புது உலகில் விஞ்ஞானம் எதேஷ்டம் காண்பீர்
புது உலகம் மாதமொரு முறை கிடைக்கும்
புலன் அடைந்த மாசையெல்லாம் அது துடைக்கும்
இது உண்மை உபச்சார வார்த்தையல்ல
எல்லாரும் வாங்கி வாசித்தல் வேண்டும்
அது என்ன இது என்ன என்று தேடி
ஆயிரமாயிரம் நூல்கள் உண்மை கண்டவர்
சதுர ருளத்திலிருந்து வரும் சரக்கை வாங்கா
தமிழருண்டா? கரும்பு தின்னக் கூலி ஒன்றா"

ஒருபுறம் நீதிக்கட்சியோடு பெரியார் நெருங்கியதும், மறுபுறம் சமதர்மம் குறித்து சிங்காரவேலர் 'புதிய உலகம்' மூலம் எழுதி வந்ததும், சுயமரியாதை இயக்கத்திலிருந்த சமதர்மிகளை தனிக் கட்சி காணத் தூண்டியது. 1936 பிப்ரவரியில் திருத்துறைப்பூண்டியில் மாநாடு நடத்தி தனியொரு சுயமரியாதை சமதர்மக் (சோஷலிஸ்டு) கட்சியை ஜீவாவும் அவரது தோழர்களும் கண்டனர். பெரியாரோடு அவர்களுக்கு இருந்த ஸ்தாபன உறவு இந்தப்படியாக முடிவுக்கு வந்தது. இவர்கள் கம்யூனிஸ்டுப் பாதையில் நடைபோடத் துவங்கினர்.

இதற்கிடையில் கம்யூனிஸ்டுக் கட்சியும் தனது அதிதீவிரவாதத்தை கைவிடத் துவங்கியிருந்தது. காங்கிரசில் இருந்த காங்கிரஸ் சோஷலிஸ்டுக் கட்சியில் இணைந்து செயல்படுவது என்று முடிவெடுத்திருந்தது. அந்த முடிவை ஜீவாவும் அவரது தோழர்களும் ஏற்றுக்கொண்டனர். அதற்கேற்ப திருச்சியில் 1936

நவம்பரில் கூட்டப்பட்ட சுயமரியாதை சமதர்மக் கட்சியின் மாநாடு தன்னைக் கலைத்துக்கொண்டு அப்படியே காங்கிரசிலும், காங்கிரஸ் சோஷலிஸ்டுக் கட்சியிலும் சேர்வதென்று முடிவெடுத்தது. இந்தப்படியாக, பெரியாரின் சுயமரியாதை இயக்கம் நீதிக்கட்சியில் சங்கமமாகிவிட, சிங்காரவேலரின் தோழர்கள் காங்கிரசில் சேர்ந்துவிட இரண்டிலுமிருந்து வேறுபட்ட ஒரு தனித்துவமான அரசியல் - சமூக சக்தியை உருவாக்குகிற முயற்சி தோல்வி கண்டுவிட்டது.

சுயமரியாதை சமதர்மக் கட்சி தனித்து, திறம்பட இயங்கியிருந்தால் தமிழகத்தின் வரலாறு எப்படியிருந்திருக்கும்? இதுவொரு ஊகமான கேள்விதான். ஆனால், திராவிட இயக்கத்திற்கு வேலையில்லாமல் போயிருக்கக்கூடும் என்பதே அதற்குப் பதிலாக இருக்கும்.

33

சிங்காரவேலரும் மாதர் விடுதலையும்

1923 ஹிந்துஸ்தான் தொழிலாளர் - விவசாயிகள் கட்சியைத் துவக்க திட்டமிட்ட காலத்திலேயே மாதர் விடுதலை குறித்தும் சிங்காரவேலர் சிந்தித்திருக்கிறார். அதனால்தான் அதற்கான கொள்கை அறிக்கையில் வரதட்சணை ஒழிப்பு, பெண் குழந்தைகளுக்கும் கட்டாயக்கல்வி, தாய்மைக்காலப் பாதுகாப்பு போன்ற அம்சங்கள் இடம் பெற்றுள்ளன.

“இந்திய மாதா” என்கிற நூலை மிஸ் காதரைன் மேயோ என்கிற அமெரிக்க மாது 1927ல் வெளியிட்டார். இந்திய மாதர்களின் அவலநிலை பற்றி எழுதப்பட்ட நூல் அது. இங்கே வந்து மாதர்களின் நிலையை நேரடியாகப் பார்த்து எழுதப்பட்ட நூல் அது. அதில் பால்ய விவாகம், தேவதாசி முறை, பெண் சிசுக்கொலை, விதவைத்தனம், கோஷா முறை, பெண் கல்வியின்மை, தீண்டாமை, பிராமணியம் - போன்ற கொடுமைகள் படிப்பவர் நெஞ்சுருகும் வகையில் சித்தரிக்கப்பட்டுள்ளன. இதன் தமிழாக்கம் 1928ல் வெளிவந்தது. இப்பொழுது அதைப் படித்துப் பார்த்தாலும் அதில் சொல்லப்பட்டிருப்பவை பெரும்பாலும் உண்மைகளாயிருந்தன என்பது புரிபடுகிறது.

ஆனால், அன்றைக்கு தேசியவாதிகள் எனப்பட்ட பலர் இந்த நூலை கடுமையாக எதிர்த்தார்கள். “சுதந்திரமில்லாத நாட்டைப் பற்றி மனம் போனபடி எழுதுவதா?” என்றார்கள். “நாகரிகத்தை தூஷித்து ஒரு வசை புராணம்” என்று முத்திரை குத்தினார்கள். மாதர் அடிமைத்தனம்தான் இவர்களுக்கு நாகரிகமாக இருந்திருக்கிறது. ஆனால், பெரியாரும், சிங்காரவேலரும் இந்த நூலை வரவேற்றார்கள். நமது மனசாட்சியை சோதித்துப் பார்த்துக் கொள்ள வாய்ப்பு தருகிற நூல் என்று மதிப்பிட்டார்கள். 1932ல் சேலம் ஜில்லா சுயமரியாதை மாநாட்டிற்குத் தலைமை தாங்கிப் பேசும்போது சிங்காரவேலர் குறிப்பிட்டார்-

“பால்ய தாய்மார் வதை இந்த ஊரைத் தவிர மற்ற எந்த நாட்டிலும் காண்பது அரிது. சொத்துரிமை பெண்களுக்கு

இல்லாமையால் இவர்கள் அடிமைகளாகவே கருதப்படுகிறார்கள். சமூக வாழ்க்கையில் நாமாகிய இந்தியர் வேத காலத்தில் இருந்தவாறே இன்றைக்கும் இருந்து வருகின்றோம். இதற்கு அத்தாட்சி வேண்டுமானால் மிஸ்.மேயோ நமது வாழ்க்கையைப் பற்றிக் குறிப்பிட்டிருக்கும் சில ஊழல்களே போதும். சில தேசியவாதிகள் மிஸ். மேயோ குறிப்பிட்ட ஊழல்கள் நம்மிடம் இல்லை என்பார்கள். ஆனால், அது உண்மையாகா. ஒரு நாட்டின் ஊழல்களை எடுத்துக்காட்டினால் அதனால் என்ன குறை? உண்மையாயின் அவைகளைச் சீர்திருத்தம் செய்துகொள்வது நமது கடமை ஆகும். இல்லாவிடில், அதனால் நம்மைப் பாதிப்பது ஒன்றும் இல்லை''.

சொன்னவர் வெளிநாட்டுக்காரரர் என்கிற காரணத்தாலேயே உள்நாட்டு அசிங்கங்களை மூடிமறைக்க சிங்காரவேலர் விரும்பவில்லை. தேசியம் என்ற பெயரில் பெண்ணடிமைத் தனத்தை நியாயப்படுத்த அவர் விரும்பவில்லை. மாதர் விடுதலையில் ஒரு கம்யூனிஸ்டுக்கே உரிய உறுதியோடு அவர் இருந்திருக்கிறார்.

1931ல் விருதுநகரில் நடைபெற்ற சுயமரியாதை மாநாடு பற்றி எழுதியபோதும் அவர் இதே உறுதிபாட்டைக் காண்பித்திருந்தார். கம்யூனிஸ்ட் கட்சியின் சார்பாகவே அவர் மாதர் விடுதலையை முன்னிறுத்தி எழுதினார் -

“நமது தமிழ்நாட்டுப் பெண்மணிகள் செய்த தீர்மானங்கள் (சுயமரியாதை மாநாட்டின் ஒரு பகுதியாக நடந்த பெண்கள் மாநாடு) போற்றத்தக்கவை என்பதற்கு யாதொரு சந்தேகமும் இல்லை. இதுவரை தங்களுக்குள் உள்ளடக்கி வைத்திருந்த சுதந்திரத்தை விருதுநகரில் முழக்கியது பெருத்த ஆச்சரியத்தை உண்டாக்கியது. சமுதாயிகள் பல ஆண்டுகளாகப் பெண்கள்பால் பரிந்து வாதித்து வந்த சுதந்திரங்களெல்லாம் நேற்று நிறைவேறிய கூட்டத்தில் தமது தங்கையர் கோஷ்டி வற்புறுத்தியதைப் பொதுவுடமைக் கட்சியார் அனைவரும் எந்த வேளையிலும் ஆதரிப்பார்கள். சமுதாய கோஷ்டியார் பெண்களின் சமத்துவத்தை தலைமேல் கொண்டுள்ளனர். பொதுவுடைமைக் கட்சியார் கொண்டுள்ள தலைமையான விஷயங்களாகிய சகலருக்கும் உணவு சமத்துவம், ஆடை சமத்துவம், வாழும் இடம் சமத்துவத்துடன் பெண்கள் சமத்துவமும் ஒன்று என அறிக. ஆணுக்கும், பெண்ணுக்கும் உலக வாழ்க்கையில் எல்லா விஷயங்களிலும் சமத்துவம்

இல்லையாகிலும் 'சுதந்திரம், சமத்துவம், சகோதரத்துவம்' என்ற சொற்கள் வெறும் சொற்களே! இதன் உண்மை சமத்துவத்தை நமது தமிழ்நாட்டுப் பெண்மக்கள் கோரியது மிகவும் சிலாகிக்கத்தக்கது."

சுயமரியாதை இயக்கம் சாதி, மதப் பிரச்சனையோடு மாதர் விடுதலையையும் கையில் எடுத்தது சிங்காரவேலரைப் பெரிதும் கவர்ந்திருக்கிறது. இது முந்தைய சமூக சீர்திருத்த இயக்கங்களின் தொடர்ச்சி என்று கணித்தார். சேலம் ஜில்லா மாநாட்டுத் தலைமையுரையில் அதை வெளிப்படையாகச் சுட்டிக்காட்டவும் செய்தார் -

"முற்காலங்களில் நீங்கள் சீர்திருத்தங்களை விஷயமாகக் கொண்ட சமூக சீர்திருத்த ஸ்தாபனங்கள் பற்பல இந்த நாட்டில் தோன்றி மறைந்தன. உங்கள் இயக்கம் அக்கால ஸ்தாபனங்களின் பரம்பரையாக வந்தது என்றே சொல்லலாம். சமூக சீர்திருத்தச் சங்கம் என்று பல வருஷங்களாக சாதியின் கொடூரங்களை ஒழிக்கவும், பரதேச யாத்திரை தடையின்றி செய்யவும், விதவைகளை மறுமணம் புரிவிக்கவும் உழைத்து வந்தது. அதன் விஷயமாகக் காலஞ்சென்ற வீரேசலிங்கம் பந்துலு உழைத்து வந்த பலனாக பல விதவா மணங்கள் நடந்தன. ஆனால், அவ்வித மணத்தால் விதவைகள் தங்கள் உரிமைகளை இந்து லா படி இழக்க நேரிட்டது. ஆனால் சமூக சீர்திருத்தக்காரர்கள் அரசியல் துறையில் நுழைந்து சில நிபந்தனைகளுடன் விதவா விவாகத்தைச் சட்டப்படி செய்ய அரசியல் திட்டமொன்றை சட்டசபையில் நிறைவேற்றினார்கள். அதே மாதிரியாகவே கலப்பு மணத்தாலோ அல்லது இந்து லாவுக்கு உடன்படாமலோ செய்துகொள்ளும் கல்யாணத்தாலோ சாதியை இழக்க நேரின் அது பாதிக்கத்தக்கதல்ல என்று வேறு ஒரு சட்டமும் உண்டு பண்ணப்பட்டது. இவ்விதமாக சில வருஷங்களுக்கு முந்தியே சிற்சில சமூக சீர்திருத்தங்களை ராஜாங்கத்தாரே செய்ய நேரிட்டது. இத்யாதி சீர்திருத்தச் சட்டங்களால் சாதியும் ஒழியவில்லை. பெண்களின் நிலைமையும் உயரவில்லை. இவைகளுக்குப் பிறகு அனேக வருஷங்கள் சென்றபின் நேற்று சாரதா சட்டம் நிறைவேறிய விஷயம் நமது கால சீர்திருத்தமாகும். இதனை ஆட்சேபித்து வரும் வைதீகர்களுடைய ஆதிக்கமும், இந்தச் சட்டத்தை மாற்றம் செய்து வரும் முயற்சியின் தீவிரமும் நமக்குத் தெரிந்த விஷயங்களே".

தமிழகத்தின் முந்தைய சமூக சீர்திருத்த இயக்கங்களையும், நடவடிக்கைகளையும் சிங்காரவேலர் கூர்ந்து கவனித்து

வந்திருக்கிறார் என்பதை இது நன்கு உணர்த்துகிறது. இந்த இயக்கங்களின்பால் எதிர்மறையான நிலைபாட்டையும் அவர் மேற்கொள்ளவில்லை அல்லது அரசியல் சுதந்திரம் வரும்வரை இவற்றையெல்லாம் ஒத்திப்போட வேண்டும் என்றும் அவர் கோரவில்லை. மாறாக, இதற்கு அடுத்தக் கட்டத்தை நோக்கி சமூக சீர்திருத்த இயக்கம் செல்ல வேண்டும் என்பதே அவரது ஆவலாக இருந்தது. ஆகவேதான் சுயமரியாதை இயக்கத்தை முந்தையதன் ஒரு தொடர்ச்சியாகப் பார்த்தார். அதிலும் மாதர் விடுதலையில் இந்த இயக்கம் ஆழ்ந்த அக்கறை காட்டியதையும் அவர் கீழ்வரும் வார்த்தைகளில் பாராட்டினார் -

“பெண்களின் சமூகத் தாழ்வையும் போக்கி அவர்கள் நிலைமையை உயர்த்தி ஆணுடன் பெண்ணும் சரி சமத்துவம் பெறவேண்டுமென்ற கோரிக்கையும் உங்கள் நோக்கங்களில் முக்கியமானது ஆகும். இந்த நோக்கின் விஷயமாக புனர் கல்யாணத்தையும், கலப்பு மணத்தையும் ஆதரித்து வருகின்றீர்கள். சமூக வாழ்க்கையில் புகுந்துகொண்டு தீங்கிழைத்து வரும் பலவிதப் பழக்கவழக்கங்களை போக்குவான் வேண்டி சுயமரியாதைக் கல்யாணம் என்ற வீண் சடங்குகள், வீண் செலவுகள் இல்லாத கல்யாணங்களை ஆதரித்தும், அனுகூலப்படுத்தியும் வருகின்றீர்கள்”.

ஆக, அன்றைக்கு கம்யூனிஸ்ட் இயக்கம் தீவிரமான அரசியல் பொருளாதார லட்சியங்களோடு மறுமணம், கலப்புத் திருமணம் போன்ற விஷயங்களிலும் கவனம் செலுத்தியிருக்கிறது, அவற்றின் முக்கியத்துவத்தை உணர்ந்திருக்கிறது என்பதை இதிலிருந்து காணலாம். அதேநேரத்தில் மாதர் விடுதலைக்கும் பொருளாதார விடுதலைக்கும் இடையில் உள்ள உறவைச் சுட்டிக்காட்டவும் அவர் தவறவில்லை. ஒரு மார்க்சியவாதியின் தனித்துவம் அங்கே வெளிப்பட்டது. -

“ஸ்திரீ புருஷ சம்பந்தத்தில் சுயமரியாதையோர் செய்ய வேண்டிய கடமைகள் பல உள. ஸ்திரீகள் சமத்துவம் பெற வேண்டுமென்கிறோம். விதவைகள் மறு கல்யாணம் செய்து கொள்ளலாம் என்கின்றோம். ஸ்திரீகள் கல்வியும், ஞானமும் பெற வேண்டுமென்கிறோம். இருவரும் சம்மதம் இல்லாத கல்யாணம் ரத்து செய்யப்படலாம் என்கிறோம். ஆனால் இவ்வுரிமைகளை ஸ்திரீகள் பெற்றால் சமத்துவம் உண்மையாகவே பெற்றதாகுமா என்று கேட்கின்றோம்? பெண்கள் இச்சுதந்திரங்களை எல்லாம் பெற்றும் பொருளாதார சுதந்திரம் இல்லாவிடில் இவ்வுரிமைகள்

என்னாகும்? பொழுது விடிந்தவுடன் தன் சீவனத்திற்குப் புருஷனை எதிர்பார்க்க வேண்டுமென்றால் மேற்கண்ட சுதந்திரங்களைப் பெற்றுப் பிரயோஜனம் என்ன?"

1933 ஜனவரியில் குடியரசில் எழுதிய ஒரு கட்டுரையிலும் இதனை அவர் வலியுறுத்தியிருந்தார்-

"புருஷன் கொடுக்கவும், பெண் வாங்கவும் நேரிட்ட வித்தியாசம் ஆணுக்குப் பெண் தாழ்த்தப்பட்டதாலென அறிக. காலாகாலமாகப் பெண்கள் ஆணுக்கு கீழ்பட்டதற்குக் காரணம், இந்தப் பொருளாதார வித்தியாசத்தால் நேர்ந்துள்ளதென அறிக. இந்தப் பொருளாதார வித்தியாசம் உலகிலோ, எந்த சமூகத்திலோ இருக்கும்வரை ஆணுக்குப் பெண் தாழ்பணிந்தே நடக்க வேண்டிவரும். இந்தப் பொருளாதார வித்தியாசத்தை நீக்காமல் ஆணும் சரி, பெண்ணும் சரி... சமத்துவம் பெற வேண்டும் என்பது பிறவிக்குருடன் சூரிய தரிசனம் செய்த கதையையொக்கும்".

நவீன பெண்ணியவாதிகள் சிந்திக்கிற பிள்ளைப்பேறு பிரச்சனை குறித்துக்கூட சிங்காரவேலர் ஆராய்ந்திருக்கிறார். அவர் தொடர்ந்து எழுதினார்-

"இல்லத்தார் வீட்டில் கார்ப்பம் தரிப்பதும் துக்கம். கர்ப்பம் தரித்தும் கர்ப்பத்தில் வளர்வதும் துக்கம். பெற்ற பிறகு வளர்ப்பதும் துக்கம், வளர்ந்த பிறகு கல்வி, கேள்வி கொடுக்க முடியாததும் துக்கம். இத்யாதி துக்கங்களுக்கு தற்காலத் தாய்மார்கள் கஷ்டப்பட வேண்டியதாய் இருந்து வருகிறது. ஆனால், பிள்ளைகளைப் பெறும் பொறுப்பு தாய்மார்களுடையது என்றே எண்ணி வருவதால் இத்யாதி கஷ்டங்களுக்கு தாய்மார்கள் உட்பட வேண்டி வருகிறது. இந்தக் கொடிய மனப்பான்மையை அகற்றி, பிள்ளைகளைப் பெற்று வளர்த்தல் சமூகப் பொறுப்பு என்ற மனப்பான்மையை ஆதரிக்கும் சமதர்ம சமூகம் ஒன்றில்தான் பிள்ளைகளைப் பெறுவதும், வளர்ப்பதும் தாய் செய்த பாக்கியம் எனலாம்".

34

சிங்காரவேலரும மொழிப்பிரச்சினையும்

சமூக விஷயங்களை மார்க்சிய நோக்கில் ஆய்வு செய்திட்ட அந்த மகத்தான மனிதர் 1935க்குப் பிறகு பெரிய அளவில் செயல்பட முடியவில்லை. அவரது முதுமையும், அவரைத் தாக்கியிருந்த அரைகுறைப் பக்கவாத நோயும் அதற்குக் காரணமாகும். எனினும், மாகாணத்தில் நடந்த முக்கியமான இயக்கங்களைக் கூர்ந்து கவனித்து வந்தார் சிங்காரவேலர். ராஜாஜி மந்திரிசபை இந்தியைத் திணித்தபோது அதனை எதிர்த்து அவர் குரல் கொடுத்தார். குடியரசில் (26.6.38) வெளிவந்த ஒரு கட்டுரை தேசவிடுதலைக்கு இந்தியைக் கற்றுக்கொள்வது அவசியம் என்கிற காங்கிரஸ் தலைவர்களின் வாதத்தை தவிடுபொடியாக்கியது. இந்தியாவின் மொழிப் பிரச்சனையை ஒரு தொலைநோக்குப் பார்வையோடு அது ஆராய்ந்தது. அது வருமாறு-

"தமிழ்நாடு அரசியலை நடத்துவோர் ஹிந்தி பாஷையால் ஒற்றுமை ஏற்பட்டு பூரண சுயராஜ்யத்துக்கு உதவி செய்யுமென்று பறைசாற்றுகின்றனர். ஹிந்தி பாஷையைப் பேசுகின்றவர்கள் பெரும்பான்மை என்று இந்தக் காங்கிரஸ்காரர்கள் அறிவிக்கின்றார்கள். கடந்த 200 வருடங்களாக ஹிந்தி பாஷையைப் பேசி வந்த பெரும்பான்மையோர்களால் எவ்வித சுயராஜ்யமும் அடைய முடியாமலே போயிருக்க, தமிழ்நாட்டுச் சிறுவர்கள் 15 வருஷத்துக்குப் பின்னால் அடையப் போகும் ஹிந்தி ஞானத்தால் நமது நாடு பூரண சுயராஜ்யம் எப்படி அடையப்போகிறது?"

இப்படி மொழிப் பிரச்சனையை தேச விடுதலைப் போராட்டத்தோடு முடிச்சுப்போட்ட பொறுப்பற்ற தன்மையை உடைத்தெறிந்த அந்தக் கட்டுரை தமிழ்நாட்டில் தமிழ்தான் கோலோச்ச வேண்டும். இந்திக்கு வேலையில்லை என்று திட்டவட்டமாக அதிலும் சொந்த சார்பாக மட்டுமல்லாது, சமதர்மவாதிகளின் சார்பாகவும் பிரகடனப்படுத்தியது. அந்தப் பகுதி இதோ-

"தமிழ்நாட்டுச் சிறுவர்களுக்கு ஹிந்தி கட்டாயப் படிப்பு அளிப்பதற்கு நமது ஆட்சேபணைகள் என்னவெனில்- 1. இனிவரும் நமது சந்ததியாருக்கு. ஹிந்தி பாஷை ஒரு பிரயோசனத்தையும் தராது. 2. குடும்ப சம்பாஷணைக்கு உதவாது. 3. சாதாரண

நடவடிக்கைக்கும் உதவாது. 4. தமிழ் மாகாணக் கட்சியின் உத்தியோகங்கள் பெற ஹிந்தி பாஷை வேண்டியது இல்லை. 5. சகலவித விவகாரங்களும், சட்டம், நீதி, நிர்வாகம், விஞ்ஞானம், பொருளாதாரம், தொழிற்சங்கம் முதலிய பல்லாயிர ஸ்தாபனங்களும், இலாகாக்களும் தமிழ் பாஷை மூலமாய் நடத்தப்படுமாயின் ஹிந்தியை கனவில்கூட நினைக்க இடமில்லை. பூரண சுயராஜ்யத்தில் தமிழ் மாகாண அரசியலில் ஹிந்திக்கு எந்த இடமுமில்லையென்று வற்புறுத்துகிறோம். தமிழ்நாட்டு சமதர்மவாதிகளாகிய நாங்கள் எங்கள் தமிழ்நாட்டில் தமிழ் பாஷையிலன்றி மற்ற எந்த அந்நிய பாஷையிலும் எங்கள் நாட்டு அரசியலை நடத்தவிட மாட்டோம்".

தமிழ்நாட்டில் தமிழ்தான் அரியணையில் வீற்றிருக்க வேண்டுமென்று அன்றே கம்யூனிஸ்டுகள் முரசறைந்திருக்கிறார்கள் என்பது இதிலிருந்து நன்கு விளங்குகிறது. பெரியார் மொழிப் பிரச்சனையை வர்ணாஸ்ரம எதிர்ப்பின் ஓர் அங்கமாக நோக்கியிருக்க, சிங்காரவேலரோ மக்களின் இயல்பான வாழ்க்கை நோக்கிலிருந்து அதனை அலசியிருக்கிறார். அதேநேரத்தில், அகில இந்தியக் கண்ணோட்டம் உடையவர் என்ற முறையில் இந்தியாவுக்கென ஒரு "பொது பாஷை" இருக்க வேண்டாமா எனும் தேசியவாதிகளின் கேள்விக்கும் அவர் பதில் சொல்ல வேண்டியிருந்தது. தயக்கமின்றி பளிச்சென பதில் சொல்லியிருக்கிறார் -

"இனி கூட்டப்படப்போகும் (பத்து வருஷத்துக்குப் பின்னோ 100 வருஷத்துக்குப் பின்னோ) Constituent Assembly என்ற பிரதிநிதித்துவசபைக் கூட்டத்தில் அந்த அந்த மாகாண சுயராஜ்யம் அந்த அந்த மாகாண பாஷையில்தான் நடத்தப்பட வேண்டுமென்று அரசியல் திட்டம் ஏற்படும் என்று அறிக. ருஷ்யாவிலே 18 கோடி மக்கள் தோட்டி முதல் தொண்டைமான் வரையும் ஒவ்வொருவரும் அவன் அவன் தாய் பாஷையில் சோவியத் ரஷ்யா அரசாட்சியை நடத்தி வருவது கண்டும் நமது துரதிருஷ்ட இந்தியாவில்தானா ஹிந்தி பாஷையை அகில இந்திய பொதுப் பாஷையாக ஏற்படுத்த வேண்டும்? அந்தக் காலத்தில் ஏதோவொரு பொது பாஷை வேண்டியிருப்பின் அந்தக் காலத்தில் கூடும் பிரதிநிதித்துவ சபையால் அவர்களே நியமிக்கட்டுமே! இன்றைக்கோ, நாளைக்கோ விலகப் போகும் காங்கிரஸ் மந்திரிகளுக்கு அகில இந்திய பொது பாஷையை ஏற்படுத்த ஒரு அதிகாரமும் இல்லை என அறிக".

சிங்காரவேலரின் தீர்க்கதரிசனத்தை என்னென்பது. உண்மையில் இதை எழுதி பத்தாண்டுகள் கழித்து அரசியல் நிர்ணய சபையானது அந்தந்த மாநிலங்களில் அந்தந்தத் தாய்மொழிகள்

ஆட்சி மொழிகளாக இருக்கலாம் எனப் பிரகடனப்படுத்தியது. சென்னை மாகாணத்திலிருந்த காங்கிரஸ் மந்திரிசபை உட்பட அனைத்து காங்கிரஸ் மந்திரி சபைகளும் இரண்டாம் உலகப் போரின் காரணமாக 1939ல் ராஜினாமா செய்தன. 1937 - 39 இரண்டே ஆண்டுகாலம் நடந்த ஒரு மந்திரிசபை இந்தியாவின் மிகச் சிக்கலான மொழிப் பிரச்சனைக்குத் தீர்வுகாண முயன்ற விசித்திரம் இங்கே நடந்தது. எனினும் ராஜாஜியின் அந்தத் தவறான முயற்சி தோல்வியில் முடிந்தது. சிங்காரவேலரின் கணிப்பே நின்றது. இந்தியாவுக்கு 'பொதுப் பாஷை' தேவையா என்பதை எதிர்காலத்திடம் ஒப்படைத்த அவரின் முன்யோசனை பாராட்டத்தக்கது.

சமதர்மிகளின் சார்பாக இந்தித் திணிப்பை எதிர்த்து மட்டுமல்ல, இது விஷயத்தில் அரசாங்கத்தை எதிர்த்து சிறையேகியவர்களை காங்கிரஸ் ஆட்சியாளர்கள் நடத்திய விதம் குறித்தும் அவர் கண்டனம் செய்தார். "சண்டே அப்சர்வர்" என்கிற ஏட்டில் சிங்காரவேலர் எழுதியதைக் குடியரசு (31.7.1938) மறுபிரசுரம் செய்திருந்தது. அதிலிருந்து ஒரு பகுதி-

"பிரிட்டிஷ் ஆட்சியை ஒழிக்க நாடு முழுவதும் கிளர்ச்சி நடந்த அந்தக் காலத்தில்கூட (1927 - 28) சிறையிலே பிரிட்டிஷ் சர்க்கார் அவ்வளவு சுதந்திரம் எங்களுக்கு அளித்திருந்தார்கள். இன்று காங்கிரஸ் மாகாண மேலதிகாரிகள் இந்தி சத்யாக்கிரகிகளை எவ்வாறு நடத்துகிறார்கள்? அவர்கள் செய்த குற்றம் என்ன? இன்று நம்மவர்களில் சிலர் அப்பொழுது காங்கிரஸ்காரர் கையாண்ட கருவியை-சர்க்காரைக் கவிழ்ப்பதற்காக அல்ல ஜனங்கள் ஆதரிக்காத ஒரு ஏற்பாட்டை ஒழிக்கும் பொருட்டு - உபயோகித்ததற்காக கேப்பைக்களி அளிக்கப்படுகிறதாம்".

இப்படித் தமிழுக்காகவும் அதற்காக சிறை புகுந்த தமிழர்களுக்காகவும் குரல் கொடுத்தவர் சிங்காரவேலர்.

தனது இறுதிக்காலம் வரை சாதிய எதிர்ப்பில் அக்கறை காட்டி வந்தார். 1943 ஜூனில் சென்னையில் நடைபெற்ற தீண்டாமை ஒழிப்புக் கூட்டத்தில் பெரியாரோடு சிங்காரவேலரும் கலந்து கொண்டார். இதேபோன்று, இறுதிவரை தொழிலாளி வர்க்கத் தலைவர்களோடும் தொடர்பு வைத்திருந்தார். இந்திய கம்யூனிஸ்ட் கட்சி மீது விதிக்கப்பட்டிருந்த தடையை நீக்கக் கோரி அதே ஆண்டில் சென்னையில் நடத்தப்பட்ட கூட்டத்திற்குத் தலைமை தாங்கினார். 1945ல் சென்னை அச்சுத் தொழிலாளர்கள் சங்க மாநாட்டில் அவர் பேசியதே அவரின் கடைசிப் பேச்சாகும். அப்பொழுது அவர் கூறினார்-

"இப்பொழுது எனக்கு வயது 84. எனினும் தொழிலாளி வர்க்கத்திற்கு என் கடமையைச் செய்ய நான் இங்கு வந்துள்ளேன். உங்களிடையே இருந்து, நீங்களும் நானும் ஓர் உயிராக, உங்களில் ஒருவனாக இருப்பதைக் காட்டிலும் மற்றெதை நான் விரும்ப முடியும்?"

இந்த மகத்தான மனிதர் 1946 பிப்ரவரி 11ல் இந்த மண்ணை விட்டு மறைந்தார். ஒரு கம்யூனிஸ்ட் வீரனுக்குரிய சகல மரியாதைகளுடனும் அவரது உடல் அடக்கம் செய்யப்பட்டது.

தென்னிந்தியாவின் முதல் கம்யூனிஸ்டாகிய சிங்காரவேலரின் சமூக சீர்திருத்தப் பணிகளை கீழ்வருமாறு தொகுத்துக் கூறலாம்-

1. பெரியாரின் சுயமரியாதை இயக்கத்தை அனுதாபத்தோடு அணுகி கம்யூனிஸ்டுகள் சமூக சீர்திருத்த விஷயங்களிலும் அக்கறை உள்ளவர்கள் என்பதைப் பிறகும் உணரும்படி செய்தார்.

2. 'குடியரசு', 'புது உலகம்' போன்ற ஏடுகளின் மூலம் சமூக சீர்திருத்த விஷயங்களை தமிழர்கள் மத்தியில் பரப்பினார்.

3. சமூக அநீதிகளின் அடித்தளம் பொருளாதார ஏற்றத்தாழ்வில் இருக்கிறது என்கிற உண்மையை சுயமரியாதைக்காரர்களுக்கும், இதரர்களுக்கும் போதித்தார். இது இவருக்கு முந்தைய சமூக சீர்திருத்தவாதிகள் எவரும் வலுவாக முன்வைக்காத யதார்த்த உண்மையாகும்.

4. இது விஷயத்தில் சில அதிதீவிரப் போக்குகள் எழுந்தாலும், சுயமரியாதை இயக்கத்தை ஏகாதிபத்திய எதிர்ப்பு மற்றும் மார்க்சியச் சிந்தனைகளோடும் இணைத்து நடத்திட பெருமுயற்சி மேற்கொண்டார். ஆனால், அது கைகூடவில்லை. எனினும் சுயமரியாதை சமதர்மிகள் கிளம்பினர். இவர்கள் பின்னர் கம்யூனிச இயக்கத்தில் இணைந்தனர்.

5. மாதர் விடுதலை விஷயத்தில் மிக உறுதியாக இருந்தார். அதன் பன்முகத் தன்மைகள் குறித்தும் அவர் சிந்தித்திருந்தார். தனக்கு முந்தைய மாதர் விடுதலை கர்த்தாக்களது செயல்பாடுகளின் போதாமையையும் உணர்ந்திருந்தார். இது பற்றிய பெரியாரின் தீவிரமான நோக்கை அவர் வரவேற்றார். அதே நேரத்தில் அதுவும் பொருளாதார விடுதலையோடு பின்னிப் பிணைந்திருக்கிறது என்பதை அழுத்தமாகச் சுட்டிக்காட்டத் தவறவில்லை.

6. இந்தித் திணிப்பை எதிர்த்ததோடு மட்டுமல்லாமல், தமிழகத்தில் தமிழ்தான் ஆட்சி மொழியாக இருக்கவேண்டுமென்றும் குரல் கொடுத்தார்.

35

பாவேந்தர் பாரதிதாசன்

*1891*ல் பிறந்த கனகசுப்புரத்தினம் புதுச்சேரியில் பாரதியுடன் ஏற்பட்ட பரிச்சயத்தால் விரைவிலேயே அவரது தாசனாகிப் போனர். நல்ல இளமைப் பருவத்தில் அவருக்குக் கிட்டிய இந்த சினேகத்தின் பெருமையை முதிர்ந்த பருவத்திலும், திராவிட இயக்கத்தில் தன்னை ஈடுபடுத்தியிருந்த வேளையிலும் நன்கு உணர்ந்திருந்தார் பாவேந்தர். பிராமணரான பாரதிக்குத் தாசனாக இருக்கலாமோ என்று சிலர் கேட்டதற்குப் பெரியாருக்கு முன்பே சாதிகளை ஒழிக்கப்போராடியவர் பாரதியார் என்று பதில் கொடுப்பாராம்.

பாரதி-பெரியார்-சிங்காரவேலர் ஆகியோரின் கொள்கைத் தாக்கத்தால் முகிழ்த்தெழுந்த இந்த அற்புதத் தமிழ்க்கவி கட்டிய பாக்கள் சமூக சீர்திருத்தத்தை படித்தோர், பாமரர் இருவர் மத்தியிலும் பரப்பின. அவரின் கம்பீரமான மொழியாற்றலும், உணர்ச்சி ததும்புதலும் இலக்கியத்தை ஒரு பௌதீக சக்தியாக மாற்றியது; மனிதர்களைக் களத்தில் இறங்கத் தூண்டியது.

"பாரதிதாசன் கவிதைகள் - முதல் தொகுதி" 1938ல் வெளி வந்தது. எளிமையும், கம்பீரமும், சந்தமும் போட்டிபோட்டுக் குதித்தாடி வந்த அந்தக் கவிதைகளில் தமிழ் இளைஞர் பட்டாளம் சொக்கிப்போனது. பரபரப்பாகப் பேசப்பட்டார். பாடுபொருளும் முற்போக்கானதாய் இருந்தது. அதிலுள்ள "புரட்சிக் கவி" குறுங்காவியத்தின் நாயகன் நாவில் பாரதிதாசன் அமர்ந்து கொள்கிறார். கந்தக வார்த்தைகள் கரைபுரண்டு எழுகின்றன. அதிலேயொரு கீற்று-

"அக்காலலுலகிருட்டைத் தலைகீழாக்கி
அழகியதாய் வசதியதாய்ச் செய்தார், தந்தார்
இக்கால நால்வருணம் அன்றி ருந்தால்
இருட்டுக்கு முன்னேற்றம் ஆவதன்றிப்
புக்க பயன் உண்டாமோ?"

வருணாஸ்ரமம் வளர்ச்சிக்குத் தடையாக மாறிப்போனது என்று முரசறைந்தார். அன்று எடுத்த இந்தக் கவிதை வாளை

அவர் கடைசிவரை ஏந்தியிருந்தார். மூன்றாவது தொகுதி 1955ல் வெளிவந்தது. அதிலே "சமத்துவப்பாட்டு" எனும் நீள் கவிதை உள்ளது.

"நெஞ்சில் உயர்வாய்த் தன்னை
நினைப்பான் ஒரு வேளாளன்
கொஞ்சமும் எண்ணாததால் - சகியே
கொஞ்சமும் எண்ணாததால்!
செட்டி உயர்ந்தோன் என்பான்
செங்குந்தன் உயர்வென்பான்
குட்டுக்கள் எண்ணாததால் - சகியே
குட்டுக்கள் எண்ணாததால்!
செட்டிக்கோ முட்டி நாயக்கன்
சேணியன் உயர்வென்றே
கட்டுக் குலைந்தாரடி - சகியே
கட்டுக் குலைந்தாரடி!
சேர்ந்துயர் வென்றிவர்கள்
செப்பினும் பார்ப்பனர்க்குச்
சூத்திரர் ஆனாரடி - சகியே
சூத்திரர் ஆனாரடி!"

படிநிலைச் சாதிய அமைப்பில் சூத்திரர்களுக்குள்ளேயே ஓராயிரம் ஏற்றத்தாழ்வுகள். இவர்கள் அனைவரையும் இதற்கும் மேற்பட்ட சாதி ஒடுக்கி நிற்பதை உணராமலிருக்கிறார்களே என்று வெம்பிப்போய்ப் பாடியிருக்கிறார் பாவேந்தர். அதேநேரத்தில் சூத்திரர்களுக்கும் கீழான நிலையில் பஞ்சமர்கள் வைக்கப் பட்டிருப்பது கண்டும் பொங்கி எழுகிறார்.

"சதுர்வர்ஸம் வேதன் பெற்றான்
சாற்றும் பஞ்சமர் தம்மை
எதுபெற்றுப் போட்டதடி - சகியே
எதுபெற்றுப் போட்டதடி?"

கடவுளின் சிரசு, தோள், தொடை, பாதம் இவற்றிலிருந்து முறையே பிராமணர், ஷத்திரியர், வைசியர், சூத்திரர் வந்தார்களென்று வேதம் சொல்லுகிறது. பெரியார் இதை நயமாகக் கேலி செய்வார். "ஆக, இவர்கள் யாரும் ஒழுங்கான முறையில் பிறக்கவில்லை, பஞ்சமர்களே ஒழுங்கான வழியில் பிறந்தவர்கள்" என்பார். இதையே தனது பாணியில் கவிதையாக்கியிருக்கிறார் பாவேந்தர்.

பாரதியின் கிளிக் கண்ணி மோஸ்தரில் எழுதப்பட்ட இந்தப் பாட்டு சகல பேதங்களையும் ஒழிக்கச் சொல்லி முடிகிறது-

"சூழ்கின்ற பேத மெல்லாம்
துடைத்தே சமத்துவத்தில்
வாழ்கின்றார் வாழ்வின்பமாம் - சகியே
வாழ்கின்றார் வாழ்வின்பமாம்."

பாரதி காலத்தில் நடக்காத ஆலயப்பிரவேச இயக்கம் பாவேந்தர் காலத்தில் வெற்றிகரமாக நடக்கத் துவங்கியது. முக்கியத்துவமிக்க இந்த இயக்கத்திற்குக் கவிதையால் சேவை செய்திருக்கிறார் பாரதிதாசன். கவிதையின் பெயர் "ஆலய உரிமை".

"தாழ்ந்தவர் வந்திடில் தன்னுயிர் போமெனில்
சாமிக்குச் சத்திலையோ - எனில்
வீழ்ந்த குலத்தினை மேற்குல மாக்கி
மேலும் சமர்த் திலையோ?
குக்கலும் காகமும் கோயிலிற் போவதிற்
கொஞ்சமும் தீட்டிலையோ - நாட்டு
மக்களிலே சிலர் மாத்திரம் அந்த
வகையிலும் கூட்டி லையோ?"

பஞ்சமர்கள் ஆலயத்திற்குள் நுழைந்தால் சாமிக்கு தீட்டுப்பட்டுவிடும் என்பது அன்று வைதீகர்கள் சொன்ன காரணம். மனிதனால் சாமிக்கு சக்தி போய்விடுமென்றால் அது எப்படிச் சாமியாகும் என்று கிடுக்கிப்பிடி போட்டிருக்கிறார்? 'சத்திலையோ, சமர்த்திலையோ' என்று கேட்டதில் ஆசாமிகளும், சாமிகளும் ஒருசேரச் சிக்கிக்கொள்கிறார்கள்! வைதீகர்களால் சாமிகளுக்கும் சிக்கல்! இதற்கும் உச்சமாய் அந்தக் கேள்வி. காக்கா, குருவி போகலாம், வௌவால் தொங்கலாம், பெருச்சாளி அடையலாம் மக்களிலே சிலர் மட்டும் போகமுடியாதோ? அவர்கள் அவற்றிலும் கேவலமானவர்களா? கேவலமானவர்கள் அவர்கள் அல்லர், சனாதனிகளே என்பதைச் சொல்லாமல் சொன்னது இந்தக் கவிதை.

பெரியார் இயக்கம் கண்ட சுயமரியாதை திருமணத்திற்கு கவிதை உருவம் கொடுத்தார் பாரதிதாசன். "புரட்சித் திருமணத் திட்டம்" என்கிற அதில் முதலில் பெண்ணின் சம்மதம் பெறப்படும். பாடலின் அந்தப் பகுதி-

"திராவிட நாட்டுப் பெருங்குடி மக்கள்
இருவர்தம் வாழ்க்கை ஒப்பந்தம் இனிதாக-
நீவீர் சான்றாக - நிகழ்த்துவிக் கின்றேன் நான்

'பாவையீரே! உங்கள் பாங்கில் அமர்ந்துள்ள
ஆடவர் தம்மை அறிவீரோ? அன்னாரைக்
கூடி உம் வாழ்க்கைத் துணையாகக் கொள்ள
உறுதி உரைப்பீரோ?' என்று வினவ
உறுதி அவ்வாறே உரைத்தார் மணமகளார்"

இதற்குப் பின்பு மணமகனாரின் சம்மதமும் பெறப்பட்டு கணையாழி அணிவிப்பதோடு திருமணம் - அதாவது வாழ்க்கை ஒப்பந்தம் - நடைபெறும்

"தாரொன்றைத் தாங்கித் தம்கொழுநர்க்கே சூட்ட
நேரிழை யார்க்கும் நெடுந்தாரவர் சூட்டக்
கையிற் கணையாழி கட்டழகியார் கழற்றி
துய்யமண வாளரைத் தொட்டணிய, அன்னவரும்
தம்ஆழி மங்கையர்க்குத் தந்துமகிழ்ந் தமர்ந்தார்"

இருவரும் மோதிரம் மாற்றிக்கொள்கிற சமத்துவத் திருமணம், இத்தகைய சீர்திருத்தத் திருமணங்களுக்கு சட்டபூர்வ அங்கீகாரம் 1967ல்தான் கிடைத்தது. இதைப் பார்க்கப் பாவேந்தர் உயிரோடு இல்லை. 1964ல் அவர் இயற்கை எய்தினார்.

பாவேந்தரின் மாதர் விடுதலைப் பாடல்கள் மிகப் பிரபலமானவை. கற்றோர் சபைகளில் மட்டுமல்ல, நாடகங்கள், - திரைப்படங்கள் மூலமாகப் பட்டி தொட்டிகள் எல்லாம் அவை பரவின. சமூக சீர்திருத்தச் சிந்தனைகளை மக்கள் இயக்கமாக மாற்றியதில் இந்த வகையில் இவருக்குத் தனியிடம் உண்டு. "கோரிக்கை அற்றுக் கிடக்குதண்ணே இங்கு வேரில் பழுத்தபலா" என்று துவங்கும் அந்தப் பாடல் விதவைக் கொடுமைக்கு எதிரான வீரச் சமராகும். பாடல் இப்படி முடியும்-

"காதல் சுரக்கின்ற நெஞ்சத்திலே கெட்ட
கைம்மையைத்தூர்க்காதீர் - ஒரு
கட்டழகன் திருத்தோளினைச் சேர்ந்திடச்
சாத்திரம் பார்க்காதீர்"

தயக்கம் கிஞ்சித்துமின்றி விடுக்கப்பட்ட இந்த வேண்டுகோள் புதிய தமிழ்ச் சமுதாயம் எழுந்து வருவதற்குக் கட்டியங் கூறியது. விதவைத்தனத்தை எதிர்த்தவர், பொருந்தா மணத்தையும் விட்டுவைக்கவில்லை. மணக்கும் உரிமை மட்டுமல்ல, யாரை மணப்பது என்பதைத் தீர்மானிக்கும் உரிமையும் வேண்டுமென்றார். அதைத் தராத சமுதாயத்தைச் சபிக்கவும் செய்தார்-

"மண்ணாய்ப் போக! மண்ணாய்ப் போக!
மனம் பொருந்தா மணம் மண்ணாய்ப்போக!
சமூக சட்டமே! சமூக வழக்கமே!
நீங்கள், மக்கள் அனைவரும்
ஏங்காதிருக்க மண்ணாய்ப் போகவே!"

பெண் கல்வி குறித்துப் பாரதிதாசன் பாடிய அந்தப் பாடலும் மிக அழகானது, மிகப் பிரபலமானது. பள்ளிக்குப் போகமாட்டேன் என்று அடம் பிடிக்கிற பெண்ணுக்குத் தந்தையார் புத்திமதி சொல்லுகிறார், "தலைவாரி பூச்சூடி உன்னை" என ஆரம்பமாகும் அந்தப் பாடலில் வரும் இந்த வரிகள் மிகுந்த தீர்க்க தரிசனமானவை.

"கடிதாய் இருக்குமிப் போது - கல்வி
கற்றிடக் கற்றிடத் தெரியுமப் போது!
கடல் சூழ்ந்த இத்தமிழ் நாடு - பெண்
கல்வி பெண்கல்வி என்கின்றதன் போடு."

ஆஹா! எங்கேயிருந்த தமிழ்நாடு எங்கே வந்து சேர்ந்துவிட்டது! தொட்டில் பிள்ளையாயிருக்கும்போதே கட்டிக்கொடுத்த தமிழ்நாடு பெண்கல்வி பெண்கல்வி என்று பாடுகிறதாம் அன்போடு! பாவேந்தரின் ஆசையிது. அவர் காலத்தில் நடக்காவிட்டாலும் வெகு சீக்கிரத்திலேயே நடக்கப்போவதை உணர்ந்து சொல்லிய பாட்டு.

ஆண் - பெண் சமத்துவம் எனும்போது மணவுரிமை, சொத்துரிமை, கல்வியுரிமை பற்றி இதற்கு முந்திய சமூக சீர்திருத்தக் காவலர்கள் பேசியதைக் கண்டோம். ஆனால், பெரியார்தான் வீட்டு வேலையிலும், அடுப்படியிலும் சமத்துவம் வேண்டுமென்றவர். பெண்ணும் உத்தியோகத்திற்குப் போவது என்றால், ஆணும் வீட்டுக் காரியங்கள் செய்யவேண்டுமென்பது முன்நிபந்தனையாகிறது. பல ஆடவர்களும் தடுமாறி நின்றுவிடுகிற கட்டமிது. பாவேந்தர் சஞ்சலமின்றிப் பாடினார்.

"ஏணை அசைத்தலும் கூடும் - அதை
யார் அசைத்தாலுமே ஆடும்!
வீணை மீழற்றலும் கூடும் - அது
மெல்லியின் விரலுக்கா வாடும்?"

தொட்டிலை ஆண்கள் அசைத்தால் ஆடாதோ என்றதில் தாலாட்டுப் பாடுகிற கணவன் மனக்கண்ணில் எழுந்து விடுகிறார். இத்தோடுவிடவில்லை, உச்சத்தை எட்டுகிறார்.

"சமைப்பதும் வீட்டு வேலை
சலிப்பின்றிச் செயலும் பெண்கள்
தமக்கே ஆம் என்று கூறல்
சரியில்லை! ஆடவர்கள்
'நமக்கும் அப்பணிகள் ஏற்கும்'
என்றெண்ணும் நன்னாள் காண்போம்!
சமைப்பது தாழ்வா? இன்பம்
சமைக்கின்றார் சமையல் செய்வார்!"

அடுப்படிக்குள் ஆண்கள் நுழைவதே அசிங்கம் என்கிற நினைப்பு ஆதிக்கம் செலுத்தும் சமுதாயத்தில் அதை உடைத்து நொறுக்கிறார். "இன்பம் சமைக்கின்றார் சமையல் செய்வார்" என்று சொல்லி ஆண்களைப் பதமாக அழைக்கிறார்.

திராவிடர் கழகத்திலிருந்து 1949ல் அண்ணா தலைமையிலானோர் பிரிந்து சென்ற வேளையிலும் பாரதிதாசன் தொடர்ந்து பெரியாரை ஆதரித்து வந்தது அவர்பாலும், அவரது சுயமரியாதை இயக்கத்தின்பாலும் கவிஞருக்கு இருந்த ஆழ்ந்த ஈடுபாட்டைச் சுட்டியது.

36

காந்திஜியும் சாதிப் பிரச்சனையும்

இந்த நூற்றாண்டின் ஆரம்பத்தில் கல்கத்தாவில் நடைபெற்ற காங்கிரஸ் மாநாட்டில் தமிழகப் பிரதிநிதிகள் மடிசஞ்சித்தனமாக நடந்து கொண்டது குறித்து காந்திஜி எவ்வளவு வருத்தப்பட்டார் என்பது ஏற்கெனவே குறிப்பிடப்பட்டுள்ளது. அதன் பிறகும் தமிழகத்தின் சமூக நடப்புகள் பற்றி அவர் கூர்ந்து கவனித்தே வந்தார்.

1915ல் காந்திஜி சென்னை வந்தபோது சமூக சீர்திருத்தச் செம்மலாகிய 'இந்து' ஏட்டின் ஜி.சுப்பிரமணிய ஐயரை சென்று சந்தித்தார். அச்சமயம் ஜி.சு.ஐயர் தொழுநோயால் அவதிப்பட்டுக்கொண்டிருந்தார். அதையும்விட தேசச் சேவை செய்ய முடியவில்லையே என்கிற வருத்தம்தான் அவரை அதிகம் அழுத்திக் கொண்டிருந்தது. அவரது கண்களிலிருந்து வழிந்த நீரையும், அவரது புண்களிலிருந்து வழிந்த சலத்தையும் தனது துண்டால் துடைத்துவிட்டுக்கொண்டே ஆறுதல் சொன்னார் காந்திஜி. அந்த ஆறுதல் வார்த்தைகள் - "வருந்தாதீர்கள். நீங்கள் நாட்டிற்குப் பெரும் பணி செய்திருக்கிறீர்கள். வருத்தப்படுவதற்கு எவ்விதக் காரணமும் இல்லை". ஐயரின் சமூக சீர்திருத்தப் பணியையே அண்ணல் இப்படிப் பாராட்டியிருக்கிறார் எனலாம்.

இதே பயணத்தின்போது தரங்கம்பாடியில் பஞ்சமர்கள் சார்பில் காந்திஜிக்கு வரவேற்புப் பத்திரம் படித்தளிக்கப்பட்டது. அதில் தங்களுக்கு குடிநீர் வசதியோ, பிற வசதிகளோ கிட்டவில்லையென்றும், நிலத்தை வாங்கவோ, விற்கவோ தங்களால் முடியவில்லை என்றும், தங்கள் குறைகளை தீர்த்துக் கொள்ள நீதிமன்றங்களையும் அணுக முடியவில்லை என்றும் அவர்கள் முறையிட்டிருந்தார்கள். இது அவரைப் பெரிதும் நெகிழ வைத்தது. இதுபற்றி மாயவரம் கூட்டத்தில் அவர் வேதனையோடு உரைத்தார் -

"வெளிநாடுகளில் இருந்துகொண்டு நான் இந்து மதத்தைப் பற்றி அறிந்தவரை தாழ்த்தப்பட்டோர் முதுகில் ஏறி உட்காருவது இந்து

மதமல்ல என்றே தெரிந்தது. இதுதான் இந்து மதம் என்று என்னிடம் மெய்ப்பிக்கப் பெற்றால், நான் அதன் பகிரங்க விரோதியாவேன். தீண்டத்தகாதவர்கள் என ஒரு வகுப்பார் உருவாகக் காரணமாக இருந்தவர்கள் யார்? எங்கெங்கே பிராமணர்கள் இருக்கிறார்களோ, அங்கெல்லாம் உயர்ந்தவர்கள் என்ற மரியாதையை அவர்களே பெறுவதாக நான் அறிகிறேன். அவர்கள்தான் உயர்ந்தவர்கள் என்ற அருகதை பெறுபவர்கள் என்றால், இந்தப் பாவம் அவர்களையே சாரும். பகவத் கீதை சொல்வதை நினைவில் கொள்ளுங்கள். பண்டிதனுக்கும், பாமரனுக்கும் எவன் வேறுபாடு பாராட்டுவதில்லையோ, அவனே உண்மையான பிராமணன் என்று கீதை கூறுகிறது. மாயவரத்தில் உள்ள பிராமணர்கள் தங்களையும் பறையர்களையும் சமநோக்குடன் பார்க்கிறார்களா? பிராமணர்கள், பஞ்சம சகோதரர்களிடம் சமமாகப் பழகினால் மற்ற வகுப்பினர் அவர்களைப் பின்பற்ற மாட்டேன் என்று சொல்வார்களா?"

இந்தக் கூட்டத்திற்கு தலைமை தாங்கியவர், வரவேற்புரை வாசித்தளித்தவர் எல்லாம் பிராமணர்களே. அவர்கள் மத்தியில் அவர்களது மனசாட்சியைத் தட்டியெழுப்பும் வகையில் பேசக்கூடிய கொள்கைத் துணிச்சல் அவருக்கு இருந்தது. அதுமட்டுமல்ல, 1915லேயே பஞ்சமர் பிரச்சனையில் அவர் கவனம் செலுத்த ஆரம்பித்துவிட்டார் என்பதும் இந்த அழுத்தமான பேச்சிலிருந்து தெளிவாகிறது. அந்தக் காலத்தில் வைதீகக் கோட்டையாக இருந்த மாயவரத்தில் காந்திஜி இப்படிப் பேசியது பெரும் பரபரப்பை ஏற்படுத்தியது.

காந்திஜியைப் பொறுத்தவரை, பிறருக்கு, தான் எதைப் போதிக்கிறாரோ அதைத் தானும் கறாராகப் பின்பற்றுவார். தென்னாப்பிரிக்காவில் தன்னோடு இருந்தவரும் ஐரோப்பிய தோட்ட அதிபர்களால் சுட்டுக்கொல்லப்பட்டவருமான செல்வன் என்பவரின் துணைவியாரைத் தரங்கம்பாடியில் சந்தித்தார் காந்திஜி. அவருடைய புதல்வன் நாய்க்கர் என்னும் சிறுவனைத் தன்னோடு அழைத்துச் சென்றார். செல்வன் தாழ்த்தப்பட்ட வகுப்பைச் சார்ந்தவர். அவரது புதல்வனை தன்னோடு சென்னைக்கு அழைத்து வந்தவர் அவனையும், தான் தங்கியிருந்த ஜி.ஏ.நடேசன் வீட்டிற்கு அழைத்துப் போய்விட்டார். நடேசனின் தாயாரோ மிகவும் வைதீகமானவர். ஆனால், அவரின் மனத்தையும் மாற்றியது நோய்வாய்ப்பட்ட அந்த சிறுவன் நாய்க்கருக்கு காந்திஜி செய்த பணிவிடை.

சென்னையிலிருந்து திரும்பிச் சென்றதும் காந்திஜி செய்த முதல் வேலை அகமதாபாத்தின் புறநகர்ப் பகுதியில் ஓர் ஆசிரமம் நிறுவியதாகும். அப்போது அங்கே இடம் பெற்றவர்கள் 25 பேர். அதில் 13 பேர் தமிழர்கள். ஆசிரமத்தினர் பின்பற்ற வேண்டிய 11 விரதங்களில் ஒன்றாகத் தீண்டாமை ஒழிப்பும் இருந்தது.

1920ல் காந்திஜி மீண்டும் தமிழகத்திற்கு வந்தபோது இங்கே பிராமணர் - பிராமணரல்லாதார் பிரச்சனை சூடு பிடித்திருந்தது. ஏற்கெனவே நீதிக்கட்சி உருவாகியிருந்தது. தேசியவாதிகள் மத்தியில் இதுபற்றிய விவாதம் நடந்து வந்தது. இயல்பாகவே இது குறித்த காந்திஜியின் கருத்தை அறிந்திடப் பலரும் ஆர்வமாக இருந்தனர். சென்னை சட்டக் கல்லூரி மாணவர்கள் கூட்டத்தில் காந்திஜி இவ்வாறு பேசினார்-

“பிராமணர் - பிராமணரல்லாதார் போராட்டத்தின் ஒவ்வொரு கட்டத்திலும் பிராமணர்கள் சரணாகதி அடைந்துவிட வேண்டும். இதுதான் அவர்களுடைய கடமை. பிராமணரல்லாதார் எத்தனை இடங்கள் கேட்கிறார்களோ, அத்தனை இடங்களையும் அளித்துவிட வேண்டும். என்னுடைய அதிகாரத்தில் அது இருந்தால் அதற்கு மேலும் சில இடங்களை அளிப்பேன். பிராமணர்கள் மீது கொண்டுள்ள அவநம்பிக்கையால்தான் பிராமணரல்லாதார் இவ்வாறு இடங்களைக் கேட்கிறார்கள். பிராமணர்கள் நீண்ட காலம் மிகச் சிறந்த தொண்டாற்றியிருக்கிறார்கள். ஆனாலும் தங்களை உயர்வாகக் கருதும் தற்பெருமையின் காரணமாக தங்களுக்கும், மற்றவர்களுக்கும் இடையே அவர்கள் கற்பிக்கும் வேறுபாடு கொடூரமானது. நாம் எந்த வேறுபாட்டை அதாவது, ஐரோப்பியர்கள் தங்களுக்கும், கறுப்பர்களுக்கும் இடையே பாராட்டும் வேறுபாட்டை எதிர்த்துப் போராடுகிறோமோ அந்த வேறுபாட்டின் அளவிற்கு இதுவும் கொடூரமானது”.

ஏற்கெனவே, தலைமுறை தலைமுறையாக அனுபவித்து வந்தவர்கள் இந்தத் தலைமுறையில் விட்டுக்கொடுக்க வேண்டும். அதன் மூலம் பிராமணரல்லாதாரின் நம்பிக்கையைப் பெற வேண்டும் என்பதே காந்திஜியின் அடிப்படைக் கருத்தோட்டமாக இருந்தது. அதேநேரத்தில் இதனை அவர்களின் மனசாட்சிக்கு விட்டாரே தவிர, கட்டாயப்படுத்தவில்லை. இதிலிருந்து அவர் கடைசிவரை மாறவே இல்லை. அவர் மறைவதற்குச் சில மாதங்களுக்கு முன் தமிழகத்திலிருந்து அவருக்கு ஒரு கடிதம் வந்திருந்தது. அதில் இங்கு சிறுபான்மையராக இருக்கும்

பிராமணருக்கு அரசுப் பதவிகளிலோ, கல்லூரிகளிலோ உரிய இடங்கள் கிடைப்பதில்லையென்றும், இதற்குக் காரணம் பிராமணர் எதிர்ப்பு இயக்கமே என்றும் கூறப்பட்டிருந்தது. இதனை டில்லியில் தனது மாலைப் பிரார்த்தனை சொற்பொழிவில் குறிப்பிட்டு அது பற்றி தனது கருத்தையும் தெரிவித்தார்-

"நாம் செய்யும் கடமைகளிலிருந்துதான் உரிமைகள் கிடைக்கின்றன என்று நான் கூறி வருவதை மட்டும் அவர்கள் நினைவுபடுத்திக்கொண்டால் அரசாங்கக் கல்லூரிகளில் சேர்த்துத்தான் ஆக வேண்டும் என்ற உரிமை எதுவும் யாருக்கும் கிடையாதென்பதை அவர்கள் உடனடியாக உணருவார்கள். யாராவது ஒரு பையன் அல்லது பெண்ணுக்கு அத்தகைய உரிமை உண்டு என்றால், யாருடைய உரிமை இதுவரை கொடுமையான முறையில் புறக்கணிக்கப்பட்டிருக்கிறதோ, அவன் அல்லது அவளுக்குத்தான் அந்த உரிமை. ஒரு பிராமணனின் கடமை ஆண்டவனை அடைவதும் மற்றவர்கள் அடைய உதவுவதும்தான். அந்தக் கடமையைச் செய்வதில் அவனுக்குக் கிடைக்க வேண்டிய உரிமை, அவன் எந்தச் சமுதாயத்திற்கு அந்தச் சேவையைச் செய்கிறானோ, அந்தச் சமுதாயம் அவன் கண்ணியமாக வாழக்கூடியவாறு அவனுக்கு உணவும், உடையும் அளிக்க வேண்டும் என்பதுதான்".

பிராமணர் - பிராமணரல்லாதார் பிரச்சனையில் விட்டுக் கொடுக்கும் மனப்பான்மையை பரிந்துரைத்திருந்தாலும் வர்ணாஸ்ரமக் கோட்பாட்டின் அடித்தளத்தை ஏற்றுக் கொண்டிருந்தவர்தான் காந்திஜி. வர்ணாஸ்ரமம் என்பதை அதன் தூய வடிவில் தரிசிக்க முயன்றவர் அவர். அதாவது, பிறப்பின் அடிப்படையிலான வேலைப் பிரிவினை இயல்பானது என்றும், ஆனால் அதில் உயர்வு, தாழ்வு கற்பிக்கக்கூடாது என்றும் அவர் கருதினார். 'யங் இந்தியா' *(23.4.1925)* ஏட்டில் அவர் எழுதினார் -

"வர்ணாஸ்ரமத்தை நான் பிறப்பை அடிப்படையாகக் கொண்ட ஒரு சிறந்த பிரிவினையாகவே கருதுகிறேன். சாதி பற்றிய தற்போதைய எண்ணங்களெல்லாம் ஆதிக் கொள்கைக்கு நேர் வக்கிரமாக இருக்கின்றன. என் சம்பந்தப்பட்ட வரையில் உயர்ந்தவர், தாழ்ந்தவர் என்ற கேள்விக்கே இடமில்லை. அது முற்றிலும் கடமையைப் பொறுத்த விஷயமாகும். ஒரு பிராமணரின் கடமையைச் செய்பவர், அடுத்த ஜன்மத்தில் பிராமணராவது எளிதாகும். ஆனால், இந்த ஜன்மத்திலேயே ஒரு வர்ணத்திலிருந்து மற்றொரு வர்ணத்துக்கு மாறுவது என்பது

பெரும் மோசடியில் வந்து முடியும். வர்ணம் அடியோடு அழிவதே அதன் இயற்கையான விளைவாக இருக்கும். அதன் அழிவை நியாயம் என்று கூறுவதற்கு எவ்விதக் காரணமும் இருப்பதாக எனக்குத் தெரியவில்லை. ஒரு பஞ்சமரைச் சூத்திரராகவே கருதவேண்டுமென்று நான் கேட்டுக்கொண்டிருக்கிறேன். ஏனெனில், ஐந்தாவதான ஒரு சாதி உண்டென்ற நம்பிக்கைக்கு ஆதாரமில்லை என்பது எனது உறுதியான கருத்தாகும். வர்ணாஸ்ரமம் துஷ்பிரயோகம் செய்யப்படுவதைத்தான் எதிர்த்து நிற்க, வேண்டுமேயன்றி வர்ணாஸ்ரமத்தையே எதிர்ப்பது கூடாது".

பிறப்பின் அடிப்படையிலேயே நால்வருணங்கள், அதாவது வேலைப் பிரிவினை என்று ஒரு புறம் கூறிவிட்டு, மறுபுறம் அவற்றிற்கிடையே உயர்வு, தாழ்வு கிடையாது என்று கூறியது இரண்டு முரண்பாடுகளுக்கிடையே செய்து வைக்கப்பட்ட செயற்கையான சமரசமாக இருந்தது. ஒரு மாபெரும் மக்கள் தலைவராக வளர்ந்து வந்தவர் இந்திய சமுதாயத்தின் இந்த அடிப்படையான பிரச்சனையில் ஓர் உறுதியான நிலைபாட்டை எடுக்க முடியவில்லை. எடுத்திருந்தால், ஏதாவது ஒரு சாரார் இவரை மகாத்மா என்று ஏற்றிருக்க மாட்டார். இது அவரின் அரசியல் நோக்கிற்கு இடையூறாகப் போயிருக்கும். இப்போதும் வைதீகர்களும், தீவிர சீர்திருத்தக்காரர்களும் அவரை எதிர்த்தனர் என்பது உண்மைதான். அது ஒரு வகையில் அவருக்கு உதவியாகவே இருந்தது. காரணம் இருதரப்பிலும் இருந்த மிதவாதிகளின் ஒப்பற்ற தலைவராக அவர் ஆனார். அந்த அளவுக்கு சுதந்திரப் போராட்டத்தையும், சமூக சீர்திருத்தத்தையும் அவரால் இணைக்க முடிந்தது.

1924ல் ஏற்பட்ட சேரன்மகாதேவி குருகுலப் பிரச்சனையில் காந்திஜி கொடுத்த தீர்வு, அவரின் இந்தநிலைபாட்டிற்கு நல்ல எடுத்துக்காட்டாகும். தேசியவாதி வ.வே.சு.ஐயர் நடத்திய அந்தக் குருகுலத்தில் பிராமணப் பிள்ளைகளுக்கு மட்டும் தனி இடத்தில் பந்தி போடப்பட்டது. சென்னைக்கு வந்து இது தொடர்பாக ஒரு தீர்வினை எட்டுவதற்காக முக்கிய தலைவர்களின் கூட்டத்தை ரகசியமாக நடத்தினார் காந்திஜி. அதில் காந்திஜி சொன்ன தீர்வாக பின்னர் தெரிவிக்கப்பட்டது வருமாறு-

1. குருகுலவாசம் செய்யும் பிரம்மச்சாரிகள் ஒரே பந்தியில் உட்கார வேண்டும்.
2. குருகுலத்தில் பிராமணரே சமைக்க வேண்டும்.

3. விசேட சந்தர்ப்பங்களில் வெளியில் வசித்து வரும் மாணவர்களைப் பள்ளிக்கூடத்தில் சேர்த்துக்கொள்ளலாம்.

இந்த சமரசத் தீர்ப்பை இருசாராரும் ஏற்கவில்லை. முதல் அம்சத்தை வைதீகர்கள் ஏற்கவில்லை. இரண்டாவது அம்சத்தை பெரியார் போன்ற சமூக சீர்திருத்தவாதிகள் ஏற்கவில்லை. வ.வே. சு.ஐயரின் வைதீக மனப்பான்மையை மிதவாதியாகிய திரு.வி.க. போன்றோரும் எதிர்த்தனர் என்பதைக் குறிப்பது அவசியமாகும். இந்த விஷயத்தைக் காந்திஜியிடம் ஐயர் கொண்டுபோனதையே திருவிக எதிர்த்தார். அதனை தனது நவசக்தி ஏட்டிலும் எழுதினார். உடன் உண்ணலைக்கூட ஏற்க முடியாதவர் உண்மையான தேசியவாதியாக - காந்தியவாதியாக இருக்க முடியாது என்பது அவரது எழுத்தின் உள்ளுறையாக இருந்தது.

பிராமணர் - பிராமணரல்லாதார் பிரச்சனையில் காந்திஜியின் கருத்து என்னவாக இருந்தது என்பதை 1927 தமிழகப் பயணத்தின்போது கோவில்பட்டியில் அவர் ஆற்றிய உரையிலிருந்து மேலும் தெளிவாக உணரலாம்.

"இரண்டு வகுப்பைச் சார்ந்த தலைவர்களும் சந்தித்துப் பேசித் தங்களுக்கிடையே ஓர் உடன்பாட்டிற்கு வர முயலவேண்டும். பிராமணர்கள் மீது பிராமணரல்லாதார் கூறும் சில குறைகள் நியாயமானவையாகவே இருக்கின்றன. ஆனால், சில சமயம் அளவுக்கு மீறி அவைகளை அவர்கள் மிகைப்படுத்திவிடுகிறார்கள். அவர்களுடைய நியாயமான குறைகளையெல்லாம் நான் ஏற்றுக்கொள்வேன். ஆனால், அதற்காக பிராமணர்கள் மீது பிராமணரல்லாதார் வெறுப்புக் கொள்வதை நான் ஏற்க முடியாது".

பிராமணருக்கும், பிராமணரல்லாதாருக்கும் இடையில் உள்ள வேறுபாடுகள் குறித்து ஒரு சமரசப் போக்கை பரிந்துரைத்த காந்திஜி, இரு தரப்பாரையும் கண்டித்த காந்திஜி பஞ்சமர் விஷயத்தில் தெளிவான சார்பு நிலை எடுத்தார். இருப்பதிலேயே மிகவும் அடிமட்டத்தில் அமுக்கப்பட்டிருந்தவர்கள் என்ற முறையில் அவர்களுக்காக அவரின் இதயம் கனிந்து உருகியது.

1927ல் சென்னை பச்சையப்பன் கல்லூரியில் பேசினார் காந்திஜி. அன்று அந்தக் கல்லூரியில் பஞ்சமர்களும், முஸ்லிம்களும் சேர்க்கப்படுவதில்லை. இதனைக் கேள்விப்பட்ட அவர் நெஞ்சம் மிகவும் புண்பட்டுப்போனது. அவர் அங்கே கூறினார்-

"பச்சையப்பன் கல்லூரி தன்னை ஒரு இந்து நிறுவனம் என்று கூறிக்கொள்கிறது. ஆனால், பஞ்சமர்கள் இங்கு

அனுமதிக்கப் பெறுவதில்லை என்ற ஒன்றே அதை அப்பெயருக்கு அருகதையற்றதாகச் செய்து விடுகிறது. மேலும் முகமதியர்கள் இங்கு அனுமதிக்கப்பெறாததைக் கேட்பதும் காதில் நாராசத்தைக் காய்ச்சி ஊற்றுவதுபோல இருக்கிறது. என்னுடைய வேண்டுகோளை இக்கல்வி நிறுவனத்தின் தர்மகர்த்தாக்களுக்கு முதல்வர் தெரிவிக்க வேண்டுமென்று விரும்புகிறேன். தர்மகர்த்தாக்கள் அதை அனுதாபமாகக் கவனிப்பார்கள் என்றும் நம்புகிறேன்".

இதே பயணத்தின்போது காந்திஜி, காஞ்சி சங்கராச்சாரியாரைச் சந்தித்துப் பேசினார். அப்போது சங்கராச்சாரியார் கூறினார் - "ஹரிஜன ஆலயப் பிரவேச விஷயத்தில் சாஸ்திரங்களையும், பழைய வழக்கங்களையும் நம்பி இருப்பவர்கள் நம் நாட்டில் பெரும்பாலோர் இருக்கிறார்கள். அவர்களுடைய மனம் நோகும்படி செய்யும் எந்த மாறுதலும் இம்சைக்கு ஒப்பாகுமென்றே நான் முடிவுக்கு வரவேண்டியிருக்கிறது". தீண்டாமை இம்சை இல்லையாம், தீண்டாமையைக் கைவிடச் சொல்வது இம்சையாம்! இந்து மதத்தைக் காலத்திற்கேற்றவாறு சீர்திருத்த வேண்டிய மதத்தலைவர் இப்படி பிற்போக்காளராக இருக்க, சுதந்திரப் போராட்டத்திற்காகப் போராடிக்கொண்டிருந்த ஓர் அரசியல் தலைவர் இந்த விஷயத்தில் கவனம் செலுத்தியிருக்கிறார். அதற்கு முட்டுக்கட்டை போடுகிற வேலையைத்தான் சங்காராச்சாரியார் செய்திருக்கிறார். ஆனால், காந்திஜி இதற்கெல்லாம் மசியவில்லை. அவர் மேலும் ஹரிஜன ஆலயப் பிரவேசத்தில் குறியாய் இருக்க ஆரம்பித்தார்.

இதே பயணத்தின்போது விருதுநகரில் நாடார்களின் ஆலய நுழைவு உரிமை குறித்து அவர் வலியுறுத்திப் பேசியிருந்தார். இதுவே பின்னாளில் நடந்த விரிவான ஆலய நுழைவுப் போராட்டத்திற்கு வித்தாக விழுந்திருக்கலாம். அந்தப் பேச்சை நோக்குங்கள்-

"இவர்களை (நாடார்களை), சுத்தமாக வாழும் இவர்களை திருநெல்வேலியிலிருந்து மதுரை வரை உள்ள ஆலயங்களில் நுழைய அனுமதிப்பது இல்லை என்பதைக் கேள்விப்பட்டு நான் வியப்பும் வருத்தமும் அடைந்தேன். என்னுடைய இந்து மதத்தில் இப்படி நடக்கிறதே என்ற வெட்கமும் எனக்கு ஏற்பட்டது. மதுரைக்கு நான் இதுவரை மூன்று முறை வந்திருக்கிறேன். ஆனாலும் அங்குள்ள பெரிய ஆலயத்திற்குள் நான் நுழைந்தது இல்லை. நாடார்களின் துன்ப வரலாற்றைக் கேள்விப்பட்டபின்

இவ்வாறு நான் செல்லாமல் இருந்தது ஒரு வரப்பிரசாதமே என்று கருதுகிறேன். ஆகையால், நீங்கள் எல்லோரும் வரிந்து கட்டிக் கொண்டு தீண்டாமையைப் போக்கவும், எல்லா ஆலயங்களிலும் எல்லோரையும் அனுமதிக்கவும் போராட வேண்டும்".

தாழ்த்தப்பட்ட மக்களை மட்டுமே வாக்காளர்களாகக்கொண்ட தனித்தொகுதி முறையை எதிர்த்து காந்திஜி 1932ல் சாகும் வரை உண்ணாவிரதப் போராட்டம் நடத்தினாலும், பொதுத் தொகுதிகளில் தாழ்த்தப்பட்டோருக்கான இட ஒதுக்கீட்டை அதிகரிக்க ஒப்புக்கொண்டார். அதுமட்டுமல்லாது, தீண்டாமை ஒழிப்பு இயக்கத்தில் இன்னும் தீவிரமாக இறங்கினார். 'ஹரிஜன யாத்திரை' ஒன்றையும் மேற்கொண்டார். அதன் ஒரு பகுதியாகத் தமிழகத்திற்கும் வருகை புரிந்தார்.

1934ல் தமிழகத்திற்கு வந்த காந்திஜி தென்காசியில் பொதுக்கூட்டத்தில் பேசினார். "தீண்டாமை என்பது பெரும் பாவம். அப்பாவத்தை அகற்ற வேண்டியது சாதி இந்துக்களின் கடமை" என்பதே அவரது உரையின் சாரமாக இருந்தது. அடுத்து, குற்றாலத்திலும் பொதுக்கூட்டம். அந்தக் காலத்தில் குற்றால நீர்வீழ்ச்சியில் குளிக்க, தாழ்த்தப்பட்ட மக்களுக்கு அனுமதி கிடையாது. ஆனால், இதை நேரடியாகச் சொல்லவில்லை. நீர் வீழ்ச்சிக்குச் செல்லும் பாதையில் குற்றாலநாதர் கோவில் இருந்தது. அதன் முன்மண்டபத்தை ஒட்டிய பாதையில்தான் நீர்வீழ்ச்சிக்கு செல்ல முடியும். அந்தப் பாதையில் தாழ்த்தப்பட்ட மக்கள் போவது சாமிக்குத் தீட்டு என்று சொல்லித் தடை செய்திருந்தனர். தாழ்த்தப்பட்ட மக்களை நீர்வீழ்ச்சியில் குளிக்கவிடாமல் செய்யவே இப்படியொரு தந்திரம். இதைக் கேள்விப்பட்ட காந்திஜி மனம் நொந்து போனார். நீர்வீழ்ச்சியைப் பார்வையிட்டாலும் அதில் நீராடக் கண்டிப்பாக மறுத்துவிட்டார்.

"என்று என்னுடைய ஹரிஜன சகோதரர்கள் மற்றவர்களைப் போன்று இந்த நீர்வீழ்ச்சியில் நீராட அனுமதிக்கப்பெறுகிறார்களோ, அன்றுதான் நானும் நீராட முடியும்" என்று திட்டவட்டமாகக் கூறிவிட்டார். உண்மையில் மாமனிதர்தான்! மகாத்மாதான்!

இந்தப் பயணத்தின்போதுதான் பூரி சங்கராச்சாரியாருடனான சந்திப்பைக்கூட தவிர்த்துவிட்டு மேலூர் பகுதியில் உள்ள நாட்டார்களுடன் (முக்குலத்தோரில் கள்ளர்கள் எனப்பட்ட பிரிவினர்) பேசினார் காந்திஜி. தாழ்த்தப்பட்ட மக்களைத் தாழ்வாகப் பார்க்கும் அவர்களது சிந்தனை மற்றும் நடைமுறை

அவரை வேதனைப்படுத்தியது. அவர்களிடத்தில் உருக்கமான வேண்டுகோள் விடுத்தார் - "ஹரிஜனங்களைக் காட்டிலும் நீங்கள் உயர்ந்தவர்கள் என்றும், அவர்கள் எந்தத் துணிமணிகளை அணியலாம் அல்லது அணியக்கூடாது என்பதை நீங்கள் நிர்ணயித்துக் கூற முடியும் என்றும் நீங்கள் எண்ணினால் அது தவறாகும். இதனால், கோபதாபங்கள்தான் ஏற்படும். பழக்கவழக்கங்கள் என்று கூறி அவர்கள் எதை விரும்புகிறார்களோ, அதைச் செய்வதை நீங்கள் தடுக்க முடியாது. நல்ல காரியங்களைச் செய்ய வாய்ப்புக் கிடைக்கும்போது நாம் அவற்றைச் செய்வோமாக". இந்த வேண்டுகோளுக்கு பெரிய அளவிற்குப் பலன் கிடைக்கவில்லை என்றாலும் நாட்டார்களின் மனசாட்சியைத் தட்டியெழுப்பும் முயற்சியில் நேரடியாக இறங்கக்கூடிய தார்மீகத் துணிச்சல் அந்த மாபெரும் தலைவருக்கு இருந்தது. அந்த அளவிற்கு அவர் அந்த பிற்படுத்தப்பட்ட மக்களோடும் நெருங்கி இருந்தார்.

அண்ணல், சிதம்பரத்திற்குச் சென்றபோது ஒரு வேடிக்கை நடந்தது. அவரது வருகையையொட்டி ஹரிஜனங்கள் கூட்டமாகத் திடீரென்று நுழைந்து விடுவார்கள் என நினைத்துக்கொண்டு நடராஜர் கோவிலின் நான்கு கோபுர வாசல் கதவுகளையும் மூடிவிட்டனர். உள்ளேயிருந்தவர்கள் வெளியே வரக்கூட அவகாசம் தரவில்லை! "காந்தியே! நீர் போம், ஊர் ஊராய்ப் பணம் பறிக்கும் காந்தியே, நீர் போம்" என்று அந்த ஊர் சனாதனிகள் துண்டுப் பிரசுரமும் வினியோகித்தனர். காந்திஜி தேசமெங்கும் வசூலித்து வந்த ஹரிஜன சேவா நிதியைத்தான் இப்படி வர்ணித்திருந்தனர். இதேபோன்று காஞ்சிபுரம் போனபோதும் வரதராஜ சுவாமி கோவிலின் கோபுரவாசல் கதவுகள் பூட்டப்பட்டிருந்தன. வைதீகம் அன்று தமிழகத்தை எப்படி ஆட்டிப்படைத்து வந்தது என்பதை இதிலிருந்து உணரலாம். காந்திஜிக்குப் பலத்த போலீஸ் பாதுகாப்பு போடப்பட்டிருந்தது என்பதும் வைதீகர்களிடம் அவருக்கு எவ்வளவு எதிர்ப்பு இருந்தது என்பதை உணர்த்தியது.

இந்தப் பயணத்தின்போது குற்றாலம், சிதம்பரம், காஞ்சிபுரம் மட்டுமல்லாது மதுரை, தஞ்சை, திருவாரூர், திருவண்ணாமலை, கன்னியாகுமரி போன்ற முக்கியமான தலங்களுக்கு காந்திஜி சென்றிருந்தும் அங்குள்ள கோவில்களுக்குள் நுழையவில்லை. ஹரிஜனங்களை அனுமதிக்கும்வரை, தானும் நுழைவதில்லை என்கிற விரதத்தை அவர் கறாராகக் கடைப்பிடித்தார். ஆழ்ந்த கடவுள் நம்பிக்கையாளரான அவரின் இந்தக் கோவில் பகிஷ்காரம்

தீண்டாமைப் பிரச்சனையை மக்கள் மத்தியில் கொண்டுசெல்ல நல்லதொரு சாதனமாகத் திகழ்ந்தது.

அந்தக் காலத்தில் கன்னியாகுமரி மாவட்டம் திருவாங்கூர் சமஸ்தானத்தின்கீழ் இருந்தது. 1936ல் அதன் ராஜா அங்குள்ள கோவில்களை ஹரிஜனங்களுக்காகத் திறந்துவிட்டார். இதனால், அகமகிழ்ந்த காந்திஜி 1937 ஜனவரியில் குமரி அம்மனை வழிபடுவதற்காகவே வந்தார். கோவிலுக்குள் சென்றார். சென்றபோது தன்கூட ஹரிஜனங்களும் வந்திருக்கிறார்களா என்று உறுதி செய்துகொண்டார். 1946ல் தமிழகம் வந்தபோதுதான் காந்திஜி மதுரை மீனாட்சி அம்மன் கோவிலுக்குள்ளும், பழனி மலைக் கோவிலுக்குள்ளும் சென்று வழிபட்டார். இந்த இடைப்பட்ட காலத்தில்தான் இந்தக் கோவில்கள் ஹரிஜனங்களுக்கு திறந்து விடப்பட்டிருந்தன.

வர்ணாஸ்ரமத்தை ஏற்றுக்கொண்டிருப்பதாக காந்திஜி கூறிக் கொண்டாலும் நடைமுறையில் அதனைத் தகர்க்கிற வேலையையே அவர் திறம்படச் செய்து வந்தார். சமூக சீர்திருத்தம் என்கிற கோணத்தில் அவரது தோற்றம் ஒரு மிதவாதியினுடையதாக இருந்தாலும் அன்றைய சூழலில் எந்தவொரு தீவிரவாதியை விடவும் அந்தச் செய்தியைக் கோடிக்கணக்கான மக்களிடம் கொண்டு சென்றவர் அவராகவே இருந்தார். அப்படியெனில், அவரது தோற்றம் ஒரு திட்டமிட்ட உத்தி என்றே கருத வேண்டியுள்ளது.

இதனைத் தனது இறுதிக் காலத்தில் காந்திஜியே ஒரு மாதிரியாக ஒப்புக்கொண்டிருக்கிறார். தீண்டாமை ஒழிப்பு, அதே நேரத்தில் வர்ணாஸ்ரமப் பாதுகாப்பு என்கிற காந்திஜியின் இரண்டு நிலைகளுக்கு இடையிலான முரண்பாடு குறித்து அன்பர் ஒருவர் கேட்ட கேள்விக்கு அவர் அளித்த பதில் (ஹரிஜன் 28.7.1946) அவரின் உள்ளத் தவிப்பை ஒளிவுமறைவின்றிச் சுட்டுகிறது -

கேள்வி: சமீபத்தில் ஸ்ரீசியாம்லாலுக்கு எழுதிய கடிதங்களில் தீண்டாமையை முற்றிலும் ஒழிக்கவேண்டுமாயின் சாதியை அடியோடு வேருடனும், கிளைகளுடனும் களைந்தெறிய வேண்டுமென்று கூறியிருந்தீர்கள். அப்படியாயின், தீண்டாமை எதிர்ப்பு வேலையை சாதி முறையையே எதிர்க்கும் பரந்த போராட்டத்தின் ஓர் அம்சமாக நீங்கள் ஏன் செய்யவில்லை? நீங்கள் வேரைப் பிடுங்கி எறிந்துவிட்டால் கிளைகள் தாமாகக் காய்ந்து கருகிவிடும்.

பதில்: நான் சில கருத்துக்களை உறுதியாகக் கொண்டிருப்பது ஒரு விஷயமாகும். ஆனால், அந்தக் கருத்துக்களை பரந்த சமுதாயம் முற்றிலும் ஒத்துக்கொள்ளும்படி செய்வது முற்றிலும் வேறு விஷயம். என் மனம் இடைவிடாது வளர்ச்சி பெற்றுக்கொண்டும், இடைவிடாது முன்சென்றுகொண்டும் இருக்கிறதென நம்புகிறேன். எல்லோரும் அந்த வேகத்தைத் தொடர்ந்து வரமுடியாமல் இருக்கலாம். எனவே, நான் மிகுந்த பொறுமையைக் கையாண்டு அவசரமாகவும், ஆனால் நிதானமாகவும் முன்செல்வதுடன் திருப்தியடைய வேண்டியவனாக இருக்கிறேன். வர்ண வியவஸ்தை சம்பந்தமாக சமீபத்திய ‘நவஜீவன்’ வெளியீட்டில் நான் எழுதிய விஷயங்கள் அடங்கியுள்ளன. அதில் உள்ள எனது முகவுரையிலிருந்து கொள்கையளவில் நான், நீங்கள் கூறுவதை முற்றிலும் ஒத்துக்கொள்கிறேன் என்பதை நீங்கள் அறிந்து கொண்டிருக்க வேண்டும். நான் 125 வயது வரையில் ஜீவ தசையுடனிருந்தால் ஹிந்து சமுதாயம் முழுவதையும் என் அபிப்ராயத்துக்கு இணங்க மாற்ற முடியுமென எதிர்பார்க்கிறேன்.

அதனால்தானோ என்னவோ, இந்து வகுப்புவாதம் இந்த மகாத்மாவை சுட்டுப் பொசுக்கி சாம்பலாக்கிவிட்டது.

37

சாதி எதிர்ப்பில் காந்தியவாதிகளின் பங்கு

தமிழகம் கண்ட மாபெரும் தேசியவாதி வ.உ.சி. ஆங்கில ஏகாதிபத்தியத்திடம் அவரைப்போல் கொடுஞ்சிறைத் தண்டனை பெற்றவர் வேறு எவரும் இலர். ஒரு நூறு ஆண்டு காலம் தூங்கிக் கிடந்த தமிழகத்தை அரசியல் துறையில் தட்டியெழுப்பியவர் அவரே. இருபதாம் நூற்றாண்டின் ஆரம்பத்தில் தென் தமிழகத்தில் அவர் நடத்திய சுதந்திரப் போர் பற்றி ஏற்கெனவே கூறப்பட்டுள்ளது. ஆனால், 1920க்குப் பிறகு அவர் காங்கிரசில் தீவிரமாகப் பணியாற்றவில்லை 1927ல் மீண்டும் அவர் காங்கிரசின்பால் கவனத்தைச் செலுத்தினார். அந்த ஆண்டில் நடைபெற்ற சேலம் மாவட்ட காங்கிரஸ் மாநாட்டிற்கு அவர் தலைமை தாங்கினார். அந்தத் தலைமையுரையின் அடிநாதமாக சமூக சீர்திருத்தமே இருந்தது. சுய அரசாட்சி அடைய தேசத்தவரிடையே ஒற்றுமை ஏற்படுத்தவேண்டுமென்றும், அதற்காக சாதிப் பிரச்சனையில் ஓர் உடன்பாட்டிற்கு வர வேண்டும் என்பதே அவரின் தலையாய வேண்டுகோளாக இருந்தது. அவர் கூறினார்-

"பிராமணரும், பிராமணரல்லாதாரும் என்று கூறும்போது யான் முக்கியமாகச் சென்னை மாகாணப் பிராமணரையும் பிராமணரல்லாதாரையுமே குறிக்கிறேன். பிராமணரல்லாதார் என்னும்போது முகமதியர்கள், இந்தியக் கிறிஸ்தவர்கள், தாழ்த்தப்பட்ட ஹிந்துக்கள், தாழ்த்துகின்ற ஹிந்துக்கள் என்னும் நான்கு வகுப்பினர்களையும் குறிக்கின்றேன். பிராமணர்களுக்கும், பிராமணரல்லாதார்களுக்கும் ஏற்பட்டுள்ள ஒற்றுமையின்மையும், பகைமையும் வளர்ந்து இப்போது துண்டுபட்டுப் போகும்படியான நிலைமைக்கு வந்துவிட்டது. உண்மைத் தேசாபிமானிகள் இப்பொழுது விரைந்து முன்வந்து பிராமணர்களுக்கும், பிராமணரல்லாதார்களுக்கும் ஏற்பட்டுள்ள ஒற்றுமையின்மைக்கும் பகைமைக்குமுரிய உண்மைக் காரணங்களைக் கண்டுபிடித்து ஒழிக்காத விஷயத்தில் நாம் சுய அரசாட்சி என்ற பேச்சையும்கூட விட்டுவிடும்படியான நிலைமை வெகு விரைவில் ஏற்பட்டு விடுமென்று யான் அஞ்சுகிறேன்".

பிராமணரல்லாதார் என்பதில் சாதி இந்துக்களை மட்டுமல்லாது, இதரர்களையும் இணைத்திருப்பது குறிக்கத்தக்கது. அதிலும் தாழ்த்தப்பட்ட ஹிந்துக்கள், தாழ்த்துகின்ற ஹிந்துக்கள் என்றார் பாருங்கள், அது அற்புதம். ஒரு புதிய சொல்லாக்கத்தையே வழங்கியிருப்பது மட்டுமல்ல, இவரே ஒரு சாதி இந்துவாக இருந்தும் சுயசாதி மறுப்பை இந்தப்படியாக வெளிப்படுத்தவும், பஞ்சமர்கள் படும் துயரத்தின்பால் தனது அனுதாபத்தை தெரிவிக்கவும் செய்திருக்கிறார்.

பொது ரஸ்தாக்கள், கிணறுகள், உணவு விடுதிகளில் சகலரும் சமமாக நடத்தப்பட வேண்டும் என்று வலியுறுத்திய வ.உ.சி., வகுப்புவாரி பிரதிநிதித்துவத்தின் முக்கியத்துவத்தை நன்கு உணர்ந்திருந்த காங்கிரஸ் தலைவராக இருந்தார். உண்மையில் அவரது தலைமையுரையின் சாரமானது வகுப்புவாரி பிரதிநிதித்துவத்தை எதிர்ப்போர் முன்வைக்கும் வாதங்கள் ஒவ்வொன்றுக்கும் தக்க பதில் தருவதாக இருந்தது. ஒரு குடும்பத்தில் பத்து சகோதரர்கள் இருக்கும்போது இரண்டு பேர் மட்டும் சகலத்தையும் அனுபவித்துக்கொண்டிருக்க, தங்களுக்கும் சம பாகம் தருமாறு மற்ற எட்டு பேர் கேட்டால், ஐயோ! ஒற்றுமைக் குறைவு ஏற்படுகிறதே என்று கூச்சல் போடலாமா? வகுப்புவாரி பிரதிநிதித்துவக் கோரிக்கை மக்களிடையே ஒற்றுமைக் குறைவு ஏற்படுத்தும் என்கிற மோசமான வாதத்திற்கு இப்படி பதில் அளித்திருந்தார் வ.உ.சி. முடிவில் முத்தாய்ப்பாகக் கூறினார்-

“உண்மை இவ்வாறிருக்க, வகுப்புவாரி பிரதிநிதித்துவம் ஒற்றுமையின்மையை உண்டுபண்ணும் என்பவரைப் பற்றி யான் என்ன கூறுவேன்? அவர் உண்மையை உணராதவர் என்று கூறவோ, ஒற்றுமையை நாடாதவரென்று கூறவோ, காங்கிரஸ் மகாசபை விதிகளின் கருத்துப்படி நடக்காதவரென்று கூறவோ என் மனம் துணியவில்லை. ஆதலால், அவரைப் பற்றி யான் குறையொன்றும் கூறாமலே அவர் இனிமேலாயினும் வகுப்புவாரி பிரதிநிதித்துவம் மேற்கூறிய உத்தியோகங்களிலும், மற்றைய பொது உடைமை பரிபாலனங்களிலும் நிலவும்படி செய்து நமக்குள் தற்காலம் நிலவுகின்ற ஒற்றுமையின்மை, பகைமை முதலியவற்றை நீக்கி, ஒற்றுமை உண்டாக்கி வளர்க்கும்படியாகப் பிரார்த்தித்து வணங்கிக் கேட்டுக்கொள்கிறேன்”.

இந்த நீண்ட தலைமையுரையில் காந்திஜியைப் பற்றி ஏதும் கூறாதவர் திலகரைத் தனது அரசியல் குருவாகக் குறிப்பிட்டுள்ளார்.

அதே நேரத்தில் பிராமணர் - பிராமணரல்லாதார் பிரச்சனையை விவரிக்கும்போது பெரியார், ஈ.வெ.ரா.வைப் பெயர் குறிப்பிட்டுப் பாராட்டியிருக்கிறார். அரசியல், சமூக சீர்திருத்தம் இரண்டிலுமே ஒரு தீவிரவாதியாக இருந்திருக்கிறார் வ.உ.சி.

இந்த சேலம் ஜில்லா காங்கிரஸ் மாநாட்டிற்கு முன்பு 1926 டிசம்பரில் மதுரையில் பெரியார் கூட்டிய பிராமணரல்லாதார் மாநாட்டிலும் பங்கேற்றிருக்கிறார். சேலம் ஜில்லா மாநாட்டிற்குப் பிறகு 1928ல் நாகப்பட்டினத்தில் நடைபெற்ற ஒரு விழாவில் பெரியார் ஈ.வெ.ரா.வின் படத்தை வ.உ.சி. திறந்து வைத்தார். அப்போது அவர் கூறினார் (குடியரசு 10.6.28)-

"அவரை (ஈ.வெ.ரா. பெரியாரை) எனக்கு 20 வருடமாகத் தெரியும். அவரும் நானும் ஒரே இயக்கத்தில் சேர்ந்து வேலை செய்து வந்தோம். அந்த இயக்கத்தில் அயோக்கியர்கள் சிலர் வந்து புகுந்த பிற்பாடு நானும் அவரும் விலகிவிட்டோம். பிறகு, நாயக்கர் அவர்களால் ஆரம்பித்து நடத்தப்பெறும் சுயமரியாதை இயக்கத்தைப் பார்த்து இது எல்லா இயக்கத்திலும் நல்ல இயக்கமாயிருப்பதால் நானும் என்னால் ஆன உதவியை அவ்வியக்கத்திற்கு செய்து வருகிறேன்".

பெரியாரின் சுயமரியாதை இயக்கத்தை மிகுந்த மரியாதையோடு தான் அந்த மகத்தான தேச பக்தர் நோக்கி வந்திருக்கிறார் என்பது தெளிவாகிறது. ஆனால், இதன் பொருள் காங்கிரஸ் இயக்கத்தோடு அவர் கொண்டிருந்த தொடர்பைத் துண்டித்திருந்தார் என்பதல்ல. 1930களின் ஆரம்பத்தில் காந்திஜியும், காங்கிரசும் தீண்டாமை ஒழிப்பு இயக்கத்தில் முனைப்புக் காட்டியது வ.உ.சி.யை மிகவும் ஈர்த்திருக்கிறது.

பேச்சளவில் மட்டுமல்லாமல், செயலளவிலும் தீண்டாமையைக் கடைப்பிடிக்காதவர் வ.உ.சி. தனது இல்லத்திலேயே பஞ்சமர் ஒருவரை இருத்திப் போற்றியவர்.

ஹரிஜன் யாத்திரையின் ஒரு பகுதியாக காந்திஜி 1934 ஜனவரியில் தூத்துக்குடிக்கு வருவதாக இருந்ததையொட்டி 1933 டிசம்பரில் அங்கேயொரு பொதுக்கூட்டம் நடைபெற்றது. அதற்கு தலைமை தாங்கி இவ்வாறு பேசினார் வ.உ.சி.-

"இந்நகரவாசிகள் செய்த மாபெருந்தவத்தினால் மகாத்மா காந்தி இந்நகருக்கு வர இருக்கிறார். அன்னவரைக் கண்டபின் மக்கள் யாவரும் தங்களுடைய மூடநம்பிக்கைகளை விட்டுவிட வேண்டும். தீண்டாமை என்னும் பேயைத் துரத்த வேண்டும்".

வ.உ.சி. போன்றவர்களை தேசிய இயக்கம் மற்றும் சமூக சீர்திருத்த இயக்கம் இரண்டிலும் ஒருசேர காலூன்றி நிற்க வைப்பதற்கு காந்திஜியின் தீண்டாமை ஒழிப்பு இயக்கம் உதவியிருக்கிறது என்பதை இதன் மூலம் உணரலாம். 1872 செப்டம்பர் 5ல் தோன்றி சுதந்திரப் போராட்டத்திலும், சமூக சீர்திருத்தத்திலும், இலக்கியப் பணியிலும் விடாது ஈடுபட்டு வந்து தமிழர்கள் நெஞ்சில் ஆவேசக் கனவை மூட்டிய வ.உ.சி. எனும் அந்த மூன்றெழுத்து மந்திரம் 1936 நவம்பர் 18ல் தனது மூச்சை நிறுத்தியது.

காங்கிரசுக்குள் இருந்துகொண்டே சமூக சீர்திருத்தத்திற்காக அடிநாள் தொட்டுக் குரல் கொடுத்து வந்தவர்களில் முக்கியமான இன்னொருவர் திரு.வி.க. தேசிய இயக்கமானது சமூக சீர் திருத்தத்திலும் கவனம் செலுத்தவேண்டும் என்பதே அவரது நிலைபாடாகவும் இருந்தது. பெரியாருக்கும் இவருக்குமான வேறுபாடு இது விஷயத்தை தேசிய இயக்கத்திற்கு ஊறு விளைவிக்கும் வகையில் தீவிரமாகக் கொண்டுசெல்லக்கூடாது என்பதாகும்.

1927ல் மாயவரத்தில் நடைபெற்ற சமரச சன்மார்க்க மாநாட்டுத் தலைமையுரையில் சாதிய அமைப்பை அவர் கடுமையாகச் சாடினார்:

"நான்குவிதத் தொழில்கட்கும் நான்குவிதச் சாதியிருத்தல் வேண்டுமென்றும், இல்லையேல் உலகம் நடைபெறாதென்றும் சிலர் வாதாடுகிறார். மக்கள் பிரிந்து நான்குவிதத் தொழிலையும் நிகழ்த்தவேண்டும் என்பதை யான் மறுக்கிறேனில்லை. அப்பிரிவு பிறப்பு வழியில் இருத்தல் இயற்கைக்கு மாறுபாடு என்பது எனது உள்ளக்கிடக்கை. உலகிலும் எங்கணும் நான்குவித முறைகள் இருக்கின்றன. ஆனால், யாண்டாதல் பிறப்பில் உயர்வு, தாழ்வு கருதப்படுதலுண்டோ? சிறப்பில் உயர்வு, தாழ்வு உறல் இயல்பு. இவ்விந்திய நாட்டில் ஹிந்துக்களிடையே மட்டும் பிறப்பில் சாதி கொள்ளப்பட்டு வருகிறது. இவ்வாறு கொள்ளாத நாடுகள் அழிந்து பட்டனவோ? படுகின்றனவோ? அவை யாவும் உரிமை இன்பத்தைச் செவ்வனே நுகர்ந்து வருகின்றன. பிறப்பால் சாதி கொண்டு உயர்வு, தாழ்வு கணிக்கும் இந்தியாவோ அடிமைக் குழியில் வீழ்ந்து தவிக்கிறது".

காந்திஜி மீது பெரும் அபிமானம் கொண்டிருந்த திருவிக இங்கு அவரிடமிருந்து மாறுபடுவதை நோக்கலாம். பிறப்பின்

அடிப்படையில் வேலைப் பிரிவினை இருக்கலாம். ஆனால், ஏற்றத்தாழ்வு கூடாது என்கிற காந்திஜியின் சமரசத் திட்டத்தையும் தாண்டி பிறப்பின் அடிப்படையில் வேலைப் பிரிவினை இருக்கவே கூடாது என்று அழுத்தமாகக் கூறியுள்ளார். சேரன்மகாதேவி குருகுலப் பிரச்சனையில் வ.வே.சு. ஐயரோடு திருவிக கடுமையாகக் கருத்து மாறுபாடு கொண்டதும் ஏற்கெனவே கூறப்பட்டுள்ளது. அதேநேரத்தில், வகுப்புவாரி பிரதிநிதித்துவக் கோரிக்கையை அவர் சிறப்பாக வலியுறுத்தவில்லை. இது தேசிய இயக்கத்தில் பிளவை உண்டாக்கும் என்று கூறியிருக்கிறார். எனவே, இருசாராரும் கூறியதற்கு மாறாக மூன்றாம் வழி ஒன்றைக் காட்டினார். 1925ல் நடந்த காஞ்சிபுரம் மாகாணக் காங்கிரஸ் மாநாட்டின் தலைமையுரையில் அவர் கூறினார் -

“தமிழ்நாட்டில் பிராமணர் - பிராமணரல்லாதார்க்குள் எழும் அலை கொழுந்து விட்டெரிகிறது. அவ்வெறியை எப்படித் தணிப்பது? வகுப்புவாரி பிரதிநிதித்துவம் அதைத் தணிக்கும் என்று சொல்லப்படுகிறது. இஃது ஒரே வழியில் (ஏகதேசத்தில்) அவ்வெறியைத் தணிக்க வல்லதேயன்றி முற்றும் அதைத் தணிப்பதாகாது. பிராமணர், பிராமணரல்லாதார் பிணக்குகளுக்கு முதற்காரணம் எது என்று கவனிக்கப்படல் வேண்டும். வயிற்றுக்கென ஆங்கிலம் பயில்வதே முதற்காரணம். அக்கல்வி பயின்றார் தொகைக்கேற்ப உத்தியோக பீடங்கள் இல்லை. உத்தியோகம் பெறாத வருத்தம் வகுப்புப் பூசலை உண்டுபண்ணுகிறது. வகுப்புப் பிரதிநிதித்துவப் போராட்டத்தை எழுப்புகிறது. இப்பூசல் பொன்ற வேண்டுமானால் வயிற்றுப் படிப்பு நாட்டம் நாட்டுத் தொழில் முறைகள் மீது திரும்ப வேண்டும்”.

இந்த ஆலோசனை சொல்வதற்கும், கேட்பதற்கும் எளிதாகவும், சுகமானதாகவும் இருக்கிறதேயொழிய, நடைமுறை சாத்தியமானதாய் இல்லை. ஏற்கெனவே உள்ள - அது குறைவானதாக இருந்தாலும்-அரசு உத்தியோகங்களை நியாயமாய்ப் பங்கு போட்டுக்கொள்ள வழிகேட்டால், தொழில் துறையில் இறங்குமாறு அவர் புத்திமதி கூறியிருக்கிறார். இதனை இரு சாராருமே ஏற்கவில்லை என்பதே வரலாறு. அதேநேரத்தில் பிராமணரல்லாதாரும் பஞ்சமர்பால் கடைப்பிடித்து வந்த தீண்டாமையை அவர் சாடியது நியாயமாக இருந்தது. மாயவரம் மாநாட்டில் அவர் கேட்டார்-

"பிராமணரல்லாதார் இயக்கம் என்று ஒன்று தோன்றியிருக்கிறது. அதன் நோக்கம் என்ன? பிறப்பில் உயர்வு, தாழ்வு கருதாது பிராமணரும் தாமும் எல்லா வழியினும் ஒத்து வாழல் வேண்டும் என்பது. அது காரணமாக பலதிற பிணக்குகளும் நிகழ்ந்து வருகின்றன. பிராமணரல்லாதார் பிராமணருடன் சமத்துவம் பெற முயல்வது போற்றற்குரியதே. ஆனால், பிராமணருடன் போராடி அவருடன் ஒத்துவாழ எண்ணும் பிராமணரல்லாதாருள் எத்துணை பேர் தீண்டாமை விலக்கை ஏற்றுக் கொள்பவர்? அதற்கு உழைப்போர் எத்தனை பேர்? ஒருசிலர் இருக்கிறார்கள். பெரும்பான்மையோருக்குத் தீண்டாமை விலக்கில் கவலையுண்டா என்பதே எனது கேள்வி".

1928ல் அமைச்சர் முத்தையா முதலியாரால் உருவாக்கப்பட்ட வகுப்புவாரி பிரதிநிதித்துவ ஆணை நடைமுறைக்கு வந்ததும் இதுபற்றிய விவாதம் பெருமளவுக்கு குறைந்துபோனது. அனேகமாக அனைத்துத் தரப்பினரும் அதனை வாழ்வின் தவிர்க்க முடியாத ஒரு நடப்பாக ஏற்றுக்கொண்டிருந்தனர். எனவே சாதியப் பிரச்சனையானது பிராமணருக்கும் பிராமணரல்லாத உயர் சாதியினருக்கும் இடையிலான பிரச்சனை என்பதிலிருந்து மாறி, இந்த இரு சாராரும் பஞ்சமர்பால் கடைப்பிடித்து வந்த தீண்டாமைக் கொடுமையினிடத்துக் குவிந்தது. அகில இந்திய அளவிலும் இது முன்னுக்கு வந்திருந்தது. ஏற்கெனவே, விவரித்திருப்பதுபோல காந்திஜியின் ஹரிஜன் யாத்திரை நடந்தது. இதனைத் தொடர்ந்து 1930களில் தீண்டாமை ஒழிப்பு இயக்கத்தில் தமிழகத்தின் காந்தியவாதிகள் தீவிரமாக இறங்கினர். இது ஒருபுறம் சமூக சீர்திருத்தச் செயலாகவும், மறுபுறம் இவர்களின் அரசியல் செல்வாக்கை உயர்த்தும் நடவடிக்கையாகவும் அமைந்தது.

ராஜாஜி, சத்தியமூர்த்தி, எஸ்.வைத்தியநாதய்யர், டாக்டர் டி.எஸ்.ராஜன், அமிர்தலிங்க ஐயர் (மார்க்சிஸ்ட் கட்சித் தலைவர் ஏ.பாலசுப்பிரமணியத்தின் தகப்பனார்), முத்துராமலிங்கத் தேவர், வேதரத்தினம் பிள்ளை, என்.எம்.ஆர்.சுப்பராமன், காமராஜர், கக்கன் போன்றோர் கொண்ட ஒரு பெரும்படை களத்தில் இறங்கியது எனலாம். கலை, இலக்கியத் துறையில் வ.ரா.வும், கல்கியும் இதன் ஒப்பற்ற பிரதிநிதிகளாகத் திகழ்ந்தனர்.

1932ல் தமிழ்நாடு தீண்டாமை ஒழிப்புச் சங்கம் தொடங்கப்பட்டது. இதுவே அடுத்த ஆண்டில் 'ஹரிஜன சேவா சங்கம்' என்று

நாமகரணம் பெற்றது. இதன்மூலம் தாழ்த்தப்பட்ட மக்களுக்கு கல்வி போதிப்பும், தீண்டாமை எதிர்ப்புப் பிரச்சாரமும், ஆலய நுழைவுப் போராட்டமும் நடத்தப்பட்டன. இதில் கடைசியாகச் சொல்லப்பட்டது சிங்கத்தை அதன் குகையிலேயே சந்திப்பதாக அமைந்தது. கோவிலுக்குள் ஹரிஜனங்கள் போவதால் அவர்கள் வாழ்வில் என்ன அடிப்படையான மாறுதல் நிகழ்ந்திருக்கப் போகிறது என்று இப்போது தோன்றலாம். அப்போது இந்தப் போராட்டம் பல நூறு ஆண்டுகால வைதீகப் பாரம்பரியத்தின் ஒரு முக்கியமான சமூக அடையாளத்தை துடைத்தெறிவதாக இருந்தது. இதனால், முற்போக்காளர்கள் மத்தியில் நல்ல பரபரப்பும், சனாதனிகள் மத்தியில் கடும் எதிர்ப்பும் கிளம்பியது. மதுரை மீனாட்சியம்மன் கோவிலில் நடந்த நுழைவுப் போராட்டத்தை நோக்கினால் இதன் முக்கியத்துவத்தை தெளிவாக உணரலாம்.

1937 தேர்தலைத் தொடர்ந்து சென்னை மாகாணத்தில் ராஜாஜி தலைமையிலான அமைச்சரவை இயங்கி வந்தது. இதனைப் பயன்படுத்திக்கொண்டு தாழ்த்தப்பட்ட மக்களின் தலைவர்களுள் ஒருவராகிய எம்.சி.ராஜா இந்துக் கோவில் நுழைவுத் தடை நீக்க மசோதா எனப்பட்டதை அந்த ஆண்டு அக்டோபரில் கொணர்ந்தார். இதனைச் சட்டமாக்க ராஜாஜி அமைச்சரவை தயக்கம் காட்டி வந்தது. ஆனால், காங்கிரசிற்குள், குறிப்பாக அதன் கீழ்மட்டத்தில் மசோதாவிற்கு ஆதரவு பெருகி வந்தது. இந்தப் பின்புலத்தில்தான் 1939 ஜூனில் மதுரையில் கோவில் நுழைவு மாநாடு நடத்தப்பட்டது. வைத்தியநாதய்யர் முன்முயற்சியில் நடைபெற்ற இந்த மாநாட்டில் முதல்வர் ராஜாஜி கலந்து கொண்டு கோவில் நுழைவை ஆதரிக்குமாறு சாதி இந்துக்களுக்கு வேண்டுகோள் விடுத்தார். ஆனால், அவருக்கு சனாதனிகள் கறுப்புக்கொடி காட்டினர். பிராமண மூதாட்டிகள் ராஜாஜிக்கு சாபம் கொடுத்தனர். ஆனாலும் அவர் இது விஷயத்தில் உறுதியாக இருந்தார்.

1939 ஜூலை 8 அன்று அது நடந்தது. காலை 8 மணியளவில் வைத்தியநாதய்யர் தலைமையில் தாழ்த்தப்பட்டவர்கள் ஐவரும், நாடார் ஒருவரும் மதுரை மீனாட்சியம்மன் கோவிலுக்குள் நுழைந்தனர். தெற்குக் கோபுர வாசலின் வழியாக உள்நுழைந்த இவர்களைக் கோவில் நிர்வாகி ஆர்.எஸ்.நாயுடு அழைத்துச் சென்று வழிபாடு செய்வித்தார். பின்னர் அவர்கள் கிழக்குக் கோபுரவாசல் வழியாக வெளியேறினர். ஜூலை 9 அன்று மதுரை கூடல் அழகர்

பெருமாள் கோவிலுக்குள்ளும் தாழ்த்தப்பட்டவர்களையும், நாடார்களையும் காங்கிரசார் அழைத்துச் சென்றனர். ஜூலை 10 அன்று இன்னும் பெருவாரியான அளவில் மீனாட்சியம்மன் கோவிலுக்குள் நுழைய திட்டமிட்டதை அறிந்து அர்ச்சகர்களைக் கடத்திச் சென்றுவிட்டதுடன், ஆலயத்தைப் பூட்டி, சாவிகளையும் கொண்டுபோய்விட்டார்கள் சனாதனிகள். கோவில் நிர்வாகி ஆர். எஸ்.நாயுடு தனது பொறுப்பில் பூட்டுக்களை உடைத்து கோவிலைத் திறந்து வழக்கம்போல் பூஜைகள் நடக்க ஏற்பாடு செய்தார். ஆனால், ஒரேயொரு பட்டர்தான் பூஜை செய்விக்க முன்வந்தார். எனவே, திருநெல்வேலியிலிருந்து அதே கோத்தரத்தைச் சேர்ந்த பட்டர்களை வரவழைத்தார் வைத்தியநாதய்யர். அவர்களில் ஒருவர், வரும்போதே உடல்நலமின்றி இருந்து மதுரைக்கு வந்த அடுத்த நாள் மரணமடைந்தார். மீனாட்சியின் சாபத்தினால்தான் இந்த மரணம் நிகழ்ந்தது என்று கதைக்க ஆரம்பித்தனர் சனாதனிகள்.

அதுமட்டுமல்ல, அம்மன் கோவிலைவிட்டுக் கிளம்பிவிட்டதாகக் கூறி வழக்கறிஞர் நடேசய்யர் வீட்டில் ஒரு சிறிய கோவிலை அவசர அவசரமாக ஏற்பாடு செய்து, அதுதான் மீனாட்சியம்மன் கோவில் என்றனர். அவர்களின் பேச்சை அப்பாவித்தனமாக நம்பி பிராமணப் பெண்மணிகள் அங்கு சென்றனர். பெரிய கோவிலைப் புறக்கணித்தனர். ஆனால், நாடார் பெண்கள் பெருவாரியாகப் பெரிய கோவிலுக்கு தினமும் செல்ல ஆரம்பித்தனர். இதனால், அந்தக் கோவிலில் கூட்டம் சேராது என்றிருந்த நம்பிக்கை பொய்த்துப் போனது.

எனினும், எதிர்ப்பு இயக்கம் நடந்தே வந்தது. "ஆலயப் பிரவேச எதிர்ப்பு கும்மிப்பாட்டுப் புத்தகம்" எல்லாம் போடப்பட்டது. எதிர்ப்பு இயக்கத்திற்குத் தலைமை தாங்கியவர் நடேசய்யர். ஆனால், ஆலய நுழைவுப் போராட்டத்தை உறுதியாக ஆதரித்து அறிக்கைவிட்டார் பசும்பொன் முத்துராமலிங்கத் தேவர். இது முற்போக்காளர்களுக்கு பெரிய தெம்பாக இருந்தது.

நடேசய்யர் கோஷ்டியினர் ஆர்.எஸ்.நாயுடு மீதும் வைத்தியநாதய்யர் மீதும் கிரிமினல் வழக்குகள் தொடுத்தனர். இதன் காரணமாய் இவர்கள் கைது செய்யப்பட இருந்தனர். இதனைத் தடுத்திட ராஜாஜி அரசு 1939 ஜூலை 11 அன்று கோவில் நுழைவு குறித்த அவசரச் சட்டத்தைப் பிறப்பித்தது. அதன் மூலம் ஜூலை 8ல் நடந்த கோவில் நுழைவு சட்டபூர்வமானது. அதுவரை மீனாட்சி அம்மன் கோவிலுக்குள் தாழ்த்தப்பட்ட

மக்களும், நாடார்களும் நுழைவது சட்டவிரோதமானதாக இருந்தது என்பதை அறிக! இப்படி அடித்தட்டு மக்களின் சுதந்திரத்தைப் பறித்து வைத்துக்கொண்டுதான் நாட்டின் சுதந்திரத்திற்காகக் குரல் கொடுத்து வந்தார்கள். எனினும், இரண்டுக்குமான முரண்பாடு முட்டி மோதி இம்மாதிரியான வடிவங்களில் வெளிப்பட்டே வந்தது.

சட்டமன்றம் கூடியதும் அவசரச் சட்டத்திற்குப் பதிலாக 'சென்னை மாகாண கோவில் நுழைவு உரிமை அளிப்பு மசோதா' எனப்பட்டது 1939 ஆகஸ்ட் 3ல் கொண்டு வரப்பட்டது. இதன் மூலம் மதுரை மீனாட்சியம்மன் கோவில், கூடலழகர் பெருமாள் கோவில், வளையம்பட்டி சுந்தரராசப் பெருமாள் கோவில், திருமோகூர் காளமேகப் பெருமாள் கோவில், தஞ்சை பிரகதீஸ்வரர் கோவில், குற்றாலம் திருக்குற்றாலநாதர் கோவில் ஆகியவை மட்டும் அனைத்து சாதியினருக்கும் திறந்துவிடப்பட்டன. மற்ற கோவில்கள்? அவற்றுக்கு இன்னும் வேளை வரவில்லை. இந்த நல்ல காரியத்தைச் செய்த கையோடு ராஜாஜி அமைச்சரவை அந்த ஆண்டு அக்டோபரில் ராஜினாமா செய்தது - இரண்டாம் உலகப் போரில் பிரிட்டிஷ் ஏகாதிபத்தியம் இந்தியாவையும் ஈடுபடுத்தியதை எதிர்த்தது.

1946ல் தேர்தல் நடைபெற்று சென்னை மாகாணத்தில் மீண்டும் காங்கிரஸ் அமைச்சரவை ஏற்பட்டபோது திருவாரூர் தியாகராசர் ஆலயமும், இராமேஸ்வரம் ஆலயமும் ஹரிஜனங்களுக்குத் திறந்துவிடப்பட்டன. நாடு சுதந்திரம் பெறவிருந்த வேளையில் அனேகமாக தமிழகத்தின் அனைத்துக் கோவில்களும் தாழ்த்தப்பட்ட மக்களின் நுழைவால் "தீட்டுப்பட்டன"! ஆனாலும் வைதீகர்கள் அதனைப் பொருட்படுத்தாமல் வழிபாடு செய்துதான் வருகிறார்கள்! மனிதன் தனக்குத்தானே எத்தகைய தேவையற்ற விலங்குகளைத் தரித்து வந்திருக்கிறான்!

38

காந்திஜியும் மாதர் விடுதலையும்

மாதர் விடுதலை குறித்து 1918லேயே காந்திஜி சில அழுத்தமான கருத்துக்களைக் கூறியிருக்கிறார். பம்பாயில் அவர் ஆற்றிய உரை ஒன்றில் பால்ய மணத்தைக் கடுமையாக எதிர்த்திருக்கிறார். அவர் கூறினார்-

"என்னால் முடியுமென்றால் குழந்தைப் பருவத்தில் திருமணம் செய்துகொண்டுவிட்ட பெண்களைக் கணக்கெடுத்து அவர்களுடைய கணவர்களைக் கண்டுபிடித்து தம்முடைய எதிர்காலத்தைக் குழந்தை, மனைவிகளுடன் இணைத்ததன் மூலம் அவர்கள் புரிந்துள்ள பெரிய குற்றத்தை உணர்த்த முயற்சிப்பேன். இந்தக் குழந்தை, மனைவிகளுக்குக் கல்வியளித்து, குழந்தைகள் பெறுவதற்கு மட்டுமின்றி, குழந்தைகளைச் சரியாக வளர்ப்பதற்கும் அவர்களைத் தகுதியுள்ளவர்களாகச் செய்யவேண்டுமென்றும் இதற்கிடையே அவர்கள் உண்மையான பிரம்மச்சாரிகளாக வாழவேண்டுமென்றும், இல்லாவிடில் அவர்களுடைய அந்தப் பாவத்திற்கு பிராயச்சித்தமே கிடையாது என்றும் எச்சரிப்பேன்".

பால்ய விவாகம் செய்யாவிட்டால்தான் பாவம் என்று மனப்பூர்வமாக நம்பி வந்த காலத்தில் அதைச் செய்வதுதான் பாவம் என்று கூறினார் காந்திஜி. அப்பொழுதே ஒரு பெரும் அரசியல் தலைவராக உருவாகி வந்தவர், சனாதனிகளின் எதிர்ப்புப் பற்றி கவலைப்படாமல் பட்டவர்த்தனமாகப் பேசியிருப்பது குறிப்பிடத்தக்கது.

உண்மையில் அதற்குப் பிறகும் அவர் மாதர் படும் துன்பங்கள் குறித்து ஆங்காங்கே பேசியே வந்தார். ஆனால், சாதிப் பிரச்சனை போலவே இதுவும் வைதீகர்களையும், தீவிர சீர்திருத்தவாதி களையும் இவருக்கு எதிராக நிறுத்தியது. ஒரு மக்கள் தலைவருக் கேயுரிய சாகசத்தோடு அவர் இந்தப் பிரச்சனையையும் கையாண்டார். விஷயத்தைப் பெருந்திரள் மக்களிடம் கொண்டு செல்வது அவரது நோக்கமாக இருந்தது. அதற்கேற்ப அவரது மொழியும், முன்வைக்கும் விதமும் அமைந்தன.

விதவை மணம் குறித்த காந்திஜியின் சிந்தனைகளை நோக்குங்கள். பால்ய விவாக எதிர்ப்பின் ஒரு தொடர்ச்சியாகத்தான் இதனைப் பார்த்தாரேயொழிய, திருமணம் என்பது மீற முடியாத ஜீவித பந்தம் என்கிற இந்துமத நம்பிக்கையை அவர் கைவிடவில்லை. இதன் காரணமாய் முழுமையான மறுமண உரிமையை ஆண், பெண் இருபாலருக்கும் தர அவர் தயாராய் இல்லை. 'யங் இந்தியா' (14.10.1926) ஏட்டில் அவர் எழுதினார் -

"குழந்தை வயதினர்களான தமது குமாரத்திகளுக்கு 'மணம்' செய்து வைக்கும் பாவத்தைச் செய்யும் பெற்றோர்களே, அந்தப் பெண்கள் சிறுவயதினராக இருக்கும்போது விதவைகளாகி விட்டால் அவர்களுக்கு மறுமணம் செய்து வைத்து நமது பாவத்திற்குப் பிராயச்சித்தம் செய்துகொள்ள வேண்டும் என்பதே என்னுடைய கோரிக்கையாகும். முதிர்ந்த வயதில் பெண்கள் விதவைகளானால் மீண்டும் மணந்துகொள்ள வேண்டுமா அல்லது விதவைகளாகவே இருக்க வேண்டுமா என்பது அவர்களையே பொறுத்த விஷயமாகும். இது சம்பந்தமாக ஒரு விதியைச் செய்யும் அதிகாரம் எனக்கு இருந்தால் ஆண்கள், பெண்கள் இருவருக்குமே அதில் ஒரே விதிதான் இருக்க வேண்டுமென்று நான் சொல்லுவேன். மனைவியை இழந்த 50 வயதுக் கிழவர் ஒருவர் கேட்பாரற்று மறுமணம் செய்துகொள்ளலாம் என்றால், அதே வயதுள்ள விதவைக்கும் அந்த உரிமை இருக்க வேண்டும். மறுமணத்தின் மூலம் இருவருமே பாவம் செய்கிறார்கள் என்பதே என்னுடைய அபிப்பிராயம். ஆயினும், அது முற்றிலும் வேறு விஷயம். தக்க வயதை அடைந்த பிறகு, தாமே மணம் செய்துகொண்டவர்கள் விதவைகளாகவோ, மனைவியை இழந்தவர்களாகவோ ஆகிவிட்டால் அப்படிப்பட்டவர்கள் மறுமணம் செய்துகொள்வது பாவமாகும் என்று ஹிந்துச் சட்டம் திருத்தப்படுவதை நான் தாராளமாக வரவேற்பேன்".

திருமணம் என்பது சாகும் வரையிலான பந்தம் என்கிற மத நோக்கிலிருந்து இதை அணுகுகிறார். எனினும் சுயமுடிவு எடுக்க முடியாத வயதில் திருமணம் என்பதை அவர் திருமணமாகவே அங்கீகரிக்கவில்லை. எனவே, அவர்களுக்கு மணம் புரிய (மறுமணம் என்றுகூட இதை அழைக்கமாட்டேன் என்று இன்னொரு இடத்தில் குறிப்பிட்டுள்ளார்) உரிமை உண்டு என்கிறார். இதனை இந்திய இளைஞர்களுக்கு வலிமையாக பரிந்துரைத்து வந்தார். 1927ல் சென்னை பச்சையப்பன் கல்லூரி மாணவர்களிடம் அவர் பேசும்போது கண்டிக்கும் குரலில் கூறினார்.

"16 வயதுள்ள பிராமணப் பெண்கள் கிடைக்க மாட்டார்கள் என்றும், பிராமணரில் வெகு சிலரே தங்கள் பெண்களை மணம் செய்யாமல் வைத்திருக்கிறார்கள் என்றும் 10, 12, 13 வயதுக்கு முன்பே பிராமணப் பெண்களுக்கு மணமாகிவிடுகிறது என்றும், அவர்கள் சொல்லுகிறார்கள். அப்படியானால் பிராமண இளைஞருக்கு ஒன்று சொல்லுகிறேன். உன்னால் உன்னையே கட்டுப்படுத்திக்கொள்ள முடியவில்லை என்றால், பிராமணனாக இருப்பதை விட்டுவிடு. பால்யத்திலேயே விதவையாகிவிட்ட பக்குவமடைந்த 16 வயதுப் பெண்ணைத் தேர்ந்தெடுத்துக்கொள். 16 வயதான விதவை கிடைக்கவில்லையென்றால் உனக்குப்பிடித்த எந்த சாதிப் பெண்ணையாவது மணந்துகொள்".

பிராமண இளைஞர்களுக்கு இப்படி அறிவுரை கூறிய காந்திஜி பொதுவாக அனைத்து இளைஞர்களும் ஓர் உறுதிமொழி எடுத்துக்கொள்ள வேண்டுமென்கிறார். "எப்படியும் ஒரு விதவையைத் தேடி மணப்போம். விதவை கிடைக்காவிட்டால் மணமே செய்துகொள்ளாமல் இருப்போம்" என்பதே அந்த உறுதிமொழியாகும். இப்படி பால்ய மணத்தால் எழுந்த விதவைக் கொடுமையை முடிவுக்குக் கொண்டுவருவதில் அவர் உறுதியாக இருந்தார். அதனை வலிமையாகப் பிரச்சாரம் செய்தார்.

மாதர் விடுதலையில் காந்திஜி காட்டிய அக்கறை சென்னையில் ஒரு பிரபல சமூக சேவகியாக இருந்த டாக்டர் முத்துலட்சுமி ரெட்டியை ஈர்த்தது. இவர், இசை வேளாளர் எனப்பட்ட தேவதாசி வகுப்பிலிருந்து அருமையாய் உதித்த மருத்துவர். 1927ல் காந்திஜி சென்னைக்கு வந்தபோது மாதர்கள் கூட்டம் ஒன்றைக் கூட்டி, அதில் அவருக்கு வரவேற்பு அளிக்கப்பட்டது. அப்போது சென்னை மாகாணத்தில் மாதர்கள் படும் துயரம் குறித்து அண்ணலின் கவனத்திற்குக் கொண்டுவந்தார் முத்துலட்சுமி ரெட்டி. குறிப்பாக இங்கே பரவலாக இருந்த தேவதாசி முறையை அவருக்கு எடுத்துச்சொல்லி தீண்டாமை ஒழிப்பு, மது ஒழிப்பு ஆகியவற்றோடு இதனையும் சேர்த்து ஒழிக்கவேண்டுமென்றும், காந்திஜி இதற்காகவும் பிரச்சாரம் செய்யவேண்டும் என்றும் அவர் கேட்டுக்கொண்டார். இது நல்ல பலனைத் தந்தது. காந்திஜி அதற்குப் பிறகு தேவதாசி ஒழிப்பு குறித்தும் பல இடங்களில் பேசினார்.

இதே பயணத்தின்போது அவர் மாயவரம் சென்றார். அங்கே இசைவேளாளர் வகுப்பைச் சேர்ந்தவர்கள் காந்திஜியைக் கண்டு பேசினார்கள். அவர்களின் அவல வாழ்வை அவர்களது

வாய்மொழியாகவே அண்ணல் கேட்டறிந்தார். அதுபற்றி அங்கே நடந்த பொதுக்கூட்டத்தில் கீழ்வருமாறு மிகுந்த வேதனையோடு குறிப்பிட்டார்...

"அவர்களை தேவதாசிகள் என்று அழைப்பதன் மூலம் கடவுளையே நாம் அவதூறு செய்கிறோம். நம்முடைய காம இச்சையைத் தீர்த்துக்கொள்வதற்காக கடவுள் பெயரை இழுக்கிறோம். இவ்வாறு ஒழுக்கமில்லாத வாழ்க்கை வாழ்வதற்காக ஒரு வகுப்பாரும், இம்முறை நீடிப்பதற்காக ஒரு சாராரும் இருக்கவேண்டுமென்று சிலர் எண்ணுவதைப் பார்க்கும்போது வாழ்க்கையே கசந்து போகிறது. நான் அந்தப் பெண்களைச் சந்தித்த போது அவர்கள் கண்களில் களங்கம் எதுவும் தென்படவில்லை. உலகில் உள்ள மற்ற பெண்களைப்போல அவர்களும் ஒழுக்கமான வாழ்க்கை வாழமுடியும் என்று நான் உறுதியாகக் கூறுகிறேன்!"

தேவதாசி ஒழிப்பிற்காக காந்திஜியின் உதவியை டாக்டர் முத்துலட்சுமி ரெட்டி தொடர்ந்து பெற்றுவந்தார். சென்னை மாகாண சட்டசபையில் இதற்காக அவர் கொண்டுவந்த மசோதாவை ஆதரித்து 'யங் இந்தியா'வில் (29.8.1929) காந்திஜி எழுதினார். இது தொடர்பாக அவருக்கு முத்துலட்சுமி ரெட்டி எழுதிய கடிதத்தையும் அதே இதழில் வெளியிட்டார். அதில் உள்ள இந்தப் பகுதி அன்றைய சென்னை மாகாணத்தின் பரிதாப நிலையை உணர்த்துகிறது-

"படித்தவர்கள் என்று சொல்லப்படுவோரும், மிகப் பிரபலமான காங்கிரஸ்காரர்களும்கூட என்னுடைய சீர்திருத்த யோசனைகளை எதிர்க்கிறார்கள். மிகவும் கொடூரமான அந்த முறைக்கு (தேவதாசி முறைக்கு) ஆதரவும் அளிக்கிறார்கள். நான் கொண்டுவந்த தேவதாசி மசோதா இப்போது சட்டமாகிவிட்டது. இனாம் மானியங்களை அனுபவிக்கும் தேவதாசிகளை மட்டுமே இது தடை செய்கிறது. ஆனால் விபச்சாரத்தின் மூலம் வாழ்க்கையை நடத்துவதற்காக மதத்தின் போர்வைக்குள் ஒளிந்துகொண்டு பொட்டுக்கட்டும் வழக்கத்தை அனுஷ்டிக்கும் ஒரு பிரிவினரும் அந்த வகுப்பில் இருக்கிறார்கள். இது குழந்தைகளை விலை கூறி விற்பதைத் தவிர வேறொன்றுமில்லை. ஏனெனில், குழந்தைகள் விலை கொடுத்து வாங்கப்பட்டுக்கூட சுவீகாரம் எடுத்துக்கொள்ளப் படுகிறார்கள் (தேவதாசி சுவீகாரம் எடுத்துக்கொள்வதை ஹிந்து மதம் அனுமதிக்கிறது). பீனல் சட்டத்திலுள்ள 372, 373 சரத்துக்கள் போதுமானவைகளாக இல்லை. ஆகையால், நான் மற்றொரு

மசோதா கொண்டுவரப்போவதாக அறிவித்திருக்கிறேன். அதனுடைய வெற்றிக்கு உங்கள் ஆசியை நாடுகிறேன்".

அம்மையார் குறிப்பிட்டுள்ள "மிகப் பிரபலமான காங்கிரஸ் காரர்கள்" என்பதில் ராஜாஜிக்கு இணையான தலைவராக இருந்த சத்தியமூர்த்தியும் உண்டு. மசோதாவை எதிர்த்து அன்று அவர் சண்டமாருதம் செய்தார். ஆனால், இந்தக் கடிதத்தை வெளியிட்ட காந்திஜி தனது ஆதரவினை கீழ்வருமாறு வெளிப்படுத்தி யிருந்தார்.

"மத வாழ்விலும், பொது சமூக வாழ்விலும் தூய்மையை விரும்பும் யாவருடைய மனப்பூர்வமான ஆதரவும் அந்த அம்மையாருக்குக் கிடைக்குமென்றே நம்புகிறேன்".

சென்னை மாகாணத்தில் தேவதாசி முறையை ஒழிக்க 1927ல் போடப்பட்ட அச்சாரத்திற்கு 1937 வரை முழுப் பலன் கிட்டவில்லை. அந்த ஆண்டில் அமைந்திருந்த ராஜாஜி தலைமையிலான காங்கிரஸ் மந்திரிசபையின் முன்னாலும் அந்தப் பிரச்சனை இருந்தது. அயர்வே இல்லாத முத்துலட்சுமி ரெட்டி இப்போதும் குரல் கொடுத்து வந்தார். இதுபற்றி ஹரிஜன் (25.9.1937) ஏட்டில் காந்திஜி எழுதியது ராஜாஜிக்கு போடப்பட்ட ஓர் உத்தரவுபோலவே இருக்கிறது. அந்த அளவுக்கு வலியுறுத்தியிருந்தார் அண்ணல், அது வருமாறு:

"தேவதாசிகளை மானக்கேடான வாழ்க்கையில் அழுத்தும் ஒழுக்கக்கேடான தேவதாசி முறையை நிறுத்துவதற்குத் தாம் கொண்டுவந்துள்ள மசோதாவை நிறைவேற்றும்படி டாக்டர் முத்துலட்சுமி ரெட்டி சென்னை மந்திரிசபைக்குப் பகிரங்கமாக ஒரு வேண்டுகோள் விடுத்திருக்கிறார். அந்த மசோதாவை நான் பரிசீலனை செய்யவில்லை. ஆனால், அதன் நோக்கம் மிக நல்லதாகும். அது இன்னும் அந்த தென்னிந்திய மாகாணத்தில் சட்டமாகவில்லை என்பதுதான் ஆச்சரியம். மதுவிலக்கைப் போலவே இதுவும் அவ்வளவு அவசரமான பிரச்சனை என்று டாக்டர் முத்துலட்சுமி ரெட்டி கூறுவதை நான் முற்றிலும் ஒப்புக்கொள்கிறேன்".

பெண்ணுக்குச் சொத்துரிமை தரவேண்டும் என்றும் வாதிட்டார் காந்திஜி. பொதுவாக பழைமைவாதி எனக் கருதப்பட்ட அவர் இந்த விஷயத்தில் பரந்த மனப்பான்மை கொண்டிருந்தது சிலாகிக்கத்தக்கது. 'ஹரிஜன்' (8.6.1940) ஏட்டில் அன்பர் ஒருவரின் கேள்விக்கு அண்ணல் அளித்த பதில் முக்கியமானது.

பெண்ணுக்குச் சொத்துரிமை தருவதால் ஒழுக்கக்கேடு பரவிவிடும் என்கிற வாதத்தை வன்மையாக மறுத்தார் காந்திஜி.

“ஆணின் சுதந்திரத்தினாலும், அவனுக்குச் சொத்துரிமை இருப்பதாலும் ஆண்களிடையே ஒழுக்கக்கேட்டை உண்டுபண்ணி விடவில்லையா? இதற்கு ‘ஆம்’ என்று நீங்கள் பதில் அளித்தால் பெண்கள் விஷயத்திலும் அப்படியே இருக்கட்டும். ஆண்களைப் போலவே பெண்களுக்கும் சொத்துரிமையும் மற்ற உரிமைகளும் கிடைத்தால் அவர்களுடைய குணங்களுக்கோ, கெடுதல்களுக்கோ அவர்கள் அந்த உரிமைகளை அனுபவிப்பது காரணமல்ல என்பது புலப்படும். ஒரு ஆண் அல்லது பெண்ணின் நிர்க்கதியான நிலைமையைத்தான் ஒழுக்கம் நம்பியிருக்கவேண்டுமானால் அந்த ஒழுக்கத்தினால் என்ன பிரயோசனம்? ஒழுக்கம் என்பது உள்ளங்களில் ஆழ்ந்து வேரூன்றியுள்ள ஒன்றாகும்”.

கச்சிதமான பதில் அல்லவா! பெண்ணின் நிர்க்கதியான நிலைமையின் மூலம்தான் ஒழுக்கம் பராமரிக்கப்படுமானால், அது என்னவகை ஒழுக்கமாக இருக்கும்? அதனால் சமூகத்திற்கு என்ன பயன்பாடு இருக்க முடியும்? உண்மை என்னவென்றால் ஆணாதிக்கச் சுரண்டலே “ஒழுக்கம்” என்ற பெயரில் அமல்படுத்தப்பட்டு வந்தது. அந்த “ஒழுக்கத்திற்கு” சுய பலம் கிடையாது. அது பெண்ணைப் பொருளாதாரத் துறையில் நிராதரவாக நிறுத்தியதன் மூலமே தனது ஜீவிதத்தை தக்க வைத்துக்கொண்டது. இதனை தனக்கேயுரிய பாணியில் அடையாளம் காட்டியிருக்கிறார் காந்திஜி.

39

மாதர் விடுதலையில் காந்தியவாதிகளின் பங்கு

"சுப்பிரமணிய சிவா அரசியலில் தீவிரவாதியாய்த் திகழ்ந்தவர். தன்னைத் தொழுநோய் பீடித்திருந்தபோதும் ரயிலேறிச் சென்று ஊர் ஊராய் தேசியப் பிரச்சாரம் செய்தவர். அதனாலேயே, தொழுநோயாளிகள் ரயிலேறக்கூடாது என்றிருந்த தடையை இவர் விஷயத்தில் ஏகாதிபத்திய ஆட்சியாளர்கள் கறாராகக் கடைப்பிடித்தனர். ஆனால், சமூக சீர்திருத்த விஷயத்தில் அவர் அக்கறையில்லாதவராகவே இருந்தார்.

வ.உ.சி.யின் "மெய்யறம்" என்கிற நூலுக்கு சிவா ஒரு மதிப்புரை எழுதினார். இது 1914 வாக்கில் எழுதப்பட்டது. அதில் கீழ்வருமாறு குறிப்பிட்டிருக்கிறார்-

"இல்வாழ்க்கையில் உயிர்த்துணை கொள்ளல்" என்னும் அதிகாரத்தில் 'துணையிழந்தாரை மணப்பது புண்ணியம்' என்று பிள்ளையவர்கள் எழுதியிருக்கின்றார். இதனால், இவர் விதவா விவாகம் செய்யலாம் என்று கூறுவதாகத் தெரிகிறது. விவாகம் செய்யலாம் என்று மாத்திரம் அன்று; புண்ணியமென்றும் கூறியிருக்கின்றனர். ஆதலால், நமது தேச நன்மைக்கு விதவா விவாகம் அவசியம் என்பது இவர் கருத்துப்போலும். நாம் இவ்வபிப்பிராயத்திற்கு முற்றிலும் மாறுபடுகின்றோம்".

இருபதாம் நூற்றாண்டின் துவக்கத்தில் தோன்றிய இரு தீவிர தேசியவாதிகள் விதவா விவாகம் என்கிற ஒரு சாதாரண சமூக சீர்திருத்தத்தில் எந்த அளவிற்கு மாறுபட்டிருக்கிறார்கள் என்பதைக் காணமுடிகிறது. தேச விடுதலையை பழைமை மீட்புக்காக நாடுகிறவர்களின் பிரதிநிதியாக சிவா விளங்கியிருப்பது துர்பாக்கியவசமானது.

பெண் ருதுவானதற்குப் பிறகு திருமணம் செய்துகொண்டால் அது சட்ட சம்மதமாக்கப்பட வேண்டும் என்று ஒரு மசோதாவை 1914 நவம்பரில் மிதவாத காங்கிரஸ் பிரமுகரான வி.எஸ்.சீனுவாச சாஸ்திரியார் கொண்டுவந்தார். இதற்கு அந்தக் காலத்தில் "ருதுமதி விவாஹ மசோதா" என்று பெயர். கொடுமையைப் பார்த்தீர்களா! ருதுவாவதற்கு முன்பு செய்யப்படும் திருமணம்தான் சட்ட

சம்மதம் பெற்றிருக்கிறது. இதை மாற்றவேண்டும் என்றுகூட இந்த மசோதா கோரவில்லை. அத்தோடு சேர்ந்து ருதுவானதற்குப் பிறகு செய்யப்படும் திருமணத்திற்கும் சட்ட சம்மதம் வழங்க வேண்டும் என்றுதான் சாஸ்திரியாரின் மசோதா கோரியது. அதையும்கூட சிவா எதிர்த்தார். ஆதிகாலத்திலேயே பால்ய விவாகம் உண்டென்றும், ராமருக்கும் சீதைக்கும் பிள்ளைப் பருவத்திலேயே திருமணம் முடிந்துவிட்டதென்றும் கூறினார். தனது "ஞானபானு" (1915 ஜனவரி) மாத இதழில் இப்படியும் குறிப்பிட்டார்.

"அசாஸ்திரியமாயும், ஆர்யாசநநுஷ்டானங்களுக்கு விரோத மாகவும் உள்ள இந்த மசோதாவை அரசாங்கத்தார் சட்டமாக்கு வார்களாயின் சாதுக்களாயுள்ள பல்லாயிரம் பிராமணர்களின் ஹிருதய உணர்ச்சியை அவமதித்தவர்களாவார்கள்!"

"ஞானபானு" மட்டுமல்ல, சிவா நடத்திய "பிரபஞ்சமித்திரன்" என்கிற ஏடும்கூட சமூக சீர்திருத்தப் பிரச்சாரத்திற்கு ஆதரவாக விளங்கவில்லை என்று கூறுகிறார் பெ.சு.மணி. இந்த ஏட்டில் "ஒரு நவீனகம்" எனும் தலைப்பில் வெளிவந்த தொடர்கதையில் விதவா விவாகம் நல்லெண்ணத்தோடு சித்தரிக்கப்படவில்லை. லட்சுமி எனும் பெண் விதவையாவதற்கு முன்பே விஸ்வநாதய்யா என்பவருடன் கள்ளக்காதல் கொண்டிருந்ததாகவும், விதவையான பிறகு அவரைத் திருமணம் செய்துகொள்வதாகவும் சித்தரிக்கப்பட்டுள்ளது. ஒழுக்கம் கெட்டவள்தான் விதவா விவாகத்தை நாடுவாள் என்ற கருத்து தோன்ற கதைப்போக்கு அமைக்கப்பட்டுள்ளது.

சிவாவிற்கு முற்றிலும் மாறுபட்டு இருந்தவர் திரு.வி.க. தனது "வாழ்க்கைக் குறிப்புகளில்" மாதர் விடுதலைக்கு தன்னாலான பணிகள் செய்தமை பற்றி ஆங்காங்கே குறிப்பிட்டிருக்கிறார். உதாரணமாக தேவதாசி ஒழிப்பு, திரு.வி.க. எழுதுகிறார்:

"மாயவரத்திலே 'நாகபாசத்தார் சங்கம்' என்றொன்று காணப்பட்டது. அது பின்னே 'இசை வேளாளர் சங்கம்' என்று மாற்றப்பட்டது. அச்சங்கத்துக்குத் தூண் போன்றவராயிருந்தவர் மூவலூர் இராமாமிர்த அம்மையார். அந்நாளில் அவருக்குக் காந்தியம் இனித்ததுபோல வேறொன்றும் இனித்திராது... பெண்ணுலகில் நேர்ந்த வழுக்கலைப் போக்கவந்த கற்பகம் இராமாமிர்தம் என்றே யான் நினைத்தேன். அக்கற்பகம் மாயவரத்தில் (1925) ஒரு மகாநாடு கூட்ட முயன்றது. இசை வேளாளர் மகாநாடு. கூட்டுதல் எளிதன்று. அதன் ஒருமைப்பாட்டை யான் நன்கு உணர்ந்தவன். இராமாமிர்தத்தின் முயற்சி அருமையை எளிமையாக்கிற்று".

இந்த மாநாட்டில் திரு.வி.க., பெரியார், தண்டபாணி பிள்ளை ஆகியோர் பேசினர். இந்தச் சங்கத்தவர்தாம் 1927ல் காந்திஜியைச் சந்தித்திருக்க வேண்டும். அதே ஆண்டில் மாயவரத்தில் நடைபெற்ற நீதிக்கட்சி மாநாட்டுப் பந்தலில் திரு.வி.க. தலைமையில் சன்மார்க்க மாநாடு ஒன்றும் நடைபெற்றது. "அதிலும் என் தலைமையுரையில் வழுக்கி விழுந்த சகோதரிமாரைப் பற்றிக் குறிக்கலானேன். அவர் நலத்தை மேம்படுத்தவல்ல தீர்மானங்கள் சிலவும் நிறைவேறின" என்று திரு.வி.க. எழுதியுள்ளார்.

இதற்குப் பிறகு பெரியாரின் பரபரப்பான சுயமரியாதை இயக்கம் கிளம்பியதும் இராமாமிர்தம் அம்மையார் அந்தப் பக்கம் போய்விட்டதாக சிறிது வருத்தத் தொனியில் குறிப்பிட்டிருக்கிறார் திரு.வி.க.

கோவிலில் பொட்டுக்கட்டும் பழக்கத்தை ஒழிக்க டாக்டர் முத்துலட்சுமி ரெட்டி மசோதா கொண்டுவந்தபோது அதனைத் தீவிரமாக ஆதரித்தார் திரு.வி.க. அவ்வாறே சாரதா மசோதா வையும் வரவேற்றார். திரு.வி.க. எழுதியிருக்கிறார்-

"சமுகத்துக்கு வழுக்கி வீழ்ந்தோர் தேவையென்றும், அவர் கோவில் பணிக்கென்று படைக்கப்பட்டவரென்றும், அது சாத்திரச் சம்மதமென்றும் பத்திரிகைகளில் எழுதப்பட்டன. கூட்டங்களில் பேசப்பட்டன. யான் 'நவசக்தி' வாயிலாக முத்துலட்சுமி அம்மையார் மசோதாவுக்கு வரவேற்புக் கூறினேன். கூட்டங்களிலும் என் கருத்தை வெளியிட்டேன். இளமை மணத்தை யொழிக்கவெழுந்த சாரதா மசோதாவிற்கும் வழக்கம்போல மறுப்புக்கள் வீறிட்டன. அம்மசோதா என்னளவில் எவ்வளவு ஆக்கம் பெறவேண்டுமோ அவ்வளவும் பெற்றது".

திரு.வி.க. மாதர் விடுதலை விஷயத்தில் காந்திஜியைப் பின்பற்றியவர் என்பதற்கு இவை மட்டுமல்ல, விதவா விவாகம் பற்றிய அவரது கருத்தும் தக்க ஆதாரமாக உள்ளது. அவர் எழுதியிருக்கிறார்-

"பிள்ளை பெறாத இளம் பெண்கள் விரும்பினால் மறுமணம் செய்துகொள்ளலாமென்பது எனது கருத்து. மறுமணத்தை மனங்கொள்ளாது காலஞ்சென்ற தமது ஆருயிர் நாயகனையே மணங்கொண்டு காலங்கழித்து ஒழுக்கத்தைக் காத்துவரும் கைம்மையரையும் யான் பார்த்துள்ளேன்!"

மாதர் விடுதலையைப் பொறுத்தவரை காந்திய அரசியல்வாதிகளின் தொண்டைவிட காந்திய இலக்கியவாதிகளின்

தொண்டு மிகவும் பாராட்டத்தக்கதாக உள்ளது. குறிப்பாக, வ.ரா. மற்றும் கல்கியின் படைப்புகள் அன்றைக்குப் பெருவாரியான மத்தியதர வர்க்கத்து மக்களின் இதயத்தைத் தொடுவதாக அமைந்தன.

இருவரும் பிராமண சமூகத்தில் பிறந்தவர்கள். ஆதலால், அந்த சமூகத்தில் இருந்த பால்ய விவாகம், விதவைக் கொடுமை, மாமியார் கொடுமை போன்றவற்றை மிக இயல்பாகத் தங்களின் படைப்புகளில் கொண்டுவந்து அன்றைக்குப் பெரும் பரபரப்பை ஏற்படுத்தினார்கள். உதாரணத்திற்கு கல்கியின் "தியாகபூமி" ஒன்று போதும். 1939ல் ஆனந்த விகடனில் தொடர்கதையாகவும், அதே நேரத்தில் திரைப்படமாகவும் வளர்ந்து வந்தது. அன்றைக்கு காந்தியம் முன்வைத்த சுதந்திரப் போராட்டம், தீண்டாமை ஒழிப்பு என்பவற்றோடு மாதர் விடுதலையையும் இந்தப் படைப்பு வலுவாக எதிரொலித்தது. மாமியாரின் கொடூரத்திற்கு ஆளாகி, கணவனாலும் புறக்கணிக்கப்பட்ட சாவித்திரி தனித்து வாழ விரும்புகிறாள். கணவனோ திருமணப் பந்தத்தை நிலைநாட்ட சட்டத்தின் உதவியை நாடுகிறான். நீதிமன்றத்தில் சாவித்திரி முழங்குகிறாள்-

"இது நியாயமா? இது தர்மமா? நீங்களே சொல்லுங்கள். ஒரு பெண்ணை அவள் பேரில் இஷ்டமில்லாத புருஷனுடன் வாழும்படி நிர்பந்தப்படுத்துவது நீதியா? தெய்வத்துக்குத்தான் அடுக்குமா? உலகமெல்லாம் 'சுதந்திரம், சுதந்திரம்' என்று முழங்கிக்கொண்டிருக்கும் இந்நாளில் ஒரு பெண் பேதையைச் சட்டத்தின் பேரால் இத்தகைய கொடுமைக்கு ஆளாக்கலாமா? மனைவியைப் புருஷன் தள்ளிவைத்தால் மனைவி கோரக்கூடிய பாத்தியதை என்ன? ஜீவனாம்சம்தானே! அந்த மாதிரி நானும் இவருக்கு ஜீவனாம்சம் கொடுக்கத் தயாராயிருக்கிறேன். ஆனால் இவருடன் சேர்ந்து வாழ்வதற்கு மட்டும் சம்மதிக்கமாட்டேன், ஒரு நாளும் மாட்டேன்".

கணவனும் மனைவியும் சுதந்திரப் போராட்டத்தில் ஈடுபட்டு சிறைக் கைதிகளாக முடிவில் ஒன்றுபடுவதாகக் கதையை முடித்திருந்தாலும், இப்படியொரு வித்தியாசமான எதிர்ப்புக் குரல் "கணவனுக்கு ஜீவனாம்சம் தருகிறேன்" என்று கூறும் மனைவியின் எதிர்ப்புக்குரல் =- தமிழ் இலக்கியத்தில் இப்போதுதான் எழுந்தது.

ராஜாஜி மந்திரிசபை இருந்தபோது வெளிவந்த "தியாகபூமி" திரைப்படம், அவர் ராஜினாமா செய்த பிறகு ஆங்கிலேய

ஆட்சியாளர்களால் தடை செய்யப்பட்டது. இது எந்த அளவுக்கு அந்தப் படம் தமிழக மக்கள் மத்தியில் பிரபலமாக இருந்தது என்பதை உணர்த்துகிறது.

கல்கியின் முன்னோடியான நாரண துரைக்கண்ணனின் "யான் ஏன் பெண்ணாகப் பிறந்தேன்" (1929) எனும் நாவல் விதவை மறுமணத்தை ஆதரித்து எழுந்தது. பாரதியின் நண்பரான வ.ரா., அவரைப் போலவே பூணூலைத் துறந்தவர். அவரின் "விஜயம்" (1934) நாவல் அந்தப் பெயருள்ள விதவை நாயகியின் மறுவாழ்வுக்காக ஏங்கியது. புதுமைப்பித்தனின் சிறுகதைகள் சில சாதி வெறியையும், மாதருக்கு இழைக்கப்படும் அநீதியையும் நயமாக வெளிப்படுத்தின.

சமூக சீர்திருத்தத்தில் காந்தியம் மற்றும் தமிழக காந்தியவாதிகளின் பங்களிப்பு குறித்து கீழ்வரும் கணிப்புகளுக்கு வரலாம்-

1. பிராமணர் - பிராமணரல்லாதார் பிரச்சனையில் பொதுவாக காந்திஜியின் அனுதாபம் பிராமணரல்லாதார்பால் இருந்தது. ஆனால், இது விஷயத்தில் அவரால் ஓர் உறுதியான நிலைபாட்டை எடுக்கமுடியவில்லை. அதற்குக் காரணங்கள் இரண்டு. ஒன்று - சுதந்திரப் போராட்டத்திற்கு தலைமை தாங்கிய அரசியல் தலைவர் என்ற முறையில் இது அங்கே இடையூறாக வரும் என்பதை அவர் உணர்ந்திருந்தார். இரண்டு - வர்ணாஸ்ரமத்தின் அடிப்படைக் கோட்பாட்டை அவர் ஒப்புக்கொண்டிருந்தார்.
2. 1930களில் காந்திஜி நடத்திய தீண்டாமை ஒழிப்பு இயக்கம் நடைமுறையில் வர்ணாஸ்ரமத்திற்கு எதிரானதாக இருந்தது. சுதந்திரப் போராட்டத்தையும் சமூக சீர்திருத்தத்தையும் ஓரளவுக்கு இணைத்தது. பெருந்திரள் மக்களிடையே சமூகத்துறையில் விழிப்புணர்ச்சியை ஏற்படுத்தியது. இதன் பிரதிபலனாக தேசிய இயக்கத்திற்கு அடித்தட்டு மக்களின் ஆதரவு கிடைத்தது.
3. ஆனால் சமூக சீர்திருத்தத்திற்கும் பொருளியல் வாழ்வுக்கும் இடையில் உள்ள தொடர்பு குறித்து அவர் வலியுறுத்திப் பேசவில்லை.
4. தீண்டாமை ஒழிப்பில் குறிப்பாக, ஆலய நுழைவுப் போராட்டத்தில் தமிழகக் காங்கிரசார் தீவிரமாகப் பங்கேற்றனர். இதனால், தங்களின் அரசியல்-பொருளியில் ஆதிக்கத்திற்கு உடனடியாக ஆபத்து வந்துவிட்டாது என்று

அவர்கள் கருதியிருக்கலாம். அதனால்தான் வகுப்புவாரி பிரதிநிதித்துவத்தைக் கடுமையாக எதிர்த்தவர்கள் இது விஷயத்தில் இவர்களே முன்கை எடுத்தார்கள். எனினும், ஆலயப் பிரவேசமும் வர்ணாஸ்ரமத்தின் ஒரு நச்சுப்பல்லைப் பிடுங்கி எறிவதாகவே இருந்தது. மறுபுறம் இது காந்தியவாதிகளின் அரசியல் செல்வாக்கை வளர்த்தது. தமிழகத்தில் வெகுகாலமாக தாழ்த்தப்பட்ட மக்களில் பெரும் பாலோரது ஆதரவு காங்கிரசுக்கே இருந்து வந்தது.

5. மாதர் விடுதலை விஷயத்திலும் "காந்திஜி" குரல் கொடுத்து வந்தார். எனினும் சகல தரப்பாரையும் தன்பக்கம் வைத்துக் கொள்ளவேண்டும் என்கிற ஓர் அரசியல் தலைவருக்கு இருக்கும் மனப்பான்மை இங்கு வெளிப்பட்டது. இதையும் மீறி பால்ய விவாகம், விதவைக் கொடுமை, தேவதாசிமுறை ஆகியவற்றை எதிர்த்துப் பிரச்சாரம் செய்தார்.

6. மாதர் விடுதலை விஷயமானது சாதிப் பிரச்சனைபோல அரசியலுக்கு மிக நெருங்கி இல்லாததால் தமிழகக் காந்தியவாதிகள் பெரிய அளவுக்கு அக்கறை காட்டவில்லை எனலாம். சிவா, சத்தியமூர்த்தி போன்றவர்கள் எதிர்ப்பாளர்களாகவே இருந்தனர். வ.உ.சி., திரு.வி.க. போன்றோர் ஆதரவாளர்களாகவே இருந்தனர். டாக்டர் முத்துலட்சுமி ரெட்டியின் தேவதாசி ஒழிப்பிற்கு காந்திஜியின் கருணையினால் ஒரு பகுதியினரின் ஆதரவு கிட்டியது. வ.ரா., கல்கி போன்றோரின் இலக்கியப்பணி மிகவும் பாராட்டுக்குரியதாக அமைந்தது.

40

அம்பேத்கரின் தாக்கம்

பீமாராவ் ராம்ஜி அம்பேத்கர் மராட்டியத்தின் தாழ்த்தப்பட்ட மக்கள் பிரிவுகளுள் ஒன்றான மகார் இனத்தில் 1891ல் பிறந்தார். அமெரிக்காவில் பல்கலைக்கழகப் பட்டம் (1916ல்) பெற்றார். தீண்டத்தகாத சாதியில் இத்தகைய உயர்கல்வியைப் பெற்ற முதல் மனிதர் இவரே எனப்படுகிறது.

அதே நேரத்தில், தனது மக்களை அவர் மறந்துவிடவில்லை. அவர்களை ஈடேற்றுவதற்குத் தனது ஆற்றலை முழுமையாகப் பயன்படுத்த முனைந்தார். மகார்களின் நியாயமான உரிமைகளுக்காக இயக்கங்கள் நடத்திய அம்பேத்கர் சாதியம் குறித்து ஆழ்ந்து சிந்தித்தார். விரிவாகப் பிரச்சாரம் செய்தார், பரந்துபட்ட மக்களைத் திரட்டினார். அவரது சிந்தனைகளின் தாக்கம் இந்தியாவின் இதர மாகாணங்களைப்போலத் தமிழகத்தின் கதவுகளையும் பலமாகத் தட்டியது.

1931ல் லண்டனில் நடந்த வட்டமேஜை மாநாட்டில் அம்பேத்கரோடு இரட்டைமலை சீனிவாசனும் கலந்துகொண்டது மட்டுமல்லாது, இருவரும் சேர்ந்து துணை மகஜர் ஒன்றையும் அளித்தனர். மாகாண மற்றும் மத்திய சட்டமன்றங்களுக்குத் தாழ்த்தப்பட்ட மக்கள் தமது பிரதிநிதிகளைத் தனி வாக்காளர் தொகுதி மூலமாகவே தேர்ந்தெடுக்கவேண்டுமென அதில் வலியுறுத்தியிருந்தனர். 1932ல் செய்யப்பட்ட வகுப்புவாரி பிரதிநிதித்துவ அறிவிப்பின்படி தாழ்த்தப்பட்டோருக்கு தனி வாக்காளர் தொகுதி முறை வழங்கப்பட்டது.

இதன்படி தேர்தலில் வாக்குரிமை பெற்ற தாழ்த்தப்பட்டோர் பொதுத் தொகுதிகளில் வாக்களிக்கத் தகுதி பெறுவர். அத்தோடு, அவர்கள் பெருமளவில் வாழ்கின்ற சில தொகுதிகள் தேர்ந்தெடுக்கப் பட்டு அவற்றில் வாக்குரிமை பெற்ற தாழ்த்தப்பட்டோர் மட்டுமே வாக்களித்து தங்களது சார்பாளர்களைத் தேர்ந்தெடுக்கும் உரிமை பெறுவர். இத்தகைய குறிப்பிட்ட தொகுதிகளில் உள்ள தாழ்த்தப்பட்டோர் பொது வேட்பாளர்களைத் தேர்ந்தெடுக்கும் உரிமையும் உண்டு. ஆக, சில குறிப்பிட்ட தொகுதிகளில்

தாழ்த்தப்பட்டோருக்கு இரண்டு வாக்குரிமை - அதாவது ஒரே தொகுதிக்கு இரண்டு பேரைத் தேர்ந்தெடுக்கும் வாக்குரிமை கிடைக்கிறது. எனினும், இது மாகாண சட்டமன்றங்களுக்கு மட்டுமே பொருந்தும். மத்திய சட்டமன்றத்திற்கு (நாடாளுமன்றம்) பொருந்தாது.

இது இந்துக்களைப் பிளவுபடுத்துவதாகக் கருதிய காந்திஜி சிறையிலிருந்தவாறே உண்ணாவிரதப் போராட்டத்தைத் தொடங்கினார். இதைத் தொடர்ந்து நாடு முழுக்க ஆதரவாகவும், எதிராகவும் வாதப் பிரதிவாதங்கள் கிளம்பின. தமிழகத்திலும் எதிரொலித்தது. பெரியாரின் "குடியரசு" ஏட்டில் (18.9.32) சா.குருசாமி எழுதிய நீண்ட தலையங்கம் தாழ்த்தப்பட்டோருக்கான தனி வாக்காளர் தொகுதியை ஆதரித்தது. காந்திஜியைக் கடுமையாக விமர்சித்தது.

அயோத்திதாசரின் மகன் பட்டாபிராமனுக்குப் பிறகு "தமிழன்" பத்திரிகையை நடத்தி வந்தவருமான அப்பாதுரையாரும் இதே நிலைபாட்டை எடுத்தார். பஞ்சமர்களும் இந்துக்களே என்றால், நால்வருணத்தவரில் எந்த வருணத்தில் அவர்களைக் காந்திஜி சேர்ப்பார் என்று வினா தொடுத்தார். கம்யூனிஸ்ட் சிங்காரவேலரும் தனி வாக்காளர் தொகுதியை ஆதரித்தார். "காந்திஜியின் உண்ணாவிரதமும் தாழ்த்தப்பட்டோர் தனித் தேர்தலும் - சமதர்ம அபிப்பிராயம்" என்று அவர் எழுதிய கட்டுரையை "குடியரசு" 25.9.32) வெளியிட்டது.

எழுதியது மட்டுமல்ல, காந்திஜியின் உண்ணாவிரதத்தைக் கண்டித்தும், அம்பேத்கருக்கு ஆதரவாகவும், பெரியாரின் சுயமரியாதை இயக்கம் ஈரோட்டில் பொதுக்கூட்டம் நடத்தியது. சிதம்பரத்தில் சகஜானந்தாவும் இதே நிலைபாட்டை எடுத்திருந்தார்.

எனினும், ஒட்டுமொத்த இந்திய நிலைமையை நோக்குமிடத்து பாமர இந்துக்களின் ஆதரவும், பஞ்சமரில் சில தலைவர்களின் ஆதரவும்கூட காந்திஜிக்கு இருந்தது. இந்தச் சூழலில் அம்பேத்கர் தனது நிலையிலிருந்து இறங்கி வந்தார்; புகழ்பெற்ற "புனா ஒப்பந்தத்தில்" கையெழுத்திட்டார். ஏன் அதில் கையெழுத்திட வேண்டிவந்தது என்பதை விளக்கி அவர் விடுத்த அறிக்கையை "அம்பேத்கரின் வெற்றி" என்ற தலைப்பில் "குடியரசு" (2.10.32) வெளியிட்டது. அதே நேரத்தில், அதன் தலையங்கமானது வர்ணாஸ்ரமவாதிகளின் குயுக்தி வேலைகள் குறித்து பஞ்சமர்களை எச்சரிக்கையும் செய்தது.

புனா ஒப்பந்தம் தனி வாக்காளர் தொகுதி திட்டத்தைக் கைவிட்டது. தாழ்த்தப்பட்டோருக்கென்று சில தொகுதிகள் ஒதுக்கப்பட்டு, அங்கே அனைத்து வாக்காளர்களும் வாக்குரிமை செலுத்துகிற முறை வந்தது. எனினும் முதற்கட்டமாக தாழ்த்தப்பட்டவர்கள் மட்டும் வாக்களித்து தங்கள் வகுப்பைச் சேர்ந்த போட்டியாளர்கள் நால்வரைத் தேர்வு செய்வார்கள். அவர்களில் ஒருவரை அனைத்து வாக்காளர்களும் வாக்களித்து தேர்வு செய்வார்கள்.

ஒப்பந்தத்தின் மற்றொரு சரத்துப்படி தாழ்த்தப்பட்டோர் மேம்பாட்டிற்காகக் காங்கிரஸ் பாடுபடுவது என்றும் தீர்மானிக்கப்பட்டது. இதைத் தொடர்ந்தே அவர்களுக்கு "ஹரிஜன்" என்று பெயரிட்ட காந்திஜி, "ஹரிஜன் சேவக் சங்"கை உருவாக்கினார். "ஹரிஜன்" பத்திரிகையைத் துவக்கினார். ஆலயப் பிரவேசம் போன்ற இயக்கங்களில் தீவிரமாக ஈடுபட்டார். இது ஏற்கெனவே குறிப்பிடப்பட்டுள்ளது.

"குடியரசு" தலையங்கம் கேவலம் கோவில் பிரவேசத்தால் மட்டும் அவர்கள் நன்மையடைந்துவிட முடியாது... பொதுச் சொத்தாகிய கோவிலில் நமக்கும் செல்ல உரிமை வேண்டும் என்ற எண்ணத்துடன் மாத்திரம் கோவில் பிரவேசத்தை ஆதரிக்க வேண்டும் என்றுதான் நாம் தாழ்த்தப்பட்ட சமூகத்தாருக்கு எச்சரிக்கை செய்கிறோம்" என்று குறிப்பிட்டது.

சாதியம் பற்றிய அம்பேத்கரின் சிந்தனைகள் புனா ஒப்பந்தத்திற்குப் பிறகு இன்னும் திட்டவட்டமான வடிவமெடுத்தது. "ஜாத்-பட்தோடக் மண்டல்" என்கிற அமைப்பின் 1936ம் ஆண்டு வருடாந்திர மாநாட்டிற்காக அவர் தயாரித்த தலைமையுரை "சாதி ஒழிப்பு" என்ற பெயரில் பிரசுரமாக வெளிவந்தது. அதில் அவரின் மாறுபட்ட, தீவிரச் சிந்தனைகள் வெளிப்படவும் மாநாட்டையே ரத்து செய்துவிட்டார்கள் அந்த அமைப்பினர். அதனாலேயே பரபரப்பாகிவிடவும் பல மொழிகளில் பெயர்க்கப்பட்டது. தமிழிலும் அப்போதே வெளிவந்தது.

சாதி முறைக்கு ஆதரவாக முன்வைக்கப்படும் சில வாதங்களை ஒவ்வொன்றாக எடுத்துக்கொண்டு அவற்றின் பொய்மைத் தன்மையை உடைத்தெறிகிறார் அம்பேத்கர் இந்த நூலில். சாதியம் ஒழிவதே சமுதாய வளர்ச்சிக்கு முன்தேவை என்று நிறுவுகிறார். பின்னர் ஒழிக்கிற வழிமுறைகளை ஒவ்வொன்றாக ஆராய்கிறார். முத்தாய்ப்பாக கீழ்வரும் முடிவுக்கு வருகிறார்-

"சாதியை உடைப்பதற்கு உண்மையான தீர்வு கலப்பு மணமே. வேறு எதுவும் சாதியைக் கரைக்க முடியாது".

விஷயத்தை இத்தோடு விட்டுவிடவில்லை அவர். மிகப் பெரும்பாலான இந்துக்கள் கலப்பு மணம் செய்யாமலிருப்பது ஏன் என்கிற கேள்வியை எழுப்பி அதற்கும் விடை தருகிறார்-

"சமபந்தி போஜனமும் கலப்பு மணமும் இந்துக்கள் புனிதமாகக் கருதும் நம்பிக்கைகளுக்கும், கொள்கைகளுக்கும் எதிரானவை என்பதுதான் இதற்கான விடை. சாதி என்பது இந்துக்கள் கலந்து உறவாடுவதற்குத் தடையாக உள்ள கற்சுவரோ, கம்பி வேலியோ அல்ல. சாதி என்பது ஒரு எண்ணம், ஒரு மனநிலை. எனவே, சாதியை ஒழிப்பது ஒரு பௌதீகத் தடையை அழிக்கும் செயல் அல்ல, மக்களின் எண்ணத்தில் மாற்றம் ஏற்படுத்தும் செயல்".

சரி, அந்த எண்ண மாற்றத்தை எப்படிக்கொண்டு வருவது? என்ன செய்தால் அது வரும்? அம்பேத்கர் கூறுவது-

"இந்துக்கள் ஆழ்ந்த மதப்பற்றுக் கொண்டவர்களாயிருப்ப தனாலேயே சாதி முறையைப் பின்பற்றுகிறார்கள். சாதி முறையைப் பின்பற்றுவது மக்களின் தவறு அல்ல. சாதி முறையை அவர்கள் உள்ளத்தில் ஊறவைத்திருக்கும் மதத்தைத்தான் இதற்குக் குறை கூறவேண்டும். இது சரியான கருத்து என்றால் நீங்கள் எதிர்த்துப் போராட வேண்டியது சாதி முறையைப் பின்பற்றும் மக்களை அல்ல; சாதியைப் போற்றுகின்ற மதத்தைக் கற்பிக்கும் சாஸ்திரங்களைத்தான் நீங்கள் எதிர்க்க வேண்டும்... சாஸ்திரங்களைப் புறக்கணித்தால் மட்டும் போதாது. அவற்றின் அதிகாரத்தையே மறுக்க வேண்டும். புத்தரும் நானக்கும் செய்தது அதுதான். சாதி புனிதமானது என்ற எண்ணத்தை மக்கள் மனத்தில் பதிய வைத்திருக்கும் மதம்தான் எல்லா கேட்டுக்கும் மூலகாரணம் என்று இந்துக்களிடம் கூறவேண்டும். இதற்கு உங்களுக்குத் தைரியம் இருக்குமா?"

இங்கே அம்பேத்கரும் பெரியாரும் ஒரே நேர்கோட்டில் இணைவதையும், ஒரே அலைவரிசையில் நெருங்குவதையும் காண்கிறோம். இந்தக் கண்ணோட்டத்தின் உச்சகட்டமாய் அம்பேத்கர் தனது ஆதரவாளர்களுடன் புத்த மதத்திற்கு 1956ல் சென்றுவிட... பெரியார் அதை ஏற்கவில்லை. தமிழகத்தின் தாழ்த்தப்பட்டோரிடமும் இதற்கு ஆதரவில்லை. அந்த ஆண்டு இறுதியில் அம்பேத்கர் காலமானார்.

சுதந்திரச் சிந்தனையாளரான அம்பேத்கர் பெண் சுதந்திரம் குறித்தும் இயல்பாகவே ஆழ்ந்த அக்கறை காட்டினார். சாதிய ஒடுக்குமுறையும் பாலியல் ரீதியான ஒடுக்குமுறையும் சேர்ந்தே வருவதை அவர் கூர்ந்து கவனித்தார். வர்ண ஒடுக்குமுறையைக் கறாரப்படுத்தி சட்டபூர்வமாக்கிய மனு "ஏன் பெண்ணைத் தாழ்ந்த நிலைக்குத் தள்ளினார்?" என்று தனக்குத்தானே அவர் கேட்டுக்கொண்டுள்ளார்.

பல நூறு சாதிகளையெல்லாம் அவரவர் திறமைக்கேற்ப நான்கு வர்ணங்களுக்குள் அடக்கிவிட்டால் சாதியம் ஒழிந்துவிடும் என்று ஒரு கருத்து வைக்கப்பட்டது. இதை அலசிய அம்பேத்கர் கீழ்வருமாறு அதன் சுயமுரணை அம்பலப்படுத்தினார்-

"சதுவர்ண முறையை ஆதரிப்பவர்கள் தங்கள் அமைப்பில் பெண்களின் நிலை எப்படி இருக்கும் என்பதைச் சிந்தித்துப் பார்த்ததாகத் தெரியவில்லை. பெண்களையும், பிராமணர், க்ஷத்திரியர், வைசியர், சூத்திரர் என்ற நான்கு வகுப்புகளாகப் பிரிக்கப்போகிறார்களா அல்லது அவர்கள் தங்கள் கணவர்களின் வகுப்பைச் சேர்ந்தவர்களாக இருப்பார்களா? கணவனின் வகுப்பிலேயே மனைவி சேர்க்கப்பட்டால் சதுர்வர்ண முறையின் அடிப்படைக் கோட்பாடு - அதாவது ஒருவரின் தகைமையைப் பொறுத்து அவரது வகுப்பு அமையும் என்ற கோட்பாடு - என்ன ஆகும்..? இந்து சமூகம் பெண்கள் ஆசிரியைகளாகவும், பாரிஸ்டர்களாகவும் பணிபுரிவதை ஏற்கப் பழகிவிட்டது. பெண்கள் சாராயம் காய்ச்சுவோராகவும், கசாப்புக்காரர்களாகவும் பணிபுரிவதையும்கூட ஏற்கப் பழகிக்கொள்ளக்கூடும். ஆனால், புரோகிதர்களாகவும், போர்வீரர்களாகவும் வருவதை ஏற்கும் என்று சொல்வதற்கு மிகுந்த துணிச்சல் வேண்டும்".

வர்ணாஸ்ரமம் என்பது பிறப்பின் அடிப்படையிலான ஒடுக்குமுறைக் கருவியாகவே உள்ளது. அதன் காரணமாகவே சாதியமும், பெண்ணடிமைத்தனமும் கைகோர்த்து நிற்கின்றன என்பதைத் தெளிவாக அம்பலப்படுத்திக்காட்டுகிறார் அம்பேத்கர். சமுதாயப் புரட்சியாளர்கள் சாதிய வெறியை எதிர்ப்பவர்கள் மட்டுமல்லாது, பெண்ணடிமைத்தனத்தை எதிர்ப்பவர்களாகவும் இயல்பாகவே ஆகிறார்கள் என்பதற்கு அம்பேத்கரின் எழுத்துக்களும் சாட்சியங்களாக நிற்கின்றன.

மத்திய சட்ட அமைச்சராக இருந்த அவர் 1951ல் அதிலிருந்து விலகியதற்கு அவர் தயாரித்திருந்த இந்து சட்டவரைவே பிரதான

காரணம் என்பதையும், அதில் இந்து மாதர்களுக்கு சில உரிமைகள் வழங்கப்பட்டிருந்தன என்பதையும் குறித்துக்கொள்ள வேண்டும்.

அம்பேத்கரின் மறைவுக்குப் பிறகும் அவரது சிந்தனைகளின் தாக்கம் தமிழகத்தில் தாழ்த்தப்பட்டோரில் ஒருபகுதியினரிடையே தொடர்ந்தது. அவர் மராட்டியத்தில் துவக்கியிருந்த "ஷெட்யூல்ட் வகுப்பு சம்மேளனம்" இங்கும் இயங்கியது. பின்னர் "இந்தியக் குடியரசுக் கட்சி" என்று மாற்றப்பட்டதும் இங்கும் 1950களில் அந்தக் கட்சி உதயமானது. எனினும் திமுகவானது அனைத்து ஒடுக்கப்பட்ட மக்களின் கட்சியாகத் தோற்றம் காட்டி வளர்ந்து வந்த நிலையில் காங்கிரசின்பால் தாழ்த்தப்பட்டோருக்கு ஏற்பட்ட அதிருப்தி அந்தக் கட்சிக்கு நல்ல பலனாக அமைந்தது. குடியரசுக் கட்சியால் தன்னை வளர்த்துக்கொள்ள இயலவில்லை.

1967ல் திமுக ஆட்சிக்கு வந்து அதன்பாலிருந்த கவர்ச்சி குறையத் தொடங்கிய காலத்தில்கூட எம்.ஜி.ஆர். தலைமையிலான அதிமுக தாழ்த்தப்பட்ட மக்களில் பெரும்பாலோரை ஈர்த்துக்கொண்டு விட்டது.

இதற்கிடையில் 1970களில் மராட்டியத்தில் "தலித் சிறுத்தைகள்" எனும் அமைப்பு அம்பேத்கரின் தத்துவத்தை முன்னிறுத்தி தாழ்த்தப்பட்டோரைத் திரட்டியது. அதன் தாக்கம் உடனடியாகத் தமிழகத்தில் ஏற்படாவிட்டாலும் நீறுபூத்த நெருப்பாகவே இருந்திருக்கிறது என்பதை அண்மைக்கால நிகழ்வுகள் உணர்த்துகின்றன.

அனைத்து பிற்படுத்தப்பட்ட - தாழ்த்தப்பட்ட சாதியினரின் அரசியல் இயக்கம் என்கிற திராவிட இயக்கத்தின் தோற்றம் சிதைந்து, பெரும் எண்ணிக்கையில் சில பகுதிகளில் மட்டும் குவிந்துள்ள ஒரு குறிப்பிட்ட பிற்படுத்தப்பட்ட சாதிக்கான அரசியல் கட்சி எழ முடியும் என்கிற நிலைமை உருவானது. இது தாழ்த்தப்பட்டோரிலும் புதிய தாகத்தை ஏற்படுத்தியது. "புதிய தமிழகம்", "விடுதலைச் சிறுத்தைகள்" என்கிற அரசியல் கட்சிகள் உதயமாயின. அம்பேத்கர் இவர்களின் தத்துவ வழிகாட்டியானார். அவரது உருவப்படம் தாழ்த்தப்பட்டோரின் தனி அடையாளமானது.

தங்களுக்கான கட்சிகள் என்பது மட்டுமல்லாது, தங்களவர்களாலேயே நடத்தப்படுகிற கட்சிகள் என்கிற விஷயம் தாழ்த்தப்பட்டோரில் ஒரு பகுதியினரை இந்தக் கட்சிகளின்பால் அணி திரட்டியுள்ளது. அரசியல் அதிகாரத்தில் பங்கு வேண்டும்

என்று அம்பேத்கர் 1930களிலிருந்து சொல்லிவந்தது, இவர்களை உந்தித் தள்ளும் சக்தியாகத் தொடர்கிறது. இதன் காரணமாய் தமிழகத் தாழ்த்தப்பட்டோரின் சமூக - பொருளாதார - பண்பாட்டுப் பிரச்சனைகளில் தலைகொடுக்க வேண்டிய கட்டாயம் உருவாகியுள்ளது. திருநெல்வேலி மாஞ்சோலைத் தொழிலாளர் போராட்டத்தில் புதிய தமிழகம் இறங்கியதும், அதற்காக நடைபெற்ற ஊர்வலத்தில் போலீசார் புகுந்து தடியடி நடத்தியதில் 17 பேர் மாண்டுபோனதும், மார்க்சிஸ்ட் கட்சியின் மாவட்டச் செயலாளர் படுகாயமுற்றதும் மறக்கமுடியாத சோக வரலாற்றுச் சித்திரமாகும். சிதம்பரம் பகுதியில் தாழ்த்தப்பட்டோர் தங்கள் உரிமைகளுக்காகப் போராடியதும், விடுதலைச் சிறுத்தைகள் அவற்றில் பங்குகொண்டதும்கூடத் குறிக்கத்தக்கதாகும்.

ஒடுக்கப்பட்ட மக்களின் நெடுங்காலத்திய ஏக்கப் பெருமூச்சுக்கள் வெவ்வேறு வடிவங்களில் வெளிப்படும் என்பது புரிந்துகொள்ளக் கூடியதே. எனினும், மராட்டிய மாநிலத்தின் தலித் இயக்கங்கள் பற்றி டாக்டர் ஆனந்த் டெல்டும்ப்டே குறிப்பிட்டது தமிழக இயக்கங்களுக்கும் பொருந்தும் என்றே தோன்றுகிறது-

"தலித் மக்களின் ஒற்றுமையான பலத்தைக் காட்டும் பல இயக்கங்கள் நடைபெற்றன. ஆனால், அவையெல்லாம் உணர்ச்சிகரமான பிரச்சனைகளுக்காகவே இருந்தன. 'நாமாந்தர்' என்பதற்கான இயக்கங்கள், ராமனும், கிருஷ்ணனும் புரியாத புதிர்கள் என்ற (அம்பேத்கர்) நூலுக்குத் தடை விதிக்கப்பட்டதற்கு எதிரான போராட்டங்கள், உயர் சாதிக்காரர்களால் இழிவுபடுத்தப் படும்போதும் பாபாசாகேப் அம்பேத்கரின் சிலைகள் சேதப்படுத்தப்படும்போதும் அவற்றுக்கெதிரான கோபாவேசங்கள் போன்றவற்றை இதற்கு உதாரணங்களாகக் கூறலாம்... கடந்த 40 ஆண்டுகால வரலாற்றில் தலித் மக்களின் தலைவர்களோ, அறிவுஜீவிகளோ கிராமங்களில் வசிக்கும் சாமான்ய தலித்துகளையும் பாதிக்கும் அரசின் கொள்கைகள் பற்றியோ, சர்வதேச நிகழ்வுகள் பற்றியோ அக்கறை செலுத்தவில்லை. இரவும் பகலும் தலித் மக்கள் எதிர்கொள்ளும் தாக்குதல்களுக்கு அவர்களின் பொருளாதார இழிநிலையும் காரணம் என்ற உண்மையை உணரும் நிலை அவர்களுக்கு ஏற்படவில்லை. பாதுகாப்பு என்பது அவர்களின் பொருளாதாரத்தோடும் சம்பந்தப்பட்டது என்பதுதான் உண்மை."

இத்தோடு, தமிழகத்தின் விசேஷ நிலைமைகளைச் சேர்த்துக்கொள்ளலாம். குறிப்பாக, பிற்படுத்தப்பட்ட மக்களில்

உள்ள செழிப்பான சில சுயநல சக்திகள் தலித் மக்களைத் தொடர்ந்து இழிநிலையில் வைத்திருக்க முனைவதும், அதை எதிர்த்துப் போராட வேண்டிய அவசியம் நேரிட்டிருப்பது. இந்தப் போராட்டம் நியாயமானது.

ஆனால், இதனை நடத்தும்பொழுதே பிற்படுத்தப்பட்ட மக்களும் சமூக நிலையில் தாழ்ந்து கிடப்பவர்களே, அவர்களில் உள்ள ஜனநாயக சக்திகளையும் சேர்த்துக்கொண்டு நடத்த வேண்டும் என்கிற உணர்வு வேண்டும். பல நேரங்களில் தலித் இயக்கங்களுக்கு அது இல்லாமல் போவது துர்ப்பாக்கியவசமாகும். இதனால், தலித்துகளுக்கான நியாயமான போராட்டங்கள் தனிமைப்பட்டுப்போகிற அபாயம் எழுகிறது. அத்தோடு, தாழ்த்தப்பட்ட மக்களும், பிற்படுத்தப்பட்ட மக்களும் இணைந்து நின்று சாதீயக் கேட்டைக் கட்டிக்காக்கத் துடிக்கும் வர்ணாஸ்ரமவாதிகளை எதிர்த்து நடத்தவேண்டிய இயக்கமும் கூடத் தளர்ந்துபோய் விடுகிறது.

இந்த அபாயத்தை தவிர்த்துவிட்டால் சமுதாயத்தின் அதலபாதாளத்தில் அழுந்திக்கிடக்கும் தாழ்த்தப்பட்டோரின் இயக்கங்களின் தர்மாவேசத்தை இதர பகுதி உழைக்கும் மக்களும் நிச்சயம் உணர்ந்துகொள்ளவே செய்வர். அம்பேத்கர் அனைத்து ஒடுக்கப்பட்ட மக்களின் தலைவராக முன்னிறுத்தப்பட வேண்டுமென்பது இதில் ஊடாடும் கண்ணோட்டமாகும். மாதர் விடுதலையை தலித் அமைப்புகளும் கையிலெடுக்க வேண்டும் என்பது இதன் இன்னொரு முகமாகும்.

41
விவசாயிகள் இயக்கம்

சாதிப் பிரச்சனையானது அடிப்படையில் ஒரு விவசாயப் பிரச்சனை என்பதைக் கண்டுகொண்டு சிங்காரவேலர் அதனை எடுத்துரைத்தார் என்பதை அறிந்தோம். அவர் காலத்திலேயே விவசாயிகள் இயக்கமானது தமிழகத்தில் வேர் விடத்துவங்கியது. 1936 ஏப்ரலில் தேசிய காங்கிரஸ் லக்னோவில் கூடியபோது, "அகில இந்திய விவசாயிகள் சங்கம்" தோற்றுவிக்கப்பட்டது. இந்தத் துவக்கக் கூட்டத்தில் தமிழகத்திலிருந்து பி.சீனிவாசராவும், ஜீவாவும் கலந்துகொண்டனர். சங்கத்தின் தமிழகக் கிளையும் விரைவிலேயே எழுந்தது. "நாகை தாலுகா விவசாயிகள் மாநாடு சென்னை காங்கிரஸ் சோஷலிஸ்ட் கட்சியின் காரியதரிசி தோழர் பி.சீனிவாசராவ் தலைமையில் நடைபெற்றது" என்கிற செய்தி 1938ம் ஆண்டு "ஜனசக்தி" இதழ் ஒன்றில் உள்ளது.

அன்றைக்கு காங்கிரஸ் சோஷலிஸ்ட் கட்சியில் இருந்துகொண்டு தேச சேவை ஆற்றிவந்த கம்யூனிஸ்டுகளாகிய ஜீவா, பி.ராமமூர்த்தி, பி.சீனிவாசராவ் ஆகிய மூவருமே சமூக சீர்திருத்தப் பிரச்சனைகளிலும் ஆர்வம் கொண்டிருந்தனர். ஜீவா பற்றி ஏற்கெனவே கூறப்பட்டுள்ளது. ஒரு வைதீகமான பிராமணக் குடும்பத்திலிருந்து வந்த பி.ராமமூர்த்தி இளமையிலேயே சாதிய ஒடுக்குமுறைகண்டு வேதனைப்பட்டவர். காந்திஜியின் தீண்டாமை ஒழிப்பு இயக்கம் வீறுடன் நடைபெற்ற அந்த 1930களில் இவரும் தனது பங்களிப்பைச் செலுத்தினார்.

சென்னையிலிருந்த ஹரிஜன சேவா சங்கத்தின் ஊழியராகச் செயல்பட்டார் பி.ஆர்.(பி.ராமமூர்த்தி). இந்தக் காலத்தில் இவர் நடத்திய ஒரு போராட்டம் வைதீகர்கள் மத்தியில் பெரும் பரபரப்பை ஏற்படுத்தியது என்றால், காந்திஜியின் கனிவான பார்வைக்கு ஆளானது. இதுபற்றி பி.ஆர். உயிரோடு இருந்த காலத்தில் இந்த நூலாசிரியரிடம் கூறியிருக்கிறார். அதனை அப்படியே இங்கு தருகிறேன்:

"அப்ப நான் ஹரிஜன் சேவா சங்கத்தில் ஒர்க் பண்ணிக்கிட்டிருந்தேன். ஹரிஜனங்களுக்கெல்லாம் திருவாய்மொழி - ஆழ்வார் பாசுரம் சொல்லிக்கொடுத்தேன். 'மார்கழித் திங்கள் மதி நிறைந்த நன்னாள்' என்று சந்தத்தோடு பாடி பஜனை செய்ய கத்துக் கொடுத்தேன். அவர்கள் எல்லாம் வைஷ்ணவர்கள்-நாமம் போடுகிறவர்கள். அவர்களுக்கு இப்படிப் பாசுரம் சொல்லிக்கொடுத்து மார்கழி மாதம் முழுவதும் திருவல்லிக்கேணி பார்த்தசாரதி கோவிலை சுற்றிவரச் செய்தேன். இதனாலே, அங்கே இருக்கக்கூடிய அய்யங்கார்களுக்கெல்லாம் என் மேலே ரொம்பக் கோபம். சம்பகேச அய்யங்கார்ன்னு ஒருத்தர் இருந்தார். அவர் என்னுடைய இன்னொரு காலை உடைச்சிடுவேன்னு பயமுறுத்தினார் (பி.ஆருக்கு ஏற்கெனவே ஒரு கால் ஊனம்). அப்ப பார்த்தசாரதி கோவிலுக்கு தர்மகர்த்தா தேர்தல் நடக்கவிருந்தது. வோட்டர்கள் யாருன்னா, 18 வயதுக்குமேற்பட்டவங்க. ஆண்பிள்ளைகள் அந்தக் கோவிலைச் சுற்றி பத்து மைல் வட்டாரத்தில் வசிக்கிறவங்க, நாலணா சந்தா கட்டியிருக்கிறவங்க. இப்படித்தான் இருந்தது. தேர்தலில் போட்டியிடனுமுன்னா, இத்தோட கவர்ன்மென்டுக்கு இன் கம்டாக்ஸ், கட்டுறவங்களாகவும் இருக்கணும். ஹரிஜனங்கள்ல இன்கம்டாக்ஸ் கட்டுறவங்க கிடைக்கலை. திருவல்லிக்கேணியில் சார்ஜன்ட் குவார்ட்டஸ் இருக்கில்ல, அதுக்குப் பக்கத்தில் செருப்புத் தைக்கும் தொழிலாளர்களான சக்கிலியர்கள் அதிகமாக இருந்தாங்க. அவங்களுக்கெல்லாம் நாமம் போட்டேன். தென்கலை நாமம் போட்டேன். அவங்களுக்கெல்லாம் நாலணா கொடுத்து மெம்பர் ஆக்கி ஓட்டுப்போட அழைச்சிட்டு வந்தேன். கோவிலுக்குள்ளே ஓட்டுப்போட விடமாட்டோம்னுட்டாங்க. மெட்ராஸ் தலைமை சிவில் கோர்ட்டுக்குப்போய் தேர்தலுக்குத் தடை உத்தரவு வாங்கிட்டேன். அப்புறம் வழக்கு நடந்தது. இவங்களுக்கு ஓட்டுரிமை இருக்கா, இல்லையா என்பது வழக்கு. வெங்கட்ராம சாஸ்திரியை எங்கள் தரப்பு வழக்கறிஞராக அமர்த்திக்கொண்டேன். அவருக்கு உதவுவதற்காக வைணவ கிரந்தங்களை எல்லாம் படிச்சேன். அப்புறம் அந்த ஹரிஜனங்களுக்கு தோள்பட்டையில் சங்கு சக்கர சூடு போட்டுவிட்டேன். அது வைணவர்களுக்கான அடையாளம். பிராமணரல்லாத வைணவர்களுக்கு, புரோகிதம் பண்ணுகிறவர்களுக்கு பெயர் சாத்தாணி. இவர்களுக்கும் சாத்தாணி உண்டு என்று ஒருத்தரை ஏற்பாடு செய்தேன். அப்படியே சாட்சி சொல்லவும் வைத்தேன். வைணவர்களில் சாதி வித்தியாசம் பார்க்கக்கூடாது என்பதை நிலைநாட்டுவதற்காக

பல ஸ்லோகங்களை எங்கள் வக்கீலுக்கு எடுத்துக்கொடுத்தேன். அதிலேயொரு ஸ்லோகம் இன்னும் ஞாபகம் இருக்கு. ஒரு வைஷ்ணவனைப் பார்த்து உன்னுடைய சாதி எது என்று கேட்பது, தாயோடு உடலுறவு கொள்வதற்குச் சமம் என்பது அந்த ஸ்லோகம். கீழ்க்கோர்ட்டிலே எங்களுக்கு சாதகமாக தீர்ப்பு சொல்லிட்டாங்க. ஆனால், வழக்கு அப்பீலுக்குப் போச்சு. முதல் அப்பீலில் எங்களுக்கு தோத்துப்போச்சு. அடுத்த அப்பீலில் எங்களுக்கு வெற்றி கிடைத்தது. அந்தத் தீர்ப்பைப் பாராட்டி காந்திஜி 'ஹரிஜன்' பத்திரிகையில் எழுதினார்.

கோவிலுக்குள் தாழ்த்தப்பட்ட மக்கள் நுழைய முடியாது என்றிருந்த காலத்தில் அந்தக் கோவிலுக்கான தர்மகர்த்தா தேர்தலில் அவர்கள் வாக்களிக்கலாம் எனும் இந்தத் தீர்ப்பு அன்று பெரும் முக்கியத்துவம் வாய்ந்ததாக அமைந்தது. நாட்டுநடப்புகளைக் கூர்ந்து கவனித்து வந்த காந்திஜியின் 'ஹரிஜன்' (15.1.1935) ஏடு தனது தலையங்கத்தில் தீர்ப்பின் முக்கியத்துவத்தை எடுத்துக்கூறியதோடு, அதிலிருந்து சில பகுதிகளையும் எடுத்துப்போட்டிருந்தது. அதிலொரு பகுதி வருமாறு:

"கடந்த 90 ஆண்டுகளாக செருப்பு தைப்பவர்கள் தங்களுடைய வாக்களிக்கும் உரிமையைப் பயன்படுத்தவில்லை என்ற அம்சத்தை வைத்து மட்டும் அவர்களுக்கு வாக்களிக்கும் உரிமை இல்லையென்று நாம் கூறுவதற்கு காரணமாகாது. செருப்பு தைப்பவர்களை வாக்களிப்பதிலிருந்து தடுக்கக்கூடிய எந்தவொரு சட்டமும் கிடையாது. ஒரு செருப்பு தைப்பவர் தன்னுடைய வாக்குரிமையைப் பயன்படுத்தினால் எந்த மத உணர்வு மீறப்படுகிறது என்று எனக்குத் தெரியவில்லை. செருப்பு தைப்பவர் கோவிலில் வழிபடுகின்றார். அவருடைய காணிக்கை ஏற்றுக்கொள்ளப்படுகிறது என்பது ஒப்புக்கொள்ளப்பட்டுள்ளது. ஆனால், அவர் கோவிலின் உட்புறத்தில் நுழைவதில்லை. அவர் கோவிலுக்கு வெளியே இருந்து வழிபடுகிறார். அவருடைய பணம் கோவிலின் பணப்பெட்டிக்குச் செல்கிறது. அப்படியெனில், தர்மகர்த்தாவை தேர்ந்தெடுக்கும் உரிமை மட்டும் அவருக்கு இல்லையா?"

நீதிமன்றத்தில் இப்படியொரு குரல் ஒலித்தது. அப்படி ஒலிக்கச் செய்தது என்பது அந்தக் காலத்தில் மிகப் பெரிய விஷயமாகும். பி.ஆர். இதற்கான காரணகர்த்தாவாக இருந்தார்.

பி.எஸ்.ஆரும் (பி.சீனிவாசராவ்) ஒரு வைதீகப் பிராமண குடும்பத்தில் பிறந்தவர்தான். அதிலும் கன்னடத்துக்காரர். ஆனால், காவிரிபோல் அங்கே தோன்றி தஞ்சைத் தரணியில் சங்கமித்துக்கொண்டவர். 1942-43ல் தஞ்சையின் மன்னை வட்டம் தென்பரை கிராமத்தில் விவசாயிகள் இயக்கம் அக்னிக் குஞ்சாய் அவதரித்தது. அது மிக விரைவில் பரவி, நிலப்பிரபுத்துவத்தின் ‘சமூக’ அடித்தளத்தைப் பொசுக்கத் துவங்கியது. இந்த இயக்கத்தை ஸ்தாபன ரீதியாக ஒழுங்கமைத்துச்செல்ல 1943 ஜூனில் ஓர் அமைப்புக்குழு உருவாக்கப்பட்டது. அதன் செயலாளர் பி.எஸ்.ஆர்.

அன்று தஞ்சைத் தரணியில் பண்ணையாள் முறை என்பது ஏதோ இயல்பான மனித வாழ்வுபோல நடைமுறையில் இருந்தது. இந்த முறையின்படி ஒரு குடும்பம் முழுமையும் பரம்பரை பரம்பரையாக ஒரே நிலப்பிரபுவிடம் வேலை பார்க்கும் குடும்பத்தின் ஆண் மகன் வயல் வேலை பார்ப்பார். அவரது மனையாள் மாட்டுத் தொழுவத்தில் சாணி அள்ளுவார். இவர்களின் ஆண்பிள்ளைகள் மாடு மேய்க்கும், பெண்பிள்ளைகள் புல் அறுத்து வரும். அவர்களுக்கென்று சொந்த வாழ்வு, சொந்த எதிர்காலம் ஏதுமில்லை. அவர்கள் அறிந்ததெல்லாம் அவர்களது ஆண்டையே. அவர்கள் கண்ட உலகமெல்லாம் ஆண்டைக் காட்டியதே. அவர்கள் அண்ணாந்து பார்த்து பெருமூச்சுவிட்டதெல்லாம் ஆண்டையின் குடும்பமே. அங்கே தொடங்கி அங்கேயே முடிந்து விடுவது அவர்களது வாழ்வு மட்டுமல்ல, அவர்களது சந்ததியினரின் வாழ்வும்கூட. கிட்டத்தட்ட அடிமை நிலை. சொல்லிவைத்தாற்போல அனைவரும் தாழ்த்தப்பட்ட மக்கள்! பொருளாதார அடிமைத்தனமும் சமூக அடிமைத்தனமும் பின்னிப் பிணைந்து நிற்பதையும் ஒன்றையொன்று வளர்ப்பதையும் இங்கே தெளிவாக உணரலாம்.

பண்ணையடிமைகள் எப்படி அடக்கி ஒடுக்கி வைக்கப்பட்டிருந்தனர் என்பதை பி.எஸ்.ஆரின் வாக்காகவே கேட்போம்-

“நான் சென்ற கிராமங்களிலொன்றில் ஒரு மிராசுதாரின் ஏஜெண்டைப் பார்த்தேன். அவரிடம் இரண்டு சவுக்குகள் இருந்தன. நான் கேட்பதற்கு முன்பே அவர் முந்திக்கொண்டு ‘அடியாத மாடு பணியாது சார்! இந்தப் பசங்களை அடிக்காவிட்டா, ஒரு வேலை செய்வாங்கன்னு நினைக்கிறீங்க?’ என்று கேட்டார். அவரிடம் வேலை செய்யும் விவசாயிகளை நான் தனியாகப்

பார்த்து விசாரித்தேன். 'இந்த ஆண்டை ரொம்ப நல்லவரு. தினம் அடிக்கமாட்டாரு' என்று கூறினார்கள்."

இப்படி மிருகங்கள் போல் பண்ணையடிமைகள் நடத்தப்பட்டதை எதிர்த்துத்தான் விவசாயிகள் இயக்கம் களம் கண்டது. முதலில் தாங்களும் மனிதர்கள்தான் என்கிற உணர்வை அவர்களுக்கு ஊட்ட வேண்டியிருந்தது. கிட்டத்தட்ட செத்துக் கிடந்த அவர்களின் சுய மரியாதையை கிளர்ந்தெழச் செய்யவேண்டியிருந்தது. இங்கே பி.எஸ்.ஆரின் பணி அற்புதமாக இருந்தது. இவரை நேரில் சந்தித்து அவரால் உத்வேகம் பெற்று, பின்னாளில் ஒரு கம்யூனிஸ்ட் தலைவராக உயர்ந்த பி.எஸ்.தனுஷ்கோடியின் அனுபவத்தை நோக்குங்கள். பி.எஸ்.ஆர். சொன்னாராம்-

"நீங்களும் மனிதர்கள், நிலப்பிரபுக்களும் உங்களைப்போன்ற மனிதர்கள்தாம். உங்களுக்கு இரண்டு கைகள் இருக்கின்றன. நிலப்பிரபுக்களுக்கும் இரண்டு கைகள் இருக்கின்றன. அவன் உன்னை சாட்டையால் அடித்தால், அடிக்க விடாதே. சாணிப்பால் கொடுத்தால் குடிக்காதே. அவன் உன்னை அடித்தால் நீயும் அவனைத் திருப்பி அடி. அதனால், என்ன வந்தாலும் பார்த்துக்கொள்ளலாம். விடிந்த பின்புதான் நீ ஏர் கட்ட வேண்டும். சூரியன் உதித்த பின்புதான் பெண்கள் வேலைக்குச் செல்லவேண்டும். குழந்தைகளை மரத்தடி தொட்டிலில் போடவேண்டாம். கரையேறித்தான் பால் கொடுக்க வேண்டும். உழைப்பிற்கேற்ற ஊதியம் கேட்க வேண்டும். நீங்கள் அனைவரும் விவசாயிகள் சங்கத்தில் சேர வேண்டும். சங்கம் உங்களைக் காப்பாற்றும்".

அன்றைக்கு தஞ்சைத் தரணியில் கவிந்திருந்த கும்மிருட்டை இது காட்டுகிறது. அதேநேரத்தில் ஒரு விடிவெள்ளி முளைத்து விட்டதையும் இயம்புகிறது. கரையேறித்தான் பால் கொடுக்க வேண்டும் என்று கோரிக்கை வைக்கவேண்டியிருந்தது என்றால், கதறும் பிள்ளைக்கு பால் கொடுக்கக்கூட வயலைவிட்டுச் செல்ல முடியாத நிலை இருந்ததை உணரலாம்.

அதனால்தான் ஒரு பெரும் போராட்டத்திற்குப் பின்பு 1944ல் களப்பாலில் நிலப்பிரபுக்களுக்கும் விவசாயிகள் தலைவர்களுக்கும் இடையில் ஏற்பட்ட அந்த புகழ்பெற்ற முதல் ஒப்பந்தம் பண்ணையாட்களை சாட்டையால் அடிப்பதை நிறுத்துவது, அவர்களுக்கு சாணிப்பால் கொடுப்பதை நிறுத்துவது, முத்திரை, மரக்காலில் நெல் அளப்பது என்கிற (இன்றைக்குப் பார்க்கும்போது)

மிகச் சாதாரணமான சரத்துகளைக் கொண்டிருந்தது. ஆனால், இந்த முதல் வெற்றி அடுத்தடுத்த எழுச்சிகளுக்கும், வெற்றிகளுக்கும், புதிய ஒப்பந்தங்களுக்கும் வழிவகுத்தது.

விவசாயிகள் இயக்கத்தின் கோரிக்கைகள் இயல்பாகவே விளைச்சலில் கூடுதல் பங்கு, கூடுதல் கூலி என்பதான பொருளாதாரக் கோரிக்கைகளாக இருந்தபோதிலும் அது பரம்பரை பரம்பரையாக இருந்துவந்த பண்ணையடிமைத்தனம் எனும் கொடூர சமூக அமைப்பின் அடித்தளத்தை அசைப்பதாக இருந்தன. நிலப்பிரபு கிண்டிப்போடும் களியையோ அல்லது மிஞ்சியதையோ தின்றுகொண்டு நிலப்பிரபு குடும்பத்தினர் உடுத்திப்போட்ட பழைய துணிகளைப் போட்டுக்கொண்டு அவர்களுக்கு சொந்தமான இடத்தில் குடிசை போட்டுக்கொண்டு வாழ்ந்து(?) வந்த அவர்கள், தங்களின் உழைப்பின் அருமையை உணராதவராய் இருந்தனர். அதற்குரிய பணத்தைப் பெறாதவராயும் இருந்தனர். விவசாயிகள் இயக்கத்தின் வீரமிகு போராட்டங்களினால் உருவான ஒப்பந்தங்கள் கூலி பற்றி, கூலி உயர்வு பற்றிப் பேசின. இதுவொரு தன்மை ரீதியான மாற்றமாகும். பண்ணையடிமைகள் கூலித்தொழிலாளர்களாகப் பரிணாமம் அடையும் மகத்தான மாற்றமாகும்.

பண்ணையாள் முறையில் இவர்கள் கொத்தடிமைகளாக இருந்தனர். உழைப்பைச் சுதந்திரமாக விற்க முடியாது. ஒரு நிலப்பிரபு பிடிக்கவில்லையெனில் இன்னொரு நிலப்பிரபுவிடம் வேலைக்குப் போக, முடியாது. இவரும் விடமாட்டார். அவரும் ஏற்றுக்கொள்ள மாட்டார். கொஞ்ச நஞ்ச சொத்துக்கூட என்றைக்கும் சேர்க்க முடியாது. குழந்தைகளுக்கு கல்வி கிடையாது. எந்நாளும் முன்னேற முடியாது. விவசாயிகள் இயக்கத்தின் எழுச்சிமிகு போபாட்டங்கள் இந்த அவலநிலைக்கு முற்றுப்புள்ளி வைக்க முனைந்தன. பண்ணையடிமைகள் தினக்கூலிகள் ஆகப்போராடினர். உண்மையில் ஆகவும் செய்தனர். கூலி உயர்வுப் போராட்டம் இந்த வகையில் சமூக விடுதலைக்கான போராட்டமாகவும் இருந்தது. பண்ணையடிமைகள், விவசாயத் தொழிலாளர்களான அதிசயம் நடக்கவே செய்தது.

1940களில் ஏற்பட்ட பல்வேறு ஒப்பந்தங்களோடு இனாம்தாரி ஒழிப்பு, ஜமீன்தாரி ஒழிப்பு போன்றவையும் இந்த மாற்றத்தை துரிதப்படுத்தின.

1948-51லோ தஞ்சைத் தரணியில் கம்யூனிஸ்ட் கட்சியின் தலைமையில் வீரமிகு போராட்டங்கள் நடந்தன. நந்தன்கள் விஸ்வரூபம் எடுத்தனர். பழைய நந்தன் தீயில் விழுந்து பொசுங்கிப் போனான், புதிய நந்தன்களோ நிலப்பிரபுத்துவ அமைப்பினைப் பொசுக்கிடக் களம் கண்டனர். இந்தப் பின்னணியில் 1952ல் தஞ்சாவூர் பண்ணையாள், சாகுபடிதாரர் பாதுகாப்புச் சட்டம் வந்தது. இந்தச் சட்டம் பண்ணையடிமை முறைக்கு இறுதி அடி கொடுத்தது எனலாம். இத்தோடு, விவசாயத் துறையில் இயந்திரங்கள் புகுத்தப்பட்டதும் சேர்ந்துகொள்ள... கிராமங்களில் நிலவிய உறவு முறையில் ஓர் அடிப்படையான மாறுதல் ஏற்பட்டது. நிலப்பிரபு-பண்ணையடிமை என்று இருந்ததற்குப் பதிலாக நிலப்பிரபு - தினக்கூலி (விவசாயத் தொழிலாளி) எனும் புதிய உறவு நிலை உருவானது.

இதனால், வேலைப் பாதுகாப்பின்மை என்னும் பிரச்சனை எழுந்தாலும் அடிப்படையில் இதுவொரு மகத்தான மாற்றமாகும். இப்போதும் உழைப்பாளி தனது உழைப்பை மட்டுமே விற்றுப் பிழைக்க வேண்டியவன்தான். ஆனால், அந்த உழைப்பை எந்தவொரு மிராசுதாரருக்கும் நிர்ணயிக்கப்பட்ட கூலிக்கு விற்கும் உரிமை பெற்றிருந்தான். இன்னொரு குடும்பத்தின் நீங்காத வாலாக இருந்த இவனது குடும்பம் தனித்து வாழத் துவங்கியது. இதனால், கல்விக் கண் பெறுவதற்கும், தீண்டாமைக் கொடுமைகளை எதிர்ப்பதற்கும் உரிய சூழல் முதன்முதலாக அவனது குடும்பத்திற்கு ஏற்பட்டது. தஞ்சை மண்ணில் ஏற்பட்ட இந்த ஒளிக்கீற்று பின்னர் தமிழகம் முழுக்கப் பரவியது. இதற்கு கம்யூனிஸ்டுகள் தலைமையிலான - குறிப்பாக பி.எஸ்.ஆர். தலைமையிலான - தமிழ்நாடு விவசாயிகள் சங்கம் முன்னத்தி ஏர்போல வழிகாட்டிச் சென்றது என்பது ஒரு வரலாற்று உண்மையாகும். இதனை இலக்கிய ரீதியாகத் தனது “உலைக்களம்” நாவலில் வெற்றிகரமாகக் கொண்டுவந்திருக்கிறார் கே.முத்தையா.

நிலப்பிரபு - பண்ணையடிமை எனும் உறவில் பண்ணையடிமை விவசாயத் தொழிலாளி ஆனான். ஆனால், நிலப்பிரபு இன்னும் இருக்கவே செய்தான். நிலக்குவியல் இருக்கவே செய்தது. உண்மையான நிலச்சீர்திருத்தத்தின் மூலம் உழுபவனுக்கு நிலம் கிடைக்கச் செய்வது சமூக நிகழ்ச்சி நிரலில் அடுத்து வரவேண்டியிருந்தது.

தமிழ்நாட்டிலிருந்த காங்கிரஸ் அரசு 1958ல் நில உச்சவரம்பு மசோதாவைக் கொண்டுவந்தது. இதன்படி ஒரு தனிநபர் 30

ஸ்டாண்டர்டு ஏக்கர் வரை வைத்துக்கொள்ளலாம். அதற்கு மேம்பட்டதே உபரி நிலம். இதனைத் தமிழ்நாடு விவசாயிகள் சங்கம் விமர்சித்தது. ஒரு தனிநபர் என்பதற்குப் பதிலாக ஒரு குடும்பத்திற்கு என்று மாற்றவேண்டுமென்று அது கூறியது. அவ்வாறே 30 ஸ்டாண்டர்டு ஏக்கர் என்பதை 15 சாதாரண ஏக்கர் என்று குறைக்கக் கோரியது. மேலும், மசோதாவிலிருந்த விதிவிலக்குகளை ரத்து செய்யவேண்டுமென்றும் கூறியது. அப்போதுதான் விநியோகத்திற்குத் தேவையான உபரி நிலம் கிடைக்குமென்று அது சரியாகவே சுட்டிக்காட்டியது. இதற்காக 1960-61ல் மாநிலந் தழுவிய மாபெரும் இயக்கத்தையும் நடத்தியது. எனினும் இந்த மாற்றங்களைச் செய்யாமலேயே அந்த மசோதா நிறைவேற்றப்பட்டது.

இதன் விளைவு என்னவென்றால், காங்கிரஸ் அரசின் கைக்கு வந்த நிலம் வெறும் 21,304 ஏக்கர்கள் மட்டுமே. இதில் விநியோகித்தது 15,000 ஏக்கர் நிலமே சட்டம் கொண்டு வரப்பட்டபோது எதிர்பார்க்கப்படும் உபரி நிலம் இரண்டரை லட்சம் ஏக்கர் எனப்பட்டது.

திமுக ஆட்சிக்காலத்தில் உச்சவரம்பானது 15 ஏக்கராகக் குறைக்கப்பட்டது. இதன்மூலம் 2 லட்சம் ஏக்கர் நிலம் உபரியாகக் கிடைக்கும் எனப்பட்டது. ஆனாலும் 1980 வரை அரசு எடுத்தது 1,15,999 ஏக்கர் நிலம். இதில் விநியோகிக்கப்பட்டது 74,695 ஏக்கரே! தமிழகத்தில் உள்ள மொத்த விவசாய நிலம் 150 லட்சம் ஏக்கர் என்பதை மனதில்கொண்டு பார்த்தால்தான் நில மறுவிநியோகம் அனேகமாக நடக்கவில்லை என்பது புரிபடும்.

விவசாயக் கூலிகள் முழுக்க முழுக்க தாழ்த்தப்பட்ட மக்களும், பிற்படுத்தப்பட்ட மக்களுமே. இவர்களுக்கு நிலம் கிடைக்கவில்லை. நியாயமான கூலிக்காகவும், கவுரவமாக நடத்தப்படுவதற்காகவும் கூட அவர்கள் வீரஞ்செறிந்த போராட்டங்களை நடத்த வேண்டியிருந்தது. 1968ல் நடந்த கீழ்வெண்மணிப் போராட்டம் தமிழக வரலாற்றில் அழுத்தமான முத்திரையைப் பதித்துவிட்டது. காலம் அந்தத் தழும்பைத் தடவித் தடவிப் பார்த்துக்கொள்கிறது. ஒரே குடிசைக்குள் 44 பேர் உயிரோடு கொளுத்தப்பட்டார்கள். கூலி உயர்வு கேட்ட அவர்கள் அனைவரும் தாழ்த்தப்பட்ட மக்கள். வர்க்கமும் வர்ணமும் தமிழ்ச் சமுதாயத்தில் பின்னிப் பின்னி வருவதை அது தெளிவாக எடுத்துக்காட்டியது. அந்தத் தியாகம் வீண்போகவில்லை. அடுத்தடுத்து புதிய கூலி ஒப்பந்தங்கள்

போடப்படுகின்றன. சமூக விடுதலைக்கான பொருளாதார அடித்தளம் வலுப்படுத்தப்படுகிறது.

அதேநேரத்தில், சமூக உரிமைகளுக்கான போராட்டங்களையும் கம்யூனிஸ்டுகள் தலைமையிலான விவசாயிகள் இயக்கம் அக்கம் பக்கமாக நடத்தியே வருகிறது. அண்மைக்கால உதாரணம் பெரம்பலூர் மாவட்டம் அழகாபுரத்தில் நடந்த ஆலய நுழைவுப் போராட்டம். பெயர் அழகாபுரி! அங்கோ தாழ்த்தப்பட்ட மக்கள் செருப்பணிந்து போகமுடியாது, அரசுக்குச் சொந்தமான திருமண மண்டபத்தை அவர்களுக்கு வாடகைக்குத் தரமாட்டார்கள், சிவன் கோவிலுக்குள்ளும் நுழைய முடியாது, 2000 டிசம்பரில் விவசாயிகள் சங்கம் தாழ்த்தப்பட்டோரைத் திரட்டி ஆலயப்பிரவேசம் செய்வது என்று முடிவெடுத்தது. இதற்கு சாதி இந்துக்களிலிருந்த சுயநல சக்திகளிடையே கடும் எதிர்ப்பு. அவர்களும் பிற்படுத்தப்பட்ட சமூகம் ஒன்றைச் சார்ந்தவர்கள் என்றாலும் சாதி வெறி கொப்பளித்துக் கிளம்பியது. தாழ்த்தப்பட்டோரும் அவர்களுக்குத் தலைமை தாங்கிய விவசாயிகள் இயக்கமும் உறுதியாக இருந்த காரணத்தால் ஆலய நுழைவுப் போராட்டம் வெற்றி பெற்றது. சாதி இந்துக்களும் அதை ஒப்புக்கொள்ள வேண்டிவந்தது.

அதேபோன்று திருச்சி மாவட்டம் மட்டபாறைபட்டியிலும், நாகை மாவட்டம் புஷ்பவனத்திலும், பழனி அருகேயுள்ள தாழையூத்திலும் இந்த இயக்கமானது இரட்டை டீ கிளாஸ் முறையை ஒழித்திருக்கிறது. இன்னும் ஆங்காங்கே பல கிராமங்களில் தீண்டாமை ஒழிப்பு இயக்கம் பல்வேறு வடிவங்களில் நடைபெற்றவண்ணம் உள்ளது.

42

தேவரும் ரேகைச் சட்டம் ஒழிப்பும்

ஆங்கிலேய ஏகாதிபத்திய ஆட்சியில் “குற்ற பரம்பரைச் சட்டம்” என்று ஒன்று இருந்தது. இதன்படி சில குறிப்பிட்ட சாதிகளில் பிறந்த இளவயது ஆண்கள் அனைவருமே கிரிமினல்கள் என்று கருதப்பட்டனர். பிறப்பின் அடிப்படையில் குற்றம் சுமத்துகிற ஒரு கொடூரம் அது. அதுமட்டுமல்ல, குற்றம் இழைப்பதற்கு முன்பே தண்டனை தருகிற இயற்கை விரோதச் சட்டமாகவும் அது இருந்தது.

இந்தச் சட்டம் அன்றைய மதுரை, ராமநாதபுரம் மாவட்டங்களிலிருந்த முக்குலத்தோர் மீது பாய்ந்திருந்தது. இதன்படி இருட்டுவதற்கு முன்பு பக்கத்திலுள்ள போலீஸ் ஸ்டேஷனுக்குச் சென்று கை ரேகை வைத்துவிட்டு (கையெழுத்துப் போடுகிற அளவுக்குக்கூட கல்வியறிவு இல்லாத பாமர மக்கள்) அதன்வாயிலிலேயே படுத்துக்கொள்ள வேண்டும். விடிந்த பிறகுதான் வீட்டுக்குச் செல்ல வேண்டும். பக்கத்திலுள்ள போலீஸ் ஸ்டேஷன் என்றால் இந்தக் காலம்போல் அருகே இருக்காது. சில மைல்களாவது தள்ளி இருக்கும். நடந்தே அங்கு போய்ச் சேர்ந்து மீண்டும் நடந்தே சொந்த ஊர் திரும்ப வேண்டும். இதிலேயே பாதிப் பொழுது போய்விடும். மீதிப் பொழுதில்தான் அவர்கள் வயிற்றுப் பிழைப்பைக் கவனிக்க வேண்டும். புதிதாக திருமணமானவர்கள்கூட இப்படித்தான் இரவில் போலீஸ் ஸ்டேஷனில் படுக்க வேண்டும். வீட்டில் பெரியவர்களுக்கு உடம்பு மிக மோசமாக இருந்தாலும் ஸ்டேஷனுக்கு வந்துவிட வேண்டும். மனிதனைக் கூனிக் குறுகச் செய்யும் கொடூரச் சட்டம் அது.

ராமநாதபுரம் மாவட்டம் கமுதி எனும் ஊருக்கு அருகில் உள்ள பசும்பொன்னில் முக்குலத்தோரில் ஒரு பிரிவாகிய மறவர் குலத்தில் பிறந்தவர் முத்துராமலிங்கத் தேவர். தனது பகுதியில் “ரேகைச் சட்டம்” என அழைக்கப்பட்ட குற்றப்

பரம்பரைச் சட்டம் அமலாக்கப்பட்டு வந்ததை எதிர்த்து அவர் கிளம்பினார். ஆப்பநாடு மறவர் மாநாடு காங்கிரஸ் தலைவர் பி.வரதராஜுலு நாயுடு தலைமையில் அபிராமத்தில் நடைபெற்றது. அந்த மாநாட்டு தீர்மானத்தின் அடிப்படையில் சென்னை மாகாண கவர்னரை தேவர் தலைமையிலான தூதுக்குழு ஒன்று சந்தித்துப் பேசியது. அதைத்தொடர்ந்து மறவர் பகுதியில் இந்தச் சட்டம் ஒழிந்தது. ஆனால், மதுரை மாவட்டத்தின் பிரமலைக் கள்ளர் வசிக்கும் பகுதிகளில் இந்தச் சட்டம் தொடர்ந்து நடைமுறையில் இருந்தது.

1937 தேர்தலின்போது ரேகைச் சட்டத்தை முற்றிலும் ஒழிப்பதாக தேசிய காங்கிரஸ் உறுதி கூறியது. அந்தத் தேர்தலில் நீதிக்கட்சிச் சார்பில் போட்டியிட்ட ராமநாதபுரம் மன்னரை எதிர்த்து காங்கிரசின் சார்பில் தேவர் நிறுத்தப்பட்டார். அமோக வெற்றி பெற்றார்.

அடுத்து அமைந்த ராஜாஜி தலைமையிலான காங்கிரஸ் மந்திரி சபை தனது உறுதிமொழியை நிறைவேற்றவில்லை. ரேகைச் சட்டத்தை ஒழிப்பதில் அவர் தயக்கம் காட்டினார். அவரின் போக்கை எதிர்த்து தேவர் மக்களைத் திரட்டினார். சென்னை மாகாண கவர்னர் பிரமலைப் பகுதிக்கு வந்து ஜல்லிக்கட்டுவைக் கண்டு ரசிப்பதாக ஏற்பாடு இருந்தது. இந்த ஜல்லிக்கட்டிற்கு மாடுகளையும் அனுப்பக்கூடாது. மனிதர்களும் போகக்கூடாது என்று தேவர் ஒரு துண்டு அறிக்கை அனுப்பினார். அவ்வளவுதான், கவர்னர் பங்கேற்ற விழாவில் ஒரு ஈ காக்காய் இல்லை.

முதலமைச்சர் ராஜாஜி மதுரை வந்தார். கம்பம் முதல் மதுரை வரையிலான முக்குலத்தோர் திரண்டனர். பல நூறு நதிகளாகப் புறப்பட்டவர்கள் மதுரையில் மகா சமுத்திரமாகக் கூடினர். அந்தக் காலத்திலே லட்சம் பேருக்கு மேற்பட்டவர்கள் கூடுவது என்பது சாதாரண விஷயமல்ல. முதலமைச்சரைச் சந்தித்து பல்லாயிரக்கணக்கானவர் கைச்சாத்து இட்டிருந்த மனுவும் கொடுக்கப்பட்டது. மக்களின் ஆவேசத்தை உணர்ந்த காங்கிரஸ் அரசும் படிப்படியாக ரேகைச் சட்டத்தை ஒழித்தது. 1948ல் அது முற்றாக மறைந்தது.

ரேகைச் சட்டத்திற்கு எதிரான மக்கள் போராட்டத்திற்கு தேவர் தலைமை தாங்கினார் என்றாலும் அவருக்கு உறுதுணையாக அன்று கம்யூனிஸ்டு தலைவர்களான பி.ராமமூர்த்தியும், ஜீவாவும் இருந்தனர் என்பதும் உண்மையாகும். தமிழ்நாடு காங்கிரஸ்

கமிட்டியின் பல கூட்டங்களில் இந்த அநீதிச் சட்டத்திற்கு எதிராக தேவரோடு சேர்ந்து பி.ராமமூர்த்தியும், ஜீவாவும் வாதாடினர். மதுரை, ராமநாதபுரம் மாவட்டங்களில் நடைபெற்ற பல பொதுக்கூட்டங்களில் தேவரோடு மேடையேறி இந்தத் தலைவர்கள் எழுச்சி உரை ஆற்றினர். 1939ல் அருப்புக்கோட்டையில் நடைபெற்ற மாநாடு, பொதுக்கூட்டத்தில் ராஜாஜி மந்திரி சபைக்கு இறுதி எச்சரிக்கை விடுத்தார்.

மதுரைக்கு ராஜாஜி வந்தபோது நடந்த அந்த பிரமாண்டமான ஊர்வலத்திலும், அதற்கு முன்பு அதற்கான தயாரிப்புக்காக செக்கானூரணி, உசிலம்பட்டி ஆகிய ஊர்களில் நடந்த கூட்டங்களிலும் ஜீவா பங்குகொண்டு மக்களிடையே எழுச்சியை உருவாக்கினார் என்று பார்வர்டு பிளாக் தலைவர் சசிவர்ணத் தேவர் “தாமரை” (ஜீவா மலர் 1963) ஏட்டில் எழுதியிருப்பது குறிப்பிடத்தக்கது.

43

அரசியல் சாசனமும் சமூக சீர்திருத்தமும்

1947ல் பிரிட்டிஷ் ஏகாதிபத்தியத்திடமிருந்து இந்தியாவிற்கு அரசியல் சுதந்திரம் கிடைத்தது இந்தத் துணைக்கண்டத்தின் வரலாற்றில் ஒரு மகத்தான திருப்புமுனையாகும். அப்படிச் சுதந்திரம் பெற்ற நாடு தனக்கென ஒரு குடியரசு அமைப்பினை உருவாக்கிக் கொண்டதும், அதற்கேற்ற அரசியல் சாசனத்தை தனக்குத்தானே தயாரித்து அளித்துக்கொண்டதும் ஒரு புதுவகைப் பொதுவாழ்வு பிறந்துவிட்டதைக் குறித்தன. சொத்தில்லாதாரும், கல்வியறிவு இல்லாதாரும் ஆனால், வயது வந்த அனைவரும் வாக்களிக்கலாம் என்பதே சமூகத்தின் அடித்தளத்திலிருந்த தாழ்த்தப்பட்ட மக்கள், பிற்படுத்தப்பட்ட மக்கள் மற்றும் மாதர்களுக்கு ஒரு புதிய அந்தஸ்தைக் கொடுத்தது. ஐந்தாண்டுகளுக்கு ஒரு முறையாகிலும் அவர்களைத் தேடி அரசியல்வாதிகள் போகவேண்டியிருந்தது.

1950 முதல் நடைமுறைக்கு வந்த சுதந்திர இந்தியாவின் அரசியல் சாசனம் தன்னளவிலேயே சில குறிப்பிடத்தக்க சமூக சீர்திருத்த அம்சங்களைக் கொண்டிருந்தது.

சாதிப் பிரச்சனை தொடர்பானவற்றைக் கீழ்வருமாறு தொகுக்கலாம்.

1. *“மதம், இனம், சாதி, பால், பிறப்பிடம் ஆகியவற்றால் மட்டுமோ அல்லது இவற்றில் ஏதாவது ஒன்றுக்காக மட்டுமோ எந்தவொரு குடிமகனையும் அரசு பாகுபடுத்திப் பார்க்காது” என்பது அடிப்படை உரிமைகளில் ஒன்றாகக் (15(1)) கூறப்பட்டது.*
2. *“மதம், இனம், சாதி, பால், பிறப்பிடம், வசிப்பிடம் ஆகியவற்றால் மட்டுமோ அல்லது ஏதாவது ஒன்றுக்காக மட்டுமோ எந்தவொரு குடிமகனுக்கும் அரசுப் பணி மறுக்கப்பட மாட்டாது. அல்லது அரசுப் பணியில் பாகுபாடு காட்டப்பட மாட்டாது” என்பது அடிப்படை உரிமைகளில் ஒன்றாக (16 (2) கூறப்பட்டது.*

3. "குடிமக்களில் எந்தவொரு பிற்படுத்தப்பட்ட வகுப்பாரும் அரசுப் பணிகளில் போதிய அளவுக்கு இடம் பெறவில்லையென அரசு கருதினால் அவர்களுக்கு என அரசுப் பணிகளை ஒதுக்கீடு செய்வதை இந்தச் சரத்தில் உள்ள எதுவும் தடுக்காது" என்பது அடிப்படை உரிமைகளில் ஒன்றாகக் *(16(4))* கூறப்பட்டது.

4. "தீண்டாமை ஒழிக்கப்படுகிறது. எந்த வடிவத்திலும் அது கடைப்பிடிக்கப்படுவது தடுக்கப்படுகிறது. 'தீண்டாமை'யின் காரணமாய் விதிக்கப்படும் எந்தவிதக் கட்டுப்பாடும் சட்டப்படி தண்டனை பெறுவதற்குரிய குற்றமாகும்" என்பது அடிப்படை உரிமைகளில் ஒன்றாகக் *(17)* கூறப்பட்டுள்ளது.

5. "மனிதர்களை வியாபாரம் செய்வது அல்லது பேகர் முறை அல்லது இதுபோன்ற இதர கொத்தடிமை வடிவங்கள் தடை செய்யப்படுகின்றன. இந்தச் சரத்தை மீறுவது சட்டப்படி தண்டனை பெறத்தக்க குற்றமாகும்" என்பது அடிப்படை உரிமைகளில் ஒன்றாகக் *(23 (1))* கூறப்பட்டது.

6. அ) "மத நம்பிக்கையோடு சம்பந்தப்பட்டிருக்கக்கூடிய எந்தவொரு பொருளாதார, நிதி, அரசியல் அல்லது இதர மதச்சார்பற்ற நடவடிக்கையை முறைப்படுத்தக்கூடிய அல்லது கட்டுப்படுத்தக்கூடிய (ஆ) இந்துக்களில் அனைத்து வகுப்பார் மற்றும் பிரிவினருக்கும் சமூக நலம் செய்யக்கூடிய அல்லது சீர்திருத்தம் செய்யக்கூடிய அல்லது பொதுத்தன்மை வாய்ந்த இந்துமத நிறுவனங்களைத் திறந்துவிடக்கூடிய தற்போது நடைமுறையில் உள்ள சட்டங்களை இந்தச் சரத்தில் உள்ள எதுவும் பாதிக்காது அல்லது இத்தகைய சட்டங்களை எதிர்காலத்தில் நிறைவேற்றுவதிலிருந்தும் அரசைத் தடுக்காது" என்பது அடிப்படை உரிமைகளில் ஒன்றாகக் *(25(2))* கூறப்பட்டது.

7. "மதம், இனம், சாதி, மொழி ஆகியவற்றின் காரணமாகவோ அல்லது இவற்றில் ஒன்றின் காரணமாக மட்டுமோ எந்தவொரு குடிமகனுக்கும் அரசால் பராமரிக்கப்படுகிற அல்லது அரசின் நிதி உதவி பெறுகிற எந்தவொரு கல்வி நிறுவனத்திலும் அனுமதி மறுக்கப்படமாட்டாது" என்பது அடிப்படை உரிமைகளில் ஒன்றாகக் *(29(2))* கூறப்பட்டது.

8. "மக்களின் நலிவடைந்த பிரிவினரின் குறிப்பாக தாழ்த்தப்பட்ட சாதியினர் மற்றும் பழங்குடியினரின் கல்வி மற்றும் பொருளாதார நலன்களை மேம்படுத்துவதற்காக அரசு சிறப்பு கவனம் செலுத்த வேண்டும். இவர்களை சமூக அநீதியிலிருந்தும், அனைத்து வகை சுரண்டலிலிருந்தும் காக்க வேண்டும்" என்பது வழிகாட்டும் நெறி முறைகளில் ஒன்றாகக் *(46)* கூறப்பட்டது.
9. "மக்களவையில் தாழ்த்தப்பட்ட சாதியினருக்கும், பழங்குடியினருக்கும் இட ஒதுக்கீடு செய்யப்படும்." *(330)*
10. ஒவ்வொரு மாநில சட்டமன்றக் கீழவையிலும் தாழ்த்தப்பட்ட சாதியினருக்கும், பழங்குடியினருக்கும் இட ஒதுக்கீடு செய்யப்படும்" *(332)*.
11. "தாழ்த்தப்பட்ட சாதியினர் மற்றும் பழங்குடியினருக்கான தேசிய கமிஷன் அமைக்கப்படும்" *(338)*.
12. "இந்திய பிரதேசத்திற்குள் உள்ள பிற்படுத்தப்பட்ட வகுப்பாரின் சமூக மற்றும் கல்வி நிலைமைகள் குறித்து ஆராய குடியரசுத் தலைவர் கமிஷன் ஒன்றை நியமிக்கலாம்" *(340)*.

மாதர் விடுதலை தொடர்பானவற்றை கீழ்வருமாறு தொகுக்கலாம்:

1. "பெண்கள் மற்றும் குழந்தைகளுக்காக ஏதேனும் சிறப்பு நடவடிக்கை எடுப்பதை இந்தச் சரத்திலுள்ள *(15)* எதுவும் தடுக்காது" என்பது அடிப்படை உரிமைகளில் ஒன்றாகக் *(15 (3))* கூறப்பட்டது.
2. "ஆண்கள், பெண்கள் இருபால் குடிமக்களும் வாழ்வதற்கேற்ற போதிய வசதியைப் பெற உரிமை உடையவர்கள்" என்பது வழிகாட்டும் நெறிமுறைகளில் ஒன்றாகக் *(39 (a))* கூறப்பட்டது.
3. "ஆண்கள், பெண்கள் இருபாலருக்கும் சம வேலைக்கு சம ஊதியம் வழங்கப்பட வேண்டும்" என்பது வழிகாட்டும் நெறிமுறைகளில் ஒன்றாகக் *(39 (d))* கூறப்பட்டது.
4. "நியாயமான, மனிதநேயமான பணிச்சூழலையும், தாய்மைக்கால நிவாரணத்தையும் அரசு வழங்க வேண்டும்" என்பது வழிகாட்டும் நெறிமுறைகளில் ஒன்றாகக் *(42)* கூறப்பட்டது.

5. “இந்தியப் பகுதி முழுமைக்கும் பொருந்தக்கூடிய பொது சிவில் சட்டத்தை குடிமக்களுக்குப் பெற்றுத்தர அரசு முயல வேண்டும்” என்பது வழிகாட்டும் நெறிமுறைகளில் ஒன்றாகக் (44) கூறப்பட்டது.

“தீண்டாமை” ஒழிக்கப்பட்டதாக அறிவிக்கப்பட்டதும், தாழ்த்தப்பட்ட மக்கள், பழங்குடியினர் மற்றும் பிற்படுத்தப்பட்ட மக்களுக்கு அரசமைப்பு மற்றும் அரசுப் பணிகளில் இட ஒதுக்கீட்டிற்கு வழிவகை செய்யப்பட்டதும் நமது அரசியல் சாசனத்தின் பிரதான சமூக சீர்திருத்த நடவடிக்கைகள் எனலாம். ஆனால், கல்வி வாய்ப்பைப் பொறுத்தவரை அரசியல் சாசனமே நலிந்த பகுதி மக்களுக்கு இடையூறாகப் போனது. பிறகு இது சரிசெய்யப்பட்டது. மாதர் விடுதலையைப் பொறுத்தவரை அவர்களின் நலனுக்காகவும், சிறப்பு நடவடிக்கை எடுக்க அரசுக்கு அதிகாரம் வழங்கப்பட்டுள்ளது. ஆனால், மற்ற சரத்துக்கள் அனைத்தும் வழிகாட்டும் நெறிமுறைகளாகவே உள்ளன. இவை அரசுக்கு செய்யப்பட்டுள்ள வெறும் உபதேசங்களே தவிர, நீதிமன்றத்தில் நிலைநிறுத்தப்படக்கூடியவை அல்ல.

எனினும், இந்த அளவுக்கு சில முக்கியமான சமூக சீர்திருத்தக் கூறுகளை நமது அரசியல் சாசனம் உள்ளடக்கியிருந்தது என்பது இந்த நாட்டில் நடந்த சமூக சீர்திருத்த இயக்கத்திற்குக் கிடைத்த ஒரு குறிப்பிடத்தக்க வெற்றிதான். இதிலேயொரு ரசிக்கத்தக்க வரலாற்று விநோதமும் இருந்தது. “சண்டாளர்” என்று சொல்லி எந்தப் பஞ்சமரை கடையருக்கும் கடையராய் மனு தனது சாஸ்திரத்தில் தள்ளி வைத்திருந்தாரோ, அந்தப் பகுதி மக்களிலிருந்து வந்த டாக்டர் அம்பேத்கர் இந்தப் புதிய சாஸ்திரத்தை - அரசியல் சாசனத்தை - வரைகிற முக்கியஸ்தராக இருந்தார். 1947 - 1951 காலத்தில் அவர்தான் இந்திய நாட்டின் சட்ட அமைச்சர். சில முற்போக்கான கூறுகள் அரசியல் சாசனத்தில் இடம் பெற்றதற்கு அவரின் சீரிய சிந்தனையும் ஒரு முக்கியக் காரணியாகும்.

44

காங்கிரஸ் ஆட்சியில் இடஒதுக்கீடு

ஒரு முக்கியமான சமூக சீர்திருத்த நடவடிக்கையான இட ஒதுக்கீட்டைப் பொறுத்தவரை இந்தியாவிற்கே தமிழகம்தான் முன்னோடி. 1854லேயே சென்னை வருவாய் வாரியமானது தனது துறையில் பிராமணர்களே அதிகமாக வேலைக்கு வருவதைக் கண்டு அதைக் கட்டுப்படுத்துமாறு ஜில்லா கலெக்டர்களுக்கு அறிவுறுத்தியது. 1921ல் நீதிக்கட்சி மந்திரி சபையானது இந்த ஆணையை இதர துறைகளுக்கும் விரிவுபடுத்தியது. பல்வேறு சமூகத்தவருக்கும் பணியிடங்களைத் தருமாறு அரசு அறிவுறுத்தியது. எனினும் திட்டவட்டமான வகுப்புவாரி பிரதிநிதித்துவ ஆணை என்பது 1928ல் மந்திரி முத்தையா முதலியார் போட்டதுதான். இதுவே பல்வேறு வகுப்பாருக்கிடையே திட்டவட்டமான ஒதுக்கீட்டைச் செய்தது. அது வருமாறு:

1. பிராமணரல்லாத இந்துக்கள் 12 இடங்களில் 5	42%
2. பிராமணர்கள் 12 இடங்களில் 2	17%
3. முஸ்லிம்கள் 12 இடங்களில் 2	17%
4. ஆங்கிலோ இந்தியர்கள் 12 இடங்களில் 2	17%
5. ஒடுக்கப்பட்ட வகுப்பினர் 12 இடங்களில் 1	8%
(குத்து மதிப்பாக)	100%

இந்த வகுப்புவாரி பிரதிநிதித்துவத் திட்டமானது 1947 வரை நடப்பில் இருந்தது. இதிலிருந்த முக்கிய ஊனமானது பிராமணரல்லாத சாதியினர் அனைவரையும் ஒரே பிரிவுக்குள் அடக்கியதாகும். இது பிராமணரல்லாத உயர் சாதியினருக்கே வசதியாக இருந்தது. எனவே, 1947ல் காங்கிரஸ் மந்திரி சபையானது இதனைக் கீழ்வருமாறு மாற்றியது:

1. பிராமணரல்லாத இந்துக்கள் 14 இடங்களில் 6	43%
2. பிற்படுத்தப்பட்ட இந்துக்கள் 14 இடங்களில் 2	14%
3. பிராமணர்கள் 14 இடங்களில் 2	14%
4. தாழ்த்தப்பட்ட சாதியினர் 14 இடங்களில் 2	14%

5.	ஆங்கிலோ இந்தியர்கள் மற்றும் இந்திய கிறிஸ்தவர்கள் 14 இடங்களில் 1	7%
6.	முஸ்லிம்கள் 14 இடங்களில்	17%
	(குத்து மதிப்பாக)	100%

முதன்முதலாகப் பிற்படுத்தப்பட்ட இந்துக்கள் என்கிற பிரிவு ஏற்படுத்தப்பட்டு அவர்களுக்கு 14 ரூபாய் ஒதுக்கீடு தரப்பட்டுள்ளது. ஆங்கிலோ இந்தியர்களுக்கு பிரிட்டிஷ் ஆட்சியில் அதீதமாகக் கொடுக்கப்பட்டிருந்த ஒதுக்கீடு வெட்டப்பட்டுள்ளது. அதன் பலன் பிற்படுத்தப்பட்ட மற்றும் தாழ்த்தப்பட்ட சாதியினருக்கு கிடைத்துள்ளது.

1950ல் அரசியல் சாசனம் நடைமுறைக்கு வந்ததும் மருத்துவக் கல்லூரியிலும், தொழில்நுட்பக் கல்லூரியிலும் இடம் கிடைக்காத இரண்டு பிராமண மாணவர்கள் 1947 இட ஒதுக்கீடு ஆணையை எதிர்த்து சென்னை உயர் நீதிமன்றத்தில் வழக்குத் தொடுத்தனர். அவர்களது வாதம் இந்த இட ஒதுக்கீடு ஆணை அரசியல் சாசனத்தின் 29 (2) பிரிவுக்கு எதிராக இருக்கிறது என்பதாகும். மதம், இனம், சாதி, மொழி ஆகியவற்றைக் காண்பித்து எவரையும் அரசு கல்வி நிறுவனத்தில் அல்லது அரசின் நிதி பெறும் கல்வி நிறுவனத்தில் அனுமதி மறுக்கக்கூடாது என்பது அந்தப் பிரிவின் சாரமாகும். அ துவும் அடிப்படை உரிமைகளில் ஒன்றாகக் கூறப்பட்டுள்ளது. ஒடுக்கப்பட்ட சாதியினரை உள்ளே விடாமலிருந்த கொடுமையைத் தடுக்க கொண்டு வரப்பட்ட இந்தப் பிரிவு நேர்விரோதமான பலனைத் தந்தது. உயர் நீதிமன்றமானது அரசின் 1947ம் ஆண்டு இட ஒதுக்கீடு ஆணை செல்லாது என்று தீர்ப்பளித்துவிட்டது.

தான் வாழ்நாளெல்லாம் போராடி வந்த, பாதுகாத்து வந்த இட ஒதுக்கீட்டிற்கு ஆபத்து என்றதும் பெரியார் கிளர்ந்தெழுந்தார். 1950 ஆகஸ்ட் 14ல் முழு அடைப்பிற்கு அறைகூவல் விடுத்தார். சென்னையில் ஒரு பெரும் ஊர்வலமும் நடத்தப்பட்டது. அதன் முடிவில் உயர் நீதிமன்றத் தீர்ப்பைக் கண்டித்து பெரும் பொதுக் கூட்டமும் நடத்தப்பட்டது. மக்கள் உணர்வைப் புரிந்துகொண்ட சென்னை மாகாண அரசு, தீர்ப்பை எதிர்த்து உச்ச நீதிமன்றம் சென்றது. ஆனால் அங்கும் நீதி கிடைக்கவில்லை. உயர் நீதிமன்றத் தீர்ப்பே உறுதி செய்யப்பட்டது. மீண்டும் மாநிலம் முழுக்க ஊர்வலங்களும், பொதுக்கூட்டங்களும் நடத்தப்பட்டன. மாணவர்களும் போராட்டத்தில் ஈடுபட்டனர். திராவிடர் கழகம், அதிலிருந்து 1949ல் உருவாகியிருந்த திராவிட முன்னேற்றக் கழகம் ஆகியவை இந்தப் போராட்டத்தில் முனைப்பாக ஈடுபட்டன.

தமிழகத்தின் கொந்தளிப்பைப் புரிந்துகொண்ட ஜவஹர்லால் நேரு தலைமையிலான மத்திய காங்கிரஸ் அரசு அரசியல் சாசனத்தை திருத்த முன்வந்தது. 1951ல் செய்யப்பட்ட இந்த முதல் திருத்தம் இட ஒதுக்கீட்டைப் பாதுகாக்கவே செய்யப்பட்டது. அடிப்படை உரிமைகளில் ஒன்றான சரத்து 15ல் 4வது உட்பிரிவாகக் கீழ்வருவது சேர்க்கப்பட்டது:- "இந்த சரத்திலோ அல்லது சரத்து 29ன் (2)லோ எதுவும் குடிமக்களின் எந்தவொரு சமூக ரீதியாக மற்றும் கல்விரீதியாகப் பிற்படுத்தப்பட்டுள்ள வகுப்பாரின் அல்லது தாழ்த்தப்பட்ட சாதியினர் மற்றும் பழங்குடியினரின் முன்னேற்றத் திற்காக எந்தவொரு சிறப்பு நடவடிக்கை எடுப்பதிலிருந்தும் அரசைத் தடுக்காது."

அரசியல் சாசனத்திற்கான இந்த முதல் திருத்தத்தை முன்மொழிந்து பிரதமர் நேரு பேசும்போது குறிப்பிட்டார்:

"இந்த அவைக்கு விஷயங்கள் தெரியும். எதையும் மூடிமறைக்க வேண்டிய அவசியம் இல்லை. இந்தக் குறிப்பிட்ட விஷயம் இந்தக் குறிப்பிட்ட வடிவத்தில் வந்திருப்பதன் காரணம் சென்னையில் நடந்துள்ள சில நிகழ்ச்சிப் போக்குகளே."

ஆக, இந்தத் திருத்தத்திற்கு தமிழக மக்களின் எழுச்சியே காரணம் என்பதை நேரு ஒப்புக்கொண்டார். அத்தோடு, பிற்படுத்தப்பட்ட மக்களுக்கான இட ஒதுக்கீட்டின் அவசியத்தையும் அவைக்கு இவ்வாறு எடுத்துரைத்தார்-"நாம் நிலைமையை எதிர்கொள்ள வேண்டியிருக்கிறது. பல்வேறு காரணங்களால் இந்த நிலைமை ஏற்பட்டுள்ளது. இதற்கு இன்றைய தலைமுறை காரணமல்ல. ஆனால் வரலாறு அந்தக் கடமையைச் சுமத்துகிறது. பிற்படுத்தப்பட்ட குழுக்கள், வகுப்பினர், தனி மனிதர்கள், சாதிகள் உள்ளன. பொருளாதார ரீதியாக, சமூக ரீதியாக, கல்வி ரீதியாக அவர்கள் பிற்படுத்தப்பட்டவர்கள். இந்த அம்சங்களில் ஒன்றில் அவர்கள் சில சமயங்களில் பின்தங்காமல் இருக்கலாம். ஆனால், இன்னொன்றில் பின்தங்கியிருப்பார்கள். எனவே, இவர்களை நாம் முன்னேற்ற விரும்பினால் இவர்களுக்காக பிரத்யேகமானதொரு நடவடிக்கையை எடுத்தாக வேண்டும்".

இட ஒதுக்கீட்டின் அவசியத்தை மிகக் கச்சிதமான முறையில் நேரு எடுத்துரைத்திருக்கிறார். அரசியல் சாசனத்தில் செய்யப்பட்ட இந்த முதல் திருத்தத்தைத் தொடர்ந்து இதற்கேற்ப ஒரு புதிய இட ஒதுக்கீடு ஆணையை சென்னை மாகாண அரசு பிறப்பித்தது. 1951 செப்டம்பரில் போடப்பட்ட அந்த ஆணை கீழ்வருமாறு இருந்தது.

1.	பொதுப்போட்டி 20 இடங்களில் 12	60%
2.	பிற்படுத்தப்பட்ட வகுப்பினர் 20 இடங்களில் 5	25%
3.	தாழ்த்தப்பட்ட சாதியினர் 20 இடங்களில் 3	15%
	மொத்தம்	100%

அரசியல் சாசனத்தில் உள்ள பிற்படுத்தப்பட்ட வகுப்பினர், தாழ்த்தப்பட்ட சாதியினர் எனும் சொல்லாக்கங்களின் அடிப்படையில் இந்த ஒதுக்கீடு செய்யப்பட்டுள்ளது. இது தமிழக சமூக வாழ்வில் ஏற்பட்டு வந்த நிலைமையினை கிட்டத்தட்ட துல்லியமாகப் பிரதிபலித்தது எனலாம். பிராமணர்கள் மட்டுமே சமூக ரீதியில் ஆதிக்கம் செலுத்திய நிலை மாறி, பிராமணரல்லாத உயர் சாதியினரும் தங்களை நிலைநிறுத்திக்கொள்ளும் வசதியைப் பெற்றிருந்தனர். உதாரணமாக 1937 - 40 காலத்தில் சென்னை மருத்துவக் கல்லூரியில் சேர்ந்த மாணவர்களின் வகுப்புவாரியான விகிதாச்சாரத்தில் குறிப்பிடத்தக்க மாறுதல் இருந்தது. பிராமணர்களின் எண்ணிக்கை 35 சதவிகிதத்திலிருந்து 22 சதவிகிதமாகக் குறைந்திருக்க, பிராமணரல்லாத உயர் சாதியினரின் எண்ணிக்கை 44 சதவீதத்திலிருந்து 53 சதவீதமாக உயர்ந்திருந்தது. எனவே, பிற்படுத்தப்பட்ட மக்கள் மற்றும் தாழ்த்தப்பட்ட மக்களுக்கு மட்டும் இட ஒதுக்கீடு செய்தது மிகச் சரியான ஏற்பாடாகும்.

1951 மக்கள் தொகை கணக்கெடுப்பு வெளிவந்ததும், சென்னை மாகாணத்திலிருந்து ஆந்திரா 1953ல் தனித்துப் போனதும் இந்த இட ஒதுக்கீடு விகிதத்தில் 1954ல் ஒரு சிறிய மாறுதல் செய்யப்பட்டது. அது வருமாறு :

1.	பொதுப்போட்டி	59%
2.	பிற்படுத்தப்பட்ட வகுப்பினர்	25%
3.	தாழ்த்தப்பட்ட சாதியினர் மற்றும் பழங்குடியினர்	16%
	மொத்தம்	100%

அதாவது, பொதுப் போட்டியிலிருந்து ஒரு சதவீதம் எடுக்கப்பட்டு பழங்குடியினருக்கு கொடுக்கப்பட்டுள்ளது. 1954ல் போடப்பட்ட இந்த ஆணைதான் தமிழகத்தில் காங்கிரஸ் ஆட்சி நடந்த காலம் முழுமைக்கும் இருந்து வந்தது.

45

ராஜாஜி ஆட்சியில் குலக் கல்வித் திட்டம்

சுதந்திர இந்தியாவின் அரசியல் சாசனத்தின்படி 1952ல் முதல் பொதுத்தேர்தல் நடைபெற்றது. ஆந்திரா உள்ளிட்ட அந்த சென்னை மாகாணத்தில் கம்யூனிஸ்ட் கட்சி 63 இடங்களைக் (இதில் தமிழகப் பகுதியிலிருந்து தேர்ந்தெடுக்கப்பட்டவர்கள் 13 பேர்தான்) கைப்பற்றியது. காங்கிரசுக்கு பெரும்பான்மை கிட்டவில்லை. தனிப் பெருங்கட்சி என்ற முறையில் ஆட்சி அமைக்க அழைக்கப்பட்டது. தேர்தலில் போட்டியிடாத ராஜாஜி தலைமையில் அமைச்சரவை அமைக்கப்பட்டது. சில சிறு கட்சிகளை வளைத்துப்போட்டு சிறுபான்மையை பெரும்பான்மையாக்கிக் கொண்டார் அவர்.

அப்படித் தன்னை நிலைநிறுத்திக்கொண்டதும் குலக் கல்வித் திட்டம் என்பதைக் கொண்டுவந்தார் ராஜாஜி. 1953 ஜூனில் நடைமுறைப்படுத்தப்பட்ட அந்தத் திட்டத்தின்படி ஐந்து முதல் 11 வயது வரையிலான மாணவர்களின் படிப்பு நேரம் 5 மணி நேரத்திலிருந்து மூன்று மணி நேரமாகக் குறைக்கப்பட்டது. அதாவது, ஆரம்பப் பள்ளியில் பாதி நாள்தான் படிப்பு. அந்தப் பிஞ்சுகள் மீதி நாள் என்ன செய்யவேண்டும்? தத்தம் வீடுகளிலேயிருந்து அவரவர் குலத் தொழிலைக் கற்க வேண்டும். குலத் தொழில் சொல்லித்தர ஆட்கள் இல்லாத வீட்டுப் பிள்ளைகள் அவரவர் கிராமத்தில் ஏதாவதொரு தொழிலாளியின்கீழ் பயிற்சியாளராக இருக்க வேண்டும். இது ஆண்குழந்தைகளுக்கு. பெண்குழந்தைகள் தத்தம் வீடுகளில் வீட்டுவேலைகளைக் கற்றுக் கொள்ள வேண்டும். அடித்தட்டு மக்களையும், மாதர்களையும் ஒடுக்குகிற அந்தப் பழைய வர்ணாஸ்ரமத்தின் கச்சிதமான நவீன வடிவம் இது. சின்னஞ்சிறு வயதிலேயே தாங்கள் இந்தப் பரம்பரைத் தொழிலுக்குத்தான் லாயக்கு என்று அவர்களின் மனதில் பதிய வைக்கிற கொடூரம் இது. சூத்திரர் மற்றும் பஞ்சமர் வீட்டுப் பிள்ளைகளுக்கு எழுத்தறிவு இருந்தால் மட்டும் போதும். மற்றபடி அவர்களின் எதிர்காலம் அவர்களின் குலத்

தொழிலோடுதான் இணைந்துள்ளது என்று சொல்லாமல் சொல்லி அவர்களைக் கொல்லாமல் கொல்லுகிற திட்டம் இது.

சட்டமன்றத்தில் பிரதான எதிர்க்கட்சியாக இருந்த கம்யூனிஸ்ட் கட்சியும் அங்கே இடம் பெறாமலிருந்த திக., திமுகவும் இந்தத் திட்டத்தை எதிர்த்து போர்க்கொடி பிடித்தன. ஜூனில் நடைமுறைப்படுத்தப்பட்ட இந்தத் திட்டம் ஜூலையில்தான் சட்டமன்றத்தில் விவாதத்திற்கு கொண்டுவரப்பட்டது. இதுவே ஜனநாயக விரோதமாகும். குலக் கல்வித் திட்டத்தைக் கைவிடக் கோரி கம்யூனிஸ்ட் கட்சியின் தலைவர்களான எம்.கல்யாண சுந்தரமும், கே.பி.கோபாலனும் தீர்மானம் ஒன்றைக்கொண்டு வந்தனர். குலக் கல்வித் திட்டம் எப்படி குழந்தைகளைத் தத்தம் பரம்பரைத் தொழிலோடு கட்டிப்போடக்கூடிய அபாயகரமான திட்டம் என்பதை எடுத்ததுரைத்தனர். தீர்மானத்தின் மீது வாக்கெடுப்பு நடைபெற்றது. ஆதரவாக 138 வாக்குகளும், எதிராக 138 வாக்குகளும் கிடைத்தன. இந்த நிலையில் சபாநாயகர் அரசுக்கு ஆதரவாக - அதாவது தீர்மானத்திற்கு எதிராக - வாக்களித்ததால் தீர்மானம் தோற்றது. குலக் கல்வித் திட்டம் தொடர்ந்தது. கிராமப்புறங்களில் முதலில் நடைமுறைப்படுத்தப்பட்ட இந்தத் திட்டத்தை நகர்ப்புறங்களிலும் நடைமுறைப்படுத்துவோம் என்றார் ராஜாஜி.

பொதுவாக திராவிட இயக்கத்தின் வளர்ச்சியை விரும்பாதிருந்த பசும்பொன் முத்துராமலிங்கத் தேவரும்கூட இந்தக் குலக் கல்வித் திட்டத்தை எதிர்த்தார். காங்கிரஸ் அரசைக் கடுமையாகச் சாடினார் என்பது குறிக்கத்தக்கது. சட்டமன்றத்திற்கு வெளியே குலக் கல்வித் திட்டத்தை எதிர்த்து பெரும் இயக்கங்கள் நடந்துகொண்டிருந்த அந்த வேளையில் தேவர் சட்டமன்றத்தின் (24.2.1954) உள்ளே பேசினார் -

“இந்தக் கல்வித் திட்டத்தை இவ்வாண்டு நகரங்களுக்கும் விஸ்தரிக்கப் போகிறோம் என்று சொல்லும்போது எனக்கு என்ன சொல்வது என்று புரியவில்லை. ‘குதிரை கீழே தள்ளியதோடு அல்லாமல் குழியையும் தோண்டிற்று’ என்ற பழமொழிக்கேற்ப இவர்கள் நடந்துகொள்கிறார்கள் என்றுதான் சொல்லத் தோன்றுகிறது. அன்றைக்கு நான் பல நல்ல காரியங்களைச் செய்தேன். அதை அப்போதும் பலர் எதிர்த்தார்கள். இப்போதும் அந்தக் காரியத்தை எதிர்க்கிறார்கள். இதன் அருமை பின்புதான் தெரியும் என்கிறார் ஆச்சாரியார். முன்பு ஆலயப் பிரவேசச் சட்டத்தைக் கொண்டு

வந்தீர்கள். எதிர்த்தவர்கள் நாங்களா அல்லது இன்றைக்கு நீங்கள் சொல்வதற்கு எல்லாம் தாளம் போடும் சனாதனிகளா என்று நான் அவரைக் கேட்கின்றேன். அன்றைக்கு மக்களின் நன்மையை உத்தேசித்து நீங்கள் கொண்டுவந்ததை எல்லாம் ஆதரித்த நாங்கள் இன்றைக்கு உங்களை எதிர்க்கிறோம் என்றால், மக்களால் விரும்பப்படாத காரியங்களை நீங்கள் செய்கிறீர்கள். நீங்கள் செய்யும் தவறுகளுக்கு நாங்கள் உட்படமாட்டோம் என்பதை உங்களுக்கு உணர்த்தத்தான் எதிர்க்கிறோம் என்பதை உங்களால் அறிந்துகொள்ள முடியவில்லையா?"

இதுவொரு முக்கியமான பேச்சு. ஆலயப் பிரவேசச் சட்டத்தை எதிர்த்த சனாதனிகள் குலக் கல்வித் திட்டத்தை மட்டும் ஆதரித்திருக்கிறார்கள் என்பது தெரிய வருகிறது. இதிலிருந்தே இந்தத் திட்டத்தின் உண்மையான முக விலாசத்தைப் புரிந்துகொள்ளலாம். தேவரின் மற்றொரு சட்டமன்றப் பேச்சு (26.3.1954) ராஜாஜியின் உள்நோக்கத்தை இன்னும் தெளிவாக அம்பலப்படுத்தியது. அது வருமாறு:

"தந்தையின் தொழிலை மகன் செய்யவேண்டுமென்ற கருத்தோடு இதைக் கொண்டுவந்திருப்பதாக அவர் (ராஜாஜி) வாயிலிருந்து உதிர்ந்த வார்த்தைகள்தான் இந்த ராஜ்யத்தை ஒரு யுத்தக்களமாக ஆக்கிற்று. பெரிய ஆட்சேபணை சமாதானங்களை எழுப்பிற்று. முதலமைச்சரைப்போன்ற ஒரு பெரியார் 1953-1954ம் வருஷத்தில் தகப்பன் தொழிலை மகன் செய்ய வேண்டும் என்று சொன்னாரானால், அது மிகவும் வருத்தப்பட வேண்டிய விஷயமாகும் என்பது சிறியேனுடைய அபிப்பிராயம்".

ராஜாஜியின் குலக் கல்வித் திட்டத்தை எதிர்த்து அவர் வீட்டு முன்பு மறியல் நடத்தப்போவதாக திமுக அறிவித்தது. போராட்டம் 1953 ஜூலை 14ல் நடப்பதாக இருந்தது. அறைகூவல் விடுத்து அண்ணா விடுத்த அறிக்கை கூறியது-

"அவர் (ராஜாஜி) கொண்டுவந்து திணிக்கவிருக்கும் கல்வித் திட்டம் இந்தியைவிடக் கொடுமையானது. அதைப் போக்க இந்தி எதிர்ப்புக் காலத்தில் நாம் தந்த பலியைவிட அதிகமாகத் தந்தாக வேண்டும் என்பதை ஒவ்வொரு திராவிடனும் மறக்காமல் மன உறுதியோடு போராட்டத்திற்குத் தம்மைத் தகுதிபடுத்திக் கொள்ளும்படி கேட்டுக்கொள்கிறேன். இப்போதும் சரி, ஆச்சாரியாரை திமுக அறைகூவி அழைக்கிறது. அவர் உடனடியாக இந்தத் திட்டத்தை கைவிடட்டும். ஓராண்டு அவரும் அவருடைய

பிரச்சாரப் பீரங்கிகளும் புதிய கல்வித் திட்டத்தின் பலா பலன்களை நாட்டு மக்களுக்கு எடுத்துக்கூறி ஆதரவு திரட்டட்டும். நாமும் நாட்டு மக்களைச் சந்தித்து அதன் கெடுதல்களை விளக்குவோம். பிறகு, பொதுமக்களிடம் இந்தத் திட்டம் பற்றி ஓட்டெடுப்போம். சம்மதிப்பாரா ஆச்சாரியார்?"

ஜூலை 13ம் தேதியன்றே அண்ணா உட்பட திமுகவின் முக்கியத் தலைவர்களைக் கைது செய்தது ராஜாஜி அரசு. இது தமிழகத்தில் பெரும் கொந்தளிப்பை ஏற்படுத்தியது. இந்தக் கைதைக் கம்யூனிஸ்ட் கட்சி வன்மையாகக் கண்டித்தது. சட்டமன்றத்தில் எதிர்க்கட்சித் தலைவர் பி.ராமமூர்த்தி அரசைக் கடுமையாகச் சாடினார்.

1954 ஜனவரியிலே "ஆச்சாரியார் கல்வித் திட்ட எதிர்ப்பு மாநாடு" நடத்தியது தி.க. மூன்று மணிநேரக் கல்வித் திட்டத்தைக் கைவிட மூன்று மாத வாய்தா கொடுத்தது அந்த மாநாடு. கைவிடாவிட்டால் ஒரு சிறப்பு மாநாடு கூட்டிநேரடி நடவடிக்கையில் இறங்கப் போவதாக அது முரசறைந்தது. குலக் கல்வித் திட்டத்தை எதிர்த்து பெரியார் ஊர் ஊராகச் சென்று பிரச்சாரம் செய்தார். சென்னையில் (31.1.1954) அவர் பேசினார்-

"பண்ணாத கொடுமைகளை எல்லாம் செய்கிறார்கள். இவ்வளவும் போதாதென்று நமது மக்களின் கண்ணையும் சேர்த்துக் குத்துகிறதா? ஏன் இந்த அக்கிரமம் என்றால், 'பொறு, பொறு! இந்தத் திட்டத்தை டவுனுக்கும் கொண்டுவருகிறேன்' என்று சொல்லுகிறார்கள். இந்த நாட்டில் உழைக்கிறவர்கள் யார்? நம்மவர்கள்தானே! பாடுபட்டு, கஷ்டப்பட்டு எல்லாவற்றையும் செய்கிறோம். உடலால் பாடுபடுகிற வேலைகள் அத்தனையும் செய்கிறவர்கள் திராவிட மக்கள்தானே! இன்னும் சர்க்காருக்கு வரி கொடுப்பது நம் மக்கள் - கிராமத்து மக்கள்தானே கொடுக்கிறார்கள். இப்படியிருக்கும்போது 'உழைக்கிற நமது மக்கள் படிக்கக்கூடாது, பாடுபடாத சோம்பேறிக் கூட்டம்தான் படிக்க வேண்டும், உத்தியோகம் பார்க்க வேண்டும்' என்று திட்டம் கொண்டுவருவது என்றால், என்ன நியாயம்? இதை எப்படிச் சகித்துக்கொண்டிருப்பது?"

குலக் கல்வித் திட்டத்திற்கு மக்கள் மத்தியில் எழுந்து வந்த எதிர்ப்பின் எதிரொலி காங்கிரஸ் கட்சிக்குள்ளும் கேட்டது. ராஜாஜி தனது வர்ணாஸ்ரமச் சிந்தனையினால் இந்த மாகாணத்தில் காங்கிரசின் கதையை முடித்து வைத்துவிடுவார் என்று

அக்கட்சிக்காரர்கள் பயப்பட ஆரம்பித்தனர். இதற்கிடையில் 1953 அக்டோபரில் சென்னை மாகாணத்திலிருந்து ஆந்திரா பிரிந்துபோனது. ஆங்கிலத்தில் மேதாவிதான் முதலமைச்சராக இருக்கவேண்டும் எனும் அவசியம் இல்லாதொழிந்தது. பிற்படுத்தப்பட்ட சமூகமான நாடார் வகுப்பில் பிறந்த, அதிகக் கல்வியறிவு இல்லாதிருந்த, ஒரு சாமானியரான காமராஜர் சென்னை மாகாணத்தின் முதலமைச்சராக முடிந்தது. மொழிவாரி மாநில அமைப்பின் முதல் பலனைத் தமிழகம் கண்டது. 1954 ஏப்ரலில் ராஜாஜி முதலமைச்சர் பதவியை ராஜினாமா செய்ய... அதனிடத்தில் அமர்ந்தார் காமராஜர். வந்ததும் முதல் வேலையாகக் குலக் கல்வித் திட்டத்திற்கு முடிவு கட்டினார்.

காமராஜர் அமைச்சரவையில் பரமேஸ்வரன் எனும் தாழ்த்தப்பட்ட வகுப்பைச் சார்ந்தவர் அமைச்சராக இருந்தார். இவருக்கு ஒதுக்கப்பட்ட இலாகா இந்து சமய அற நிலையத்துறை. யார் பாதம் பட்டால் கோவில் தீட்டாகிவிடும் என்று மிரட்டி அவர்களைக் கோவிலுக்குள்ளேயே நுழைய விடாமல் செய்து வந்தார்களோ. அவர்களில் ஒருவரையே கோவில் நிர்வாகத்திற்கான அமைச்சராக நியமித்தார் காமராஜர். தமிழக வரலாற்றில் மட்டுமல்ல, இந்திய வரலாற்றிலேயே ஒரு ஹரிஜன் இந்து சமய அமைச்சரானது இதுவே முதல்முறையாக இருக்கலாம்.

காமராஜர் ஆட்சியின் முக்கியமான சாதனை என்று கல்வியைப் பரவலாக்கியதைக் குறிப்பிடலாம். குலக் கல்வித் திட்டத்தை ஒழித்துக்கட்டியது மட்டுமல்லாது, அதே பதினோரு வயது வரையில் இலவச கட்டாயக் கல்வியைக் கொண்டுவந்தார் அவர்.

வறுமையின் காரணமாகத்தான் தம் குழந்தைகளைப் பெற்றோர்கள் கல்விச் சாலைக்கு அனுப்பாமல் இருந்தார்களே தவிர, கல்வியின் முக்கியத்துவத்தை உணராதிருந்ததால் அல்ல. இதை உணர்ந்திருந்த காமராஜர் ஒரு விரிவான மதிய உணவுத் திட்டத்தை நடைமுறைப்படுத்தினார். பள்ளிக்குப் போவதால் ஒரு வேளை உணவும் கிடைக்கிறது என்பதை உணர்ந்த பெற்றோர், அவர்களை அங்கு அனுப்புவது அதிகரித்தது. இன்னும் இலவசப் பாடப் புத்தகமும், இலவசச் சீருடையும் ஆரம்பப் பள்ளி மாணவர்களுக்கு வழங்கப்பட்டன. இதனாலெல்லாம் தாழ்த்தப்பட்ட, பிற்படுத்தப்பட்ட மாணவர்கள் - மாணவிகள் பெரிதும் பயனடைந்தனர். மாநிலத்தில் கல்வியறிவு பெற்றோர் தொகை வளர்ந்தது. புள்ளிவிவரக் கணக்கும் இதை மெய்ப்பிக்கிறது.

1951ல் தமிழகத்தில் கல்வியறிவு உடையோரின் சதவீதம் 20.8. இதுவே 1961ல் 31.4 சதவீதமாக உயர்ந்தது. 1961ல் அகில இந்திய சதவீதம் 24தான் என்பதை மனதில் இருத்திப் பார்த்தால்தான் தமிழகத்தின் இந்த 31.4 சதவீதத்தின் முக்கியத்துவம் புரியும். இதன் அடுத்த கட்டமாய் உயர்நிலைப் பள்ளி வரை, அதாவது பதினோராவது வகுப்புவரை கல்வியை இலவசமாக்கினார் காமராஜர்.

காமராஜர் ஆட்சிக் காலத்தில்தான் தமிழகத்தில் நில உச்சவரம்புச் சட்டம் அறிமுகப்படுத்தப்பட்டது. அதன் நடைமுறைப் பயன்பாடு பெரிய அளவுக்கு இல்லையென்றாலும் இது விஷயத்தில் அச்சாரம் போட்டது அவரது ஆட்சிதான்.

திருச்சி கொதிகலன் ஆலை, ஆவடி பீரங்கித் தொழிற்சாலை, நெய்வேலிச் சுரங்கம் - அனல்மின் நிலையம், குந்தா திட்டம் போன்றவை காமராஜர் ஆட்சிக் காலத்தில் துவக்கப்பட்டு தமிழகத்தில் தொழில் மயமாக்கலுக்கு அடித்தளம் போடப்பட்டது.

46

தீண்டாமை ஒழிப்புச் சட்டம்

அரசியல் சாசனத்தில் "தீண்டாமை ஒழிக்கப்படுகிறது" என்று பிரகடனப்படுத்தப்பட்டிருந்தாலும் "தீண்டாமை" என்பதற்கு அங்கே எந்தவொரு விளக்கமும் தரப்படவில்லை. எது தீண்டாமை என்று சொல்லாமலேயே தீண்டாமையை ஒழித்துவிட்டது நமது அரசியல் சாசனம்!

இந்தக் குறையைப் போக்க 1955ல் "தீண்டாமைச் (குற்றங்கள்) சட்டம்" கொண்டுவரப்பட்டது. இதன் சரத்து 4ன்படி "தீண்டாமை" என்ற பெயரில் கீழ்வரும் விஷயங்களில் எந்தவொரு நபரின் மீதும் கட்டுப்பாட்டைத் திணிக்கும் எவரும் தண்டனைக்குரியவராகிறார்.

1. பொதுக்கடைகள், ஹோட்டல்கள் அல்லது பொழுதுபோக்கு இடங்கள் ஆகியவற்றில் நுழைவதில்,
2. ஹோட்டல்களில் பொதுமக்கள் பயன்படுத்தும் பாத்திரங்கள் மற்றும் இதரப் பொருட்களைப் பயன்படுத்துவதில்,
3. எந்தவொரு பணியிலும், தொழிலும், வியாபாரத்திலும் ஈடுபடுவதில்,
4. எந்தவொரு நதி, நீர் வீழ்ச்சி, நீரூற்று, கிணறு, குளம், குடிநீர்க் குழாய் மற்றும் இதர நீர்நிலைகள் மற்றும் குளிக்கும் இடங்கள், இடுகாடு அல்லது சுடுகாடு, சுகாதார வசதி, சாலை மற்றும் பொதுமக்கள் பயன்படுத்தும் எந்தவொரு இடத்தையும் பயன்படுத்துவதில்,
5. அரசு நிதியோடோ அல்லது பொதுமக்களின் நலனுக்காக அர்ப்பணிக்கப்பட்டது என்ற அடிப்படையிலோ இயங்கும் எந்தவொரு இடத்தையும் பயன்படுத்துவதில்,
6. பொதுமக்களின் நலனுக்காக உருவாக்கப்பட்ட எந்தவொரு தர்ம அறக்கட்டளையின் பயனை அனுபவிப்பதில்,
7. பொதுமக்களுக்கான போக்குவரத்து சாதனங்களைப் பயன்படுத்துவதில்,

8. எந்தவொரு இடத்திலுமம வீடு கட்டிக் கொள்வதில், வாங்குவதில், குடியிருப்பதில்,

9. பொதுமக்களுக்கு திறந்துவிடப்பட்டுள்ள எந்தவொரு தரும சாலையையும் பயன்படுத்துவதில்,

10. எந்தவொரு சமூக அல்லது மதப்பழக்க வழக்கத்தையும் அல்லது பண்டிகையையும் கடைப்பிடிப்பதில்,

11. நகை மற்றும் உயர்தர அணிகலன்களை அணிவதில்.

தீண்டாமை என்பது எப்படியெல்லாம், எது எதற்கெல்லாம் கடைப்பிடிக்கப்பட்டு வந்திருக்கிறது என்பதை இந்தப் பட்டியல் தெளிவாக எடுத்துரைக்கிறது. தாழ்த்தப்பட்ட மக்கள் மீது இதுநாள்வரை விதிக்கப்பட்டு வந்த இத்தகைய கட்டுப்பாடுகள் சட்டவிரோதமானவை, தண்டனைக்குரியவை என்று அறிவித்தது இந்தச் சட்டம்.

தீண்டாமை என்பதன் பெயரில் ஒருவருக்கு எந்தவொரு சரக்கையும் விற்க அல்லது பணியாற்ற மறுப்பது தண்டனைக்குரிய குற்றம் எனப் பிரகடனப்படுத்தியது இந்தச் சட்டத்தின் 6வது சரத்து.

இதன் 7வது சரத்து மிக முக்கியமானது. அரசியல் சாசனமானது தீண்டாமையை ஒழித்துவிட்ட காரணத்தினால் அதன் மூலம் தாழ்த்தப்பட்ட மக்களுக்கு கிடைத்திட்ட உரிமைகளை அவர்கள் அனுபவிக்கவிடாமல் தடுக்கிற எந்தவொரு நபரும் தண்டனைக்குரியவர் என இது அறிவித்தது. அது மட்டுமல்ல, பேச்சு மூலமோ, எழுத்து மூலமோ அல்லது ஜாடை மூலமோ தீண்டாமையைக் கடைப்பிடிக்குமாறு தூண்டுவதும் குற்றமாகும். அவ்வாறே தீண்டாமை நோக்கோடு அவமானப்படுத்துவதும், அவமானப்படுத்த முயல்வதும்கூடக் குற்றமாகும்.

சரத்து 7 (A) ன்படி தீண்டாமையின் பெயரால் கழிப்பறைகளைச் சுத்தம் செய்யும்படியும், வீதிகளைக் கூட்டுமாறும், செத்த மாட்டை அப்புறப்படுத்துமாறும், நஞ்சுக்கொடி போன்றவற்றை அப்புறப்படுத்துமாறும் ஒருவரைக் கட்டாயப்படுத்துவதும் சட்டப் படிக் குற்றமாகும்.

இந்தச் சட்டத்தின் சிறப்புத் தன்மை என்னவெனில், குற்றம் சாட்டப்பட்டவரே, தான் குற்றவாளி இல்லையென்று நிரூபிக்க வேண்டும் என்பதாகும். பொதுவாக இதர குற்றங்களில் அவற்றை நிரூபிக்கும் பொறுப்பு, குற்றம் சாட்டுவோரைச் சேர்ந்ததாகும்.

இங்கோ பொறுப்பு குற்றவாளி மீதே சுமத்தப்பட்டுள்ளது. அந்த வகையில் இதுவொரு வன்மையான சட்டமே.

இந்தியத் துணைக் கண்டத்தின் வரலாற்றில் இதற்கு முன்பு தீண்டாமைக்கு எதிராக இப்படியொரு கடுமையான சட்டம் வந்ததில்லை எனலாம். தாழ்த்தப்பட்ட மக்களுக்கு இதுவொரு பாதுகாப்பு அரணாக சட்டப் புத்தக அளவிலேனும் அமைந்தது. கல்வியறிவு இல்லாத, பொருளாதார ரீதியில் பிறரைச் சார்ந்தே இருக்கும்படி செய்யப்பட்ட தாழ்த்தப்பட்ட மக்களால் இந்தச் சட்டத்தை முழுமையாக நடைமுறையில் பயன்படுத்திக்கொள்ள முடியவில்லை. அதன் ஆரம்ப காலங்களில் எனினும் மெல்ல மெல்ல இந்தச் சட்டத்தின் பலனை அவர்கள் அனுபவிக்கத் துவங்கினர். 1976ல் இந்தச் சட்டம் “வாழ்வியல் உரிமைகள் பாதுகாப்புச் சட்டம் 1955” எனப் பெயர் மாற்றம் பெற்றது. ஆங்கில முதல் எழுத்துக்களைக்கொண்டு “பி.சி.ஆர். சட்டம்” என்றும் பரவலாக அழைக்கப்படுகிறது.

47

புதிய இந்து திருமணச் சட்டம்

1947 - *1949* காலத்தில் அன்றைய சென்னை மாகாணத்தில் ஓ.பி.ராமசாமி ரெட்டியாரை முதலமைச்சராகக்கொண்டு காங்கிரஸ் மந்திரி சபை நடந்து வந்தது. இந்தக் காலத்தில்தான் தேவதாசி முறைக்கு (பொட்டுக் கட்டும் முறைக்கு) முற்றுப்புள்ளி வைக்கப்பட்டது. அதற்கு முன்பு டாக்டர் முத்துலட்சுமி ரெட்டி இதனை ஒழித்துக்கட்ட மூன்று முறை மசோதா கொண்டு வந்தார். ஆனால், ஆங்கில ஏகாதிபத்திய ஆட்சியிலிருந்த மாநில கவர்னர் அந்த மசோதாவில் கையெழுத்துப்போட மறுத்துவிட்டார். வைதீகர்களின் கரங்கள் கவர்னர் மாளிகைவரை நீண்டிருந்ததை இது காட்டுகிறது. நாடு சுதந்திரம் பெற்றதும்தான் பொட்டுக் கட்டும் வழக்கத்திலிருந்து தமிழக மாதர்கள் சுதந்திரம் பெற்றார்கள். *1947*ல் நிறைவேற்றப்பட்ட அந்தச் சட்டத்தின் பெயர் "சென்னை தேவதாசிகள் (பொட்டுக் கட்டும் வழக்கத்தை தடை செய்யும்) சட்டம்" என்பதாகும்.

*1952*ல் பொதுத் தேர்தலில் காங்கிரஸ் வெற்றி பெற்று மத்தியில் ஜவஹர்லால் நேரு தலைமையில் அரசு இயங்கி வந்தது. அரசியல் சாசனத்தின்படி அமைந்த இந்த முதல் அரசு இந்து திருமணச் சட்டத்தில் பல முக்கிய மாறுதல்களைச் செய்தது. அதற்கு முன்பு "இந்துச் சட்டம்"(Hindu Law) என்ற ஒன்று இருந்தது. அனேகமாக ஆதிகாலத்து மனுதர்ம சாஸ்திரத்தின் நவீனப் பதிப்பாக அது விளங்கியது. ஆங்கிலேயர்களின் ஆட்சிக் காலத்தில் இதில் ஓரிரு மாறுதல்கள் செய்யப்பட்டன என்றாலும் அதன் அடிப்படை அம்சங்களை மாற்றத் துணியவில்லை. அவர்கள் செய்த மாற்றங்கள் என்பவை-

1. "இந்து விதவைகள் மறுமணச் சட்டம், *1856*"ன் மூலம் விதவை மறுமணமானது சட்டபூர்வமாக்கப்பட்டது.
2. "சிறப்பு திருமணச் சட்டம், *1872*"ன் மூலம் ஒருவித சிவில் வடிவச் சட்டத்திற்கு வகை செய்யப்பட்டது.
3. "குழந்தை மணத் தடுப்புச் சட்டம், *1929*"ன் (சாரதா சட்டம்) மூலம் திருமண வயது ஆண்களுக்கு *18* என்றும், பெண்களுக்கு *15* என்றும் ஆக்கப்பட்டது.

4. "இந்து திருமணமான பெண்களின் தனித்து வாழும் உரிமை மற்றும் ஜீவனாம்சம் சட்டம், 1946"ன் மூலம் பெண்களுக்கு சில உரிமைகள் வழங்கப்பட்டன.

எனினும் இவையெல்லாம் "இந்துச் சட்டத்தின்" அஸ்திவாரத்தை மாற்றி அமைத்திடவில்லை. "இந்து திருமணச் சட்டம், 1955" நடைமுறைக்கு வருவதற்கு முன்பிருந்த நிலையை சற்று நோக்கினால் இந்த உண்மையை இன்னும் நன்கு உணர்ந்திடலாம். பழைய "இந்து சட்டத்திலிருந்து" சில சரத்துக்கள் வருமாறு-

1. திருமணம் என்பது ஒரு சமஸ்காரா அல்லது புனிதமானது.
2. வயதுக்கு வராத ஒருவரும் (மைனர்) திருமணம் செய்து கொள்ளத் தகுதியுடையவர்.
3. ஓர் இந்துவுக்கு ஏற்கெனவே மனைவியோ, மனைவிகளோ இருந்தாலும் அவர் திருமணம் செய்துகொள்ளத் தகுதியுடையவர்.
4. தனது கணவன் உயிரோடு இருக்கும்போதோ அல்லது இறந்தபிறகோ - பழக்கத்தாலோ அல்லது சட்டத்தாலோ அனுமதி கொடுக்கப்பட்டிருந்தாலொழிய -திருமணம் செய்துகொள்ள ஓர் இந்துப் பெண் தகுதியுடையவர் அல்லர்.
5. ஓர் இந்து, இந்துவல்லாத ஒருவரை மணக்க முடியாது.
6. திருமண ஜோடியானது ஒரே சாதியைச் சேர்ந்தவராக இருக்க வேண்டும். ஒரே கோத்திரத்தைச் சேர்ந்தவராக இருக்கக்கூடாது.
7. இந்துச் சட்டத்தின்படி ஒரு திருமணம் முறையானதாக இருக்க வேண்டுமானால், அதற்கு அவசியமான திருமணச் சடங்குகள் நடத்தப்பட்டிருக்க வேண்டும். அவசியமான திருமணச் சடங்குகள் எனப்பட்டவை (அ) ஹோம குண்டத்தின்முன் திருமணம் நடக்க வேண்டும். (ஆ) ஹோம குண்டத்தின்முன் மணமகனும் மணமகளும் சேர்ந்து 'சப்தபதி' எனும் ஏழு அடிகளை எடுத்து வைக்க வேண்டும்.
8. ஒரு முறையான திருமணம் கலைக்க முடியாததாகும்.
9. உடலுறவு உரிமைக்காக கணவன்-மனைவியில் ஒருவர், இன்னொருவர் மீது வழக்குத் தொடுக்கலாம்.
10. பழக்கவழக்கத்தில் அனுமதிக்கப்பட்டிருந்தால் ஒழிய கணவன்-மனைவியரில் எந்த ஒருவரும் விவகாரத்திற்காக வழக்குத் தொடுக்க முடியாது.

சாரதா சட்டமானது குழந்தை மணம் செய்வோருக்கு அல்லது செய்விப்போருக்கு தண்டனை விதித்ததே தவிர, அப்படி நடந்துவிட்ட திருமணத்தை சட்டவிரோதமானது என்று சொல்லவில்ல. திருமணம் நடந்துவிட்டால் அதை ஒன்றும் செய்ய முடியாது; அது சட்டபூர்வமானதுதான்.

1946ல் "இந்து திருமணக் கட்டுப்பாடுகள் நீக்கச் சட்டம்" என்ற ஒன்று கொண்டுவரப்பட்டது. அதன்படி ஒரே சாதியைச் சேர்ந்த துணைப் பிரிவினருக்கிடையேயான திருமணம் சட்டபூர்வமாக்கப் பட்டது. மற்றபடி மதம்விட்டு மதம் அல்லது சாதிவிட்டு சாதி திருமணத்தை அது சட்டபூர்வமாக்கவில்லை. மொத்தத்தில் மனுதர்மமே குடும்ப வாழ்வாகத் தொடர்ந்தது.

சுதந்திரத்திற்குப் பிறகுதான் இந்துச் சட்டத்தின் அடித்தளத்தை மாற்றியமைக்க சில முயற்சிகள் மேற்கொள்ளப்பட்டன. 1949ல் "இந்துத் திருமணங்கள் முறைப்படுத்தும் சட்டம்" நிறைவேற்றப்பட்டது. இதன்படி பல்வேறு மதங்களை, சாதிகளை, துணை சாதிகளை அல்லது பிரிவுகளைச் சார்ந்த இந்துக்களுக்கிடையே நடைபெறும் திருமணங்கள் சட்டபூர்வமாக்கப்பட்டன. இதுவொரு மகத்தான மாற்றமாகும். கலப்புத் திருமணங்களுக்கு சட்டத்தின் கதவுகள் திறந்துவிடப்பட்டன. மனுதர்மத்தின் மீது ஒரு பலத்த அடி விழுந்தது. ஆண்கள், பெண்கள் தத்தம் ஜோடியைத் தேர்வு செய்வதற்கான வட்டம் இந்தச் சட்டத்தின் மூலம் பெரிதும் விரிவடைந்தது.

எனினும் இந்துச் சட்டத்தில் செய்யவேண்டிய அடிப்படைத்திருத்தங்கள் இன்னும் நிறைய இருந்தன. 1952 - 1954 கால கட்டத்தில் நான்கு புதிய மசோதாக்கள் முன்மொழியப்பட்டன. ஒரே இந்துச் சட்டமாக இருந்தது நான்கு தனிச் சட்டங்களாக ஆயின எனலாம். 1955ல் "இந்து திருமணச் சட்டம்" நிறைவேறியது. 1956ல் "இந்து வாரிசு சட்டம்", "இந்து தத்தெடுப்பு மற்றும் ஜீவனாம்சம் சட்டம்", "இந்து மைனர் மற்றும் பாதுகாவலர் சட்டம்" ஆகியவை நிறைவேறின. இதிலே இந்து திருமணச் சட்டம் முக்கியமானது. அது சாதி எதிர்ப்பின், மாதர் விடுதலையின் சில முக்கியக் கூறுகளை உள்ளடக்கியிருந்தது. அதன் முக்கிய சரத்துக்கள் வருமாறு -

1. திருமணம் நிகழும்போது ஜோடியில் எவர் ஒருவருக்கும் கணவன் அல்லது மனைவி இருக்கக்கூடாது. அதாவது, பல புருஷ மணம் மற்றும் பலதார மணம் தடை செய்யப்பட்டது.

2. மணமகனுக்கு 18 வயது நிரம்பியிருக்க வேண்டும். மணமகளுக்கு 15 வயது நிரம்பியிருக்க வேண்டும்.
3. வழக்கமான சடங்குகளைக்கொண்டு ஓர் இந்துத் திருமணம் நடத்தப்படலாம். அந்தச் சடங்குகளில் ஒன்றாக 'சப்தபதி' இருந்தால் ஏழாவது அடியை எடுத்துவைத்ததும் திருமணம் முழுமை பெறுகிறது.
4. இந்துத் திருமணங்களை பதிவு செய்துகொள்ளலாம். இதற்காகப் பதிவேடு ஒன்று பராமரிக்கப்பட வேண்டும்.
5. கணவன்-மனைவி இருவரில் எவரும் உடலுறவு உரிமை கோரி வழக்குத் தொடரலாம்.
6. சட்டபூர்வ நிபந்தனைகளை மீறி ஒரு திருமணம் நடத்தப்பட்டால், அது சட்டபூர்வமற்றது என்று அறிவிக்கப்படும். அதாவது, புனிதத்தன்மை எடுபட்டுப் போனது.
7. கணவன் அல்லது மனைவியின் விண்ணப்பத்தின்பேரில் விவாகரத்து ஆணை பிறப்பிக்கப்படுவதன்மூலம் அந்த விவாகம் கலைக்கப்படலாம். அதாவது, விவாகரத்து உரிமை வழங்கப்பட்டுவிட்டது.
8. விவாகரத்து வழங்கப்பட்டவர்கள் மீண்டும் திருமணம் செய்துகொள்ளலாம்.
9. பலதார மணம் அல்லது பல புருஷ மணம் செய்பவர்கள் இந்திய தண்டனைச் சட்டத்தின் சரத்துக்கள் 494 மற்றும் 495ன்படி தண்டனை பெறத்தக்கவர்கள்.

இந்தச் சட்டத்தின் சிறப்பு அம்சம் என்னவெனில், இரண்டு இந்துக்கள் திருமணம் செய்துகொள்ளலாம் என்று சொன்னதுடன், "இந்துக்கள்" என்பவர்கள் முஸ்லிம், கிறிஸ்தவர், பார்சி, யூதர் அல்லாத அனைவரும் என்று வரையறை வகுத்தது. அதாவது சாதி வேறுபாடின்றி இந்துக்கள் திருமணம் செய்துகொள்ள வழி செய்தது. ஒரே கோத்ரத்தைச் சேர்ந்தவர் என்றாலும் திருமணம் செய்துகொள்ள வழி செய்தது. மேலும் இந்தச் சட்டம் புத்தர்கள், சமணர்கள், சீக்கியர்கள் ஆகியோருக்கும் பொருந்தும் எனச் சொன்னதால் அவர்களுக்கும், இந்துக்களுக்கும் இடையேயான திருமணமும் சட்டபூர்வமானது. இதன் காரணமாய் 1949ம் ஆண்டின் "இந்துத் திருமணங்கள் முறைப்படுத்தும் சட்டம்" ரத்து செய்யப்பட்டது.

அப்படியெனில்... இந்துக்கள், முஸ்லிம்கள், கிறிஸ்தவர்கள், பார்சிகள், யூதர்களுக்கு இடையே நடக்கும் திருமணங்கள் சட்டபூர்வமானவையா எனும் கேள்வி எழும். இங்கு கூறப்பட்டுள்ள மதத்தவர்களுக்கு தனித்தனியாக திருமணம் மற்றும் சிவில் சட்டங்கள் உள்ளன. இவர்களுக்கு இடையே நடக்கும் திருமணங்கள் திருமணச் சட்டம் 1954ன்கீழ் வரும். அவையும் சட்டபூர்வமானவையே. ஆக, சாதிவிட்டு சாதி, மதம்விட்டும் மதம் நடக்கும் கலப்புத் திருமணங்கள் சுதந்திர இந்தியாவில் இந்த சட்டங்களின்மூலம் முழுக்க முழுக்க சட்டபூர்வமாயின.

எனினும், திருமண வடிவத்தைப் பொறுத்தவரை இன்னும் பழைமைவாதம் இருந்தது. ஹோம குண்டமோ, சப்தபதியோ இல்லாத திருமணம் இந்துத் திருமணம் ஆகாது என்று உள்ளது. இது தமிழகத்தில் பெரியார் ஈ.வெ.ரா.வாலும், கம்யூனிஸ்டுகளாலும் கடைப்பிடிக்கப்பட்டுவந்த சுயமரியாதை திருமணங்களுக்கு சட்ட அந்தஸ்து கொடுக்கவில்லை. இந்தக் குறைபாடு பின்னாளில் அண்ணா தலைமையில் தமிழகத்தில் திமுக அரசு அமைந்த பின்புதான் சரி செய்யப்பட்டது.

“இந்துப் பெண்கள் சொத்துரிமைச் சட்டம் 1937” என்று ஒன்று இருந்தது. இதன்படி ஒரு பெண்ணுக்குக் கிடைத்த ஸ்ரீதனச் சொத்தில் அவளுக்கு முழு உரிமை இருந்தது. ஆனால், கணவன் வழியில் வந்த சொத்தில் கட்டுப்படுத்தப்பட்ட உரிமையே (Limited Right) உண்டு. உதாரணமாக, ஒரு விதவைக்கு கணவன் வழியில் வந்த சொத்தை அவள் காலம் உள்ளவரைக்கும் அனுபவிக்கலாமே தவிர விற்கவும் முடியாது. தனது இஷ்டத்திற்கு இன்னொருவருக்குத் தரவும் முடியாது. அவளின் காலத்திற்குப் பிறகு அவளது கணவனது வீட்டாருக்கே அந்தச் சொத்து போய்விடும். 1956ல் நிறைவேற்றப்பட்ட “இந்து வாரிசுச் சட்டம்” இந்த நிலைமையை மாற்றியது. கணவன்வழிச் சொத்து மீது பெண்ணுக்கு முழு உரிமை கொடுத்தது. அவள் அதை விற்கலாம், எவருக்கும் தரலாம். ஆனாலும், ஒரு கூட்டுக் குடும்பத்தின் சொத்துப் பாகப்பிரிவினை ஆகும்போது ஆண் வாரிசுக்குச் சமமான பங்கு பெண் வாரிசுக்குக் கிடைக்காது. இது தமிழகத்தைப் பொறுத்தவரை கலைஞர் ஆட்சியில்தான் சரிசெய்யப்பட்டது.

இந்திய சமுதாயத்தில் பெண் எந்த அளவுக்கு கீழான முறையில் நடத்தப்பட்டாள் என்பதை தத்தெடுக்கும் விவகாரத்தில் நன்கு உணரலாம். ஒரு பெண் தத்து எடுக்கவும் முடியாது, தான்

பிறருக்குத் தத்தாகப் போகவும் முடியாது, தனது குழந்தைகளைப் பிறருக்குத் தத்து கொடுக்கவும் முடியாது. ஓர் ஆணுக்குத்தான் இந்த மூன்று உரிமைகளும் உண்டு. தந்தைக்குக் கொள்ளி வைக்கும், ஈமக்கடன் ஆற்றும், திதி கொடுக்கும் உரிமை மகனுக்கு மட்டுமே தரப்பட்டது. மகளுக்கு அது இல்லை. எனவே, ஒரு மகளைத் தத்தெடுக்கும் எண்ணமே எவருக்கும் வருவதில்லை. இன்னொரு விஷயம், பெண்ணுக்குச் சொத்துரிமை இல்லை. அவளுக்கு வாரிசே தேவையில்லை என்று கருதப்பட்டது. எனவே, அவள் தத்தெடுக்கும் பிரச்சனையே எழுவதில்லை. அடுத்து, மகன் மீது தந்தைக்குத்தான் பூரண உரிமையே தவிர, தாய்க்கு இல்லை எனக் கருதப்பட்டது. எனவே, ஒரு தாய் தனது பிள்ளையைப் பிறருக்குத் தத்துக் கொடுக்க முடியாது. இப்படிப் பரிபூரண ஆணாதிக்கத்தனம் இது விஷயத்தில் நிலவியது. கொள்ளி வைக்கிற மகனுக்கே சொத்து என்பதில் இந்த ஈமச் சடங்கும், சொத்துரிமையும் பின்னிப் பிணைந்திருப்பதையும் காண முடியும்.

இது விஷயத்தில் ஒரேயொரு விலக்குத்தான் இருந்தது. மகன் இல்லாத நிலையில் கணவன் திடீரென்று இறந்துவிட்டால், அவனுக்கு கொள்ளிவைக்க மனைவி ஒருவனை தத்து எடுக்கலாம். இங்கேயும்கூட மனைவி தனக்காக தத்து எடுத்ததாகக் கருதப்படமாட்டாது. கணவனுக்காக தத்து எடுத்ததாகக் கருதப்படும். அதாவது, கணவன் உயிரோடு இருந்தால் அவன் என்ன செய்திருப்பானோ, அதை இவள் அவனுக்காகச் செய்ததாகக் கருதப்படும். அதாவது, தத்துப்பிள்ளை இவள் பிள்ளையல்ல, இவளது கணவனின் பிள்ளை. இதனைக் கட்டுப்படுத்தப்பட்ட தத்தெடுப்பு (Limited Adoption) என்றார்கள்.

1956ல் நிறைவேற்றப்பட்ட "தத்தெடுப்பு மற்றும் ஜீவனாம்சம் சட்டம்" இந்த நிலைமைக்கு முடிவு கட்டியது. இந்தச் சட்டம்தான் இந்தத் துணைக் கண்டத்தின் வரலாற்றிலேயே பெண்ணுக்கு முதன் முதலாக தத்தெடுப்பு விஷயத்தில் அந்த மூன்று உரிமைகளையும் தந்தது. அதாவது, இந்தச் சட்டத்தின்படி இப்போது ஒரு பெண்மணி தத்து எடுக்கலாம். தான் பிறருக்குத் தத்தாகப் போகலாம். தனது குழந்தைகளைப் பிறருக்குத் தத்தாகத் தரலாம். நடைமுறையில் இதை எத்தனை பேர் பயன்படுத்துகிறார்களோ இல்லையோ, சட்டப்புத்தகத்தில் ஏறியதே மனுதர்மத்திற்கு தரப்பட்ட ஒரு வசமான அடிதான், ஒரு மகத்தான மாற்றம்தான்.

48

திமுக ஆட்சியில்

1967ல் தமிழகத்தில் காங்கிரஸ் ஆட்சிக்கு முடிவு கட்டப்பட்டு அண்ணா தலைமையில் திமுக ஆட்சி உருவானது. அதுவரை பெரியாரும் அவரின் திகவும் தன்னையும் தனது திமுகவையும் எதிர்த்திருந்தும் தனது ஆட்சியைப் பெரியாருக்கு சமர்ப்பணம் செய்வதாகக் கூறினார் அண்ணா. பெரியார் வெகுகாலமாக ஆசைப்பட்டிருந்த ஒரு விஷயத்தை நடைமுறைப்படுத்தி வைத்தார். அதுதான் சுயமரியாதைத் திருமணங்களை சட்டபூர்வமாக்கியது.

இந்து திருமணச் சட்டம், 1955 பற்றி ஏற்கெனவே விவரிக்கப்பட்டுள்ளது. அதற்கு முன்பிருந்த சட்டத்தைவிட இது எப்படி முற்போக்கானது என்பதும் விளக்கப்பட்டுள்ளது. எனினும் இந்தச் சட்டத்திலும் ஒரு முக்கியமான குறைபாடு இருந்தது. இதன் சரத்து 7ன்படி ஒரு இந்துத் திருமணமானது வழக்கமான சடங்குகளின் மூலமே நடத்தி வைக்கப்பட வேண்டும். அந்தச் சடங்குகளில் ஒன்றாக அக்னியின் முன்பு ஏழு அடி எடுத்து வைக்கும் சப்தபதியும் ஒரு சடங்காக இருந்ததால் மணமக்கள் ஏழாவது அடியை எடுத்து வைத்த பிறகுதான் அந்தத் திருமணம் பூர்த்தியாகும். அதாவது, இந்துத் திருமணம் என்றாலே பிராமணப் புரோகிதர்களைக்கொண்டு நடத்தப்படும் பிராமணிய முறையிலான திருமணமே என்றிருந்தது. பிராமணிய முறையில் நடத்தப்படாத இந்துத் திருமணங்களுக்கு அதாவது, சுயமரியாதைத் திருமணங்களுக்கு சட்டபூர்வ அங்கீகாரம் கிடையாது. அந்தத் தம்பதியருக்குப் பிறக்கும் குழந்தைகள் சட்டப்பூர்வ வாரிசுகள்தானா என்கிற சந்தேகமும் இருந்தது.

இந்தப் பிரச்சனைக்கு முடிவுகட்ட அண்ணா தலைமையிலான திமுக அரசு "இந்து திருமணச் (சென்னை திருத்தம்) சட்டம், 1967" என்பதை நிறைவேற்றியது. இது மூலச் சட்டத்தில் 7 ஏ சரத்தாக இடம்பெற்றது. அது கூறியது-

"சுயமரியாதைத் திருமணம் அல்லது சீர்திருத்தத் திருமணம் அல்லது வேறு பெயரில் அழைக்கப்படும் இரண்டு இந்துக்களுக்கிடையேயான திருமணம் கீழ்வரும் முறையில் நடத்தப்படும்போது அதற்கு இந்தச் சரத்து பொருந்தும்.

அ) மனைவியாக அல்லது கணவனாக ஒருவரை ஏற்றுக் கொள்வதாக இன்னொருவர் சம்பந்தப்பட்டவர்களுக்கு புரியக்கூடிய மொழியில் பிரகடனப்படுத்துதல் அல்லது

ஆ) ஜோடியில் ஒருவர் இன்னொருவருக்கு மாலையிடுதல் அல்லது மோதிரம் போடுதல் அல்லது

இ) தாலி கட்டுதல்''

அக்னியை மூட்டி... புரோகிதரை வைத்து நடத்துவதை மட்டுமல்ல, தாலி கட்டுவதைக்கூட இது கட்டாயமாக்கவில்லை. ஆண், பெண் இருவரின் சம்மதத்தை மட்டுமே இது நிபந்தனையாக விதித்துள்ளது. அந்த அளவுக்கு இது மிக மிகப் புதுமையானது. இது விஷயத்தில் இந்தியா முழுமைக்கும் தமிழகம் வழிகாட்டியாக அமைந்திருக்கிறது என்பது ஒவ்வொரு தமிழனும் பெருமைப்படத்தக்க விஷயமாகும். இந்தத் திருத்தச் சட்டத்தின் மூலம் 1967க்கு முன்பு நடந்த இத்தகைய திருமணங்களும் சட்டபூர்வமாயின. அந்தத் தம்பதியர்களுக்குப் பிறந்தவர்களும் சட்டபூர்வ வாரிசுகளாயினர்.

சாதிக்குள்ளே திருமணம் செய்வதே சாதிய அமைப்பு நீடிப்பதற்கு மூலகாரணமாக இருக்கிறது. சாதிவிட்டு சாதி திருமணங்களை ஊக்குவிப்பதற்காக அண்ணா ஆட்சிக் காலத்தில் கலப்புத் திருமணம் செய்துகொள்வோருக்கு தங்கப்பதக்கம் வழங்கப்பட்டது.

1969ல் அண்ணா திடீரென மரணமடைந்தார். அவ்வமயம் பெரியார் விடுத்த இரங்கல் செய்தியில் உள்ள இந்தப் பகுதி கவனிக்கத்தக்கது.

"அவர் (அண்ணா) செய்த அரும்பெரும் காரியங்களில் முக்கியமானது 'சுயமரியாதைத் திருமணச் செல்லுபடிச் சட்டம்' ஆகும். அதில் கடவுளுக்கோ, மதத்திற்கோ, சாஸ்திரத்திற்கோ இடமில்லை என்பதாகும். இது தமிழ்நாட்டிற்கு மாத்திரமல்லாமல் உலகத்திற்கே மாபெரும் துணிச்சலான காரியம் என்று கருதப்பட்டது மற்றும் 'பொதுப்பணி இடங்களிலுள்ள கடவுள் படங்களை அப்புறப்படுத்தப்பட வேண்டியது' என்கின்ற அரசு கட்டளையானது மிக மிகத் துணிச்சலான சீர்திருத்தமாகும்."

அண்ணாவின் மறைவிற்குப் பிறகு கலைஞர் கருணாநிதி தலைமையில் திமுக ஆட்சி தொடர்ந்தது. இந்த ஆட்சியிலும் சில முக்கியமான சமூக சீர்திருத்த நடவடிக்கைகள் மேற்கொள்ளப் பட்டன.

1969 நவம்பரில் ஏ.என்.சட்டநாதன் தலைமையில் "பிற்படுத்தப்பட்ட வகுப்பார் கமிஷன்" அமைக்கப்பட்டது. அது தனது அறிக்கையை 1970ல் சமர்ப்பித்தது. அதில் பிற்படுத்தப்பட்ட மக்களுக்கு அரசுப் பணிகளில் 33 சதவீதம் இட ஒதுக்கீடு தரப்பட வேண்டுமென்றும், அதே அளவில் தொழில்நுட்பக் கல்லூரிகளிலும் இடஒதுக்கீடு செய்யப்பட வேண்டுமென்றும் பரிந்துரை செய்யப்பட்டிருந்தது. 1971 மக்கள் கணக்கெடுப்பு விவரமும் வெளியானது. மறுபுறத்தில் மொத்த ஒதுக்கீடு 50 சதவீதத்திற்குமேல் போகக்கூடாது என்று ஏற்கெனவே உச்ச நீதிமன்றம் கொடுத்திருந்த தீர்ப்பையும் மனதிற்கொண்டு திமுக அரசு கீழ்வரும் வகையில் புதிய இட ஒதுக்கீடு ஆணையை 1971ல் பிறப்பித்தது. இது கல்வி நிறுவனங்களுக்கும் பொருந்தும் என்று அறிவித்தது.

பொதுப்போட்டி	51%
பிற்படுத்தப்பட்ட வகுப்பினர்	31%
தாழ்த்தப்பட்ட சாதியினர் மற்றும் பழங்குடியினர்	18%
	100%

இந்தப் புதிய ஆணையின் காரணமாக பொதுப்போட்டியில் முந்தியிருந்ததைவிட 8 சதவீதம் குறைக்கப்பட்டு அது பிற்படுத்தப்பட்டோருக்கு கூடுதலாக 6 சதம் மற்றும் தாழ்த்தப்பட்ட சாதியினர் - பழங்குடியினருக்கு கூடுதலாக 2 சதவீதம் எனப் பகிர்ந்தளிக்கப்பட்டது. எனினும், பிற்படுத்தப்பட்ட மக்களைப் பொறுத்தவரை சட்டநாதன் கமிஷனின் பரிந்துரையான 33 சதவீதத்தைவிட 2 சதவீதம் குறைவு என்பதையும் கவனத்தில் கொள்ள வேண்டும்.

கலைஞர் தலைமையிலான திமுக ஆட்சியில் பிற்படுத்தப்பட்டோருக்கு கூடுதல் இட ஒதுக்கீடு தரப்பட்டதோடு "பிற்படுத்தப்பட்டோர் நலத்துறை" என்று ஒரு தனித்துறையும் அரசாங்கத்தில் உருவாக்கப்பட்டது.

இந்தக் காலத்திய கலைஞர் ஆட்சியில் அனைத்து சாதியினரும் அர்ச்சகராகலாம் என்ற சட்டம் கொண்டுவந்ததை ஒரு முக்கியமான, புதுமையான, முன்னோடியான சமூக சீர்திருத்த நடவடிக்கை எனலாம். ஆனாலும், அது வெற்றி பெறவில்லை. இது இந்திய சமூகம் இன்னும் எவ்வளவு கட்டுப்பெட்டித்தனமாக இருக்கிறது என்பதையே உணர்த்துகிறது. நடந்த நிகழ்வுகளை எண்ணிப் பார்ப்போம்.

1970ம் ஆண்டு குடியரசு நாளன்று தமிழகம் எங்கும் 'கோவில் கருவறை நுழைவுக் கிளர்ச்சி' நடத்தப்படும் என்று பெரியார் அறிவித்தார். இதைத் தொடர்ந்து அனைத்து சாதியினரும் அர்ச்சகராக வழி செய்யும் சட்டத்தை விரைவில் கொண்டுவருவதாக முதல்வர் கலைஞர் உறுதியளித்தார். அதனடிப்படையில் பெரியார் போராட்டத்தை நிறுத்தி வைத்தார். 1970 நவம்பரில் "இந்து சமய அறநிலையப் பாதுகாப்பு (திருத்த) மசோதா" கொண்டுவரப்பட்டு சட்டமன்றத்தில் நிறைவேற்றப்பட்டது. இந்தச் சட்டத்தின் முக்கிய அம்சங்கள் வருமாறு:

1. இதுவரை அர்ச்சகர்கள் கோவிலில் இதர பணியாளர் களிலிருந்து வேறுபடுத்திப் பார்க்கப்பட்டு, அவர்களுக்கென தனி உரிமைகள் கொடுக்கப்பட்டிருந்தன. இதனை இந்தச் சட்டம் முடிவுக்குக் கொண்டுவந்தது. அர்ச்சகர்கள் நியமன விஷயத்திலும், அவர்கள் மீதான ஒழுங்கு நடவடிக்கை விஷயத்திலும் அவர்கள் அரசின் கட்டுப்பாட்டுக்குள் கொண்டுவரப்பட்டு உள்துறைப் பணியாளர்களாக ஆக்கப்பட்டனர்.

2. இந்தச் சட்டத்தின் 55ம் சரத்து அர்ச்சகர் இடம் காலி ஏற்பட்டால் அடுத்த வாரிசு என்ற காரணத்திற்காக மட்டுமே அந்தப் பதவியைப் பெற அர்ச்சகரின் வாரிசுக்குத் தகுதி ஏற்பட்டுவிடாது என்றது. அதற்கென பயிற்சிகள் வேண்டும் என்றது.

3. அந்தப் பயிற்சிகளை தாழ்த்தப்பட்ட சாதியினர் உட்பட சகல சாதியினரும் பெற்று அர்ச்சகராகும் தகுதியை அடையலாம்.

மனுதர்மத்தின் அடிமடியில் கை வைக்கும் இந்தச் சட்டத்தை அன்று எதிர்த்த அமைப்புகள் ராஜாஜியின் சுதந்திராக் கட்சியும், ஆர்எஸ்எஸ் ஸ்தாபனமும் ஆகும். இந்தச் சட்டம் கருவறைக்குள் அனைத்துச் சாதி பக்தர்களும் சென்று, விக்ரகத்தைத் தொட்டுக் கும்பிட உரிமை அளித்துவிடவில்லை. அனைத்து சாதிகளிலிருந்தும் உரிய பயிற்சி பெற்ற அர்ச்சகர்கள் வரலாம் என்றுதான் வாய்ப்பு அளித்தது. அதற்கே எதிர்ப்பு. எதிர்பார்த்தபடி இந்தச் சட்டத்தை எதிர்த்து, வைதீகர்களால் வழக்குத் தொடுக்கப்பட்டது. இதுபற்றி உச்ச நீதிமன்றம் கொடுத்த தீர்ப்பு முக்கியமானது. அதன் அம்சங்கள் வருமாறு:

1. அர்ச்சகர்கள் கோவில் ஊழியர்கள் என்பது உறுதி செய்யப்பட்டது.
2. அதேநேரத்தில் கோவில்களின் சடங்குகளிலும், ஆசாரங்களிலும் தலையிடும் எண்ணத்துடன் அரசு விதிகளை வகுத்தால் அவற்றை எதிர்த்து வழக்காட முடியும்.

3. ஒரு குறிப்பிட்ட இறைவனை வழிபடுவதற்குரிய சடங்குகளில் தகுதி படைத்தோராக ஓர் அர்ச்சகர் இருப்பதோடு, ஆகமங்கள் குறிப்பிடுகின்றபடி ஒரு குறிப்பிட்ட பிரிவைச் சார்ந்தவராகவும் அந்த அர்ச்சகர் இருத்தல் அவசியம் ஆகும்.
4. ஆகமங்களால் அங்கீகரிக்கப்படாத ஓர் அர்ச்சகர் தொடுவதன்மூலம் கடவுளின் உருவம் அசிங்கப்படுவதையோ, தீட்டாக்கப்படுவதையோ எந்தவொரு அரசு நடவடிக்கை அனுமதித்தாலும் அது இந்து மத நம்பிக்கையிலும் பழக்கத்திலும் கடுமையாகத் தலையிடுவதாகும். அதன் காரணமாக அது அரசியல் சாசனத்தில் 25 (1)ம் பிரிவின்கீழ் செல்லாது.

தீர்ப்பின் ஒரே நல்ல அம்சம் அர்ச்சகர்களும் கோவில் ஊழியர்கள்தாம் என அறிவித்தது. ஆனால், அந்த ஊழியத்தில் அனைத்து சாதியினரும் ஈடுபட முடியாது! காரணம் ஆகமங்களின்படி அப்படி ஈடுபடுவது தீட்டாகும்!

“தீண்டாமை ஒழிக்கப்படுகிறது” என்று எந்த அரசியல் சாசனம் பிரகடனப்படுத்தியதோ, அதே அரசியல் சாசனத்தின்படி “தீட்டு” என்பதன் அடிப்படையில் உச்ச நீதிமன்றம் தீர்ப்புக் கொடுத்தது. இதற்கு அது சுட்டிக்காட்டிய பிரிவு 25 (1). இத்தோடு சேர்த்து பிரிவு 26ம் எடுத்துக்காட்டப்பட்டது. இந்த இரண்டும் மதம் தொடர்பான அடிப்படை உரிமைகள். அவற்றின்படி “ஒவ்வொரு மதப்பிரிவினரும் தங்கள் மதம் தொடர்பான விவகாரங்களைத் தாங்களே தீர்மானித்துக்கொள்ள முடியும்.” இந்து மதத்தைப் பொறுத்தவரையிலோ ஒரு குறிப்பிட்ட சாதியினர் மட்டுமே அர்ச்சகர்களாக இருக்க முடியும் என்பது அதன் பிரிக்க முடியாத ஓர் அம்சமாகக் கருதப்பட்டுள்ளது. இதற்கு அந்தக் குறிப்பிட்ட சாதியினர் உருவாக்கிய ஆகமங்களே ஆதாரமாகக் காட்டப்பட்டன. அவை மீற முடியாத புனித நூல்களாக உச்ச நீதிமன்றம் ஏற்றுக்கொண்டிருப்பது மறைமுகமாக இந்து மதத்தின் அடிப்படை அம்சமாக வர்ணாஸ்ரமத்தை அங்கீகரித்திருப்பதன் அடையாள மாகும். மொத்தத்தில் இந்தத் தீர்ப்பின் காரணமாக அனைத்து சாதியினரும் உரிய பயிற்சிகளின் மூலம் அர்ச்சகர் ஆகலாம் என்கிற ஒரு முக்கிய வர்ணாஸ்ரம எதிர்ப்பு நடவடிக்கை தடுத்து நிறுத்தப்பட்டது. பெரிதும் வேதனைப்பட்ட பெரியார் “ஆப்ரேசன் வெற்றி; நோயாளி செத்தார்” என்று வருணித்தார்.

தனது அந்த தளர்ந்த வயதிலும், அதாவது, 1973 டிசம்பரில் "தமிழர் சமுதாய இழிவு ஒழிப்பு மாநாடு" நடத்தினார் பெரியார். இந்த மாநாட்டிற்கு அறைகூவல் விடுத்து அவர் 'விடுதலை'யில் எழுதினார். "நம் கோவில்களுக்குப் போகிற எவரும் எந்தக் கோவிலுக்குப் போவதானாலும் சாமி இருக்கிற அறைக்கு (கர்ப்பக் கிரகத்திற்கு) வெளியில் நின்றுதான் சாமி தரிசனமோ, மற்றதோ செய்யவேண்டியிருக்கிறது. காரணம், நாம் கீழ்சாதிக்காரர்கள். நாம் தொட்டால், நெருங்கினால் சாமி தீட்டாகிவிடும். ஆதலால், எட்டி நிற்க வேண்டும். வெளியில் நிற்கிறோம். எனவே, நமது இந்த இழிநிலை போக்கப்பட வேண்டாமா என்பதுதான் நான் நமது மக்களுக்கு விண்ணப்பித்துக் கொள்ளும் விண்ணப்பம்."

மாநாடும் நடைபெற்றது. இதுதொடர்பான அரசியல் சாசன திருத்தத்தை மத்திய அரசு கொண்டுவராவிட்டால் விரைவில் கிளர்ச்சி தொடங்கப்படும் என்று பெரியார் அறிவித்தார். அந்தக் கிளர்ச்சியை நடத்துவதற்கு முன்பே தமிழகம் ஈன்றெடுத்த அந்த மகத்தான சமூக சீர்திருத்த வீரர் இந்த மண்ணைவிட்டு மறைந்தார். அவர் கண்ட லட்சியம் இன்னும் நிறைவேறாமல் இருப்பது அரசியல், சமுதாய அவலம்தான்.

இதற்கிடையில் 1971 பொதுத்தேர்தலில் மீண்டும் வெற்றி பெற்று கலைஞர் தலைமையில் மீண்டும் திமுக ஆட்சி உருவானது. இந்தக்காலத்தில் புதுமுக வகுப்புவரை (தற்போது பிளஸ் டூ) கல்வி இலவசமாக்கப்பட்டது. இன்னும், கைம்பெண் மறுவாழ்வுத் திட்டம், மலிவு விலையில் பாடப்புத்தகம் போன்றவையும் நடைமுறைப்படுத்தப்பட்டன.

49

மாதர் இயக்கம்

பெரியாரது சுயமரியாதை இயக்கத்தின் ஒரு பிரிவாக, காந்திஜியினுடைய காங்கிரஸ் இயக்கத்தின் ஒரு பிரிவாக மாதர் இயக்கங்கள் நடந்துவந்துள்ளன என்பது கூறப்பட்டுள்ளது. எனினும், 1970களின் துவக்கத்தில் புறப்பட்ட "தமிழக ஜனநாயக மாதர் சங்கம்" தனித்துவமுடையது. இருப்பத்தைந்து ஆண்டுகளுக்கு மேலாக அது தொடர்ந்து இயங்கி வருவது மட்டுமல்லாது, மாதர்கள் மத்தியில் நல்ல விழிப்புணர்வை ஊட்டி வருகிறது. அவர்களுக்கான போராட்டங்கள் பலவற்றை நடத்தி வருகிறது. இதன் "அமைப்பு விதிகளும் - நோக்கங்களும்" கீழ்வருமாறு அறிவித்தன-

"அரசியல், குடும்பம், கல்வி, தொழில், பொருளாதாரம், கலாச்சாரம் - ஆகிய அனைத்துத் துறைகளிலும் அன்றாட வாழ்க்கையிலும் பெண்குலத்தின் உரிமைகளை வலியுறுத்துவது... பெண் குலத்தை இழிவுபடுத்தும் அநாகரிகமான வரதட்சணை முறைக்கு முடிவுகட்ட கிளர்ச்சி செய்தல். திருமணம், விவாகரத்து, சொத்துரிமை - ஆகியவற்றில் பெண்களுக்குச் சம உரிமை பெறப்போராடுவது. சமவேலைக்குச் சம ஊதியம் என்ற கொள்கையை அமலாக்கப் போராடுவது. தாய்மை அடைவதைக் குற்றமாகக் கருதி தொழில்களில் படிப்படியாகப் பெண்களை வேலைக்கமர்த்துவது கைவிடப்படுவதைத் தடுத்து, பொதுவாக எல்லா வேலைவாய்ப்புகளிலும் அமர, பெண்களுக்கும் உரிமை கிடைக்கப் பாடுபடுவது. கிராமப்புறங்களில் தாய் - சேய் நல விடுதிகளை விரிவான அளவில் திறக்க வலியுறுத்துவது... விபச்சாரத் தொழிலுக்குத் தள்ளப்பட்டுள்ள பெண்கள் புனர் வாழ்வுபெற-தன் மானத்துடன் வாழ - கல்வி, பொருளாதார வசதிகளை அரசு செய்துதரப் போராடுவது."

பல சமூக சீர்திருத்தத் தலைவர்களும், இயக்கங்களும் முன்வைத்த சிந்தனைகளின் நியாயமான தொடர்ச்சியாக இந்தக் கோரிக்கைகள் வகுக்கப்பட்டுள்ளன. "பொறுத்தது போதும், பொங்கி எழுவோம்" என்று மாதர் சங்கம் அன்று

வெளியிட்ட ஒரு சிறு பிரசுரம் தமிழ் சமுதாயத்தில் புதுமை மாதர் புறப்பட்டுவிட்டார் என்பதை எடுத்துக்காட்டியது. பாரதி கண்ட புதுமைப் பெண் தனியாக வரவில்லை... அமைப்பாய் அணி திரண்டு வந்தார். பிரசுரம் கூறியது.

"லட்சக்கணக்கான ஏழைக் குடும்பங்களில் தாய்மார்கள் வேலைக்குப் போகும்போது சோறு ஆக்குவதற்கும் மற்றும் குழந்தைகளைப் பார்த்துக்கொள்வதற்கும் என்றே எத்தனை ஆயிரம் "பொட்டச்சிகள்" பிறந்து, குழந்தைப் பருவத்தின் இன்பத்தையே அறியாது,குடும்ப பாரத்தை தங்களது இளம் தோள்களில் சுமந்து வாடிவிடுகின்றனர். இந்தச் சின்னஞ்சிறுமிகள் பள்ளிக்கூட வாசலைக்கூட மிதிக்காததற்குக் காரணம் அவர்களது குடும்பங்களின் கொடிய வறுமைதான் என்பதை சொல்லித்தான் தெரியவேண்டுமா?"

சாதிய ரீதியில் ஒடுக்கப்பட்ட மக்களின் விடுதலையைப் போல் மாதர் விடுதலையும் பொருளாதார விடுதலையைப் பொறுத்திருக்கிறது என்பதைச் சரியாகச் சுட்டிக்காட்டியிருக்கிறது இந்தப் பிரசுரம். அதேநேரத்தில் மாதர்களுக்கென்றுள்ள சில பிரத்யேகப் பிரச்சனைகளையும் எடுத்துவைக்கிறது.

"நம் பெண்களுக்கு இன்றைக்கு மிகவும் தேவையானது நளபாகமும் கைவேலையும்தானா? பெண்கள் கல்வியைப் பற்றிய சரியான கண்ணோட்டம் என்ன? பெண்கள் தங்களது இன்றைய வாழ்க்கை நிலையைச் சரித்திரபூர்வமாகப் புரிந்துகொள்ளவும், தங்களுடைய உரிமைகளையும், திறமைகளையும் உணர்ந்து கொள்ளவும், பெண்ணடிமைத்தனத்தை எதிர்க்கவும் உதவும் வகையில் பாடத்திட்டங்கள் அமைய வேண்டும். கண்மூடித்தனமாகக் கீழ்ப்படியும் தன்மைக்குப் பதிலாக ஒரு துணிவான விமர்சன மனோபாவத்தை வளர்க்க வேண்டும்... பெண்களுக்கு கல்லூரிப் படிப்புவரை இலவசக் கல்வி கிடைக்க வேண்டும்".

இதற்கு முந்தைய இயக்கங்களால் பெண் கல்வி வலியுறுத்தப்பட்டுள்ளது. அந்தக் கல்வி எப்படிப்பட்டதாய் இருக்கவேண்டும் என்பதை மாதர் இயக்கம் வரையறுத்துக் காட்டி யது. அதுமட்டுமா, கல்லூரிப் படிப்புவரை இலவசக் கல்வி எனும் புதிய கோரிக்கையை மிகுந்த உரிமையோடு முன்வைத்துவிட்டது. இது பின்னர் நடைமுறைக்கு வந்தது.

பெண் கல்வியைத் தொடர்ந்து பெண்கள் உத்தியோகம் பார்க்க வேண்டியதன் அவசியத்தையும், சமூக உற்பத்தித் துறையில்

பரவலாக இறங்கவேண்டியதன் தேவையையும் இந்தப் பிரசுரம் உணர்ச்சி ததும்ப எடுத்துரைக்கிறது. இதனால், மாதர்களுக்கு வரக்கூடிய மற்றொரு பிரச்சனைக்கும் தீர்வு சொல்கிறது.

"உழைக்கும் பெண்கள் ஆண்களைப்போலன்றி வீட்டிலும், வேலை செய்யும் இடத்திலும் இருவித பாரங்களைச் சுமக்கிறார்கள். இந்த பாரத்தைக் குறைக்கவும், அவர்களுடைய மன வளர்ச்சிக்குத் தேவையான ஓய்வைக் கொடுக்கவும், நல்ல தரமான பிரசவ வசதிகள், குழந்தைகளைப் பராமரிக்கும் க்ரேஷ்கள், பொதுவான சமையல் வசதிகள் இவற்றை அரசு செய்துகொடுக்க வேண்டும்".

வீட்டுவேலை - சமையல் வேலை எனும் சுமையை கணவன்மார்களும் பங்குபோட்டுக்கொள்ளவேண்டும் என்கிற நியாயமான சிந்தனையை உருவாக்குகிற பணியிலும் மாதர் சங்கம் ஈடுபட்டது. தீவிரமான கருத்துப் பிரச்சாரம் நடத்தப்பட்டது. குடும்பத்தை ஜனநாயகப்படுத்துவது பெண்ணுக்கு மட்டுமல்ல, ஆணுக்கும் முழுக்குடும்பத்திற்கும் உகந்தது. அது காலத்தின் கட்டாயம் என்பது எடுத்துரைக்கப்பட்டது.

குறிப்பாக... வரதட்சணைக்கு எதிராக, வரதட்சணைக் கொடுமைகளுக்கு எதிராகக் களம் காணப்பட்டது. 1986ல் திண்டுக்கல்லில் நடைபெற்ற ஜனநாயக மாதர் சங்கத்தின் (இதற்கிடையில் அகில இந்திய ஜனநாயக மாதர் சங்கத்துடன் இணைக்கப்பட்டிருந்தது) ஐந்தாவது மாநில மாநாட்டின் பொது அறிக்கை இவ்வாறு கூறியது-

"வரதட்சணை, கற்பழிப்பு, மனைவியைத் துன்புறுத்துவது, குடும்பக் கோர்ட்டு என்பவை பற்றிய சட்டங்களில் திருத்தம் கோரி மாதர்கள் நாடு தழுவிய இயக்கங்கள் நடத்தியதன் விளைவாக 1983-84ம் ஆண்டுகளில் நான்கு சட்டங்கள் கொண்டுவரப்பட்டன. பல ஓட்டைகளைக்கொண்ட, பல்லற்ற இச்சட்டங்களையும் அமலாக்குவதில் பெரும் தயக்கம் உள்ளது. வரதட்சணை ஒழிப்புச் சட்டத்தை மீண்டும் மாற்றவேண்டும் எனக்கோரி அனைத்திந்திய ஜனநாயக மாதர் சங்கமும் மற்ற பல மாதர் அமைப்புகளும் பிரதமரோடு விவாதிப்பது உட்பட பல இயக்கங்களைத் தொர்ந்து நடத்தியுள்ளதன் விளைவாக மீண்டும் சில தேவையான திருத்தங்களைக்கொண்ட புதிய சட்டம் சமீபத்தில் நிறைவேற்றப்பட்டுள்ளது.

ஜனநாயக மாதர் சங்கமானது ஒரு போராட்ட அமைப்பாக, வெற்றிக்கனிகளைத் தட்டிப்பறிக்கும் வீரஞ்செறிந்த அமைப்பாக

வளர்ந்துவந்ததை இந்த அறிக்கை உணர்த்தி நிற்கிறது. அதே நேரத்தில் அது புதுப் புதுப் பிரச்சனைகளையும் சந்திக்க நேர்ந்தது. சரியாகச் சொல்வதென்றால் சர்வசாதாரணமாக எடுத்துக்கொள்ளப்பட்டு வந்த சில ஆதிகாலத்துக் கொடுமைகள் இப்போது...இப்போதுதான்... நியாயமான ஆவேசத்தைக் கிளப்பின. மனசாட்சிகள் விழிப்புற்றன. அறிக்கை தொடர்கிறது.

"இந்திய மக்கள்தொகையில் பெண்களின் விகிதம் குறைந்துவருவது ஆச்சரியமான விஷயம் அல்ல. கருவிலேயே பெண்ணை அழிக்கும் முயற்சி வெற்றி பெறவில்லை என்றால், பிறந்த ஓரிரு நாட்களிலே அந்த சிசுவை பெற்ற தாயே கொன்றிடும் ஏடறியாக் கொடுமை வேறெங்கும் அல்ல, தமிழகத்திலேயே நடந்துகொண்டிருக்கிறது. ஆம், மதுரை மாவட்டத்தில் உசிலம்பட்டி தாலுகாவில் சுமார் 300 கிராமங்களில் கள்ளர் வகுப்பைச் சார்ந்த ஏழை விவசாயிகள் மத்தியில் பெண் குழந்தைகளுக்கு விஷம் (அரளி விதை, சொரி நெல்) கொடுத்துக் கொன்றுவிடும் பழக்கம் இருந்துவருவது சில மாதங்களுக்கு முன் பத்திரிக்கைகளில் வெளிவந்தது. வரட்சணை கொடுத்து பெண்ணைக் கட்டிக்கொடுக்க வசதியில்லாததினால் பெற்றோர்கள் நெஞ்சைக் கல்லாக்கிக்கொண்டு பெற்றெடுத்த செல்லத்தைக் குழி தோண்டி புதைக்கின்றனர். வர்ணிக்க இயலா வறுமை, அறியாமை, வரதட்சணைக் கொடுமை, பெண்களின் மிகத் தாழ்ந்த சமூக நிலை, ஆள்வோரின் அலட்சியம் போன்றவையின் குரூர பிரதிபலிப்புதானே இத்தகைய சோகமான, தலைகுனிய வைக்கும் சம்பவங்கள்!"

மாதர் குலத்தின் இத்தகைய பொதுவான பிரச்சனைகளை மட்டுமில்லாது, தனிநபர் பிரச்சனைகளையும் கையிலெடுக்கிற அமைப்பாக மாதர் சங்கம் திகழ்கிறது. சிதம்பரம் பத்மினி, வாச்சாத்திப் பெண்கள், சின்னாம்பதி பெண்கள் போன்றோர் மீது போலீசார் பாலியல் பலாத்காரத்தை பிரயோகித்தபோது அவர்களுக்கு ஆதரவாகத் துணிவோடு முன்வந்த ஸ்தாபனம் மாதர் சங்கம்.

இதற்கெல்லாம் மகுடம் வைத்தாற்போல் நாடாளுமன்றத்திலும் சட்டமன்றங்களிலும் மகளிருக்கு 33 சத இட ஒதுக்கீடு கேட்டு இந்த அமைப்பு விடாப்பிடியாகப் போராடி வருகிறது.

50

அதிமுக ஆட்சியில்

*1972*ல் திமுகவிலிருந்து எம்ஜிஆர் தலைமையில் அதிமுக உதயமானது. 1977ல் தமிழகத்தில் ஆட்சியிலும் அமர்ந்தது. தன்னுடையதும் திராவிட இயக்க ஆட்சியே என்று எம்ஜிஆர் கூறினாலும் திராவிட இயக்கத்தவர் செய்யத் துணியாத ஒரு காரியத்தைச் செய்தார். பிற்படுத்தப்பட்ட வகுப்பாருக்கான இடஒதுக்கீட்டில் முதன்முறையாக வருமான வரம்பைப் புகுத்தினார். அதன்படி ஆண்டு வருமானம் ரூ.9000த்திற்குமேல் உள்ளவர்களுக்கு இட ஒதுக்கீடு பலன் கிடையாது. இதன் நோக்கம் பிற்படுத்தப்பட்டோரில் உள்ள உயர் மத்தியதர வர்க்கத்தவரை முற்படுத்தப்பட்டவரோடு பொதுப்போட்டியில் மோதிப் பார்த்துக் கொள்ளுமாறு விட்டுவிடுவதாகும்.

இது சில முக்கியமான கேள்விகளை எழுப்பியது. பிற்படுத்தப் பட்ட வகுப்பாரில் பொருளாதார ரீதியில் முன்னேறியவர்கள் உண்டு என்பது உண்மை. அதன் காரணமாகவே சமூக ரீதியில், கல்வி ரீதியில் முன்னேறிய வகுப்பாருக்கு அவர்கள் சமமாகி விடுவார்களா? அரசியல் சாசனமானது 'சமூக ரீதியில் மற்றும் கல்வி ரீதியில் பிற்படுத்தப்பட்ட வகுப்பார்' என்றுதான் பேசுகிறதே தவிர, பொருளாதார ரீதியில் பிற்படுத்தப்பட்டவர் என்று கூறவில்லை. எனவே, பொருளாதார ரீதியில் முன்னேறி விட்டார்கள் என்கிற காரணத்தாலேயே அவர்களுக்கு இட ஒதுக்கீட்டின் பலனை நிராகரிப்பது நியாயமாகுமா? இதையும்விட முக்கியமான விஷயம் பொருளாதார ரீதியில் முன்னேறியவர்களை பிற்படுத்தப்பட்டோரிலிருந்து நீக்குவதால் அந்த ஒதுக்கீடு நிரப்பப்படாமல் போனால் அது பொதுப்போட்டிக்குப் போய்விடும்.

அதாவது, இவர்களை நீக்குவதன் பலன் பிற்படுத்தப்பட்டோரில் உள்ள பொருளாதார ரீதியிலும் பிற்படுத்தப்பட்டோருக்குக் கிடைக்காமல் சமூக ரீதியில், கல்வி ரீதியில் முன்னேறியவர்களுக்குக் கிடைத்துவிடும். வருமான வரம்பு புகுத்தப்பட்டால் அதனால் நிரப்பப்படாத இடம் பிற்படுத்தப்பட்டோரில் அடுத்த அடுக்கில்

உள்ளவர்களுக்கே (பொருளாதார ரீதியில் முன்னேறியவர்களுக்கே) போய்ச்சேரும் என்கிற உத்தரவாதம் ஏதுமில்லை. அத்தோடு, பணத்தின் மதிப்பு குறைந்துகொண்டே வருகிறது. ஒரு வருடத்தில் நிர்ணயிக்கப்பட்ட வருமான வரம்பை அடுத்த வருடத்தில் அவசியம் உயர்த்தியாக வேண்டும். அதற்கும் உத்தரவாதம் இல்லை. இதன் விளைவாக எம்ஜிஆர் அரசின் திட்டத்திற்குப் பிற்படுத்தப்பட்ட மக்களிடையே ஆதரவு கிடைக்கவில்லை. 1979 மக்களவைத் தேர்தலில் அதிமுக கண்ட தோல்விக்கு இதுவும் ஒரு காரணமாகக் கருதப்பட்டது.

நிலைமையைப் புரிந்துகொண்ட எம்ஜிஆர் அவசர அவசரமாகச் செயல்பட்டார். பிற்படுத்தப்பட்ட வகுப்பாருக்கு விதிக்கப்பட்டிருந்த வருமான வரம்பை நீக்கியது மட்டுமல்லாது, அவர்களுக்கான இடஒதுக்கீடு அளவையும் உயர்த்தினார். இதனால், மொத்த ஒதுக்கீடு 50 சதவீதத்திற்கும்மேல் போவது பற்றியும் அவர் கவலைப்படவில்லை. 1980 ஜனவரியில் விதிக்கப்பட்ட இட ஒதுக்கீடு ஆணை கீழ்வருமாறு இருந்தது.

பொதுப்போட்டி	32%
பிற்படுத்தப்பட்ட வகுப்பார்	50%
தாழ்த்தப்பட்ட சாதியினர் மற்றும் பழங்குடியினர்	18%
	100%

அதாவது, பொதுப்போட்டியிலிருந்து 19 சதவீதம் எடுக்கப்பட்டு அது பிற்படுத்தப்பட்ட வகுப்பாருக்கு வழங்கப்பட்டது. இதற்கு ஒரு நியாயமும் இருந்தது. 1951ல் பிற்படுத்தப்பட்ட வகுப்பார் என்று வந்ததிலிருந்து பல சாதியினர் பிற்படுத்தப்பட்டவர் பட்டியலில் சேர்க்கப்பட்டு வந்தனர். மக்கள் தொகையில் அவர்களது எண்ணிக்கை 50 சதவீதத்திற்கும் மிக அதிகமாக இருந்தது.

எம்ஜிஆர் ஆட்சிக் காலத்தில் அனைத்து சாதியினரையும் அர்ச்சகராக்குவது குறித்து ஆராய நீதிபதி மகராஜன் தலைமையில் குழு ஒன்று அமைக்கப்பட்டது. அது ஆராயப்பட வேண்டிய விஷயங்களாக கீழ்வருபவை கூறப்பட்டிருந்தன-

1. அர்ச்சகரைக் குறிப்பிட்ட சாதியிலிருந்துதான் தேர்ந்தெடுக்க வேண்டுமா?
2. சாதி வேறுபாடின்றி தேர்ந்தெடுத்தால் அது அரசியல் சாசனத்தை மீறுவது ஆகுமா?

இந்தக் குழுவின் அறிக்கை 1982ல் வெளியிடப்பட்டது. அதன் பொதுவான முடிவுகள் வருமாறு:

1. தமிழகத்தில் ஆகமநெறியில் அமைந்த பல கோவில்களில் பிராமணரல்லாதார்கூட அர்ச்சகராக உள்ளனர்.
2. ஹரிஜன ஆலயப் பிரவேசம், தேவதாசி ஒழிப்பு, உயிர்ப்பலித் தடை ஆகியவற்றால் ஏற்கெனவே ஆகம விதிகள் மீறப்பட்டுள்ளன.
3. காலத்தின் தேவையை அனுசரித்தும், சமூக நலனையும் முன்னேற்றத்தையும் கருத்திற்கொண்டும், சமய ஒருமைப்பாட்டினை உருவாக்கவேண்டியும், மக்களின் ஈடுபாட்டைப் பெருக்க வேண்டியும் அர்ச்சகர் நியமனம் பிறவியின் அடிப்படையில் இல்லாமல், சாதி, இன வேறுபாடு இல்லாமல் பணித்தகுதி அடிப்படையில் இருக்கலாம் என்ற கருத்து ஆகமத்துக்கு முரணாகாது.

எனினும், குழுவிற்குத் தலைமை தாங்கிய நீதிபதி மகராஜன் கீழ்வரும் தனது தனிப்பட்ட கருத்தையும் கூறியிருந்தார்.

“இந்துக்களில் எல்லாப் பிரிவினருக்கும் அர்ச்சகர் பிரிவில் இடம் கொடுக்கலாம் என்பதை உச்ச நீதிமன்றம் சட்டத்திற்கு முரணானது என்று கூறி நிராகரித்துவிடக்கூடும். ஆகவே, இந்தக் குழுவின் பரிந்துரைகளை நடைமுறைக்குக் கொண்டுவருவதற்கு முன் அரசியல் சாசனத்தில் சில திருத்தங்களைச் செய்துகொள்வது பொருத்தமாக இருக்கும்”.

இந்தக் குழுவின் முக்கிய பரிந்துரையானது ஆகமப் பயிற்சிக் கல்லூரிகளை இந்து அறநிலையத்துறையே அமைத்து அனைத்து சாதியினரையும் அவற்றில் சேர்த்துக்கொள்ளலாம் என்பது. ஆகமப் பயிற்சி நிறுவனங்கள் தனியார்களாலேயே, பிராமணர் மற்றும் முதலியார்கள் எனும் உயர் சாதியினராலேயே நடத்தப்பட்டு வந்தன. அதனை முடிவுக்குக் கொண்டுவந்து அர்ச்சகர் பணியையும் ஒரு தொழில்முறை வேலையாக மாற்றலாம். அதன்மூலம் அனைத்து சாதியினரையும் இந்த வேலையிலும் இடம்பெறச் செய்யலாம் என்றது குழு. அதுமட்டுமல்ல, பெண்களை அர்ச்சகராக நியமிப்பதுகூட ஆகமத்திற்கு முரணானது அல்ல என்றது குழு. காலத்திற்கேற்ற முற்போக்கான பரிந்துரைகளைக் கொடுத்திட்ட இந்தக் குழுவில் இடம் பெற்றிருந்தவர்களில் 5 பேர் பிராமணர்கள், 3 பேர் முதலியார்கள், ஒருவர் ரெட்டியார் ஆவார். அதாவது, பிறப்பால் உயர் சாதியினரைக் கொண்ட இந்தக்

குழுவே இத்தகைய சிறந்த ஆலோசனைகளை முன்வைத்தது. ஆனாலும் எம்ஜிஆர் அரசால் இவை குறித்து ஒரு முடிவுக்கு வரமுடியவில்லை. கால அவகாசம் பெற்றுக்கொள்ள மகராஜன் குழு பரிந்துரைகளை ஆராய நீதிபதி கிருஷ்ணசாமி ரெட்டியார் தலைமையில் இன்னொரு குழுவை 1984ல் அமைத்தது எம்ஜிஆர் அரசு. அந்தக் குழுவும் சில பரிந்துரைகளைக் கொடுத்தது. ஆனால், அவற்றையும் நிறைவேற்றவில்லை எம்ஜிஆர் அரசு.

எம்ஜிஆர் ஆட்சியில் அறிமுகப்படுத்தப்பட்ட சத்துணவுத் திட்டம் மக்களின் பேராதரவினைப் பெற்றதொரு திட்டமாகும். காமராஜர் ஆட்சியில் கொண்டுவரப்பட்ட மதிய உணவுத் திட்டத்தை இது மேலும் விரிவுபடுத்தியது. ஒவ்வொரு பள்ளியிலும் சத்துணவுக்கூடம் அமைக்கப்பட்டு, அதற்கென தனி ஊழியர்கள் நியமிக்கப்பட்டனர்.

இந்தக் காலகட்டத்தில் கீழ்வருமாறு தமிழகத்தில் கல்வியறிவு பெற்றோர் சதவீதம் (மக்கள் கணக்கெடுப்பின்படி) வளர்ச்சி கண்டதற்கு சத்துணவுத் திட்டம் ஒரு முக்கியக் காரணமாகும்.

ஆண்டு	மொத்தம்	ஆண்கள்	பெண்கள்
1971	39.5%	51.8%	26.9%
1981	54.4%	68.0%	40.0%
1991	62.4%	73.7%	51.3%

பெண்கள் கல்வியறிவில் ஏற்பட்டுள்ள கணிசமான வளர்ச்சி பாராட்டத்தக்கதாகும். 1981ல் 40 சதவீதமாக இருந்தது. 1991ல் 51சதவீதமாக உயர்ந்துள்ளது. அறிவொளி இயக்கத்தின் சிறப்பான பணி காரணமாக கல்வியறிவு பெற்றோரின் சதவீதம் இன்னும் அதிகமாக இருக்கும்.

51

திமுக – அதிமுக ஆட்சியில்

எம்ஜிஆரின் மறைவுக்குப்பிறகு சிறிது காலம் ஜானகி அம்மையார் தலைமையில் அதிமுக ஆட்சி நடந்தாலும் அது தாக்குப்பிடிக்கவில்லை. விரைவிலேயே சட்டமன்றத் தேர்தல் வந்தது. அதில் மீண்டும் கலைஞர் தலைமையிலான திமுக ஆட்சி அமைந்தது. இதற்கிடையில் வன்னியர்கள் போன்றோரை மிகவும் பிற்படுத்தப்பட்டவர்களாக அறிவித்து, அவர்களுக்கென தனி ஒதுக்கீடு செய்யவேண்டும் எனப் பாட்டாளி மக்கள் கட்சி விடாது போராடி வந்தது. இதனை ஏற்று வன்னியர்கள், பிரமலைக்கள்ளர்கள், மறவர்கள் போன்ற சாதியினர் மிகவும் பிற்படுத்தப்பட்டவர்களாக அறிவிக்கப்பட்டு அவர்களுக்கென 20 சதவீதம் ஒதுக்கப்பட்டது. இதே காலத்தில் பழங்குடியினருக்கு தாழ்த்தப்பட்ட சாதியினரோடு சேர்த்து இல்லாமல் தனியாக ஒதுக்கீடு செய்யப்பட வேண்டுமென்று உச்ச நீதிமன்றம் ஒரு தீர்ப்புச் செய்திருந்தது. இதனையும் மனதிற்கொண்டு 1989ல் கீழ்வரும் இட ஒதுக்கீடு அளவு நடைமுறைக்கு வந்தது.

பொதுப்போட்டி	31%
மிகவும் பிற்படுத்தப்பட்டோர்	20%
பிற்படுத்தப்பட்டோர்	30%
தாழ்த்தப்பட்ட சாதியினர்	18%
பழங்குடியினர்	1%
	100%

அதாவது, பிற்படுத்தப்பட்டோருக்கான 50 சதவீத இடஒதுக்கீடு 20 சதவீதம் மற்றும் 30 சதவீதம் என்று இரண்டாகப் பிரிக்கப் பட்டுள்ளது. பொதுப்போட்டியில் இருந்து 32 சதவீதத்திலிருந்து 1 சதவீதம் எடுக்கப்பட்டு, அது பழங்குடியினருக்கு எனத் தரப்பட் டுள்ளது. இப்படித்தான் 69 சதவீத இடஒதுக்கீடு நடைமுறைக்கு வந்தது.

கலைஞர் தலைமையிலான புதிய திமுக ஆட்சியில்தான் மாதர் விடுதலைக்கான இரண்டு முக்கிய நடவடிக்கைகள்

எடுக்கப்பட்டன. இரண்டுமே 1989ல் செய்யப்பட்டவை. முதலாவது - சாதி அடிப்படையிலான இடஒதுக்கீட்டிற்கு உள்ளே அரசுப் பணிகளிலும், கல்வி நிறுவனங்களிலும் 30 சதவீத இடங்கள் பெண்களுக்கு ஒதுக்கப்பட்டன. இதுவொரு முக்கியமான சமூக சீர்திருத்த நடவடிக்கையாகும். அரசுப் பணிகளில் கிட்டத்தட்ட மூன்றிலொரு பகுதி இடங்கள் பெண்களுக்குக் கிடைக்கும்போது பொருளாதார ரீதியில் அவர்கள் சுயேச்சைத் தன்மையை அடைகிறார்கள். இதுவே அவர்கள் சமூக ரீதியில் விடுதலை பெறுவதற்கான அடித்தளம் ஆகும். இரண்டாவது-குடும்பச் சொத்தில் பெண்களுக்கும் சம பங்கு கொடுக்க வழிவகுத்த சட்டம் நிறைவேற்றப்பட்டது.

முன்பு தந்தையொருவர் உயில் எழுதி வைக்காமல் இறந்து போனால் அவரது சொத்தில் மகன்களுக்கு சமமாக மகள்களுக்குப் பங்கு கிடைக்காது, சொத்தானது மகன்களுக்கும், இறந்துபோன தந்தைக்குமிடையில் பிரிக்கப்பட்டு, அதில் தந்தைக்குக் கிடைக்கும் பங்கு மட்டும் மீண்டும் மகன்களுக்கும் மகள்களுக்குமிடையில் பிரிக்கப்படும். ஆக, மகள்களுக்கு ஒரு சிறிய பங்கே கிடைக்கும். புதிய சட்டமானது இந்த அநீதிக்கு முற்றுப்புள்ளி வைத்து, இதன்படி உயில் எழுதி வைக்காமல் தந்தை இறந்துபோனால் அவரது சொத்து மகன்களுக்கும், மகள்களுக்குமிடையே சமமாகப் பிரித்துக்கொள்ளப்படும், மாதர் விடுதலைக்கான போராட்ட வரலாற்றில் இதுவொரு திருப்புமுனையாகும். சொத்தில் பெண்களுக்கு சம உரிமை என்பது அவர்களது பொருளாதார சுயேச்சைத் தன்மையை வலுப்படுத்துகிறது மட்டுமல்லாது, வரதட்சணைக் கொடுமைக்கு முற்றுப்புள்ளி வைப்பதற்கான அடித்தளத்தையும் அமைத்துக் கொடுத்துவிடுகிறது.

திமுக ஆட்சியில் மாதர்களுக்கு என்று வேறு சில முக்கிய நடவடிக்கைகளும் மேற்கொள்ளப்பட்டன. பெண்களுக்கு இலவச பட்டப்படிப்பு வழங்கப்பட்டது. இதற்குப் பெரியாரின் துணைவியார் நாகம்மையார் பெயர் சூட்டப்பட்டது. பெண் கல்வியை ஊக்குவிப்பதற்காக ஏழைக் குடும்பப் பெண்கள் 8ம் வகுப்பு அல்லது அதற்குமேல் படித்திருந்தால் அவர்களது திருமணச் செலவிற்கு ரூ. 5000/- அரசு உதவித்தொகை வழங்கியது. இது பின்னர் ரூ.10,000/- ஆக உயர்த்தப்பட்டது. இதற்கு மூவலூர் இராமாமிர்தம்மாள் திட்டம் என்று பெயர். ஆரம்பப் பள்ளிகளில் முதலிரண்டு வகுப்புகளுக்கு பெண்டிரே ஆசிரியர்களாக நியமிக்கப்பட்டனர்.

தமிழகத்தில் திமுக ஆட்சி நடந்த காலத்தில் மத்தியில் வி.பி. சிங் தலைமையிலான தேசிய முன்னணியின் ஆட்சி அமைந்தது. இந்த ஆட்சிதான் 1990ல் மத்திய அரசுப் பணிகளில் பிற்படுத்தப் பட்டோருக்கு 27 சதவீத இடஒதுக்கீடு தரும் மண்டல் குழுவின் பரிந்துரையை நடைமுறைப்படுத்தியது. நாடு சுதந்திரம் பெற்று 43 ஆண்டுகள் கழித்துத்தான் மத்திய அரசில் பிற்படுத்தப்பட்ட மக்களுக்கு ஒரு முக்கியமான பங்களிப்பு தரப்பட்டது. இது தமிழகத்தின் பிற்படுத்தப்பட்ட மக்களுக்கும் நல்ல வாய்ப்பாக அமைந்தது. ஆனால், இந்த இடஒதுக்கீடு மத்திய அரசு நடத்தும் கல்வி நிறுவனங்களுக்குப் பொருந்தாமல் போனது.

இதே காலகட்டத்தில்தான் "தாழ்த்தப்பட்ட சாதியினர் மற்றும் பழங்குடியினருக்கு எதிராக இழைக்கப்படும் வன்கொடுமைகள் தடுப்புச் சட்டம், 1989" நடைமுறைக்கு வந்தது. இந்தச் சட்டத்தின்கீழ் தீண்டாமைக் குற்றங்களை விசாரணை செய்ய தனி நீதிமன்றங்களை அமைக்க முடியும். வாழ்வியல் உரிமைகள் பாதுகாப்புச் சட்டத்தோடு இந்தச் சட்டமும் தாழ்த்தப்பட்ட மக்களுக்கு நல்லதொரு அரணாகத் திகழ்கிறது.

1991ல் திமுக ஆட்சி கலைக்கப்பட்டது. அடுத்து நடந்த தேர்தலில் ஜெயலலிதா தலைமையில் மீண்டும் அதிமுக ஆட்சி வந்தது. இவரது ஆட்சிக் காலத்தில் 69 சதவீத இட ஒதுக்கீட்டிற்கு நீதிமன்றத் தீர்ப்பின் காரணமாக ஆபத்து வந்தது. 1992 நவம்பரில் உச்ச நீதிமன்றமானது "எக்காரணம் கொண்டும் மொத்த இடஒதுக்கீடானது 50 சதவீதத்தைத் தாண்டக்கூடாது" என்று தீர்ப்பு அளித்தது. இதற்கு நீதிமன்றம் எடுத்துக்காட்டிய அரசியல் சாசன சரத்து 16 (4) ஆகும். இதன்படி அரசுப் பணிகளில் எந்தவொரு பிற்படுத்தப்பட்ட வகுப்பாருக்கும் "போதிய அளவுக்கு"(adequately) இடம் கிடைக்கவில்லையென்று. அரசு நினைத்தால் அவர்களுக்கென இடஒதுக்கீடு தீர்மானிக்கலாம் என்று அதிகாரம் தருகிறது. இந்தப் "போதிய அளவு" என்பது 50 சதவீதத்திற்குமேல் இருக்கமுடியாது என்று உச்ச நீதிமன்றம் ஒரு வியாக்கியானம் கொடுத்துக்கொண்டது. இதனால் வந்த வினை இது.

தமிழகத்தைப் பொறுத்தவரை இங்குள்ள நிலைமை தனித்துவமானதாகும். தமிழகத்தில் 5.59 கோடி மக்கள் தொகையில் 3.70 கோடி மக்கள் பிற்படுத்தப்பட்டோர் பட்டியலிலும், 1.12 கோடிப் பேர் தாழ்த்தப்பட்ட சாதியினர் மற்றும் பழங்குடியினர் பட்டியலிலும் இடம் பெற்றுள்ளனர். அதாவது, தமிழக

மக்கள்தொகையில் பிற்படுத்தப்பட்டோர் 66 சதவீதமாக உள்ளனர். இவர்களுக்கு 50 சதவீத இடஒதுக்கீடு என்பது நியாயமே. உச்ச நீதிமன்றம் இதையெல்லாம் கணக்கில் கொள்ளாமல் அளித்த தீர்ப்பு பிற்படுத்தப்பட்டோருக்கு பெருங்கேடு விளைவித்தது.

இந்தப் பிரச்சனையைத் தீர்க்க அரசியல் சாசனம் 31 (சி) சரத்தின்படி, தமிழக சட்டமன்றத்தில் ஒரு சட்டம் நிறைவேற்றப்பட்டு, அது நாடாளுமன்றத்தின் ஒருமனதான ஒப்புதலோடு 9வது அட்டவணையில் சேர்க்கப்பட்டது. அதற்கு 1994, செப்டம்பரில் குடியரசுத் தலைவர் ஒப்புதலும் கொடுத்தார். இதன் காரணமாக 69 சதவீத இடஒதுக்கீடு பாதுகாக்கப்பட்டுவிட்டது என்று நம்பப்பட்டது. காரணம் 31 (சி) சரத்தின்படி, ஒரு சட்டம் நிறைவேற்றப்பட்டு அது 9வது அட்டவணையில் சேர்க்கப்பட்டுவிட்டால் அந்தச் சட்டத்தை நீதிமன்றம் தனது பரிசீலனைக்கு எடுத்துக்கொள்ள முடியாது.

ஆனாலும், இப்படி 9வது அட்டவணையில் சேர்த்ததை எதிர்த்து, 69 சதவீத இடஒதுக்கீட்டை அமல் நடத்துவதை எதிர்த்து தமிழகத்து வழக்கறிஞர் ஒருவர் உச்ச நீதிமன்றத்தில் வழக்குத் தொடுத்தார். இதனை விசாரித்த இரு நீதிபதிகள் வழக்கை ஏற்று 69 சதவீத இடஒதுக்கீட்டிற்கு எதிரானதொரு இடைக்காலத் தீர்ப்பை வழங்கினர்.

இதன் காரணமாக 1994-95 முதல் இங்கே கறாரான 69 சதவீத இடஒதுக்கீடு நடைமுறையில் இல்லை. மொத்த இட ஒதுக்கீடு 50சதவீதமாக இருந்தால்... பொதுப்போட்டியில் வருகிற மாணவர்களுக்கு எவ்வளவு இடங்கள் கிடைக்குமோ, அவ்வளவு இடங்களைக் கூடுதலாகச் சேர்க்க, வேண்டியுள்ளது. இதன் காரணமாக ஒட்டுமொத்தமாகப் பார்த்தால் இடஒதுக்கீடு 69 சதவீதமாக வராது.

ஜெயலலிதா தலைமையிலான அதிமுக ஆட்சிக் காலத்தில் அரசே ஆகம சாஸ்திரக் கல்லூரி துவங்கும் என்று அறிவிக்கப்பட்டது. இந்தக் கல்லூரியில் தாழ்த்தப்பட்ட மக்கள் உள்ளிட்ட அனைத்து சாதியினருக்கும் இடமளிக்கப்படும் என்றும், சமஸ்கிருத மொழிப்பாட நூல்கள் தமிழில் பெயர்க்கப்பட்டு சொல்லித்தரப்படும் என்றும் கூறப்பட்டது. அனைத்து சாதியினரும் அர்ச்சகராக வாய்ப்புத் தரும் என்ற முறையில் இது வரவேற்கப்பட வேண்டியதே. ஆனால், பிராமணரல்லாதார் அர்ச்சகர் ஆக முடியாது என்கிற உச்ச நீதிமன்றத் தீர்ப்பு இருக்கும்வரை, அதை நீக்க

அரசியல் சாசனம் திருத்தப்படும் வரை இதனால் நடைமுறைப் பயன்பாடு ஏதும் இருக்காது. ஆகமக் கல்லூரிக்குள் நுழைந்தாலும் பிராமணரல்லாதார் கோவில் கருவறைக்குள் நுழைய முடியாது!

1996 தேர்தலில் ஜெயலலிதா தலைமையிலான அதிமுக தோல்வியடைந்ததும் கலைஞர் தலைமையிலான திமுக ஆட்சி மீண்டும் அமைந்தது. இந்தக் கட்டத்தில்தான் வெகுகாலத்திற்குப் பிறகு உள்ளாட்சி அமைப்புகளுக்குத் தேர்தல் நடந்தது. இந்தத் தேர்தலில் பெண்களுக்கு முதன்முதலாக 33 சதவீத இட ஒதுக்கீடு தரப்பட்டிருந்தது. இதன் விளைவாய் கீழ்மட்ட அரசமைப்பு முறையில், அதன் நிர்வாகத்தில் பெண்கள் பங்கெடுப்பு என்பது நடைமுறைக்கு வந்தது. முற்போக்காளர்களின் வெகுநாளையக் கனவு ஒன்று நனவானது.

டாக்டர் தர்மாம்பாள் அம்மையார் நினைவு விதவை மறுமண நிதி உதவித் திட்டத்தின்கீழ் மறுமணம் செய்துகொள்ளும் ஏழை விதவைக்கு ரூ.10,000 தரப்படுகிறது. அஞ்சுகம் அம்மையார் நினைவு கலப்புத் திருமண நிதி உதவித் திட்டத்தின் கீழ் கலப்புத் திருமணம் செய்துகொள்வோருக்கு ரூ.10,000 வழங்கப்படுகிறது. இதிலே முக்கியமான நிபந்தனை, மணமகன் அல்லது மணமகள் தாழ்த்தப்பட்ட சாதியை அல்லது பழங்குடியைச் சார்ந்தவராக இருக்கவேண்டும். ஏழைத் தாய்மார்களுக்கு முதல் இரண்டு குழந்தைகளுக்கு டாக்டர் முத்துலட்சுமி ரெட்டியார் நினைவுத் திட்டத்தின்கீழ் ரூ.200 பேறுகால உதவி வழங்கப்படுகிறது.

தாழ்த்தப்பட்ட மக்கள், பிற்படுத்தப்பட்ட மக்கள் இடஒதுக்கீட்டிற்குள் கல்லூரிப் படிப்பில் கிராமப்புற மாணவர்களுக்கென்று 15 சதவீத ஒதுக்கீடும் செய்யப்பட்டுள்ளது. இது, கிராமப்புறங்களில் நவீன வசதிகள் இல்லாத பள்ளிகளில் படித்துவரும் மாணவர்களுக்கு வாய்ப்பு தருகிறது. நகர, கிராம வேறுபாட்டைப் போக்கும் நடவடிக்கைகளில் ஒன்றாக இது விளங்குகிறது.

52

இருபதாம் நூற்றாண்டு சமூக சீர்திருத்தம்

- ஒரு கணிப்பு

19ம் நூற்றாண்டு சமூக சீர்திருத்தம் சமயம் மற்றும் இலக்கியம் சார்ந்ததாக இருந்து, சமூக அவலங்களின்பால் மக்களின் மனசாட்சியைத் தட்டி எழுப்பியது. அத்தோடு, உடன்கட்டை ஏறல் நிறுத்தம், விதவா விவாகம் தொடக்கம், பஞ்சமருக்கு-மாதர்களுக்கு கல்வி ஆரம்பம் போன்ற சில திட்டவட்டமான செயல்பாடுகளையும் உள்ளடக்கியிருந்தது. எனினும் ஒட்டுமொத்தமாகப் பார்த்தால் அது மேம்போக்கானதே. 20ம் நூற்றாண்டு சமூக சீர்திருத்தமோ அரசியல் மற்றும் சட்டம் சார்ந்ததாக இருந்து, சமூக அவலங்களின் ஆணிவேரை அசைக்கும் வகையில் பல திட்டவட்டமான நடவடிக்கைகளை எடுத்தது. அதன் காரணமாய் பெருந்திரளான மக்களின் வாழ்வில் அது ஊடுருவிச் சென்றது.

சாதி எதிர்ப்புப் போராட்டத்தில் 20ம் நூற்றாண்டில் நடந்தவற்றை கீழ்வருமாறு தொகுக்கலாம்.

1. அரசுப் பணிகளில், கல்வி நிறுவனங்களில் சாதி அடிப்படையில் இடஒதுக்கீடு.
2. பிராமணர்களுக்கு மட்டுமேயான “பிராமணாள் காபி கிளப்” ஒழிந்தது.
3. பிராமணியச் சடங்குகள் இல்லாத சுயமரியாதைத் திருமணம்.
4. நாடார்கள், பஞ்சமர்களுக்கு கோவில்கள் திறந்துவிடப்பட்டன.
5. கிராமப்புறங்களில் பண்ணையாள் முறையை ஒழித்து, விவசாயத் தொழிலாளர்கள் உருவாயினர்.
6. குற்ற பரம்பரைச் சட்டம் ஒழிந்தது.
7. வயது வந்தோர் அனைவருக்கும் வாக்குரிமை.
8. தீண்டாமையானது அரசியல் சாசனப்படி ஒழிந்தது.
9. தாழ்த்தப்பட்ட மக்கள் மற்றும் பழங்குடியினருக்கு மக்களவையிலும், மாநிலச் சட்டமன்றங்களிலும் இடஒதுக்கீடு.

10. நிலச்சீர்திருத்தம் துவக்கப்பட்டது. இனாம்தாரி, ஜமீன்தாரி முறை ஒழிந்தது.

11. தீண்டாமையைத் தடுக்க வாழ்வியல் உரிமைகள் பாதுகாப்புச் சட்டம் மற்றும் வன்கொடுமைகளின் தடுப்புச் சட்டம்.

12. சாதி மறுப்பு மணத்தைச் சட்டப்பூர்வமாக்கிய புதிய இந்து திருமணச் சட்டம்.

13. கல்வியைப் பரவலாக்க சத்துணவுத் திட்டம் எனும் விரிவான மதிய உணவுத் திட்டம்.

மாதர் விடுதலைப் போராட்டத்தில் 20ம் நூற்றாண்டில் நடந்தவற்றை கீழ்வருமாறு தொகுக்கலாம்.

1. ஒரு குறிப்பிட்ட சாதியைச் சார்ந்தவர்களைப் பொட்டுக்கட்டி உருவாக்கப்பட்ட தேவதாசி முறை ஒழிந்தது.
2. பெண்களின் திருமண வயது 18 ஆக உயர்ந்தது (1970களில் செய்யப்பட்ட ஒரு திருத்தத்தின் மூலம்).
3. பலதார மணம் தடை செய்யப்பட்டது.
4. விவாகரத்து உரிமை வழங்கப்பட்டது.
5. விதவை மணம் சட்டப்பூர்வமானது.
6. பெண்களுக்கு சம அளவிலான சொத்துரிமை வழங்கப்பட்டது.
7. ஆண்களுக்குச் சமமாகப் பெண்களுக்கும் தத்தெடுக்கும் உரிமை தரப்பட்டது.
8. அரசுப் பணிகள், கல்வி நிறுவனங்களில் பெண்களுக்கு 30 சதவீத இட ஒதுக்கீடு.
9. பெண்களுக்கு பட்டப்படிப்பு வரை இலவசக் கல்வி.
10. பெண் கல்வியை ஊக்குவிக்க தனித்திட்டம்.
11. உள்ளாட்சி அமைப்புகளில் பெண்களுக்கு 33 சதவீத இட ஒதுக்கீடு.
12. விதவை மறுமணம், சாதி மறுப்பு மணம் ஊக்குவிப்பு திட்டங்கள்.

இவை நடந்து முடிந்தவை. நடக்கவேண்டியவை இன்னும் உள்ளன. ஒன்று நிச்சயம், 19ம் நூற்றாண்டைவிட 20ம் நூற்றாண்டு முற்போக்காய் அமைந்திருக்கிறது. அதைவிட 21ம் நூற்றாண்டு இன்னும் முற்போக்காய் அமையும்.

53

இருபத்தியோராம் நூற்றாண்டின் துவக்கத்தில் தமிழகம்

நாடு சுதந்திரம் பெற்றதும் இயல்பாகவே தொழில் வளர்ச்சியில் கவனம் செலுத்தப்பட்டது. எதிர்பார்த்த வளர்ச்சி இல்லாமலிருக்கலாம். ஆனால், வளர்ச்சி இருந்தது என்பது உண்மை. அதிலும் பொதுத்துறையின் பங்களிப்பு முக்கியமானதாக இருந்தது. 1951ல் இந்தியா முழுக்க இருந்த மத்திய பொதுத்துறை நிறுவனங்கள் 5தான். இது 1993ல் 245 நிறுவனங்களாக உயர்ந்தது. இவற்றில் செய்யப்பட்ட முதலீடோ 1951ல் ரூ.29 கோடியாக இருந்தது. 1993ல் ரூ.1,46,971 கோடியாக உயர்ந்தது. இதேகாலத்தில் நிகர தேசிய உற்பத்தி (Net National Product) 1980 - 81 விலைவாசியின்படி 1950-51ல் ரூ 40,454 கோடியாக இருந்தது. 1992 -93ல் ரூ.1,93,222 கோடியாக உயர்ந்தது. ஆண்டுக்கு ஒட்டுமொத்தமான உற்பத்தி வளர்ச்சி வீதம் 4% ஆக இருந்திருக்கிறது. ஏழாவது திட்ட காலத்தை மட்டும் எடுத்துக்கொண்டால் தொழில்துறை வளர்ச்சியானது ஆண்டுக்கு சராசரியாக 8.5% இருந்துள்ளது.

இந்த அகில இந்திய வளர்ச்சியில் தமிழகத்தின் பங்களிப்பும் உண்டு. சொல்லப்போனால் வேறுபல மாநிலங்களை ஒப்பிடும்போது தமிழகத்தின் தொழில் வளர்ச்சி குறிப்பிடத்தக்கதே. பிரிட்டிஷ் ஆட்சிக் காலத்திலிருந்தே பம்பாய், கல்கத்தா, சென்னை எனும் பெரு நகரங்களைச் சுற்றியே தொழில்கள் வளர்ந்தன. சுதந்திரத்திற்குப் பிறகும் அதுவே நிலைமை. மராட்டியம். குஜராத், மேற்குவங்கம் ஆகிய தொழில் வளர்ச்சியடைந்த மாநிலங்களோடு சேர்த்துவைத்து எண்ணத்தக்க மாநிலமாகவே தமிழ்நாடும் இருந்தது. இடையிடையே ஏற்ற இறக்கங்கள் இருந்தாலும் முதல் வரிசை மாநிலங்களில் தனது இடத்தை தக்க வைத்துக்கொண்டே வந்தது. "இந்தியப் பொருளாதாரத்தைக் கண்காணிக்கும் மையம்" (Centre for Monitoring Indian Economy) எனும் அமைப்பின் முதலீடுகள் பற்றிய அறிக்கையின்படி 1998 ஜனவரியில் இந்தியாவிலேயே தமிழகம் மூன்றாவது இடத்தைப் பெற்றிருக்கிறது. 1996 ஏப்ரலில் ஐந்தாவது இடத்தைப் பெற்றிருந்தது (இந்து 20.5.98). இதனை தொழில் வளர்ச்சியைக் குறிக்கிற ஒரு குறியீடாகக் கொள்ளலாம்.

இந்தத் தொழில் வளர்ச்சியானது பல நூறு ஆண்டுகளாக வர்ணசாதி அமைப்பாக இருந்த தமிழ்ச் சமுதாயத்தை வர்க்க அமைப்பாக மாற்றத் துவங்கியிருக்கிறது. குறிப்பாக நகர்ப்புறங்களில் பல சாதிகளிலிருந்தும் முதலாளி, தொழிலாளி எனும் இரு புதிய வர்க்கங்கள் உருவாகத் துவங்கின. அதாவது, வர்ணங்களே 'வர்க்கங்களாக (பொருளாதார ரீதியிலும் ஆதிக்கக் குழுக்களாக) இருந்த நிலை மாறி வர்ணங்கள் வேறு, வர்க்கங்கள் வேறு என்கிற நிலை ஏற்படத் துவங்கியது. இது தமிழ்ச் சமுதாயத்தில் ஏற்பட்டுவரும் அடிப்படையான மாற்றமாகும். இது, இதன் வரலாற்றில் முக்கிய திருப்புமுனையாகும். வர்ணாஸ்ரமத் தன்மை கொண்ட நிலப்பிரபுத்துவ சமுதாயத்திலிருந்து அதன் இயல்பான அடுத்த கட்டமாகிய முதலாளித்துவ சமுதாயம் உருவாகி வரும் காலகட்டமாகும்.

இந்த மாற்றத்தைப் பாட்டா செருப்புக் கடைகளிலும், அரசு போக்குவரத்துக் கழகங்களிலும், பல்வேறு தொழிற்சாலைகளிலும் உயர் சாதியினர் உள்ளிட்ட பல சாதிகளில் பிறந்தோரும் தோளோடு தோள் உராய, தொழிலாளர்களாகப் பணியாற்று வதில் காணலாம். இந்த மாற்றத்தை தொழில் முதலாளிகளாக உயர் சாதிகளிலிருந்து மட்டுமல்லாது, நாடார்கள் போன்ற பிற்படுத்தப்பட்ட சாதிகளிலிருந்தும் வந்திருப்பதில் காணலாம்.

ஆனால், இவ்வளவு துல்லியமாக கிராமப்புறங்களில் இந்த மாற்றத்தைக் காணமுடியவில்லை. தமிழகத்தில் 85 லட்சம் விவசாயத் தொழிலாளர்கள் உள்ளனர். இவர்களில் 55 சதவீதத்தவர் தாழ்த்தப்பட்ட மக்கள் என்றால், 45 சதவீதத்தவர் பிற்படுத்தப்பட்ட மக்கள் ஆவர். இங்கே சாதிகளே வர்க்கங்களாக இருப்பதைக் காண முடிகிறது. அதே நேரத்தில் பிற்படுத்தப்பட்டவர்களில் நிலவுடைமையாளர்கள் உண்டு.

நகர்ப்புறமோ, கிராமப்புறமோ தொழில் வளர்ச்சி ஏற்பட்டும் தமிழர்களின் அக வாழ்வில் அது பெரிய அளவுக்கு பிரதிபலிக்க வில்லை என்பதும் உண்மையாகும். குறிப்பாக இப்போதும் அவரவர், அவரவர் சாதிக்குள்தான் திருமணம் செய்துகொள்கிறார்கள். 21ம் நூற்றாண்டு பிறக்கப்போகிற இந்த வேளையிலும் சாதி மறுப்புத் திருமணங்கள் என்பவை அபூர்வமானவையாகவே உள்ளன. கிராமப்புறங்களில் அவை அனேகமாக நடப்பதில்லை எனலாம். நகர்புறங்களிலும் காதல் திருமணங்களிலேயே அதைக் காணமுடிகிறது. மெத்தப்படித்த உயர்

மத்தியதர வர்க்கத்தவர்கூட திருமண ஜோடியைத் தேர்வு செய்யும் வட்டத்தை சொந்த சாதியாகவே சுருக்கிக்கொள்கின்றனர். ஜோடி தேடி பத்திரிகைகளில் கொடுக்கப்படும் விளம்பரங்கள் பலவற்றில் மறக்காமல் சாதிப் பெயர் - அதிலும் உபசாதிப் பெயர், கோத்திரம் - குறிப்பிடப்படுவதிலிருந்து நிலைமையைப் புரிந்துகொள்ளலாம்.

தமிழகக் கிராமப்புறங்களில் தீண்டாமைக் கொடுமை நீடிப்பது நிலைமையின் தீவிரத்தை உணர்த்துகிறது. மத்திய அரசின் சமூக நலத்துறை வெளியிட்டுள்ள புள்ளி விவரத்தின்படி 1990ல் தமிழகத்தில் 4,293 கிராமங்கள் தீண்டாமை பீடிக்கப்பட்டுள்ள கிராமங்கள் என்று அறிய முடிகிறது. வாழ்வியல் உரிமைகள் பாதுகாப்புச் சட்டத்தின் (பி.சி.ஆர்.சட்டம்) படி 1989ல் தமிழகத்தில் 660 வழக்குகள் பதிவு செய்யப்பட்டிருந்தன.

இந்தப் புள்ளிவிவரங்கள் ஒருபுறமிருக்க... சுதந்திரப் போராட்ட வீரர் சுந்தரலிங்கம் பெயரில் ஒரு போக்குவரத்துக்கழகம் அமைக்கப்பட்டதைத் தொடர்ந்து இங்கே சாதிக் கலவரத்தை உருவாக்க முடிகிறதென்றால், தமிழகக் கிராமப்புறம் இன்னும் சாதியத்தின் பிடியில்தான் இருக்கிறது என்பதை உணர முடியும்.

படிநிலை சாதியமுறை பிற்படுத்தப்பட்ட மக்களையும், தாழ்த்தப்பட்ட மக்களையும் மோத விடுகிறது. தென் மாவட்டங்களில் முக்குலத்தோருக்கும், தாழ்த்தப்பட்ட மக்களுக்குமிடையே மோதல், வட மாவட்டங்களில் வன்னியர்களுக்கும் தாழ்த்தப்பட்ட மக்களுக்குமிடையே மோதல் என்பது இரு நூற்றாண்டு கால சமூக சீர்திருத்த இயக்கங்களின் போதாமையைச் சுட்டிக்காட்டுகின்றன.

பிற்படுத்தப்பட்ட மக்களில் ஆகப்பெரும்பாலோரும் பொருளாதார ரீதியிலும் சமூக ரீதியிலும் ஏழ்மையானவர்களே. இவர்களைத் தாழ்த்தப்பட்ட மக்களுக்கு எதிராகத் தூண்டிவிட முடிகிறது என்றால் வர்ணாஸ்ரம அமைப்பின் மிச்ச சொச்ச வலுவை அனுபவ ரீதியாக உணர முடிகிறது.

மறுபுறத்தில், சமூகத்துறையில் உயர் சாதியினரின் ஆதிக்கம் முற்றிலுமாக ஒழிந்துவிட்டது என்றும் கூறமுடியாது. மத்திய அரசுத் துறையில், மத்திய கல்வி நிறுவனங்களில் தமிழகத்தின் உயர் சாதியினர் அதிக இடம் பெற்றுள்ளனர். மாநிலத்தைப் பொறுத்தவரை பத்திரிகைத் துறையில், இசைத் துறையில், மின்னணு தொடர்பு சாதனத் துறையில், கலை, இலக்கியத்துறையில் அவர்கள் கணிசமான செல்வாக்கு செலுத்துகிறார்கள். கருத்து உருவாக்கத்திலும் கருத்துப் பிரச்சாரத்திலும் உயர் சாதி ஆதிக்கம்

இவ்வளவுக்குப் பிறகும் நீடிப்பது என்பது பல நூற்றாண்டுகால வர்ணாஸ்ரம சிந்தனை அவ்வளவு எளிதில் இற்று விழுந்துவிடாது என்பதைக் காட்டுகிறது.

மாதர் விடுதலைக்காக 20ம் நூற்றாண்டில் பல நடவடிக்கைகள் எடுக்கப்பட்டிருந்தும் நிகர நிலைமை என்ன? ஆண் கல்விக்கு ஈடாக பெண் கல்வி இல்லை. ஆண்களில் 74% பேர் கல்விக்கண் பெற்றிருக்க, பெண்களில் 51% (1991 மக்கள் கணக்கெடுப்பின்படி) பேரே அந்த வாய்ப்பை பெற்றிருக்கிறார்கள். அரசுப் பணிகளிலோ, அரசியல் வாழ்விலோ சமமான பங்கெடுப்பு இல்லை. அவ்வளவு ஏன், விதவைத் திருமணம்கூட இன்னும் இயல்பான விஷயமாகவில்லை. மறுமணம் செய்துகொள்ளும் விதவைகள் அதைப் பெருமையோடு சொல்லவும் கூச்சப்படுகிறார்கள். பிறர் அதைப் பெருமையாகக் கருதவும் கூச்சப்படுகிறார்கள். அதே நிலைதான் விவாகரத்து செய்துகொண்ட பெண்களுக்கும். அவர்களை மறுமணம் செய்துகொள்ள முன்வருவோரும் அபூர்வமே. "அறுத்துக் கட்டுகிற சாதி" என்று கேவலமாகக் கருதுகிற போக்கு தொடரவே செய்கிறது. மறுமண உரிமை இல்லாத சாதியே உயர் சாதி என்கிற பெண்ணடிமைத்தனத்தை வர்ணாஸ்ரமத்தின் பிரிக்க முடியாத ஓர் அங்கமாகக் கருதுகிற மனப்பான்மை இன்னும் நீடிக்கவே செய்கிறது.

பெண்களுக்குச் சொத்துரிமை கொடுக்கப்பட்டிருந்தாலும் நடைமுறையில் கொடுக்கப்படுவதில்லை. வரதட்சணைக் கொடுமை தொடர்கிறது. வேலைக்குப் போகும் பெண்கள் தங்கள் சம்பாத்தியத்தை தாங்களே ஆள முடிவதில்லை. அலுவலக வேலையோடு வீட்டுவேலையும் பெண்களுக்கு சேர்ந்துகொள்கிறது. பெண்களின் சம்பாத்தியம் முழுக்க கணவன் வீட்டாருக்கே, அதிலிருந்து பெண் வீட்டாருக்கு ஏதும் தரப்படக்கூடாததென்பது எழுதாத புனித ஒப்பந்தம்போல் கடைப்பிடிக்கப்படுகிறது. இதன் விளைவாகப் பெண்களைப் படிக்க வைத்து வேலைக்கு அனுப்புவதில் பெற்றோர்களுக்கு ஆர்வமில்லாமல் போய்விடுகிறது." என்றைக் கிருந்தாலும் இன்னொருத்தர் வீட்டுக்குப்போறவதானே என்பது சிந்தனையிலும் செயலிலும் வெளிப்பட்டவண்ணம் உள்ளது.

தற்போதைய நிலைமைக்குக் காரணங்கள் மூன்று. ஒன்று- தொழில் வளர்ச்சி அளவுக்குக்கூட தமிழகத்தில் நிலச்சீர்திருத்தம் நடைபெறவில்லை. 1993வரை இந்தியா முழுக்க சுமார் 74 லட்சம்

ஏக்கர் நிலம் உபரி என்று அறிவிக்கப்பட்டு, அதில் 64 லட்சம் ஏக்கர் நிலம் கையகப்படுத்தப்பட்டு, அதில் சுமார் 51லட்சம் ஏக்கர் நிலம் விநியோகிக்கப்பட்டது. நிலம் பெற்றவர்கள் சுமார் 49 லட்சம் பேர். அதாவது, சராசரியாக ஆளுக்கு ஒரு ஏக்கர் நிலம் கிடைத்திருக்கிறது. நிலம் கிடைக்கப்பெற்றவர்களில் 36 சதவீதத்தவர் தாழ்த்தப்பட்ட சாதியினர், 14 சதவீதத்தவர் பழங்குடியினர். ஆக, நிலச்சீர்திருத்தினால் இந்த ஒடுக்கப்பட்ட மக்களுக்கு பெரிதும் பலன் கிடைத்திருக்கிறது. ஆனால், இந்த அகில இந்திய நிலையில் பெரிதும் பங்களிப்புச் செய்தது மேற்குவங்கமே. விநியோகிக்கப்பட்ட நிலத்தில் சுமார் 40சதவீதம் அந்த மாநிலத்தில் நடைபெற்றது. அடுத்து வருவது கேரளம். தமிழகமோ இது விஷயத்தில் மிகப் பரிதாபமாக உள்ளது. இங்கு உபரியாக அறிவிக்கப்பட்டது 1 லட்சத்து 36 ஆயிரம் ஏக்கரே. அதிலும் எடுத்து விநியோகிக்கப்பட்டது வெறும் 85 ஆயிரம் ஏக்கரே. இந்தப் பரிதாபகரமான நிலையால் நகர்ப்புறத்திற்கும் கிராமப்புறத்திற்கும் இடையிலான வேறுபாடு பளிச்செனத் தெரிகிறது.

இரண்டு-கிராமப்புறம் மட்டுமல்லாது, நகர்ப்புறத்திலும் அகவாழ்வில் சாதியம் முடிவுக்கு வராததற்கு காரணம் தமிழ்ச் சமுதாயம் ஒரு மாறுதல் கட்டத்தில் இருக்கிறதேயொழிய, அது முழுமையாக முதலாளித்துவ சமுதாயமாக இன்னும் மாறவில்லை. அதை நோக்கிச் சென்றுகொண்டிருக்கிறது, அவ்வளவே, வேறு வார்த்தைகளில் கூறினால் வர்க்க ரீதியிலான பிரிவுகள் வந்துகொண்டிருக்கும் வேளையில் சாதிய ரீதியிலான பிரிவுகளும் இன்னும் நீடிக்கின்றன.

மூன்று - பொருளியல் வாழ்வில் ஏற்படும் மாற்றமானது உடனடியாக சமூக வாழ்வில், குடும்ப வாழ்வில் பிரதிபலிப்பதில்லை. அதற்கான அடித்தளத்தை மட்டுமே பொருளியல் வாழ்வின் மாற்றம் அமைத்துத் தருகிறது. அதைப் பயன்படுத்தி சமூக வாழ்விலும் அதைப் பிரதிபலிக்கச் செய்கிற பணியை சமூக, அரசியல், கலை இலக்கிய அமைப்புகள் நடத்திக் காட்ட வேண்டியுள்ளது. தமிழகத்தில் அந்தப் பணி இன்னும் முழுமை பெறவில்லை.

54

இருபத்தியோராம் நூற்றாண்டிற்கு ஒரு நிகழ்ச்சிநிரல்

தமிழகத்தில் நடைபெற்ற சமூக சீர்திருத்தத்தின் இந்த இருநூற்றாணடு அனுபவத்தில் வருகின்ற நூற்றாண்டிற்கான நிகழ்ச்சி நிரல் என்னவாக இருக்க முடியும்? கீழ்வருவதாக இருக்கலாம் என்று தெரிகிறது.

1. இடஒதுக்கீடானது வரும் நூற்றாண்டிலும் தொடரவேண்டும். இது சமூக ரீதியில் ஒடுக்கப்பட்ட மக்களுக்கு ஒரு நம்பிக்கையைத் தந்திருப்பது மட்டுமல்லாது, அவர்களது வாழ்வில் பௌதீக ரீதியில் மாறுதல்களைக் கொண்டுவந்திருக்கிறது. இந்தக் குடும்பங்களில் படிப்பறிவு உள்ள ஒரு புதிய தலைமுறையை உருவாக்கியிருக்கிறது. இதன் காரணமாக அடுத்தடுத்த தலைமுறைகளும் கல்வி பெறும் வாய்ப்பு, அரசுப் பணிகளில் இடம் பெறும் வாய்ப்பு பெற்றிருக்கிறது. சில உயர் சாதியினரும்கூடத் தங்களைப் பிற்படுத்தப்பட்டோர் பட்டியலில் சேர்க்குமாறு கோரிக்கை வைப்பது சாதிய அமைப்பானது அடிப்படையில் பொருளாதாரச் சுரண்டலுக்காக உருவானதே என்பதைத் தெள்ளென எடுத்துக்காட்டுகிறது. உயர் சாதி அகந்தையை இப்படி உடைத்து நொறுக்குவதில் இதுவொரு முக்கியப் பங்கு வகிப்பதாலும் இது தொடரவேண்டும். பல நூறு ஆண்டுகளாக இருந்த சாதிய ஒடுக்குமுறையை முற்றிலும் ஒழித்துக்கட்ட ஒரு நூற்றாண்டு இட ஒதுக்கீடு போதாது. அது அடுத்த நூற்றாண்டுக்கும் தேவை, மத்திய அரசின் கல்வி நிறுவனங்களிலும் பிற்படுத்தப்பட்டோருக்கு இட ஒதுக்கீடு தேவை. தனியார்துறை தொழில் நிறுவனங்களிலும் அது தேவை.

2. தமிழகத்தைப் பொறுத்தவரை 69 சதவீத இடஒதுக்கீட்டிற்கான போராட்டம் தொடரவேண்டும். இதற்காக அரசியல் சாசனத்தை திருத்தவேண்டி வந்தாலும் திருத்த வேண்டும். காரணம், இங்கே பிற்படுத்தப்பட்டோர் 66 சதவீதம், தாழ்த்தப்பட்ட சாதியினர் 18 சதவீதம், பழங்குடியினர் 1 சதவீதம் ஆக மொத்தம் 85 சதவீதத்தவர். 85 சதவீதத்தவருக்கு 69 சதவீத இடஒதுக்கீடு செய்ததில் தவறேயில்லை. இதற்கான போராட்டம் பிற்படுத்தப்பட்ட

மக்கள் மற்றும் தாழ்த்தப்பட்ட மக்களிடையே ஒற்றுமையையும் ஏற்படுத்தும். இதன் நியாயத் தன்மையை முன்னேறிய சாதிகளில் உள்ள ஜனநாயக உள்ளங்களும் ஏற்றுக்கொண்டிருப்பது, இது விஷயத்தில் ஏற்கெனவே ஒரு பொதுக்கருத்து இருப்பது போற்றிப் பாதுகாக்கவேண்டிய ஒன்றாகும்.

3. கோவில்களில் கருவறை வாயில்வரை அனைத்து சாதியினரும் அனுமதிக்கப்பட்டது 20ம் நூற்றாண்டின் சாதனை என்றால், கருவறைக்குள்ளும் அனைத்து சாதிகளைச் சார்ந்த ஆண்கள்-பெண்கள் அர்ச்சகர்கள் என்ற முறையிலாயினும் அனுமதிக்கப்படுவது 21ம் நூற்றாண்டில் செய்துமுடிக்க வேண்டிய பணியாக இருக்கும். பிராமணர்கள் மட்டுமே அதிலும் ஆண்கள் மட்டுமே அர்ச்சகராக இருக்க முடியும் என்பது வர்ணாஸ்ரமக் கொடுமையின் மிச்ச சொச்சமே. இதனை முடிவுக்குக் கொண்டுவருவது பிராமணியத்தின் ஒரு மோசமான அடையாளத்தை நீக்கும் வேலையாகும். இந்த ஜனநாயக காலத்தில் இது தொடர முடியாது என்பதை பிராமணர்களில் உள்ள ஜனநாயகச் சிந்தனையாளர்களின் மனசாட்சிக்கு வேண்டுகோள் விடுவதன் மூலமும் செய்யவேண்டும். கோவில் நுழைவுப் போராட்டத்தில் பிறப்பால் பிராமணர்களாக இருந்த தலைவர்களும் தீவிரமாக ஈடுபட்டதை இதற்கு முன்னுதாரணமாகக் கொள்ளவேண்டும். மொத்தத்தில் அனைத்து சாதிகளைச் சார்ந்த முற்போக்காளர்களும் சேர்ந்து நின்று போராட வேண்டும். இதற்காக அரசியல் சாசனத்தை திருத்தும்படி செய்ய வேண்டும்.

4. தீண்டாமையானது அரசியல் சாசனப்படி ஒழிந்திருக்கிறதே தவிர, நடைமுறையில் தமிழகத்தின் பல கிராமங்களிலும் நிலவுகிறது. 4000த்திற்கும் மேற்பட்ட கிராமங்களில் இந்தக் கொடூர வியாதி இன்னும் இருக்கிறது என்றால், ஒவ்வொரு தமிழனும் வெட்கித் தலைகுனிய வேண்டும். தீண்டாமை என்பதும், சாதியின் பேரில் தாழ்த்தப்பட்ட மக்களைத் தாக்குவதும் தண்டனைக்குரிய குற்றங்களாகும். 1955ல் போடப்பட்ட வாழ்வியல் உரிமைகள் பாதுகாப்புச் சட்டமும், 1989ல் போடப்பட்ட தாழ்த்தப்பட்ட சாதியினர் மற்றும் பழங்குடியினருக்கு எதிராக இழைக்கப்படும் வன்கொடுமைகள் தடுப்புச் சட்டமும் உணர்வுப்பூர்வமாக நடைமுறைப்படுத்தப்பட வேண்டும். இதற்காகக் காவல் துறையினருக்குச் சித்தாந்த ரீதியான பயிற்சி அளிக்கப்படவேண்டும். அதேநேரத்தில் இந்தச் சட்டங்கள் தவறாகப் பயன்படுத்தப் படாமலும் பார்த்துக்கொள்ள வேண்டும். தவறாகப் பயன்படுத்தப் பட்டால் அது எதிர்விளைவுகளையே ஏற்படுத்தும்.

5. தீண்டாமை ஒழிப்பானது சட்டத்தால் மட்டும் செய்து முடிக்கக்கூடிய ஒன்றல்ல. மனிதனுக்கு மனிதன் பிறப்பால் பேதம் கற்பிக்கக்கூடாது என்பது குழந்தைப் பருவத்திலிருந்தே நெஞ்சில் நன்கு விதைக்கப்பட வேண்டும். பள்ளியிலும், கல்லூரியிலும் பாடத்திட்டத்தின் ஒரு முக்கியமான அம்சமாக இது இருக்க வேண்டும்.

6. தீண்டாமையின் மோசமான வடிவங்கள் கிராமப்புறங்களில் அதிகம் உள்ளன. இவற்றை ஆதிநாளில் உருவாக்கியவர்கள் உயர் சாதியினரே. தற்போது அவர்கள் பெரும்பாலும் நகர்ப்புறங்களுக்குப் போய்விட்டனர். அவர்கள் விட்டுச்சென்றதை இன்றைக்கு நடைமுறைப்படுத்திக் கொண்டிருப்பவர்கள் இடைத்தட்டு சாதியினர். இவர்களின் ஆகப்பெரும்பாலோர் பிற்படுத்தப்பட்ட வகுப்பினர். இவர்களும் சமூக ரீதியில் அவர்களுக்கு மேலிருந்த சாதியினரால் ஒடுக்கப்பட்டு வந்தவர்களே; அதை எதிர்த்துப் போராடியவர்களே. அதையெல்லாம் மறந்துவிட்டு தங்கள் பங்குக்கு தாங்கள் நடத்திவந்த சமூக ஒடுக்குமுறையைத் தொடர்கிறார்கள். இந்த சமூக அநீதிக்கு எதிராக அவர்களின் மனசாட்சியைத் தட்டியெழுப்ப வேண்டும். தங்களுக்கு ஒரு நீதி, பிறருக்கு ஒரு நீதி என்று சமூகநீதி இருக்கமுடியாது என்பதைச் சுட்டிக்காட்ட வேண்டும். பிற்படுத்தப்பட்டவர்களில் உள்ள ஜனநாயகச் சிந்தனையாளர்களை தாழ்த்தப்பட்ட மக்களுக்காகக் குரல் கொடுக்கச் செய்யவேண்டும். மொத்தத்தில் பிற்படுத்தப்பட்டோர், தாழ்த்தப்பட்டோர் ஒற்றுமையை உருவாக்கி ஆதிக்க சக்திகளை எதிர்த்து நிற்க வேண்டும். இரு தரப்பிலுள்ள சில சுயநல சக்திகளே சாதிக் கலவரங்களுக்கு காரணமாக உள்ளன என்பதை இரு தரப்பாருக்கும் புரிய வைக்கவேண்டும். இரு தரப்பாரையும் வர்ணாஸ்ரம அமைப்பின் மிச்சசொச்சங்களைக் களைந்தெறியும் போராட்டத்தில் ஈடுபடுத்த வேண்டும். உயர் சாதியினரில் உள்ள ஜனநாயக சக்திகளையும் இவர்களோடு ஒருங்கிணைக்க வேண்டும்.

7. நிலக்குவியலுக்கு எதிராக, நிலச்சீர்திருத்தத்திற்கு ஆதரவாக ஒரு விரிவான, தீவிரமான இயக்கம் நடத்தப்பட வேண்டும். இது தாழ்த்தப்பட்ட மக்கள், பிற்படுத்தப்பட்ட மக்களின் பொருளியல் வாழ்வில் அடிப்படையானதொரு மாற்றத்தை ஏற்படுத்தும் என்பது மட்டுமல்லாது, அவர்களின் ஒற்றுமையை வலுப்படுத்தும். அவர்களின் ஆற்றலை அர்த்தமற்ற கலவரத்திலிருந்து ஆக்கப் பூர்வமான செயலின்பால் திருப்பும். மேற்குவங்கத்தில் நடத்தப்பட்ட நிலச்சீர்திருத்த இயக்கம் அதன் கிராமப்புற வாழ்வில்

அறிமுகப்படுத்தியுள்ள ஜனநாயகத்தன்மை தமிழகத்திற்கு ஒரு முன்னுதாரணமாகத் திகழ வேண்டும்.

8. கிராமப்புறங்களில் நடத்தப்படும் கூலி உயர்வுப் போராட்டங்கள், நகர்ப்புறங்களில் நடத்தப்படும் தொழிற்சங்க இயக்கங்கள் தமிழ்ச் சமுதாயத்தில் வளர்ந்துவரும் வர்க்க உணர்வுகளை மேலும் வலுப்படுத்தும். ஆனால், தொழிற்சங்க இயக்கமானது தாழ்த்தப்பட்டவர், பிற்படுத்தப்பட்டவர், மாதர்களின் நியாயமான கோரிக்கைகளுக்காகவும் குரல் கொடுக்க வேண்டும். இல்லையெனில், தொழிற்சங்க இயக்கத்தின்மீது இந்த மக்களுக்கு முழு நம்பிக்கை வராது.

9. தமிழ்ச் சமுதாயம் சாதியமாய்ப் பிரிந்து கிடப்பதைவிட வர்க்கமாகப் பிரிவது ஒரு வளர்ச்சியாகும். இதற்குத் தமிழகம், குறிப்பாக தமிழகக் கிராமப்புறம், தொழில்மயமாக வேண்டியது அவசியமாகும். சுயசார்பின் அடிப்படையில் ஒரு விரிவான தொழில் மயமாக்கலுக்கு மக்கள் போராட வேண்டும். பேரளவுத் தொழில், சிறுதொழில், குடிசைத் தொழில் எனும் அனைத்துவகைத் தொழில்களையும் வளர்த்தெடுக்க வேண்டும். தொழில் ரீதியில் பின்தங்கிய பகுதிகளுக்கு முன்னுரிமை கொடுக்கவேண்டும். பொதுத்துறை, தனியார்துறை, இணைத்துறை, கூட்டுறவுத்துறை என அனைத்துத் துறைகளுக்கும் உற்சாகம் தரவேண்டும். அதிலும் பொதுத்துறையைப் பாதுகாப்பது, விரிவுபடுத்துவது என்பது தலையாய பொருளியல் செயல்பாடாகத் திகழ வேண்டும். அந்நிய மூலதனத்தை பரஸ்பர நலனின் அடிப்படையில், நமது நலனை காவு கொடுக்காத அடிப்படையில் மட்டும் வரவேற்க வேண்டும். சுயபலத்திலான தொழில்மயம் இல்லையென்றால், தமிழகத்திற்கு எதிர்காலம் இல்லை என்பதையும், சமூக சீர்திருத்தத்திற்கான அடித்தளம் வலுப்பெறாது என்பதையும் உணர்ந்திருக்க வேண்டும்.

10. வயது வந்த ஆண், பெண் அனைவருக்கும் ஆரம்பக் கல்வியைக் கட்டாயமாக்கி எழுதப் படிக்கத் தெரியாதவர்களே இல்லையென்று ஆக்கவேண்டும். குழந்தை உழைப்பை முற்றிலுமாக ஒழித்தால்தான் இது காரிய சாத்தியமாகும். குழந்தை உழைப்பை சட்டத்தால் மட்டும் ஒழிக்க முடியாது. குழந்தை உழைப்பை நம்பியில்லாத குடும்பங்களை உருவாக்குவதே அதற்கு ஏற்ற வழி. அத்தகைய குடும்பங்களைக் கண்டறிந்து குழந்தை உழைப்பாளர்களை விடுவிக்க சிறப்புத் திட்டம் ஒன்று நடைமுறைப்படுத்தப்பட வேண்டும்.

11. சாதியம் என்பது திருமணத்தில் சாதிக்கலப்பு தடுக்கப்படுவதால் தொடர்ந்து பாதுகாக்கப்படுகிறது. எனவே, சாதி மறுப்புத் திருமணம்

பெரிதும் ஊக்குவிக்கப்பட வேண்டும். அடித்தட்டு சாதியினரின் பொருளாதார வாழ்வு உயரும்போதுதான் அத்தகைய திருமணம் உருவாவதற்கான சூழல் பிறக்கும். அதற்கு குறிவைக்க வேண்டும்.

அத்தகைய திருமணத் தம்பதியருக்கு தங்கப்பதக்கம், நிதியுதவி கொடுப்பது மட்டும் போதாது. அது வெறும் அங்கீகாரமே. அவர்களுக்கும் அவரது வாரிசுகளுக்கும் கல்வி/அரசுப் பணிகளில் தனி இடஒதுக்கீடு தரவேண்டும். அதைப் பெற அந்த வாரிசுகள் சாதியற்றவர்களாக அறிவிக்கப்படவேண்டும். சமுதாயத்தில் சாதியற்ற ஒரு பிரிவினர் உருவாவது சாதியற்ற சமுதாயத்தின் துவக்கமாக அமையும்.

12. தேவதாசி முறை ஒழிந்தது. ஒரு குறிப்பிட்ட சாதியினரை விபச்சாரத்தில் ஈடுபடுத்தும் கொடுமை நின்றது. ஆனால், அனைத்து சாதிகளிலிருந்தும் விபச்சாரிகள் தேர்வு செய்யப்படுவது என்பது நடக்கிறது. பெண்குலத்தை இழிவுபடுத்தும் கொடூரநிலை இது. தன் உடம்பை விற்றுத்தான் பிழைக்க வேண்டியுள்ளது என்கிற நிலை எந்தப் பெண்ணுக்கும் வரக்கூடாது. ஆனால், விபச்சாரத்தை சட்டத்தால் மட்டும் ஒழிக்க முடியாது. அவர்களுக்கு உரிய மறுவாழ்வு தரும் ஒரு சிறப்புத் திட்டம் நடைமுறைப்படுத்தப்பட வேண்டும்.

13. பெண்ணுக்கு குடும்பச் சொத்தில் சமபங்கு நடைமுறையிலும் உறுதி செய்யப்பட்டு வரதட்சணை முற்றிலுமாக ஒழிக்கப் படவேண்டும்.

14. பால் வேறுபாடின்றி சம வேலைக்கு சம கூலி கொடுக்கப்படவேண்டும். இது அரசியல் சாசனத்தில் வழிகாட்டும் நெறிமுறைகளில் ஒன்றாகவே கூறப்பட்டுள்ளது. இதனை அடிப்படை உரிமைகளில் ஒன்றாக ஆக்க வேண்டும்.

15. பேறுகால நிவாரணமும், வழிகாட்டும் நெறிமுறைகளில் ஒன்றாகத்தான் அரசியல் சாசனத்தில் குறிக்கப்பட்டுள்ளது. இதுவும் அடிப்படை உரிமைகளில் ஒன்றாக ஆக்கப்படவேண்டும்.

16. குடிமக்கள் அனைவருக்குமான பொது சிவில் சட்டத்தைப் பொறுத்தவரை வழிகாட்டும் நெறிமுறைகளில் ஒன்றாகத்தான் இன்னும் சிறிது காலம் நீடிக்க வேண்டும். அதனை மக்கள்மீது திணிக்கக்கூடாது. காரணம் இந்த நாட்டில் திருமணம், வாரிசு. தத்தெடுப்பு, குழந்தைப் பராமரிப்பு போன்ற சிவில் வாழ்வானது பெரிதும் மதம் சார்ந்துள்ளது. இரண்டையும் பிரித்துப் பார்க்கிற மனோபாவத்தை திட்டமிட்டு வளர்த்தெடுக்க வேண்டியுள்ளது.

இதற்கிடையில் இந்துச் சட்டம், முஸ்லிம் சட்டம், கிறிஸ்தவ சட்டம் போன்றவற்றில் பெண்களுக்கு எதிராக உள்ள சரத்துக்கள் நீக்கப்பட வேண்டும். அவர்களுக்கு வாழ்வின் ஒவ்வொரு அம்சத்திலும் சமத்துவம் உறுதி செய்யப்படவேண்டும். இதற்கான கருத்தாக்கமானது அந்தந்த மதத்தவரிடமிருந்தே வந்தால் சிறப்பாக இருக்கும். மதமாச்சரியம் மலிந்துவிட்ட இந்த நாட்டில் ஒரு மதத்தவரின் பழக்கவழக்கங்கள் குறித்து இன்னொரு மதத்தவர் கோரிக்கை வைப்பது மோசமான எதிர்விளைவை உருவாக்கக்கூடும். மாறாக, ஒவ்வொரு மதத்திலுமுள்ள முற்போக்காளர்களை, மாதர் விடுதலைக்காகப் போராடுபவர்களை உற்சாகப்படுத்த வேண்டும். அவர்களுக்கு உறுதுணையாக நிற்கவேண்டும்.

17. பெண்களுக்கும் குழந்தைகளுக்கும் அரசு சிறப்புச் சலுகைகள் வழங்கலாம் என்பது நமது அரசியல் சாசனத்தில் ஓர் அடிப்படை உரிமையாகவே கூறப்பட்டுள்ளது. இதைப் பயன்படுத்தி மக்களவையிலும், சட்டமன்றங்களிலும் பெண்களுக்கு மூன்றில் ஒரு பங்கு இட ஒதுக்கீடு தரப்படவேண்டும். இதன் காரணமாக உயர் சாதிப் பெண்கள் அரசியலில் ஆதிக்கம் பெற்றுவிடுவார்கள் என்கிற வாதம் தமிழகத்தைப் பொறுத்தவரை நிச்சயம் பொருந்தாது. இங்கே பிற்படுத்தப்பட்டவரிலிருந்து உரிய மாதர்கள் போட்டியிடக் கிடைப்பார்கள். பிற்படுத்தப்பட்டவர்கள் அதிகமாக உள்ள தொகுதிகளில் அந்தப் பிரிவைச் சார்ந்த மாதர்களை நிறுத்துவது வெற்றிக்கு ஒரு முக்கியக் காரணமாக இருக்கும் என்பதை அரசியல் கட்சிகள் அறியும். எனவே, இந்த பயம் தேவையற்றது. அரசியல் வாழ்வில் மாதர்களுக்கு இடஒதுக்கீடு தருவது தமிழகத்தில் அவர்களைப் பற்றிய ஆண்களின் கண்ணோட்டத்தில் தவிர்க்க முடியாதபடி மாற்றத்தைக் கொண்டுவரும். மாதர்களுக்கோ பெரும் தன்னம்பிக்கையை ஊட்டும்.

சாதி ஒழிப்பும், மாதர் விடுதலையும் 21ம் நூற்றாண்டின் முக்கிய நிகழ்ச்சி நிரலாக இருக்கும். பிறப்பின் அடிப்படையிலான பேதங்களை ஒழித்துசமுதாயத்தை ஜனநாயகமாக்கும் இந்த நிகழ்ச்சி நிரலை நடைமுறைப்படுத்துவது ஒன்றும் சாதாரண விஷயமல்ல. தோற்றத்தில் அது சாதாரணமாகத்தெரியும். ஆனால், இது தமிழ்ச் சமுதாயத்தின் தன்மை ரீதியான மாற்றத்தைக் கொண்டுவரும் நிகழ்ச்சி நிரலாகும். இதற்கான அரசியல் போராட்டத்தில், கருத்துப் போராட்டத்தில் முற்போக்காளர்கள் ஈடுபடவே செய்வார்கள். அத்தோடு, முதலாளித்துவத்திலும் உயர்ந்ததாகிய சோசலிச சமுதாயம் அமைப்பதற்கான அடித்தளத்தை இடும்பணியிலும் இறங்குவார்கள்.

55

மதவெறி எதிர்ப்பும் சமூக சீர்திருத்தமும்

இந்தியாவின் வட மாநிலங்களில் மட்டுமல்ல, தமிழகத்திலும் மதவெறி தலைவிரித்தாட ஆரம்பித்துவிட்டது. கோவையில் 1997 டிசம்பரிலும் 1998 பிப்ரவரியிலும் நடந்த கொடூர நிகழ்வுகள் மதத்தின் பெயரால் தமிழர்களையும் பிற்போக்குச் சக்திகளால் பிளவுபடுத்த முடியும் என்பதை நிரூபித்து நிற்கின்றன. சமூக சீர்திருத்த இயக்கத்தை முன்னெடுத்துச் செல்வது என்பது மதவெறி சக்திகளின் உயிர்நிலையைத் தாக்குவதாகவும் அமையும். எப்படி எனப் பார்ப்போம்.

இந்தியாவைப் பொறுத்தவரை இந்து வகுப்புவாதம், பெரும்பான்மை வகுப்புவாதம், முஸ்லிம் - கிறிஸ்தவ வகுப்புவாதம், சிறுபான்மை வகுப்புவாதம், பெரும்பான்மை வகுப்புவாதத்திற்குப் பதிலடி தருகிறோம் என்றே சிறுபான்மை வகுப்புவாதம் கிளம்புகிறது. தமிழகத்தில் இது துல்லியமாகத் தெரிகிறது. ஆர்எஸ்எஸ் - இந்து முன்னணியின் செயல்பாடுகளே முதலில் தீவிரமாகக் கிளம்பின. அதன் ஒரு விளைபொருளாக அல்உம்மா - ஜிகாத் கமிட்டியின் செயல்பாடுகள் புறப்பட்டன. எந்த மதவெறியானாலும் மதவெறி மதவெறிதான். அது தமிழர்களுக்கு தீங்கு பயப்பதுதான். அதை எதிர்த்துப் போராட வேண்டியதுதான். ஆனால், இந்த நாசகர சக்திகளின் ஊற்றுக்கண்ணைத் தெரிந்துகொள்வது அவற்றை முறியடிக்க உதவும்.

இந்து வகுப்புவாதத்தின் மையக் கரு எது? பாமர மக்களுக்கு இருக்கும் மத நம்பிக்கை வகுப்புவாதிகளிடம் வெறியாக மாறியிருக்கும். இந்து மதம் என்பது கடவுள் நம்பிக்கையை மட்டும் கொண்டதல்ல. அதற்கு நிலை நிறுத்துவதற்கென்று ஒரு சமுதாய அமைப்பு உள்ளது. அதுதான் வர்ணாஸ்ரம அமைப்பு, இன்று சாதிய அமைப்பு. பாமர மக்கள் கடவுள் நம்பிக்கையை இந்து மத நடவடிக்கையாக பாவித்து அதில் தொடங்கி அதிலேயே முடித்துக்கொள்வார்கள். ஆனால், இந்து வகுப்புவாதிகளோ, அந்தப் பாமர மக்களின் கடவுள் நம்பிக்கையை வர்ணாஸ்ரம அமைப்பைக் கட்டிக்காக்கப் பயன்படுத்த முனைவார்கள். இந்து மதத்தின்

சாரமாக வர்ணாஸ்ரமத்தையே கருதுகிறார்கள் என்பதை உணர்ந்திட மறைந்த காஞ்சி சங்கராச்சாரியார் ஸ்ரீ சந்திரசேகரேந்திரரின் கீழ்வரும் மொழியினைக் கருத்தில் கொள்ளலாம்.

"மற்ற தேசங்களிலும் சரி, நம் தேசத்திலும் சரி... மற்ற மதங்கள் போய்விட்ட போதிலும் இது மட்டும் பதினாயிரம் வருஷமாகப் போகாமலிருக்கிறதென்றால், அதுகளில் இல்லாத எதுவோ இதில் இருக்கிறது என்றுதானே அர்த்தம்? அது என்னவென்று பார்த்தால் வர்ணதர்மம்தான் நமக்கு மட்டும் பிரத்யேகமாக இருக்கிறது. ஆகையால், வர்ணதர்மம் சமூகச் சீர்குலைவுக்கே காரணம் என்று புது நாகரிகக்காரர்கள் சொன்னாலும் இது இருக்கிற நம் சமூகம்தான் சீர்குலையாமல் இருந்து வருகிறது. சமூகம் பலவாகப் பிரிந்திருந்தும்கூட இந்து மதம் எத்தனையோ தாக்குதல்களைச் சமாளித்தது என்று சொல்வது சுத்தப் பிசகு; சமூகம் பலவாகப் பிரிந்திருந்ததாலேயே அது இப்படி யுகாந்தரமாக ஜீவனோடு இருந்திருக்கிறது என்றே தோன்றுகிறது".

வர்ணதருமமே இவர்களின் தருமம்! தாங்கள் கூறுகிற இந்து மதத்திலிருந்து சாதிய அமைப்பை பிரிக்க முடியாது என்கிறார்கள். இதனைத் தாழ்த்தப்பட்ட மக்களும், பிற்படுத்தப்பட்ட மக்களும் ஏற்பது என்பது தங்களைத் தாங்களே கழுவில் ஏற்றிக்கொள் வதாகும். ஆனாலும் இதுவே ஆர்.எஸ்.எஸ்.ஸின் அடிப்படைக் கொள்கையாகும். ஆர்.எஸ்.எஸ்.அமைப்புச் சட்டத்தின் சரத்து மூன்று கூறுகிறது.

"இந்து சமூகத்திலுள்ள பல்வேறு கூட்டத்தாரையும் ஒன்றுபடுத்துவது, தர்மம், சான்ஸ்கிருதி ஆகியவற்றின் அடிப்படையில் இந்து சமூகத்திற்கு புத்துயிர் ஊட்டி புனருத்தார ணம் செய்வது, பாரத்வர்ஷத்தின் பன்முக வளர்ச்சியினை சாதிப்பது என்பதே சங்கத்தின் நோக்கங்களும், லட்சியங்களும் ஆகும்" (அழுத்தம் அமைப்புச் சட்டத்திலேயே உள்ளது).

இங்கே இவர்கள் குறிப்பிட்டுள்ள தர்மம் என்பது வர்ணதர்மம்தான். இந்து வகுப்புவாதிகளைப் பொறுத்தவரை தர்மம் என்றாலே வர்ணதர்மம்தான் என்பதில் சந்தேகமே வேண்டாம். மனு தர்மம், கீதை மற்றும் பல்வேறு சாஸ்திரங்களிலும் தர்மம் என்கிற சொல்வர்ணதர்மம் என்ற பொருளில்தான் பயன்படுத்தப்பட்டுள்ளது. இன்னும் ஐயப்பாடு இருந்தால் ஆர். எஸ்.எஸ்.சின் தலைவராக இருந்தவரும், அதற்கு சிந்தாந்தத் தடம் அமைத்துக்கொடுத்தவருமான குருஜி கோல்வால்க்கரை சாட்சி

கூற அழைப்போம். அவரது கருத்துக்கள் “சிந்தனைக் கொத்து” (Bunch of thoughts) என்கிற தலைப்பில் ஆர்.எஸ்.எஸ்.காரர்களால் வெளியிடப்பட்டுள்ளது. அதிலிருந்து ஒரு பகுதி...

“பிராணமர் அதன் தலை, ராஜா அதன் கரங்கள், வைஸ்யர் அதன் தொடைகள், சூத்திரன் அதன் கால்கள், இந்த நால்வகை அமைப்பைக்கொண்ட இந்து மக்களே நமது தெய்வம்”.

சாதிய அமைப்பைக் காப்பது மட்டுமல்ல, அது ஆணாதிக்க அமைப்பாகத் தொடர்ந்து இருக்கவேண்டும் என்பதும் இந்து வகுப்புவாதிகளின் நோக்கமாகும். ஆர்.எஸ்.எஸ். அமைப்பில் “இந்து ஆண்கள்” மட்டுமே உறுப்பினராக முடியும். பெண்களுக்கு பொதுவாழ்வு இருக்க முடியாது என்பதே ஆர்.எஸ்.எஸ்.சின் அடிப்படைக் கருத்தோட்டமாகும். இது விஷயத்திலும் மனு தர்மமே இவர்களின் தர்மம். இதோ, குருஜி கோல்வால்கர் மிகவும் வருத்தப்பட்டிருக்கிறார்.

“ பெண்களுக்கு சமத்துவம் மற்றும் ஆண் ஆதிக்கத்திலிருந்து விடுதலை என்பதற்கு தற்போது புது மோஸ்தர் ஏற்பட்டிருக்கிறது”.

1950களில் புதிய இந்து திருமண மசோதா நாடாளுமன்றத்தில் அறிமுகப்படுத்தப்பட்டபோது அதற்கு கடும் எதிர்ப்புத் தெரிவித்தது ஆர்.எஸ்.எஸ். என்பதும் ஒரு வரலாற்று உண்மையாகும். அந்த மசோதாவானது பெண்களுக்கு விவாகரத்து உரிமை வழங்கியது, விதவை மறுமணத்தை அங்கீகரித்தது போன்றவையே அவர்களின் எதிர்ப்புக்குக் காரணமாகும்.

ஆக, இந்து வகுப்புவாதம் என்பது ஏதோ இந்து அல்லாதவர்களுக்கு எதிரானது மட்டுமல்ல, இந்து சமூகம் எனப்பட்டதில் உள்ள தாழ்த்தப்பட்டவர்கள் - பிற்படுத்தப் பட்டவர்களுக்கும் எதிரானதாகும். இந்து மாதர்களுக்கும் எதிரானதாகும். வி.பி.சிங் அரசு பிற்படுத்தப்பட்டோருக்கான மண்டல் குழுவின் பரிந்துரைகளை அமல்படுத்தப்போகிறது என்றதும்தான் அயோத்தி கோவில் விவகாரத்தைக் கிளப்பி அந்த அரசைக் கவிழ்த்தார்கள் என்பதை மறந்துவிடக்கூடாது. அவ்வாறே மக்களவை-சட்டமன்றங்களில் பெண்களுக்கு மூன்றிலொரு பங்கு இடஒதுக்கீடு என்பதையும் ஆர்.எஸ்.எஸ். உற்சாகமாக ஆதரிக்கவில்லை என்பதை நோக்கலாம்.

இன்னும் சொல்லப்போனால், முஸ்லிம் - கிறிஸ்தவ மதத்தவர் மீது ஆர்.எஸ்.எஸ். பரிவாரத்திற்கு ஏன் கோபம்? இந்தியாவில் உள்ள கோடிக்கணக்கான முஸ்லிம்களும், கிறிஸ்தவர்களும் இந்த

மண்ணின் மைந்தர்களே, வர்ணாஸ்ரம ஒடுக்குமுறை தாங்க மாட்டாமல் மதம் மாறியவர்களே. சிறுபான்மை மதங்களில் உள்ள ஆகப்பெரும்பான்மையோர்கள் தாழ்த்தப்பட்ட மக்கள் - பிற்படுத்தப்பட்ட மக்களே. மதமாற்றத்தின் மூலம் இவர்கள் தங்களின் பிடியிலிருந்து தப்பப் பார்க்கிறார்களே என்கிற கோபம்தான் அவர்கள் மீது இவர்களுக்கான வெறுப்பிற்கு மூலகாரணம், மதமாற்றம் அவர்களது பிரச்சனைகளுக்கு முழுத்தீர்வாக அமையாமலிருக்கலாம். ஆனால், அந்தக் காலத்தில் அதுகூட அவர்களுக்கு பெரும் நிவாரணமாகத் தெரிந்தது. ஆகவே, மாறினார்கள். அது அவர்களின் உரிமை. இதன் காரணமாக அவர்களை வெறுப்பது என்பது இவர்களின் சுயநல வெறியையே காட்டுகிறது.

ஆக, சமுக சீர்திருத்தத்தை முழுமைப்படுத்துவது என்பது இந்து மதவெறியின் ஆணிவேரை வெட்டி எறிவதாகும். அதுமட்டுமல்ல, இது பிற மதங்களிலும் தவிர்க்க இயலாதவாறு முற்போக்குச் சீர்திருத்தங்களுக்கு வழிவகுக்கும். இதன் காரணமாய் அந்தந்த மதவெறி அமைப்புகளும் இற்றுவிழும்.

பிறப்பின் அடிப்படையில் பேதம் காட்டும் சாதியத்தையும், ஆணாதிக்கத்தையும் எதிர்த்த போராட்டம் வீறுகொண்டு எழும்.

சமுதாய மாற்றம் எனும் தேரோட்டத்தை எவராலும் தடுத்து நிறுத்த முடியாது. சில முட்டுக்கட்டைகள் விழலாம். ஆங்காங்கே தேர் தடுமாறலாம். ஆனால், அதன் பயணம் நிற்காது. இந்த இரு நூற்றாண்டு வரலாறு உணர்த்தும் சமுதாய விதி இது. அந்தத் தேரின் வடம் பிடித்து முன்னோடிகளாகத் திகழ்ந்த வள்ளலாரும், பெரியாரும், சிங்காரவேலரும் இந்தத் தலைமுறைக்கும் உத்வேகம் தருவார்கள். அவர்கள் விட்டுச்சென்றதை இவர்கள் முடிப்பார்கள்.

இணைப்பு : 1

உடன்கட்டை ஏறும் காட்சி: அபே துபோ

எனக்குத் தெரியவந்த மற்றொரு நிகழ்ச்சி மிக அண்மையில் நடந்தது. 1800ஆம் ஆண்டு தஞ்சாவூர் ராஜா இறந்தபோது இது நிகழ்ந்தது. அவருக்கு சட்டப்பூர்வமாகவே நான்கு மனைவிகள் இருந்தனர். பலதார மணம் என்பதை மன்னர்கள் துஷ்பிரயோகம் செய்வதை இந்தப் பழக்கவழக்கம் அனுமதிப்பதைப் பயன்படுத்தி இப்படி நான்கு பேரைத் திருமணம் செய்துகொண்டிருந்தார் அந்த ராஜா.

இறந்த கணவனுடன் இரண்டு மனைவிகள் எரிக்கப்பட வேண்டும் என்று முடிவு செய்த பிராமணர்கள், நான்கு பேரிலிருந்து இருவரைத் தேர்வு செய்தனர். அந்த இருவரும் அதனை மகிழ்ச்சியோடு ஏற்றுக்கொண்டதாகத் தோற்றங் காட்டினர். ஏற்பதில் அவர்கள் தயக்கம் காட்டியிருந்தால் அது அவர்களுக்குத் தீராத அவமானமாகவும், இறந்த மனிதருக்குச் செய்யப்பட்ட பெரும் அவமதிப்பாகவும் கருதப்பட்டிருக்கும். சமாதான முறையிலோ அல்லது வேறு வகையிலோ அவர்களின் சம்மதம் எப்படியும் பெறப்பட்டுவிடும் என்பதை அவர்கள் அறிந்திருப்பார்கள். எனவே, வேறுவழியின்றி பெருந்தன்மையோடு அதனை ஏற்றுக்கொண்ட தாகத் தோற்றங்காட்ட வேண்டியிருந்தது.

முழுவதும் நம்பக்கூடிய ஒருவர் கொடுத்த விவரங்களின் அடிப்படையில் - இதற்காகவே அவர் அங்கு அனுப்பப்பட்டிருந்தார் -அந்தக் கொடூரமான சடங்கினை நான் இங்கே சித்தரிக்கிறேன். அவர் சொன்ன தகவல்கள் 420 பக்கங்கள் வரைக்கும் ஓடும். அதில் உள்ள பல விவரங்கள் ஏற்கெனவே நான் கூறியதில் உள்ளது போலவே இருப்பதால் அவற்றை திரும்பச் சொல்லப் போவதில்லை. அல்லது மாறுபட்ட விஷயங்கள் அனைத்தையும் சொல்லி சிரமப்படுத்தப் போவதில்லை.

அந்தச் சடங்குகளுக்கான தயாரிப்புகளைச் செய்திட ஒரு நாள் மட்டுமே போதுமானதாயிருந்தது. அவை கீழ்வருமாறு நடத்தப்பட்டன:

அரண்மனையிலிருந்து ஒன்பது அல்லது பன்னிரண்டு மைல் தூரமுள்ள ஒரு நிலத்தின் பன்னிரண்டு அல்லது பதினைந்து சதுரடியில் அதிக ஆழமில்லாது பள்ளம் வெட்டினார்கள். இந்தக் காட்டுமிராண்டித்தனமான சடங்கிற்குப் பயன்படுத்தப்படுகிற

ஒரே மரமாகிய சுகந்த மணம் வீசும் சந்தன மரக்கட்டைகளால் ஒரு பிரமிட் வடிவை உருவாக்கினார்கள், அந்த பிரமிடின் மத்தியில் சில அடி உயரத்தில் ஒரு மேடை உருவாக்கினார்கள். அதற்கு கொடுக்கப்பட்டிருக்கும் முட்டுக்களை இழுத்துவிட்டதும் அது முழுக்க அப்படியே விழுந்துவிடும்படியாக அதைக் கட்டியிருந்தார்கள். மேடையின் நான்கு புறமும் பெரிய ஜாடிகளில் நெய் வைத்திருந்தனர்... பிரமிட்டிற்குத் தீவைப்பதற்காக.

ஊர்வலத்தின் ஒழுங்கமைப்பு இதுதான். முதலில் ஆயுதம் தாங்கிய படைவீரர்கள் சென்றனர். அவர்களைத் தொடர்ந்து பல வாத்தியக்காரர்கள்-குறிப்பாக கொட்டுமேளக்காரர்கள் சென்றனர். தங்களின் அந்த சோகமான ஒலியைக் காற்று மீண்டும் எதிரொலிக்குமாறு செய்தார்கள். ஆடம்பரமாக அலங்கரிக்கப்பட்ட பல்லக்கில் ராஜாவின் பிரேதம் சென்றது. பல்லக்கைச் சுற்றி அவரின் நெருங்கிய உறவினர்களும், அவரின் குருவும் சென்றனர். அனைவரும் நடந்து வந்தனர்; மரியாதை நிமித்தமாக யாரும் தலைப்பாகை அணிந்திருக்கவில்லை. அவர்களைத் தொடர்ந்து நிறைய பிராமணர்கள் வந்தனர். அதற்கடுத்து ராஜாவின் பிரேதத்தோடு வைத்து எரிக்கப்படவிருக்கிற அந்த இரண்டு ராணிகளும் திறந்த பல்லக்குகளில் வந்தார்கள். பயணத்தின்போது சாந்தமான முகபாவனையையும் உற்சாகமான தோற்றத்தையும் பராமரித்தார்கள். அனைத்துப் பகுதிகளிலிருந்தும் பெரும் கூட்டம் வந்திருந்தது. சிலர் உண்மையான ஈடுபாடு காரணமாகவும் சிலர் வேடிக்கை பார்க்கும் ஆர்வம் காரணமாகவும் வந்திருந்தனர்.

அந்த இரண்டு ராணிகளையும் அவர்களுக்குப் பிரியமான தோழிமார்களில் சிலர் கவனித்துக்கொண்டனர். அவர்களோடு இவர்கள் சில சமயம் பேசிக்கொண்டனர். அவர்கள் ஆபரணங்களினால் அலங்கரிக்கப்பட்டிருந்தார்கள் என்பதைவிட அவர்கள் மீது அவை குவிக்கப்பட்டிருந்தன என்றே கூறவேண்டும். சாதாரணக் குடும்பங்களில் நடப்பதுபோன்று சிதையில் வைப்பதற்கு முன்பு அந்த நகைகள் அவர்களிடமிருந்து அகற்றப்படவில்லை. அந்த ராணிகளோடு அவர்களின் நெருங்கிய ஆண்-பெண் சொந்தக்காரர்கள் வந்தார்கள். அரண்மனையைவிட்டுக் கிளம்பும்போது அவர்களில் பலருக்கு இவர்கள் இருவரும் பரிசுகள் கொடுத்தனர். ஊர்வலத்தின் முடிவில் அனைத்துப் பகுதிகளிலிருந்தும் திரட்டப்பட்டிருந்த ஆயிரக்கணக்கான பிராமணர்களும் அவர்களுக்குப் பின்னால் கணக்கிலடங்காத மனிதர்களும் வந்தனர்.

பலி கொடுக்கப்போகிற இடத்திற்கு ஊர்வலம் வந்தடைந்ததும் பல்லக்குகளிலிருந்து ராணிகள் இறக்கப்பட்டனர் - புனிதப்படுத்தும் மற்றும் இதர தயாரிப்பு சடங்குகளுக்காக. தயக்கமின்றியும் எவ்வித எதிர்ப்புக் காட்டாமலும் அனைத்து சடங்குகளையும் செய்துவந்தனர். ஆனால், கடைசிக் கட்டத்தில் அவர்களின் முகம் அவர்களைக் காட்டிக்கொடுக்க ஆரம்பித்துவிட்டது.

சிதையைச் சுற்றி மூன்றுமுறை வலம் வருவது என்பது கணிசமான முயற்சிகளினால் அவர்களது நிதானத்தைப் பராமரித்தே செய்து முடிக்கப்பட்டது.

இதற்கிடையில் ராஜாவின் பிரேதம் மேடைமீது கிடத்தப்பட்டது. இரண்டு ராணிகளும்கூட-ராஜாவின் வலப்புறம் ஒருவரும், இடப்புறம் ஒருவருமாக - படுக்க வைக்கப்பட்டனர். பிரேதத்தின் மீது கரங்களைப்போட்டுக் கோர்த்துக்கொண்டனர். இறுதி நிகழ்ச்சியை நடத்த நல்ல நேரம் வந்துவிட்டது என்று ஜோதிடர் அல்லது புரோகிதர் கூறியதும் பிராமணர்கள் பல மந்திரங்களைச் சத்தம்போட்டு ஓதினர், சிதையின்மீது தீர்த்தம் தெளித்தனர். இந்தச் சடங்குகள் நடந்துகொண்டிருக்கும்போதே சமிக்ஞை காட்டப்பட்டது. பிரமிட்டையும் அதன் மத்தியிலான மேடையையும் தாங்கிக்கொண்டிருந்த முட்டுகள் எடுக்கப்பட்டன. கட்டைகள் திமுதிமுவென்று அந்தப் பெண்கள்மீது விழுந்தன.

அதேநேரத்தில் சிதைக்கு அனைத்துப் பக்கங்களிலிருந்தும் தீ மூட்டப்பட்டது. ஒருபுறம் ராஜாவின் நெருங்கிய உறவினர் தீ மூட்டினர். மறுபுறம் குரு தீ மூட்டினார். ஒவ்வொரு பக்கமும் பிராமணர்கள் நெய்யை தீமீது விட்டனர், அந்தப் பெண்மணிகளைத் தாமதமின்றி எரிக்குமளவுக்கு தீயை உருவாக்குவதுதான் அவர்கள் நோக்கம். கூடியிருந்த அந்தப் பெரும் கூட்டம் உற்சாகத்தோடு கோஷம் போட்டது. சொந்தக்காரர்கள் சிதைக்கு அருகே சென்று அந்த இரண்டு பெண்மணிகளின் பெயரைச் சொல்லிக் கூவினார்கள். “என்ன?” என்கிற பதிலைத் தாங்கள் கேட்டதாகக் கற்பனை செய்துகொண்டார்கள். மேடை விழுந்ததுமே, தீ ஜுவாலை எழுந்ததுமே அவர்கள் மூச்சுத்திணறிப் போயிருக்கவேண்டும்.

ஒரு கொடூரமான, காட்டுமிராண்டித்தனமான, மூட நம்பிக்கைக்குப் பலியாகிப்போன அந்தப் பரிதாபமானவர்களின் சோகமான முடிவு இதுதான். மாவட்டத்திற்கு மாவட்டம் இதையொட்டிய சடங்குகள் மாறுபடுகின்றன; ஆனால் அடிப்படையில் அவை இவைதாம்.

இரண்டு நாள்கள் கழித்து, தீ முற்றிலும் அணைந்ததும், சிதையில் எரிக்கப்படாதிருந்த எலும்புகளைச் சேகரித்து ஒரு தாமிரப் பாத்திரத்தில் போட்டு அதனை புதிய ராஜாவின் முத்திரையால் அடைத்தனர். முப்பது பிராமணர்கள் அதனை எடுத்துக்கொண்டு காசிக்குப்போய் அங்கே புனிதமான கங்கை நதியில் கரைக்கக் கிளம்பினர். காசிக்குச்சென்று அதனைக் கரைத்துவர எவ்வளவு தானம் என்பது முன்னே நிச்சயிக்கப்பட்டது. அந்தப் புனிதமான நகரத்திலிருந்து கரைத்ததற்கான சான்றிதழோடு அவர்கள் திரும்பியதும் ஒப்புக்கொண்ட தானம் வழங்கப்பட்து.

இந்த எலும்பு - சாம்பலில் ஒரு பகுதியை நுணுக்கி பதார்த்தம் ஒன்றில் கலந்து பன்னிரண்டு பிராமணர்கள் விழுங்கினர். நமக்கு அதிர்ச்சியைத் தரக்கூடிய இந்தச் செயல் இறந்துபோன அந்த மூன்று பேரின் பாவங்களையும் போக்கக்கூடியது என்று நம்பப்பட்டது.

ஆனால், இந்தப் பாவங்கள் எல்லாம் பிராமணர்களின் உடம்புக்குள் மாற்றப்படுவதன்மூலமே இது சாதிக்கப்படுகிறது என்று நம்பப்படுகிறது. இந்த இயற்கைக்கு மாறான செயலின் மூலம் கிடைக்கிற செல்வம் இவர்களுக்கு இறுதியில் நன்மையைத் தராது என்றும் நம்பப்படுகிறது.

இந்தச் சடங்குகளில் ஒரு பகுதி அஸ்தியை உட்கொண்ட பிராமணர்களுக்கும், தங்களின் வருகையால் இவற்றைப் பெருமைப்படுத்திய இதர பிராமணர்களுக்கும் என்ன சன்மானம் என்கிற பிரச்சனை அடுத்து எழுந்தது. ராஜாவின் குருவிற்கு யானை ஒன்று பரிசாகத் தரப்பட்டது. பிரேதத்தையும், இரண்டு ராணிகளையும் சுமந்துவந்த மூன்று பல்லக்குகளும் மூன்று பிரதான பிராமணர்களுக்குத் தரப்பட்டது. இது அவர்களுக்குப் பணமாகவும், துணியாகவும் கிட்டத்தட்ட இருபத்தைந்தாயிரம் ரூபாய் அளவுக்குத் தானம் தரப்பட்டது. இத்தோடு, ஊர்வலம் வந்தபோது பல மூட்டை நாணயங்கள் கூட்டத்தை நோக்கி வீசப்பட்டது. இறந்தவர்களின் அஸ்தியை உட்கொண்டு அதன் மூலம் அவர்களின் பாவங்களைத் துணிச்சலோடு ஏற்றுக்கொண்ட அந்த 12 பிராமணர்களுக்கும் 12 வீடுகள் கட்டித்தரப்பட்டன.

("இந்திய மக்கள்" எனும் நூலின் XXI--ஆம் அத்தியாயத்திலிருந்து சில பகுதிகள்.)

இணைப்பு : II

கருணை இலா ஆட்சி-ஒரு விளக்கம்...

“தமிழகத்தில் சமூக சீர்திருத்தம்-இருநூற்றாண்டு வரலாறு” எனும் என்னுடைய நூலுக்கு விரிவானதொரு மதிப்புரை வெளியிட்டமைக்காகக் “கணையாழி”க்கு எனது நெஞ்சார்ந்த நன்றி. அவ்வாறே, அதனை எழுதிய ஆராய்ச்சியாளர் திரு. பெ.சு. மணி அவர்களுக்கும் நன்றி.

நூலை மிக நுணுக்கமாகப் படித்து ஆழ்ந்த புலமையோடு மதிப்பீடு செய்திருக்கிறார். இந்தப் படைப்பு வெறும் சிப்பியல்ல, “முத்துதான் என்று வாசகர்கள் முடிவெடுப்பார்கள்” என்று அவர் முத்தாய்ப்பாய்க் கூறியிருப்பதும் நூலாசிரியருக்கு உத்வேகம் தருகிறது.

எனினும், அவர் வினவியுள்ள சில விளக்கங்களுக்கும் பதில் தரவேண்டிய கடமையும் எனக்கு உள்ளது. “வள்ளலாரின் ‘கருணை இலா ஆட்சி கடுகி ஒழிக’ எனும் பாடல் வரியை ‘ஆங்கிலேய ஆட்சி பற்றிய மறைமுகத் தாக்குதலே என எண்ணுவதில் தவறில்லை’ என்று நூலாசிரியர் கருதுவது ஏற்கத்தக்கதன்று”என்று அவர் கூறியிருக்கிறார். இதற்கு அவர் இரண்டு காரணங்களை முன்வைக்கிறார். முதலாவது, “ஆட்சி” எனும் சொல், “அனுபவம்”, “ஆன்றோர் வழக்கு” எனும் பொருளில் ஆளப்பட்டுள்ளது. இரண்டாவது-வள்ளலார் காலத்தில் “ஆங்கில ஆட்சி ஒழிக” எனும் முழக்கம் பற்றிய சிந்தனைக்கே இடமில்லை.

சொற்களுக்கு சரியான பொருள் கொள்ளுதல் எவ்வளவு நியாயமோ, அவ்வாறே வலிந்து பொருள் தருதல் தவறாகும்”. “ஆட்சிக்கு நேர் பொருள் கட்டியாளுதல்தான். இதற்கு முந்தைய தனது பாட்டிலும் இதே அர்த்தத்தில்தான் இந்தச் சொல்லை வள்ளலார் பயன்படுத்தியிருக்கிறார். அது, “அச்சந்தவிர்த்தே அருளில் செலுத்துகின்ற விச்சை அரசே விளங்கிடுக”. மேலும் “ஆட்சி” என்பதற்கு, “அனுபவம்” என்பதே அர்த்தம் என்றால், “நன்மார்க்கர் ஆள்க” என்பதற்கு என்ன அர்த்தம்?

நேரடியாக ஆங்கில ஆட்சி மீதான தாக்குதல் என்று நானும் கூறவில்லை. “மறைமுகத் தாக்குதல்” என்ற நோக்கில் சிந்திக்கலாம் என்றே முன்மொழிந்துள்ளேன்.

இப்பாடல் வருவது, "சன்மார்க்க உலகின் ஒருமைநிலை" எனும் தலைப்பின்கீழ்தான் நான் மேற்கோள் காட்டியுள்ள, "நடுநிலை இல்லாக் கூட்டத்தைக் கருணை நண்ணிடா அரையரை நாளும் கெடுநிலை நினைக்கும் சிற்றதிகாரக் கேடரை" எனும் இன்னொரு பாடல் எதில் வருகிறது? "பிள்ளைப் பெரு விண்ணப்பம்" என்பதில் வருகிறது. சகலமும் ஆன்மீகம்தான், எல்லாம் "தனிப்பெருஞ் சோதித்தலைவனை" நோக்கிய இறைஞ்சல்தான். ஆனால், அதற்குள் "சிற்றதிகாரம்" மிகக் கடுமையான தாக்குதலுக்கு ஆளாகிறது. அப்படியெனில், பேரதிகாரம் அவருக்கு இனித்திருக்குமா?

ஆறாம் திருமுறைத் தொகுப்பு மற்றும் தலைப்பு பற்றி சில வார்த்தைகள். "ஆறாம் திருமுறைப் பதிகங்கள் அடிகளால் இன்ன வரிசையிற் பாடப் பெற்றனவென்று இப்போது கிடைத்துள்ள ஆதாரங்களைக்கொண்டு திட்டமாக ஒன்றும் கூறுவதற்கில்லை" என்று ஊரன் அடிகள் (திரு அருட்பா முன்னுரை) குறிப்பிட்டிருக்கிறார். அவ்வாறே பதிகப் பெயர்கள் அனைத்தும் வள்ளலார் வைத்தவை அல்ல என்றும் சுட்டியிருக்கிறார். எனவே, இவற்றை வைத்துமட்டும் ஒரு முடிவுக்குப் போய்விட முடியாது.

"சன்மார்க்கிகள் பின்பற்ற வேண்டிய நடைமுறை விதிகளை" என்று இந்தப் பதிகம் முழுவதையும் ஒதுக்குகிறார் பெ.சு.மணி. ஆனால், அதிலுள்ள கடைசிப் பாட்டோ, "தேவை நின் பேரருளை என்போலப் பெற்றவரும் எவ்வுலகில் யார் உளர் நீ சற்றே அறை" என்று முடிகிறது. அதாவது, அருட்பெருஞ் சோதிக்கும் இவருக்கும் இடையிலான கருத்தாடலாகவே அமைகிறது. தான் நினைக்கிற உலகை அவரிடம் வேண்டி நிற்கிறார் வள்ளலார். அதில் ஒரு வேண்டுகோள், "கருணை இலா ஆட்சி கடுகி ஒழிக!"

அணையாத அடுப்பு ஏற்றினாரே, பசி என்று வந்தோருக் கெல்லாம் அன்னம் இட்டாரே! அது வெறும் ஆன்மிகமா? அரசு செய்ய வேண்டிய வேலையை இந்த ஆன்மிகவாதி ஏன் எடுத்துக்கொண்டார்? இவற்றை இணைத்துப் பார்த்தால் புது அர்த்தம் பிறக்கிறதே!

இரண்டாவது காரணத்தைப் பொறுத்தவரையில் நானும் அதைக் குறிப்பிட்டுள்ளேன். அன்றைய சூழலில், "விரிவான அளவில் அரசியல் சிந்தனைகளை இராமலிங்கரிடமிருந்து எதிர்பார்ப்பது நியாயமாகாது" என எடுத்துக்காட்டியுள்ளேன். ஆனால், ஆழமான சமூக விமர்சனத்தைப் பாட்டாலும், செயலாலும் வெளிப்படுத்தியுள்ள அவருக்கு லேசாகக்கூட அரசியல் விமர்சனம்

இருந்திருக்காது என்று சத்தியம் செய்ய முடியாது. "எளியாரை வலியார் அடித்தபோது ஐயோ என் மனம் கலங்கிய கலக்கம்" என்கிறாரே. இதில் ஆதிக்க எதிர்ப்பு இல்லையா?

வண்ணச்சரபம் தண்டபாணி சுவாமிகள் (1839-1898) வள்ளலாரின் காலத்தவர். 1857 சுதந்திரப் போர் கொடூரமாக ஒடுக்கப்பட்டதன் பின்புலத்தில், "ஆங்கிலியர் அந்தாதி" பாடியிருக்கிறார். "இங்கிலீசுக்காரர் அநியாயக் கொடுமையை என்னென்று சொல்வேன் அம்மா!" என்றே ஒரு கீர்த்தனை துவங்குகிறது. இவருக்கு முன்பு முத்துக்குட்டி சுவாமிகளும் ஆட்சியாளர்களைக் கண்டித்துள்ளார். இவற்றையும் மனதில் கொண்டால் ஆங்கிலேய ஆதிக்க எதிர்ப்பு மறைபொருளாக சில பாடல்களில் வெளிப்பட்டிருக்கிறது என ஊகிப்பது தவறாகாது.

பழைய பாடல்களுக்கு மிகப் பழைய அர்த்தங்களைப் புகுத்துவதைவிட அந்தந்தக் காலத்திய சமூக - அரசியல் சூழலைக் கொண்டு பொருள் கண்டுபிடிக்கிற முயற்சியில் ஒன்றுதான் என்னுடையது.

வள்ளலார், சிங்காரவேலர், பெரியார் ஆகியோரை சமூக சீர்திருத்தத்தின் முன்னோடிகளாகக் குறிப்பிட்டு, அதில் பாரதியாரை விட்டுவிட்டதற்கு "விளக்கம் கூறியிருக்கலாம்" என்று நயமாக விமர்சித்திருக்கிறார் பெ.சு.மணி.

இந்த நூலைப் பொறுத்தவரை இதுவரை நான் கேட்டு வந்த விமர்சனம் பாரதியார் பற்றி அவரின் சரியான அளவிற்கும் அகலமாகப் புகழப்பட்டுள்ளது என்பதாகும். அதை நான் ஏற்கவில்லை. இப்போது இன்னொரு முனையிலிருந்து இப்படி விமர்சனம்!

இந்த மூவரை நான் தேர்ந்தெடுத்துக் கூறியிருப்பதன் காரணத்தை பெ.சு.மணி அவர்களே தனது மதிப்புரையில் கச்சிதமாகக் கூறியுள்ளார். அதில் நான் சேர்க்கவேண்டியது ஒன்றுதான். வள்ளலார் ஆத்திக வழிபட்ட சீர்திருத்தத்திற்கு மட்டுமல்ல, இலக்கிய வழிபட்ட சீர்திருத்தத்திற்கும் முன்னோடி. அதனால்தான் பாரதியாரைச் சேர்க்கவில்லை.

"மார்க்சியப் பார்வையில் இந்நூல் எழுதப்பட்டது என்று அருணன் குறிப்பிட்டிருந்தாலும் அந்தப் பார்வையின் வீச்சு முற்றுப்பெறாத முயற்சியாகவே தெரிகிறது" என்று விமர்சகர் கூறியுள்ளார். திட்டவட்டமான எடுத்துக்காட்டுகளால் இதை அவர் நிரூபணம் செய்யாது போனாலும் அவருக்கு ஏற்பட்டுள்ள

உணர்வை மதிக்கிறேன். எனினும், எது மார்க்சியப் பார்வை என்பதில் நமக்கெல்லாம் தெளிவிருக்கிறதா என்பது நம்மை நாமே கேட்டுக்கொள்ள வேண்டிய கேள்வி. ஒன்று மட்டும் நிச்சயம் மார்க்சியத்திற்கு முன்பு பிறந்ததையெல்லாம் சட்டென்று ஒதுக்கித் தள்ளுவது மார்க்சியம் ஆகாது. அவற்றில் உள்ள சிறந்தவற்றைத் தன்வயப்படுத்தி அதன் காரணமாக அவற்றிலும் உயர்ந்து நிற்பதே மார்க்சியம்.

மவுனம் சாதிப்பதைவிட விமர்சிப்பது நல்லது. வெறுமனே விமர்சிப்பதைவிட நிறைகளையும் சொல்லி விமர்சிப்பது இன்னும் நல்லது. அத்தகையதொரு மதிப்புரைக்காக மீண்டும் நன்றி.

(கணையாழி, நவம்பர் 1999)

□

FCW - #0213 - 061026 - C0 - 216/140/21 - PB - 9788119176007 - Matt Lamination